பெருமாள்முருகன் இலக்கியத்தடம்

பெருமாள்முருகன் இலக்கியத்தடம்

தொகுப்பாசிரியர்
சுப்பிரமணி இரமேஷ் (பி. 1980)

சென்னை, தருமமூர்த்தி இராவ்பகதூர் கலவல கண்ணன்செட்டி இந்துக்கல்லூரித் தமிழ்த்துறையும் காலச்சுவடு அறக்கட்டளையும் இணைந்து, 2020 பிப்ரவரி 14அன்று நடத்திய ஒருநாள் தேசியக் கருத்தரங்கில் வாசிக்கப்பட்ட கட்டுரைகளின் தொகுப்பு. நவீன இலக்கியத்திற்குப் பெருமாள்முருகனின் பங்களிப்பை விமர்சனபூர்வமாக ஆராய்கிறது இத்தொகைநூல்.

சுப்பிரமணி இரமேஷ்
தொகுப்பாசிரியர்

சென்னை, இந்துக் கல்லூரியில் உதவிப் பேராசிரியராகப் பணியாற்றி வருகிறார். 'எதிர்க்கதையாடல் நிகழ்த்தும் பிரதிகள்', 'தொடக்க காலத் தமிழ் நாவல்கள்', 'தற்காலப் பெண் சிறுகதைகள்' ஆகிய கட்டுரை நூல்களும் 'ஆண் காக்கை' என்ற கவிதைத் தொகுப்பும் வெளிவந்துள்ளன. 'காலவெளிக் கதைஞர்கள்', 'தமிழ்ச் சிறுகதை: வரலாறும் விமர்சனமும்' ஆகிய இரு நூல்களைத் தொகுத்துள்ளார்.

பெருமாள்முருகன் இலக்கியத்தடம்

தொகுப்பாசிரியர்
சுப்பிரமணி இரமேஷ்

காலச்சுவடு பதிப்பகம்

அன்பார்ந்த வாசகருக்கு,

வணக்கம்.

காலச்சுவடு நூலை வாங்கியமைக்கு நன்றி.

நூலின் உள்ளடக்கம், உருவாக்கம், அட்டைப்படம் இன்ன பிற அம்சங்கள் பற்றிய உங்கள் கருத்துகளையும் ஆலோசனைகளையும் காலச்சுவடு வரவேற்கிறது. தகவல், எழுத்து, வாக்கியப் பிழைகள் தென்பட்டால் கட்டாயம் தெரிவித்து உதவுங்கள். நூல் தயாரிப்பில் கடும் குறைபாடு இருப்பின் மாற்றுப் பிரதி உங்களுக்குக் கிடைக்கக் காலச்சுவடு ஏற்பாடு செய்யும்.

மின்னஞ்சல்: publisher@kalachuvadu.com

காலச்சுவடு நாகர்கோவில் தலைமையகத்துக்கும் கடிதம் அனுப்பலாம்.

தங்கள்
எஸ்.ஆர். சுந்தரம் (கண்ணன்)
பதிப்பாளர் – நிர்வாக இயக்குநர்

பெருமாள்முருகன் இலக்கியத்தடம் ❖ கட்டுரைகள் ❖ தொகுப்பாசிரியர்: சுப்பிரமணி இரமேஷ் ❖ © கட்டுரையாளர்களுக்கு ❖ முதல் பதிப்பு: பிப்ரவரி 2020 ❖ வெளியீடு: காலச்சுவடு பப்ளிகேஷன்ஸ் (பி) லிட்., 669, கே.பி. சாலை, நாகர்கோவில் 629001

காலச்சுவடு பதிப்பக வெளியீடு: 974

parumaaLmurukan ilakkiyattaTam ❖ Essays ❖ Compilor: Subramani Ramesh ❖© Authors ❖ Language: Tamil ❖ First Edition: February 2020❖ Size: Demy 1 x 8 ❖ Paper: 18.6 kg maplitho ❖ Pages: 264

Published by Kalachuvadu Publications Pvt. Ltd., 669 K.P. Road, Nagercoil 629001, India ❖ Phone: 91-4652-278525 ❖ e-mail: publications @kalachuvadu.com ❖ Wrapper printed at Print Specialities, Chennai 600014 ❖ Printed at Mani Offset, Chennai 600077

ISBN: 978-93-89820-40-9

02/2020/S.No. 974, kcp 2580, 18.6 (1) ass

பெருமாள்முருகன் தந்தையாரின் நினைவிற்கு...

பொருளடக்கம்

	தொகுப்புரை: வாசிப்பின் புதிய திறப்புகள்	11
1.	கழிமுகம்: நிஜம் ஒரு மொபைல் விளையாட்டாகிறது	17
	ஆர். அபிலாஷ்	
2.	பெருமாள்முருகன் கவிதைகளில் பின்நவீனத்துவப் பொருத்தப்பாடுகள்	23
	இரா. இரவி	
3.	பதிப்பாசிரியர் பெருமாள்முருகன்	35
	துரை. இலட்சுமிபதி	
4.	'பூக்குழி'யில் உடன் எரியும் சிமிர்கள்	40
	பி.எழிலரசி	
5.	இற்றைச் சூழலில் ஏறுவெயில்	51
	க. கதிரவன்	
6.	கூளமாதாரி: நம்முளும் உளன் ஒரு கூளையன்	58
	இரா. கந்தசாமி	
7.	பெருமாள்முருகன் சிறுகதைகள்: பொதுபுத்தி மனக்கோணலை நிமிர்த்தும் 'கழிப்பறையின் கிரகப்பிரவேசம்'	75
	கல்யாணராமன்	
8.	நகரவெளி மறுப்பும் தாய்நில விருப்பும் (முதல் மூன்று நாவல்களை முன்வைத்து)	94
	க. காசிமாரியப்பன்	
9.	பெருமாள்முருகனின் பதிப்பு - ஆய்வு நோக்கு	107
	க. காமராசன்	
10.	ஆளண்டாப் பட்சி: முடிவில்லாமையின் முடிவு	119
	தா.அ. சிரிஷா	
11.	வான்குருவியின் கூடு: அகவிரிவின் கவிமொழி	130
	சீதாபதி ரகு	

12. அனுபவங்களை மொழிப்படுத்துதல்
    'சாதியும் நானும்' நூல் குறித்த ஒரு வாசிப்பு   143
    சீனிவாச ராமானுஜம்

13. நிழல்முற்றத்து நினைவுகள்:
    பின்னிழுக்கும் நினைவுச்சுழல்   156
    சுப்பிரமணி இரமேஷ்

14. கங்கணம்: உரையாடலின் பெருவெளி   165
    இரா. தமிழ்ச்செல்வன்

15. தோன்றாத்துணை: ஒரு கீழ் மனத்தின் தகவமைவு   176
    கு. பத்மநாபன்

16. மாதொருபாகன் - அர்த்தநாரீ - ஆலவாயன்:
    பண்பாடுகளின் நிழல்பிரதிகளைப் பரிசீலிக்கும்
    மூவியல் புனைவுகள்   186
    பிரவீண் பஃறுளி

17. 'ஆளண்டாப் பட்சி:' இடம்பெயர்தலின் புனைவோட்டம்   196
    பெருந்தேவி

18. கவிதை மாமருந்து: ஒரு சொல், ஒரு தொடர்,
    ஓர் அனுபவம்   203
    ராணிதிலக்

19. எங்கள் ஐயா: பெருமாள்முருகன் எனும்
    பேராளுமைச் சித்திரம்   215
    மா.வெங்கடேசன்

20. காலத்தின் எல்லை கடக்கும்
    பெருமாள்முருகனின் தொகுப்புகள்   230
    பா. ஜெய்கணேஷ்

21. பசுமை வாசிப்பில், பூனாச்சி அல்லது
    ஒரு வெள்ளாட்டின் கதை   243
    இரா. ஸ்ரீவித்யா

கட்டுரையாளர் குறிப்புகள்   251

பெருமாள்முருகன் நூற்பட்டியல்   259

தொகுப்புரை

வாசிப்பின் புதிய திறப்புகள்

‘ஏறுவெயில்’ என்ற நாவலினூடாகப் பெருமாள்முருகனின் எழுத்துகள் எனக்கு அறிமுகமாயின. கடந்த இருபது ஆண்டுகளாக அவரது படைப்புகளை வாசித்து வருகிறேன். ‘மாதொருபாகன்’ நாவல் பிரச்சினைக்குப் பிறகு சிலகாலம் அவர் சென்னையில் வசித்தார். அப்போது நண்பர் கல்யாணராமன் மூலமாகப் பெருமாள்முருகனுடன் நேர்ப்பழக்கம் ஏற்பட்டது. 2015இல் ‘மாதொருபாகன்’ சர்ச்சையின் விளைவாக உலகெங்கும் பெருமாள்முருகன் பேசுபொருளானார். ‘மாதொருபாகன்’ நாவல் குறித்து ஆதரவும் எதிர்ப்புமாக இதழ்களில் கட்டுரைகள் பிரசுரமாயின. அவற்றையெல்லாம் தொகுக்கும் பணியை எனக்கு வழங்கினார். ஏறக்குறைய எண்பது கட்டுரைகள்; அறுநூறு பக்கம். நவீன இலக்கிய வரலாற்றில், ஒருநூல் பற்றி அதிகமாக எழுதப்பட்ட கட்டுரைகள் மாதொருபாகனுக்குத்தான் வந்திருக்கும் என நினைக்கிறேன். சில நடைமுறைச் சிக்கல்களால் அந்நூல் இதுவரை அச்சேறவில்லை.

கருத்துச் சுதந்திரம் தொடர்பாக விவாதங்களைக் கிளப்பிய ‘மாதொருபாகன்’, பெருமாள்முருகனை உலகளாவிய எழுத்தாளராக்கிவிட்டது. கடந்த ஐந்தாண்டுகளில் அதிகம் விற்பனையான நூல்களின் பட்டியலில் ‘மாதொருபாகன்’ தொடர்ந்து முதலிடத்தில் இருக்கிறது. சென்னை உயர்நீதிமன்றம் பெருமாள்முருகனின் பக்கம் நின்றது. தீர்ப்புக்குப் பின், அவரே தனக்கு ஒரு கண்காணிப்பாளரை

நியமித்துக்கொண்டு எழுதி வருகிறார். மனிதர்களைப் பற்றி எழுதுவதைத் தவிர்த்து வெள்ளாட்டைப் பற்றி எழுதினார். மனிதர்களைப் பற்றி எழுதும்போது மிகுந்த அச்சத்துடன் கதாபாத்திரங்களின் பெயர்களையும் ஊர்களின் பெயர்களையும் கையாண்டார். அவரின் எழுத்துவெளி அச்சுறுத்தலுக்கு உள்ளாகியிருக்கிறது.

கல்விப் புலத்தில் பணிபுரிந்துகொண்டு சிரத்தையான புனைகதைகளை எழுதி வருபவர்களுள் பெருமாள்முருகன் முதன்மையானவர். அதேநேரத்தில் கல்விப் புலம் சார்ந்த ஆய்வுகளையும் தொடர்ந்து முன்னெடுத்து வருபவர். கவிதை, சிறுகதை, நாவல், கட்டுரை, அகராதி, தொகுப்புகள், பதிப்புகள் எனப் பல பிரிவுகளில் இவர் தொடர்ந்து செயல்பட்டு வருகிறார். அடுத்த தலைமுறை மாணவர்களையும் உருவாக்கியுள்ளார். படிக்கும் நாளிலேயே தம் முதல் நாவலான ஏறுவெயிலை (1991) வெளியிட்டிருக்கிறார். முதல் நாவல் கொடுத்த உற்சாகம், அடுத்தடுத்த நூல்கள் வெளியாகக் காரணமாக இருந்திருக்கின்றன. கொங்கு மண்ணின் மொழிதான் இவரது எழுத்தின் ஆன்மா. தம் புனைவுகளில் இவரளிக்கும் நுட்பமான புறத்தகவல்களைக் கொண்டுதான் கதைநிகழும் காலத்தைப் புரிந்துகொள்ள முடியும். ஆர். சண்முகசுந்தரத்திற்குப் பிறகு கொங்குப் பகுதியைப் புனைவில் நிலைநிறுத்தியவர் இவர். இவர் உருவாக்கிய 'கொங்கு வட்டாரச் சொல்லகராதி', கொங்கு மண்ணின் மொழிவளத்தைப் புலப்படுத்துவதாகும்.

பெருமாள்முருகன் ஒரு நல்ல ஆசிரியராக மாணவர்களிடம் தம்மை நிலைநிறுத்திக் கொண்டவர் என்பதனால்தான், 'எங்கள் ஐயா' என்ற நூல் உருவானது. இது ஓர் அபூர்வ நிகழ்வு. விரல்விட்டு எண்ணக்கூடியவர்களுக்கே வாய்த்த பெருமை இது. எனது பேராசிரியரான வீ. அரசுவின் வழிகாட்டல் கிடைத்திருக்காவிட்டால், பெருமாள்முருகனின் எழுத்து எனக்கு அறிமுகமாகியிருக்காது. 'நானும் உங்க ஆசிரியர்கிட்ட படிச்சிருக்கிறன்பா' என்று நேர்ப்பேச்சில் பெருமாள்முருகன் கூறியிருக்கிறார். அந்த வகையில் அவர் எனக்கு முன்னத்தி ஏர். அவருடைய மாணவர் கு. சீனிவாசன், எனக்கு ஆசிரியராக இருந்திருக்கிறார். இதுபோன்ற பல கண்ணிகளை அவருக்கும் எனக்கும் உருவாக்கிக்கொண்டே செல்லலாம்.

பெருமாள்முருகனைப் பற்றித் தற்போது பேசுவதற்கு, பலரும் தயங்குகிற பகுதிகளை அவர் வெளிச்சப்படுத்தியதே காரணம்.

சாதிய ஒடுக்குதல்களை உள்ளிருந்து விமர்னம்செய்து எழுதுதல்; நாமக்கல் பகுதியின் கோழிப்பண்ணைகளாக வளர்ந்து நிற்கும் தனியார் கல்வி நிறுவனங்களைத் தம் எழுத்தினூடாகத் தொடர்ந்து எதிர்த்தல்; கடந்தகாலக் கொங்குமண்ணின் பண்பாட்டைப் புனைவாக்குதல் எனப் பன்முகம் கொண்டவர் பெருமாள்முருகன். மரபிலக்கியத்திற்கும் நவீன இலக்கியத்திற்கும் இடையில் ஊடாடுகிற எழுத்து அவருடையது. மரபிலக்கியங்கள்மீது நவீனப் பார்வையைத் தொடர்ந்து உருவாக்கி வருகிறார். பேசுவதற்குக் கூச்சப்படுகிற அவையல் கிளவி பகுதிகளைக் 'கெட்ட வார்த்தை பேசுவோம்' என்ற பெயரில் நூலாக்கியுள்ளார். இந்நூலுக்கு முன்பின் மாதிரிகள் இல்லை.

எளிதில் பெருமாள்முருகனைப் பலரும் அணுகுவதற்கு, அவரது எளிமைதான் காரணம். இத்தன்மை அவரது புனைவுகளுக்கும் பொருந்தும். வாசகர்களை அணைத்துக்கொள்ளும் மொழியைக் காத்திரமாகக் கொண்டிருப்பவர். இதுவரை பதினொரு நாவல்களை எழுதியிருக்கிறார். ஒவ்வொன்றும் தனித்துவமானவை. மாதொருபாகன், அர்த்தநாரி, ஆலவாயன் ஆகிய மூன்று நாவல்களும் ஒரு சங்கிலித் தொடர்ச்சியுள்ளவை. தனிப்பிரதியாக வாசிப்பதற்கான உள்ளீடுகளும் இவற்றில் உண்டு. தம் நாவல்களைப்போல், தம் சிறுகதைகளிலும் தனித்துத் தெரியக்கூடியவர். 1988இல் *கணையாழி*யில் பெருமாள்முருகனின் முதல் சிறுகதை 'நிகழ்வு' வெளியாகியிருக்கிறது. 2015இல் *காலச்சுவடி*ல் வெளியான 'மாலைநேரத் தேநீர்' கதைவரை 83 சிறுகதைகள் இதுவரை தொகுக்கப்பட்டுள்ளன. இதில் பல கதைகள் முக்கியமானவை. 'நீர் விளையாட்டு' கதையை வாசிக்கும்போது என்னையே நீரில் அழுத்துவதாக உணர்ந்து பதற்றமடைந்திருக்கிறேன். 'பீக்கதைகள்' தொகுப்பு, பொதுவெளியில் உரையாடத் தயங்குகிற விடயங்களைப் பேசுவதாகும்.

பெரும் சர்ச்சையில் சிக்கி மீண்ட பெருமாள்முருகனின் படைப்புகள் இலக்கியபூர்வமாக மீள்வாசிப்புச் செய்யப்பட வேண்டும் என்ற எண்ணத்தின் செயல் வடிவமே இந்நூல். அசோகமித்திரன், பூமணி உள்ளிட்டோரின் ஆக்கங்களுக்கு நடத்தப்பட்டதைப்போலப் பெருமாள்முருகன் படைப்புகளுக்கும் ஒரு கூட்டம் கல்லூரியில் நடத்தவேண்டும் என்று முதலில் திட்டமிட்டேன். பெருமாள்முருகனும் தயக்கத்துடன் என் கோரிக்கையை ஏற்றுக்கொண்டார். கல்லூரியில் நடத்துவதால்,

இக்கூட்டத்தை ஒருநாள் தேசியக் கருத்தரங்கமாக நடத்தலாம் என்ற திட்டத்தை வகுத்துக்கொடுத்தவர் நண்பர் கல்யாணராமன். இந்நூல் உருவாக்கத்தில் இவரது பங்களிப்பு மிக முக்கியமானது. காலச்சுவடு அறக்கட்டளையுடன் இணையும்போது இந்நிகழ்வு கூடுதல் கவனம்பெறும் என்று எண்ணினேன். இந்நிகழ்வில் இணைந்து செயல்பட முன்வந்த காலச்சுவடு அறக்கட்டளையின் நிறுவனர் கண்ணன் சுந்தரம் அவர்களுக்கு முதலில் என் நன்றியைக் கூறவேண்டும்.

எனக்கு வாய்த்த துறைத்தலைவர், திரு. ச. முருகேசன் அருமையான மனிதர். நான் செயல்படப் பின்னிருந்து ஊக்கமளிப்பவர். மாணவர்களுக்குப் பயன்படும் நிகழ்வுகளைத் தொடர்ந்து கல்லூரியில் நடத்திக்கொண்டிருப்பவர். கருத்தரங்கம் தொடர்பாகக் கல்லூரி நிர்வாகத்திடம் அனுமதி பெறுவதை அவர் பார்த்துக்கொண்டார். இக்கருத்தரங்கம் நடைபெற உடனடியாக அனுமதியும் தேவையான நிதியும் அளித்த கல்லூரிச் செயலர் திரு. எம். வெங்கடேச பெருமாள், முதல்வர் திருமதி வ. இலட்சுமி, இயக்குநர் திரு. நா. இராசேந்திர நாயுடு உள்ளிட்ட அனைவருக்கும் என் நன்றியைத் தெரிவித்துக்கொள்கிறேன்.

இந்நூலில் இருபத்தொரு கட்டுரைகள் இடம்பெற்றுள்ளன. பெருமாள்முருகனின் ஒருசில படைப்புகள் குறித்துக் கட்டுரைகள் பெற முடியவில்லை. எதிர்காலத்தில் இந்நூலை விரிவாக உருவாக்க வேண்டும் என்ற எண்ணமிருக்கிறது. ஆனாலும் இந்நூலின் ஒவ்வொரு கட்டுரையும் எனக்கு முக்கியமானது. பெருமாள்முருகன் எனும் படைப்பாளுமையின் இலக்கியத்தடத்தை இந்நூலின் கட்டுரைகள் நாடிபிடித்திருக்கின்றன. படைப்பின் புதிய கோணங்களைக் கண்டடைந்திருக்கின்றன. மாற்று மதிப்பீடுகளை முன்மொழிந்திருக்கின்றன. பல தன்மைகளுடனமைந்த இக்கட்டுரைகளை ஒருசேர வாசிக்கும்போது புதிய திறப்புகளுக்குள் அவ்வாசிப்பு நம்மை இட்டுச்செல்கிறது. என் கோரிக்கையை ஏற்றுக் கட்டுரைகளை அளித்த அனைவருக்கும் என் நன்றி.

பெருமாள்முருகன் இக்கருத்தரங்க நிகழ்வில் தலையிடவில்லை. கட்டுரை ஆசிரியர்களைத் தேர்ந்தெடுக்கும் சுதந்திரத்தை எனக்கு முழுமையாக அளித்தார். என்னை நம்பி இப்பொறுப்பை என்னிடம் அவர் ஒப்படைத்தது மகிழ்ச்சியளிக்கிறது. பெருமாள்முருகனின் பாடல்களைத் தம் குழுவினருடன் பாடி, கருத்தரங்கிற்குச் சிறப்பு சேர்த்த இசைக்கலைஞர் சங்கீதா சிவக்குமார் அவர்களுக்கு எம் நன்றி

உரியதாகும். த.குணாநிதி, மு.கஸ்தூரி ஆகியோர் கட்டுரைகளை மெய்ப்புத் திருத்துவதில் உதவினர். கருத்தரங்கு சிறப்பாக நடைபெற துணைநின்ற ச. கண்ணதாசன், ச. முத்துச்செல்வி உள்ளிட்ட பேராசிரியத் தோழமைகளுக்கு நன்றி. நண்பர் கிருஷ்ணபிரபு கட்டுரையாளர் குறிப்புகளை உருவாக்குவதில் உதவினார். இந்நூலை உருவாக்கிக் கொடுத்த நண்பர் கீழ்வேளூர் பா.ராமநாதன், அட்டையை வடிவமைத்த நண்பர் தில்லைமுரளி ஆகியோருக்கு என் நன்றி உரியது. புத்தகத்தைச் செம்மையாக வெளியிடும் காலச்சுவடு பதிப்பகத்திற்கு எம் கல்லூரி சார்பில் நன்றியைத் தெரிவித்துக்கொள்கிறேன்.

சென்னை-40
பிப்ரவரி 2020

சுப்பிரமணி இரமேஷ்

1

கழிமுகம்: நிஜம் ஒரு மொபைல் விளையாட்டாகிறது

ஆர். அபிலாஷ்

பெருமாள்முருகனின் நாவல் கலையின் மையச்சுழல் என ஒன்று உண்டெனில் அது ஒரு கருத்தோ நம்பிக்கையோ அல்ல; அது ஒரு நகைமுரணாகவே இருக்கும். அவரைச் சர்ச்சையின், பிரசித்தத்தின் மலையுச்சிக்கே கொண்டுபோய்த் தள்ளிய 'மாதொருபாகனில்' இருந்து 2018இல் வந்த 'கழிமுகம்' வரை பார்த்தோமானால் ஒரு குறிப்பிட்ட தொனியை, வடிவ ஒழுங்கை அவர் பின்பற்றுவதைக் காணலாம் – கதை ஒரு குறிப்பிட்ட பாத்திரத்தின் நோக்கில் கூறப்படுவதாக, அந்தப் பாத்திரமே பாதிக்கப்பட்ட தரப்பாக, நமது இரக்கத்தைக் கோரும் தரப்பாக ஒரு கட்டம் வரை காட்டுவார். ஆனால் நாவலின் இறுதி நான்கு அத்தியாயங்களில் தலைகீழாக்கி விடுவார்; யார் அதுவரை தவறானவரோ அவர் நியாயமானவராக நமக்குத் தோற்றமளிப்பார். இதை ஒரு திருப்பமாக அன்றித் தன் கதைகூறல் தொனியின் நுணுக்கம் மூலமாகவே பெருமாள்முருகன் நமக்கு உணர்த்துவார். இந்த நாவலில் குமராசுரர் என மத்திய வயது ஒரு அரசு ஊழியர் வருகிறார். அவரது மத்திய வர்க்க வாழ்க்கையின் பாசாங்கை, மேம்போக்கான வீராப்புகளை, பாவனைகளை பெருமாள்முருகன் ஏகத்துக்கு பகடி செய்கிறார். அந்த இடங்களில் நகைச்சுவை அலையடித்துக் கண்சிமிட்டுகிறது.

அதன் பிறகு குமராசுரரின் மகனான மேகாஸ். பதின் வயதிலிருக்கும் அவனுக்குத் தன் அப்பாவின் உலகம் வெகுதொலைவில் இருக்கிறது. அப்பாவின் பயங்கள், பதற்றங்கள், தடுமாற்றங்கள் அவனுக்கு எரிச்சலாக, அலுப்பாக இருக்கின்றன. அப்பாவுக்கு டிஷ் டிவியில் இருந்து ஸ்மார்ட் போன் வரை பழக்கித் தன் அருகாமைக்குக் கொண்டுவர முயன்று தோற்கிறான். அதன்பிறகு அவன் ஒரு போர்டிங் ஸ்கூலில் பன்னிரெண்டாம் வகுப்பு வரை சேர்க்கப்படுகிறான். குறிப்பாக அங்கிருந்துதான் அவன் தன் தந்தையிடம் இருந்து முழுக்க உடைபட்டுப் போகிறான். தந்தைக்கு மகன் குறித்த பதற்றங்கள் அதிகரித்துக்கொண்டே போகின்றன. மகனைக் கட்டுப்படுத்த முயன்று தோற்றுப்போய் அவன் விரும்பும் பொறியியல் கல்லூரியில் சேர்த்து விடுகிறார் குமராசுரர். இங்குதான் நாவலின் பிரதான முடிச்சு விழுகிறது – பெரும்பாலும் குடும்பத்தில் இருந்து அறுபட்டு விடுதியில் வாழ நேரில் மாணவர்கள் தாம் நினைவேக்கத்தில் தவித்துப் போவார்கள்; தனிமையுணர்ச்சியும் கல்வியின் நெருக்கடியும் அவர்களைக் கடும் மன அழுத்தத்தில் தள்ளும். பலர் மனம் சிதறுவார்கள். ஆனால் இங்கே இது நடப்பது மேகாஸுக்கு அல்ல, அவனது அப்பாவுக்கே (பெருமாள்முருகனின் நகைமுரணை இங்கே கவனிக்க வேண்டும்). இந்த இடத்தில் இருந்து மகன் அப்பாவாகிறார்; அப்பா மகனாகிறார். (இந்தப் பாத்திர இடமாற்றம் வாசகர்களுக்கு ஆரம்பத்தில் பிடிபடாது என்பதால் பத்து அத்தியாயங்களாவது தொய்வாகப்படும்).

ஒரு நாவலின் கதையை நகர்த்துவது பிரதான பாத்திரம் என்றால் அந்தப் பாத்திரம் செயலூக்கத்துடன் இருக்க வேண்டும்; இந்நாவலிலோ பெற்றோர் ஒரு கட்டத்தில் செயலற்று நின்று விடுகிறார்கள். அவர்கள் குழந்தையைப் போலாக, குழந்தை வாழ்க்கையின் லகானை கையில் எடுத்துக் கொள்கிறான். ஆனால் நாவல் 90% வரை பெற்றோரின் கண்ணோட்டத்தில் இருந்து நகர்வதால் கதையோட்டம் போக்குவரத்து நெருக்கடியில் மாட்டிக் கொண்டதுபோல துவளுகிறது. இதன் பின் வரும் முக்கியச் சம்பவம், மகன் தனக்குச் சுமார் எழுபதினாயிரத்துக்கு மேல் மதிப்புள்ள செல்போன் வேண்டுமென அப்பாவைக் கேட்பது – இது ஒரு முக்கிய கதை முடிச்சு. இந்த முடிச்சு பின் மெல்ல மெல்ல சிக்கலானதாகிறது; செல்போனினால் விளையும் ஒழுக்கச் சீர்கேடுகள், குற்றங்கள், அதனால் சில மாணவர்கள் (gaming addiction) மனம் பித்தாகி வாழ்க்கையைத் தொலைப்பது,

போர்னோகிரபி பார்ப்பது என வரும் செய்திகள் குமராசுரரை வெகுவாக அலைக்கழிய வைக்கிறது. இத்தகைய சூழலில் இன்று பெரும்பாலான பெற்றோர் ஒரு குழந்தையைப் போலாகி, நவீன காலத்தின் அசுரப் போக்குகளைப் புரிந்துகொள்ள முடியாது கைவிரித்து நிற்பதைக் குமராசுரர் பிரதிநிதித்துவப்படுத்துகிறார்; ஆனால் இந்தக் காலத்தை ஏற்றுக்கொள்ளும் அபாரமான மன முதிர்ச்சி பதின்வயதினருக்கு எப்படியோ கிடைத்து விடுகிறது; அவர்கள் மனம் கலைந்து விடுவார்களே எனக் கலங்கி நம் வயதானவர்களே வழிதவறி பித்தாகிறார்கள். அதாவது இளைஞர்களில் சிலருக்கு உள்ள முதிர்ச்சி வயதானவர்களில் பலருக்கு இல்லாமல் போகிறது. மகனுக்கு எதுவோ ஆகி விட்டது எனப் பயந்து பயந்து குமராசுரருக்கு 'எதுவோ' ஆகிப் போகிறது. நெருக்கடி அவரை மன அழுத்தம் நோக்கித் தள்ளுகிறது. அலுவலகத்தில் கும்பாஸ் எனும் ஓர் இளநிலை கணக்கர் போர்னோ இணையதளங்களை இவருக்குக் காண்பிக்க வெளியே வந்தவருக்கு உலகில் எல்லாருமே நிர்வாணமாக இருக்கும் பிரமை ஏற்படுகிறது; இந்த அனுபவம் முதலில் பாலியல் காட்சிகளைக் காணும் பலருக்கும் ஏற்படும் ஜுரமே என்றாலும் அது ஒருவருக்கு நாற்பது வயதைக் கடந்த நிலையில் ஏற்படுவதே இந்நாவலின் பகடிச்சுவை. இது பின்னர் அவலச்சுவையாகவும் ஆகிறது; குமராசுரர் தன் உடம்பே நிர்வாணமாய் இருப்பதாய் நினைத்து போர்வையைச் சுற்றிக்கொண்டு அறையில் முடங்கிக் கொள்கிறார். தனக்குத் தானே பேசிக் கொள்கிறார். இருளும் ஒளியும் அவரைப் பயமுறுத்துகின்றன. கண்களைத் தொடர்ந்து கழுவிக்கொள்ள 'நிர்வாண ஜுரம்' அகலுகிறது; ஆனால் கண்கள் வீங்கிவிடுகின்றன. இப்படித் தொழில்நுட்ப பாதிப்பால் மகனுக்கு வர வேண்டிய மனவியாதி தகப்பனுக்கு வருகிறது; அவர் இதில் இருந்து எப்படி மீள்கிறார் என்பதே நாவலின் இரண்டாவது கதைக்களத் திருப்பம்.

இங்கே நாம் ஒரு சுவாரஸ்யத்தைக் கவனிக்க வேண்டும் – குமராசுரரின் பாத்திரத்தில் துவக்கம் முதற்கொண்டே ஒரு சிறிய குழந்தைத்தனத்தை நாம் கவனிக்கிறோம். அவருக்குத் தன் மகனிடம் ஒரு எளிய உரையாடலை நடத்தத் தெரியவில்லை. அலுவலகத்தில் நிர்வாக ரீதியான கடிதப் பரிவர்த்தனை பண்ணுவதைப் போன்றே மகனிடமும் உரையாடுகிறார்; இது இருவருக்கும் இடையில் இடைவெளியைப் பெரிதாக்க குமராசுரர் தவித்துப் போகிறார். வாழ்க்கையை இயல்பாகக் காணும் தன் மனைவிக்கு மட்டும் தன் மகனுடன் இந்த

இடைவெளியின்றி நீண்ட நேரம் எப்படிப் பேச முடிகிறது என்று அவருக்கு விளங்கவில்லை. காலையில் நடைபழகச் செல்லும் அவர் வாய்க்கட்டுப்பாடின்றி மோசமான எண்ணெயில் பொரித்த வடைகளைத் தின்று உடல்நிலையை மோசமாக்கிக் கொள்கிறார். வருடத்தின் முடிவில் அரசு தரும் நாட்காட்டிகளைக் கேள்வின்றி வாங்கிக் கொள்வதுடன் ஒவ்வொரு வருடமும் அதைத் தன் அலமாரியில் சேகரித்து வைக்கிறார். மத்திய அரசு பணிகளைக் கணினிமயமாக்க அதைக் கண்டு பயந்துபோகும் அவர் தன் அலுவலகத்துக்கு அளிக்கப்பட்ட கணினிப் பகுதிகளை ஒன்றுசேர்த்து பயன்படுத்தாமல் அலமாரிக்குள் பூட்டி வைத்து, பழைய டைப்ரைட்டரிலே வேலைகளைத் தொடர்கிறார். இப்படி ஒவ்வொன்றிலும் ஒரு குழந்தைத்தனமான மங்குணியாகவே இருக்கிறார் குமராசுரர். குமராசுரர் எனும் இந்த பாத்திரம் நமக்கு சுஜாதாவின் மத்தியமர் பாத்திரங்களை நினைவுபடுத்துவதைத் தவிர்க்க முடியாது; குறிப்பாக ‘பல்லக்கு’ நாடகத்தையும் ‘குதிரை’ சிறுகதையையும். புதுமைப்பித்தனின் ‘பால்வண்ணம் பிள்ளையையும்’ தான். இந்தப் பாத்திரங்களை இன்றைய பின்நவீன காலத்துக்கு நகர்த்திக் கொண்டுவந்து, இன்றைய கல்விப் பண்ணைக் கலாச்சாரத்தில் குழந்தைகள்மீது கற்பித்தலின் பெயரில் நடக்கும் கொடூரங்கள், தொழில்நுட்பம் அவர்களுக்குத் திறந்து விடும் அபாரமான சாத்தியங்களும் குற்ற வாய்ப்புகளையும் அதனால் அவர்களின் கற்பனையும் வாழ்க்கைக்கான சுரணைத்தன்மை சுரண்டப்படுவதையும் பேசி, இந்த குழந்தைகளுக்கு எதிர்நிலையில் நம் மத்தியமர்களை வைத்து விட்டால் வருவதே குமராசுரரின் பாத்திரம்.

இங்குப் பெருமாள்முருகன் ஒரு முக்கியமான அவதானத்தையும் செய்கிறார் – இன்று நாம் ஒருவர்மீது கொள்ளும் மிகை விருப்பமும் ஆட்கொள்ளலும் அவர்களின் எதிர்காலக் கனவுகள் பாழாகி விடக்கூடாதே என்பது பயமாகி, அந்தப் பயத்தை அவர்கள் பொருட்படுத்தவில்லை எனும்போது அவருக்குப் பதில் நாமே பயந்து நடுங்கி மனம் சிதைந்து போவது நடக்கிறது. அதாவது நம் குழந்தைகளுக்கு எதுவெல்லாம் நடக்கக் கூடாதென நாம் விரும்புகிறோமே அதையெல்லாம் நாம் நமக்கே வருவித்துக் கொள்கிறோம். அவர்கள் இடத்தில் இருந்து நாம் வருந்தித் தவிக்கிறோம். அவர்களின் போதை அடிமை மனநிலை நம்மை ஆட்கொள்கிறது. இன்றைய super kid குழந்தைகள் தந்தையரின் ஆதாரத்தன்மையை, அர்த்தத்தைக் கேள்விக்கு உட்படுத்துகிறார்கள். தந்தையர் இதனைச் சமாளிக்கத்

தெரியாமல் தம்மை குழந்தைகளுக்கு இணையாகக் கருதி அவ்வாறே நடக்கத் தொடங்கிட இது குழந்தைகளை மேலும் எரிச்சலூட்டுகிறது; அவர்கள் கூடுதலாகக் கலகம் பண்ண தந்தையருக்கு அவர்களைச் சமாளிக்கத் தெரியாமல் மிக குழந்தைத்தனமாகத் தம் குழந்தைகளிடத்தே நடந்துகொள்ளத் தொடங்குகிறார்கள். இந்தப் பின்நவீன இடக்குழப்பத்தை, அதன் நிலையற்ற தன்மையை, நிலையின்மையினால் ஒரு தந்தை கோமாளியாவதைப் பெருமாள்முருகன் சுட்டுகிறார். நம் காலத்து மத்தியமர் தந்தைகளின் இந்த நகர்வை இந்த நாவல் கோடிட்டுக் காட்டுவது ஒரு முக்கியமான அம்சம்.

சரி, கதையின் இறுதிக் கட்டத்துக்கு வருவோம். குமராசுரரை எப்படிக் குணப்படுத்துவது எனத் தெரியாமல் மனைவி மங்காசுரி தன் உறவினரும் குடும்ப நண்பருமான அதிகாசுரருக்கு போன்போட்டு உதவி வேண்டுகிறார். அவர் குமராசுரை அழைத்துத் தன்னுடன் சில நாட்கள் இருந்து போக வேண்டுகிறார். விளாடிமிர் போப் போன்று நாட்டுப்புறக் கதைகளில் ஆய்வு செய்த கோட்பாட்டாளர்கள் உலகம் முழுக்க கதைகளில் ஒரு குறிப்பிட்ட போக்கை அடையாளம் காண்கிறார்கள். நாயகன் பிரச்சனையில் மாட்டி விழிபிதுங்கும் போது ஞானம் பொருந்திய முதிய வழிகாட்டிகள் (wise old man) தோன்றி அவனைத் தெளிவுபடுத்தி வழிகாட்டுவார்கள். அதிகாசுரர் போன்றோரை இப்படிக் காணலாம். அவர் நவீன தொழில்நுட்பத்தையும் மதுப்பழக்கம் உள்ளிட்ட பொழுதுபோக்கையும் எப்படி வாழ்க்கையை ரசனையாக்க பயன்படுத்தலாம்; ஒவ்வொரு சந்தர்ப்பத்தையும் சாத்தியப்படும் அளவுக்கு மகிழ்ச்சிக்குரியதாக மாற்றிக்கொள்ள வேண்டுமே ஒழிய, இறுக்கமாக ஒன்றை மட்டுமே எதிர்நோக்கி சின்னச் சின்ன அழகுகளைச் சிலாகிக்காமல் விட்டு விடக் கூடாது எனப் புரிய வைக்கிறார். அவருடன் இருக்கும்போதே குமராசுரர் அதிகமாகச் சிரிக்கிறார்; தன் இறுக்கத்தில் இருந்து, கடிவாளம் போட்ட நோக்கில் இருந்து விடுபடுகிறார். அப்போதுதான் அவர் ஒரு கழிமுகத்துக்குச் சென்று கடலும் ஆறும் சங்கமிக்கும் அபூர்வமான அந்த இணைவை ரசிக்கிறார்; சில அடிகள் வித்தியாசத்தில் நீர் ஒரு பக்கம் கரிக்கும்; மற்றொரு பக்கம் இனிக்கும் என்பது இயற்கையின் அதிசயம் மட்டுமல்ல, வாழ்க்கையின் அதிசயமும்தானே. இதற்கு அடுத்து குமராசுரர் மீண்டும் அந்தக் கழிமுகத்தைக் காண்கிறார். இந்த இரு அத்தியாயங்களையும் பெருமாள்முருகன் அபாரமான கவித்துவத்துடன் சிலாகிக்கத்

தக்க வகையில் எழுதி இருக்கிறார். இதன் பிறகு ஊருக்குத் திரும்பிச் செல்லும் குமராசுரர் நிறைவான மனிதராகிறார் – அமைதியாக, கனிவாக நடந்து கொள்கிறார்; அலுவலகத்துக்குச் செல்கிறார்; வீட்டுக்கு வந்தபின் மேஜைக் கணினியைப் பயன்படுத்திப் பாடல்களைப் பார்க்கிறார்; இரவில் மனைவியைத் தழுவிக்கொள்கிறார். வழக்கமான நவீனத்துவ நாவல்களில் மையப்பாத்திரத்தின் இந்த மலர்ச்சியே நிறைவாக இருக்கும். ஆனால் இது ‘அசுரர்களின்’ கதையல்லவா, அதுவும் பின்நவீன அசுரர்களின் கதை அல்லவா! ஆக மற்றொரு திருப்பமும் வருகிறது.

நான் இந்நாவலில் மிகவும் ரசித்த உரையாடல் தந்தை குமராசுரருக்கும் மகன் மேகாஸுக்கும் இறுதி அத்தியாயத்தில் வருவது. தந்தை மகனிடம் திரும்பத் திரும்ப அவன் அந்த விலைமதிப்பு வாய்ந்த செல்போனை வாங்கப் போவதில்லையா எனக் கேட்கிறார். அவனும் ‘இல்லை வேண்டாம்’ என்கிறான். அவன் பொறுப்பு வாய்ந்த பிள்ளை – மொபைல் ஆப்புகளை உருவாக்குவதில் ஆர்வம் கொண்டு அந்த எழுபதாயிரத்துக்குமேல் விலையுள்ள போனைக் கேட்ட அவன், இப்போது கோடிங்கில் ஆர்வம் திரும்பியதால் அது தேவையில்லை என்கிறான். அவன் மனம் முழுக்கக் கல்வி ஆர்வமே ஆக்கிரமித்துள்ளது. ஆனால் அப்பாவின் பதில் அவனைத் திகைப்பில் ஆழ்த்துகிறது; வாய் பிளந்து போகிறான் – “சரி நானே அந்த போனை வாங்கிக் கொள்கிறேன், இந்தப் பழைய போனை தூக்கிக் கடாசி விடுகிறேன்.” இப்போது குமராசுரர் தன் மகன் எதுவாக மாறிடுவான் என பயந்தாரோ அதுவாகவே அவர் மாறி விட்டார்; அப்படி மாறியதே அவரது மன அழுத்தத்தில் இருந்து ஒரு மீட்சியாகவும் மாறி விடுகிறது. இந்த நகைமுரண்தான் இன்றைய வாழ்வின் ஆதார ஸ்ருதி.

2

பெருமாள்முருகன் கவிதைகளில் பின்நவீனத்துவப் பொருத்தப்பாடுகள்

இரா. இரவி

மேற்கத்திய நாடுகளில் கலை, இலக்கியச் சூழலில் இருபதாம் நூற்றாண்டின் அறுபது, எழுபதுகளில் பெரும் தாக்கத்தைக் கொண்டுவந்த சிந்தனை முறைகளில் ஒன்றுதான் பின்நவீனத்துவம் (Post modernism). இந்தப் பின்நவீனத்துவத்தை இப்படிப்பட்டதுதான் என விளக்கிக் கூற இயலாது. ஆனால், இதைக் கொண்டு அனைத்துச் சிந்தனை மரபுகளையும் கேள்விக்குள்ளாக்க முடியும்.

இந்தப் பின்நவீனத்துவத்தை எப்படியாவது புரிந்துகொள்ள வேண்டுமென, இந்த நூற்றாண்டின் அரதப் பழசான கேள்வியான பின்நவீனத்துவம் என்றால் என்னவென்று, சுருக்கமாய் விளக்க வேண்டுகிறேன் என்று சாரு நிவேதிதாவிடம் கேட்டபொழுது, அவர் ஒரு தினுசான பதிலைச் சொன்னார்.

அதாவது, "என்னை என்ன எஸ்.ராமகிருஷ்ணன் என்று நினைத்துக் கொண்டீர்களா? இப்படி என்னிடம் கேள்வி கேட்கும் உங்களைப் போன்றவர்கள் என் எழுத்தைப் படிக்காமல் இருப்பதே எனக்கும் நலம்; உங்களுக்கும் நலம். நான் இதுவரை முப்பத்திரண்டுக்கும் மேற்பட்ட புத்தகங்கள் எழுதியிருக்கிறேன். அவற்றைப் படித்துப் புரிந்துகொள்ள முடியாத விளக்கத்தை,

ஒரு கேள்வி–பதில் மூலம் புரிந்துகொண்டு விடலாம் என்று எப்படி நம்புகிறீர்கள்? நீங்கள் என்ன வேண்டுமானாலும் கேட்கலாம்; நான் அதற்குப் பதில் சொல்ல வேண்டுமா? நான் என்ன டூரிஸ்டு கைடா?" என்று காட்டமாகச் சாரு பதிலளித்தார்.

மேலும், எரிச்சலின் உச்சமாகப் "பருத்தி வீரன் படத்தில் ஒரு கட்டத்தில் பிரியாமணியைக் கார்த்தியோடு பழகாதே என்று சொல்லி அவருடைய பெற்றோர் அடிக்கும்போது, அவர் கடும் கோபத்தில் ஆட்டுக்கறி குழம்பைச் சோற்றில் போட்டு முழுங்குவாரே, அப்படி முழுங்க வேண்டும் போலிருக்கிறது. உங்களை அல்ல; ஆட்டுக்கறிக் குழம்புடன் பிசைந்த சோற்றை" என்று பின்நவீன உணர்வெழுச்சியாகச் சாரு நிவேதிதா கூறியிருப்பார்.

இவ்வாறாக வாசகனை மண்டை காயவைக்கும் ஒரு பதிலைச் சொல்லி சாரு நிவேதிதா அதிரடித்திருப்பார். இந்தப் பதில் பொறுப்பற்றத்தனத்தின் உச்சகட்டமாகக் கூடத் தோன்றலாம். இன்னும் ஒரு படி மேலே சென்று இதெல்லாம் ஒரு பதிலா என்று மேலதிகச் சினச்சீற்றம்கூட ஏற்படலாம். எது எப்படியோ, பின்நவீனத்துவம் என்றால் என்ன என்பதற்கான எத்தனையோ பதில்களில் இதுவும் ஒன்று என்பதே கவனத்தில் கொள்ள வேண்டியதாகும்.

பின்நவீனத்துவம் என்பது, 'ஒரு தத்துவச் சிந்தனை அல்ல; ஒரு வலுவான தரப்பு அல்ல; ஒரு எழுத்துமுறை அல்ல; ஒரு பொதுப்போக்கு (Trend) மட்டுமே' என்று எழுத்தாளர் ஜெயமோகன் கூறிச் சென்றுள்ளார்.

'பின்நவீனத்துவம்' என்ற பதத்தைத் தற்போதைய சூழ்நிலையில் ஒருவர் தன் இஷ்டத்திற்கேற்றவாறு எந்தப் பொருளிலும் பயன்படுத்தலாம் என்ற நிலையாகிவிட்டது. தன்னை எப்படி வேண்டுமானாலும் வளைத்து, ஒடித்து, நீட்டி, குறுக்கிப் பயன்படுத்திக் கொள்ளலாம் என்பதற்கான சுதந்திர வெளிகளைத் தருவதே பின்நவீனத்துவமாகும். மேலும் மேலும் பின்நவீனத்துவத்தை விளக்க முற்பட்டால், அதில் 'பின்' என்ற முன்னொட்டுச் சொல் இடம்பெற்றிருப்பதனால் அதை எவ்வளவு வேண்டுமானாலும் நவீன காலத்திலிருந்து பின்னோக்கி எடுத்துப் போவதற்கான சாத்தியக் கூறுகள் உள்ளது. அதாவது, எந்தக் காலத்திய இலக்கியப் பிரதியோடும் பின்நவீனத்துவத்தைப் பொருத்திப் பார்க்கலாம்.

பின்நவீனத்துவத்தை எவ்வளவு தேவையோ அவ்வளவு தூரம் பின்னோக்கிக் கடந்த காலத்தை நோக்கி இழுக்கும் முயற்சிகள் தற்போது நடந்து வருகின்றன. முதலில் அந்த வார்த்தை கடந்த இருபத்தைந்தாண்டுகளில் செயல்பட்டு வந்த இலக்கியப் பிரதியாளர்கள் அல்லது கலைஞர்கள்மீது பொருத்திப் பார்க்கப் பயன்பட்டது. பின்பு கலை, இலக்கியம், தத்துவம், அறிவியல், வரலாறு, மருத்துவம், மனோதத்துவம் என எல்லாவற்றிலும் பொருத்திப் பார்த்து, அவற்றின் நிலைப்பாடுகள் கேள்விக்குள்ளாக்கப்பட்டு வருகிறது.

சங்கக் கவிதைகளைக்கூட பின்நவீனத்துவத்தில் பொருத்திப் பார்த்துப் புத்தர்த்தங்களை உருவாக்கிக்கொள்ள முடியும். அதற்கப்பால் புராணப் பிரதிகள், புராண கதாபாத்திரங்கள் ஆகியவற்றையும் பின்நவீனத்துவத்தைப் பயன்படுத்திப் புதிய வாசிப்புக்குள்ளாக்க முடியும். அந்த வகையில் பெருமாள்முருகன் தானறிந்த வட்டார வழக்கு வாழ்வியலை நவீனமொழியில் கவிதையாக்கி வருகிறார். அவரது கவிதைகளில் பின்நவீனத்துவத் தன்மைகளைப் பரவலாகக் காண முடிகிறது.

நவீனத்துவம் – பின்நவீனத்துவம் வேறுபாடுகள்:

நவீனத்துவம்	–	**பின்நவீனத்துவம்**
உருவம்	–	எதிர் உருவம்
நோக்கம்	–	நோக்கமின்மை (விளையாட்டுத்தனம்)
வடிவம்	–	எதிர் வடிவம்
ஒழுங்கமைவு	–	ஒழுங்கற்ற அமைப்பு
திட்டமிட்ட படைப்பு	–	தற்செயல் நிகழ்வு
இருத்தல்	–	இல்லாதிருத்தல்
மையப்படுத்தல்	–	மையத்தைச் சிதறடித்தல்

என்று நவீனத்துவத்திற்கு நேரெதிரான கோட்பாட்டுத் தன்மைகளையே பின்நவீனத்துவம் கொண்டிருக்கிறது.

அ. புனிதங்களைப் பகடி செய்தல்

நாடு, அரசாங்கம், குடிமக்கள் என்று கட்டமைக்கப்பட்ட சமூக ஒழுங்குகள் நம்மை ஒன்று போலவே வாழ நிர்ப்பந்திக்கிறது.

ஒரே சட்டதிட்டத்தின் கீழ் குழுமி வாழும் சூழல் உருவாக்கப்படுகிறது. நாம், நாடு என்ற அடையாளத்தைப் பற்றிக்கொள்ள வேண்டியிருக்கிறது. அறம், நேர்மை, சமூக ஒழுக்கம் ஆகியவை கட்டமைக்கப்படுகின்றன.

இவ்வாறு கட்டமைக்கப்பட்ட தேசம், அரசு ஆகியவை தேசபக்தி என்ற பெயரில் புனிதப்படுத்தப்பட்டுள்ளது. எதிர்க் கருத்துக்காரர்கள், அதை மீறுபவர்கள் தேசத் துரோகிகளாக (Anti nation) முத்திரை குத்தப்படுகிறார்கள். இங்கு எல்லா ஒழுங்குகளும் எளியவர்கள் மீதே திணிக்கப்படுகின்றன. அறம், நேர்மை ஆகியவை விளிம்புநிலை மனிதர்களுக்கானதாக மாறிவிட்டது. நவீனத்துவ மனிதன் தான் கட்டமைத்த எல்லா ஒழுங்குகளும் தன்னைக் கைவிட்டு விட்டதாகப் புலம்பும் நிலைக்குத் தள்ளப்பட்டுவிட்டான்.

> அறிவிப்பு
> விளம்பரம் விண்ணப்பம்
> நூறாயிரம் நூறாயிரம் பேர்
> தேர்வு
> நேர்முகத் தேர்வு
> ஆளைப் பிடி
> பணம் கொடு பேரம் பேசு
> ஆடு மேய்க்கும் வேலைக்குப்
> போட்டியோ போட்டி.

(கோழையின் பாடல்கள், ப.224)

'போட்டி' என்ற தலைப்பிலுள்ள இந்தக் கவிதை தேசமெப்படித் தன்னைக் கைவிட்டுவிட்டது என்பதைப் பட்டவர்த்தனமாக விவரிக்கிறது. நாடு என்ற புனிதம் நேர்மையற்றுக் கிடப்பதை இக்கவிதை எடுத்துரைக்கிறது. தேசம் லஞ்சம், ஊழலில் திளைத்துக் கொண்டிருப்பதைக் கோடிட்டுக் காட்டுவதன் மூலமும் நமக்குக் கற்பிக்கப்பட்ட கற்பிதங்களைக் கேலி செய்வதன் மூலமும் பின்நவீனத்துவப் புனிதக் கவிழ்ப்புத் தன்மையை இக்கவிதை கொண்டிருக்கிறது.

பின்நவீனத்துவம் கணநேர இன்பத்தை முன்னிறுத்துகிறது. அதாவது, நம் முன்னோர்களின் சொற்களில் சொல்வதானால் 'சிற்றின்பம்' (monokrones hedonis) என்பதை வலியுறுத்துகிறது. பெருமாள்முருகன் எழுதியுள்ள 'நீலப்படக் காட்சிகள்' (வெள்ளிசனிபுதன் ஞாயிறுவியாழன்செவ்வாய், ப.49) என்ற

கவிதையை இத்தன்மைக்குள் பொருத்திப் பார்க்கலாம். பாலுணர்ச்சியையும் பாலுணர்வு வேட்கையையும் வெளிப்படையாகப் பேசுவதும் காட்டிக் கொள்வதும் அருவருப்பானது என்று கருதும் போலிமை உலகில் நாம் வாழ்ந்து வருகிறோம். நாம் எதையும் வெளிப்படையாகப் பேசிக் கொள்ளாத ஒருவிதமான கட்டுப்பெட்டித்தனமான சமூக அமைப்பை உருவாக்கி வைத்துள்ளோம்.

பாலியல் சுதந்திரம் இல்லாத காரணத்தால்தான் பொதுவெளிகளில் ஏராளமான பாலியல் வன்கொடுமைகளும் பாலியல் அத்துமீறல்களும் நடந்து வருகின்றன. பாலியலை வெளிப்படையாகக் கலந்துரையாடாமல் மூடித்தனமாக நமக்கு நாமே ஒரு சூழலை உருவாக்கி வைத்திருக்கிறோம்.

இப்படிப்பட்ட சூழலில் 'நீலப்படக் காட்சிகள்' போன்ற கவிதைகள் நமக்குள் ஒருவித கலாச்சார அதிர்ச்சியை ஏற்படுத்துவதாக உள்ளது. இதுவரை நாம் கட்டிக்காத்த சமூகப் புனிதம் இந்தக் கவிதையில் கேள்விக்குள்ளாக்கப்பட்டுள்ளது.

ஆ. நிச்சயமின்மை

உலகத்தையே அடியோடு மாற்றி வைத்த நவீனத்துவக் கொள்கைகளுக்குப் பின்னால், அதன் கொள்கைகளின் போதாமையால் எழுந்த இயக்கம் பின்நவீனத்துவம் ஆகும். நவீனத்துவம் முன்வைத்த கொள்கைகளில் மிக முக்கியமான ஒன்று லட்சியப்படைப்பின் சுதந்திரத் தன்மை ஆகும். ஆனால், பின்நவீனத்துவத்தின் மிக முக்கியப் பண்போ நிச்சயமற்ற தன்மை (Indeterminacy) ஆகும்.

நம்முடைய வாழ்வியல் சூழலில் நிச்சயமற்ற தன்மை என்பது ஆழமாக உணரப்படவில்லை. மேலை நாடுகளைப் போல உலகப் போர்களினால் உருவான நெருக்கடிகளை நாம் நேரடியாக எதிர்கொள்ளவே இல்லை. ஆகையால், அதன் அகப்புறப் பாதிப்புகள் நம்மிடையே இல்லையென்றே அறுதியிட்டுக் கூறலாம். அதனால், தமிழ்நாட்டில் பின்நவீனத்துவத்திற்கான சூழ்நிலை முழுவீச்சில் உருவாகவில்லை. ஆனால், பின்நவீனத்துவத்தின் எச்சம் இல்லையென்று சொல்ல முடியாது.

எழுது என்று கேட்டுக் கொள்கிறார்கள்
எழுது என்று வேண்டுகிறார்கள்
எழுது என்று வலியுறுத்துகிறார்கள்

எழுது என்று நிர்ப்பந்திக்கிறார்கள்
எழுது என்று கட்டளையிடுகிறார்கள்
எழுது என்று கத்துகிறார்கள்
எழுது என்று கெஞ்சுகிறார்கள்
அழுகி ஒழுகும் என் விரல்களை நீட்டுகிறேன்
யாரும் அதைக் கவனித்ததாகத் தெரியவில்லை

(கோழையின் பாடல், ப.185)

'ஆசுவாசம்' என்ற இந்தக் கவிதை யார் என்ன சொன்னாலும் எழுத்து எப்போதும் தன்னெழுச்சியாகவே உருப்பெறும் என்பதை எடுத்துரைக்கிறது. யாருடைய அழுத்தமும் எழுத்தை உருவாக்காது. இக்கவிதை எழுத்தின் நிச்சயமின்மையை எடுத்துரைக்கிறது. பெருமாள்முருகனின் இந்தக் கவிதைப் பிரதி தன்னிச்சைத்தனத்தைக் கொண்ட நிச்சயமின்மையைப் பிரதிபலிப்பதாக அமைந்துள்ளது.

இ. விளிம்புநிலையாளர்களை முன்னிலைப்படுத்தல்

'சமூகத்தில் அதிகார மையத்தில் உள்ளவர்களை மட்டும் முன்னிலைப்படுத்தாமல் மற்றமைகளையும் அதாவது விளிம்புநிலையினரான பெண்கள், மூன்றாம் பாலினத்தவர், தலித்துக்கள், ஓரினச் சேர்க்கையாளர்கள், ஏழ்நிலையினர், பழங்குடியினர், அகதிகள் போன்று ஏதேனும் காரணம் கருதி புறக்கணிக்கப்பட்டவர்களையும் முன்னிலைப்படுத்திப் பேசுவது பின்நவீனத்துவம் ஆகும்.

எல்லோருக்குமான பிரதிநிதித்துவத்தைக் கோருவதே பின்நவீனத்துவத்தின் பிரதான நோக்கமாகும். புறக்கணிக்கப்பட்ட கடைக்கோடி மனிதனின் இருப்பும் அங்கீகரிக்கப்படுவதே இக்கோட்பாட்டின் தலையாய நோக்கமாகும்.

அவசரப்பட்டு யாரையும்
சொந்த ஊர் எதுவென்று
கேட்காதீர்கள்
சொந்த ஊரைச்
சொல்ல முடியாதவர்கள் இருக்கலாம்
சொந்த ஊரைக்
கனவில் கொண்டிருப்பவர்கள் இருக்கலாம்
சொந்த ஊரை
மறந்துபோனவர்களும் இருக்கலாம்

சொந்த ஊரை
விட்டு வெளியேறியவர்கள் இருக்கலாம்
சொந்த ஊரில்
வசித்தும் வாழாதவர்கள் இருக்கலாம்
சொந்த ஊரால்
விரட்டப்பட்டவர்களும் இருக்கலாம்
சொந்த ஊரே
இல்லாதவர்களும் இருக்கலாம்

(கோழையின் பாடல்கள், ப.172)

விளிம்புநிலைவாசிகளின் குரலாக இக்கவிதை ஒலிக்கிறது. ஊரைவிட்டுத் துரத்தப்பட்டவர்கள், ஏதேதோ காரணங்களால் சமூகத்தை விட்டு தனிமைப்படுத்தப்பட்டவர்கள், தான் வாழும் உள்நாட்டுக்குள்ளேயே அகதிகளாக்கப்பட்டவர்கள் என எல்லோரையும் கவிதைப்பிரதி கோடிட்டுக் காட்டுகிறது. இத்தகைய விளிம்புநிலையாளர்களைக் கரிசனத்தோடு பின்நவீனத்துவம் அணுகுகிறது.

ஈ. ஒழுங்கைக் குலைத்தல்

அனைவருக்கும் பொருந்தக்கூடிய அறமும் ஒழுக்கமும் இல்லை என்று கூறுவதால் தனிநபர்கள் ஒழுக்கக்கேடாக நடந்து கொள்ளலாம். ஒருவரை ஒருவர் ஏமாற்றிக் கொள்ளலாம் என்று ஏடாகூடமாகப் புரிந்துகொள்ளக் கூடாது என்பதே அதன் பொருளாகும். ஒழுக்கத்தை ஒரு பெருங்கதையாடலாகக் கொண்டு செல்வதைத்தான் பின்நவீனத்துவவாதிகள் மறுக்கிறார்கள்.

ஏக மனதாக அனைவரும் ஏற்றுக்கொள்ளக்கூடிய ஒன்றாக, காலங்கடந்ததாக, எல்லாக் காலங்களுக்கும் ஒத்துவரக் கூடியதாக, எல்லா மக்களுக்கும் பொருந்துவதாக, எல்லா மக்களுக்கும் விடுதலை அளிப்பதாக, பேருண்மையாக என எதுவும் இல்லை என்கின்றனர் பின்நவீனத்துவவாதிகள்.

தற்கொலைதான்
நமக்குச் சரியான வழி
உங்கள் அதிகாரத்தை
உங்கள் அகம்பாவத்தை
உங்கள் வெறியை
உங்கள் அன்பை
உங்கள் கரிசனத்தை

உங்கள் இரக்கத்தை
உங்கள் ஆதிக்கத்தை
உங்கள் கீழ்மையை
உங்கள் திமிரை
உங்கள் கருணையை
உங்கள் தயவை
உங்கள் பிச்சையைப்
புறக்கணிக்கிறோம்
உதாசீனப்படுத்துகிறோம்
எதிர்க்கிறோம்
என்பதை உணர்த்த
நமக்குச் சரியான வழி
தற்கொலைதான்

(கோழையின் பாடல்கள், ப.192)

வாழ்தலே ஒழுங்கு; வாழ்க்கை என்பது இயற்கை நமக்குக் கொடுத்த கொடை. கொலையோ தற்கொலையோ வாழ்தல் அறத்திற்கு, ஒழுங்கிற்கு எதிரானது என்றெல்லாம் நவீனத்துவம் லட்சியவாதம் பேசியது. ஆனால், பின்நவீனத்துவமோ வாழ்தல் சலிக்கும்போதும், வாழ்தல் நெருக்கடியாகும்போதும் எந்த ஒழுங்கையும் குலைக்கலாம் என்றுரைக்கிறது. தற்கொலையைப் பற்றிச் சொல்ல முயலும் பிரதிக்குச் ‘சரியான வழி’ என்று கொடுக்கப்பட்ட தலைப்பே பின்நவீனத்துவ ஒழுங்கு குலைப்புத் தன்மையைச் சுட்டுவதாக அமைந்துள்ளது.

கொடுங்காட்டில் சிக்கி வழிதேடி அலையும் மனிதனுக்கு ஒரே ஒரு வழியை மட்டும் காட்டி, மற்ற வழிகளை நிராகரிப்பது நவீனத்துவம் ஆகும். அவனிடம் போய், ‘இந்த ஒரே வழியை நம்பாதே, இன்னமும் பல வழிகள் இருக்கின்றன’ என்று சொல்வதே பின்நவீனத்துவமாகும். வாழ்தலைப் போலவே தற்கொலையும் என்று வேறொரு வழியை, ஒழுங்கற்றதாக இருப்பினும் சொல்வதே பின்நவீனத்துவமாகும்.

உ. அதிர்ச்சிகளைத் தருதல்

எதனையும் வெளிப்படுத்தலாம்; தப்பு சரியென்று எதுவுமில்லை; பூடகத் தன்மைகளாகவும், இடக்கரடக்கலாகவும் இல்லாமல் நேரிடைத் தன்மையோடு சொல்லலாம்; இதுபோன்ற சுதந்திரவெளிகளை உருவாக்கித் தருவது பின்நவீனத்துவக்

கோட்பாடாகும். அது சில நேரங்களில் கலாச்சார அதிர்ச்சி தருவதாகவும் இருக்கலாம். அகமன வெளியீட்டுக்கு எவ்விதத் தடையுமில்லை என்று கட்டியங்கூறுவதே பின்நவீனத்துவமாகும்.

உன்னை அறிந்துகொண்டது
முலைகளால்
ஊறிக் கிடக்கும்
கம்மஞ் சோற்று உருண்டைகளாய்த்
தோன்றின முதலில்
பால்யத்தின் விருப்பம் மீதூரப்
பிசைந்து பிசைந்து உண்டேன்
மலைச் சுனையென மோகித்து
உறிஞ்சித் தீர்த்தேன்
இடைவெளியில்
இதழ் பதித்துத் தூங்கினேன்
நகக்குறிகளும் பற்குறிகளும்
பதித்த வடுக்கள் கண்டு
பெருமிதப் புன்னகை சிந்தினேன்
வெண்ணெய்க் கட்டிகளென
நுங்குக் கண்களென
பஞ்சு மிட்டாயென
ஒவ்வொரு நாளும்
ஒவ்வொரு விதமாய்க்
கற்பித்துக் கொண்டேன்
உன்னை
முலைகளாய் அறிந்து
முலைகளாய் உணர்ந்து
முலைகளாய்ப் பாவித்துத்
தீர்ந்த பொழுதொன்றில்
ஒன்றுக்கும் இன்னொன்றுக்கும் இடையே
காததூரமெனப் பரிகசித்துப்
புறம் ஒதுக்கினேன்

(நீர் மிதக்கும் கண்கள், ப.35)

'முலைகள்' என்ற தலைப்பில் எழுதப்பட்டிருக்கின்ற கவிதை ஒரு சராசரி வாசகனுக்கு அதிர்ச்சியூட்டுவதாக இருக்கும். குட்டிரேவதி 'முலைகள்' என்ற தலைப்பை வைத்துத் தொகுப்பையே வெளியிட்டிருக்கிறார். அது பெரிய

அதிர்ச்சியையும் கவனத்தையும் கொடுத்தது. அதைப்போலவே பெருமாள்முருகனும் ஒரு கவிதையில் வேறொரு தளத்தில் 'முலைகள்' பற்றிய தன்னுணர்வை வெளிப்படுத்தியிருக்கிறார். இந்தக் கவிதையில் பின்நவீனத்துவம் குறிப்பிடும் அதிர்ச்சித் தன்மை இடம்பெற்றுள்ளது.

ஊ. பின்நவீனத்துவ மனநிலைக் கவிதைகள்

பின்நவீனத்துவநிலை மேலை நாடுகள் அளவுக்கு நம் நாட்டில் நிலவவில்லை என்று வைத்துக்கொண்டாலும், பின்நவீனத்துவ நிலைக்கான தன்மைகள் பல இங்கே காணப்படுகின்றன என்பதில் மாற்றுக் கருத்துகளில்லை. குறிப்பாக மெய்நிகர் உண்மை (Virtual Reality) எனப்படும் போலியான யதார்த்தத்திற்கு மக்கள் நாற்பதாண்டுகளாகப் பழகிவிட்டார்கள்.

நம்மைச் சுற்றிக் கட்டமைக்கப்பட்டுள்ள பிம்பங்களை வழிபட்டு, பிம்பங்களுக்காகத் தற்கொலை செய்து, பிம்பங்களுக்காகப் போராடி, பிம்பங்களுக்காகவே ஓட்டுப்போட்டு நிஜத்தில் எந்த மகிழ்ச்சியையும் காணாமல் அவற்றையும் கனவுகள் அல்லது பிம்பங்கள் வாயிலாகவே அடைந்து மறைந்துபோகும் நம்நாட்டு மக்கள், உலகின் பிற மக்களைவிடப் பின்நவீனத்துவப் படைப்புகளுக்கு ஏற்ற கச்சாப்பொருளாக அமைந்திருக்கிறார்கள்.

1.

ஏன்
தலை தாழ்த்தி நிற்கிறீர்கள்
கிரீடம் சூட்டும்
காலமில்லை இது

(கோமுகி நதிக்கரைக் கூழாங்கல், பக்.38)

2. பெருமூச்சு

என்னுடையவை என்னிடமும்
உன்னுடையவை உன்னிடமும்
பத்திரமாக இருக்க
நாம் புணர்ந்தோம்
முடிவில்
தனித்து ஒதுங்கிற்று
பெருமூச்சு ஒன்று

(நீர் மிதக்கும் கண்கள், ப.66)

3. மொழி

காக்கையின் மொழியில் / சில சொற்கள்தான்
எனக்குத் தெரியும் / கோவையாகப் பேச முடியாது
எனினும் / புரிய வைத்துவிடலாம்
என் மொழியில் / காக்கைக்கு
ஒரு சொல்லும் தெரியாது / என்முன் வந்து எப்போதும்
தன் மொழியிலேயே / கத்திக் கரைகிறது
காக்கை ஒருபோதும் / வருந்தியதாகத் தெரியவில்லை

(வெள்ளிசனிபுதன் ஞாயிறுவியாழன்செவ்வாய், ப.77)

4. ஓரே பதில்

இனி என்ன / இதற்கு முன் என்ன
இப்போதுதான் என்ன / என்ன
என்ன என்ன / என்ன என்ன என்ன
குடையும் / எல்லா என்னவுக்கும்
ஓரே பதில் / எதுவுமில்லை

(கோழையின் பாடல்கள், ப.90)

மேற்கண்ட பெருமாள்முருகன் கவிதைகளில் பின் நவீனத்துவத்தின் சாயலையும் அதன் தன்மைகளையும் மனநிலைகளையும் காண முடிகிறது. உள்ளடக்க ரீதியாக நவீனத்துவம் கொடுக்காத சுதந்திர வெளிகளைப் பின் நவீனத்துவம் கொடுக்கிறது. மேலும், எல்லாவித அசூயைகளையும் மனத்தடையின்றி சொல்ல முடிகிறது. அந்த விடுதலைத் தன்மைகள் பரவலாகப் பெருமாள்முருகன் கவிதைப்பிரதியின் பரப்பெங்கும் அமைந்துள்ளன.

முடிப்பாக, பின்நவீனத்துவக் கோட்பாட்டை முழுமையாக உள்வாங்கிக்கொண்டு கவிதையில் பிரேம்—ரமேஷ், கரிகாலன் ஆகியோரும், நாவலில் சாரு நிவேதிதா, எம்.ஜி.சுரேஷ் ஆகியோரும் தீவிரமாகத் தம் பிரதிகளை உருவாக்க முயன்றார்கள் என்று குறிப்பிடலாம்.

தற்போதைய தமிழ் நவீனக் கவிதையில் பின்நவீனத்துவக் கூறுகள் ஏராளமாகக் காணப்படுகின்றன. பிரேம்—ரமேஷின் முழுக் கவிதைப் பிரதிகளிலும், பாரதி நிவேதனின் 'ஏவாளின் அறிக்கை' பெருந்தேவியின் 'தீயுறைத் தூக்கம்' போன்ற பிரதிகளிலும் பின்நவீனத்துவக் கோட்பாட்டுத் தாக்கங்களைப் பார்க்கலாம். மேலும், பிரம்மராஜன், ஆத்மாநாம்,

கல்யாணராமன், குட்டிரேவதி, மாலதிமைத்ரி, இளம்பிறை, சுகிர்தராணி, தேவதேவன், ராணிதிலக், சல்மா, வெய்யில் போன்றவர்களின் கவிதைப் பிரதிகளிலும் பின்நவீன முயற்சிகள் இடம்பெற்றுள்ளது.

இவர்களின் தொடர்ச்சியாகப் பெருமாள்முருகன் கவிதைகளையும் கொண்டு சேர்க்கலாம். இவரது கவிதைகளை வெறும் வாசிப்புக்கு அப்பாற்பட்டு, பின்நவீனத்துவ வாசிப்புக்கு உள்ளாக்கும்போது வேறு ஒரு ரீதியிலான பொருளடைவைப் பெற முடிகிறது. மையத்தைச் சிதறடித்தல், தன்னிலை தகர்த்தல், பன்முகமாய் இருத்தல், கலைத்துப் போடுதல், கொண்டாட்டங்களை மறுத்தல், முடிவின்றி விட்டுவிடுதல், பங்கெடுத்தல், துழாவும் தன்மை, பண்பாடு விழுமியங்களைக் கட்டுடைத்தல் என்பது போன்ற பின்நவீனத்துவக் கூறுகளைப் பெருமாள்முருகன் கவிதைப் பிரதிகளில் பட்டவர்த்தனமாகக் காணலாம்.

பெருமாள்முருகன் கவிதைகள் முழுமையாகப் பின் நவீனத்துவக் கோட்பாட்டு அடிப்படையில் எழுதப்பட்டது என்று சொல்ல முடியாவிட்டாலும், அதன் போக்கைக் கவிதைப் பிரதியெங்கும் ஆங்காங்கே காண முடிகிறது. பின்நவீனத்துவக் கோட்பாட்டுத் தாக்கம் அவர் கவிதைகளில் தென்படுவதால், அவர் கவிதைப் பிரதிகள் சராசரி நவீனக் கவிதையைக் காட்டிலும் புதுவித உணர்வுத் தளங்களைத் தருவதாக அமைந்துள்ளது.

துணை நின்ற நூல்கள் / வலைத்தளங்கள்:

1. இஸங்கள் ஆயிரம், எம்.ஜி. சுரேஷ், அடையாளம், பதி.2017.
2. கோமுகி நதிக்கரைக் கூழாங்கல், இளமுருகு, வேறுவேறு, பதி. 2000.
3. நீர் மிதக்கும் கண்கள், பெருமாள்முருகன், காலச்சுவடு, பதி. 2005
4. வெள்ளிசனிபுதன் ஞாயிறுவியாழன்செவ்வாய், பெருமாள்முருகன், காலச்சுவடு, பதி. 2012
5. கோழையின் பாடல்கள், பெருமாள்முருகன், காலச்சுவடு, பதி. 2016
6. http://www.poornachandran.com
7. http://tamil.webdunia.com
8. http://tamilpomo.blogspot.com

3

பதிப்பாசிரியர் பெருமாள்முருகன்

துரை. இலட்சுமிபதி

நாவலாசிரியராக, சிறுகதையாசிரியராக, கவிஞராக, கட்டுரையாளராக அறியப்படும் எழுத்தாளர் பெருமாள்முருகன், பதிப்பாசிரியராக தி.அ.முத்துக்கோனாரின் 'கொங்குதேசம்', மா.கிருஷ்ணனின் 'பறவைகளும் வேடந்தாங்கலும்', 'சாதியும் நானும்', 'நாமக்கல் தெய்வங்கள்' ஆகிய நூல்களை வெளியிட்டிருந்தபோதிலும், 'கு.ப.ரா. சிறுகதைகள் – முழுத்தொகுப்பு' நூலின் பதிப்பாசிரியர் என்ற அளவில், நவீன படைப்பிலக்கிய நூல்களைப் பதிப்பிப்பதில் உள்ள சவால்களை அவர் எதிர்கொண்டவிதம் குறித்தே இக்கட்டுரை அமைகிறது.

'பதிப்பு பற்றிப் பொது மனதில் பதிந்துள்ள பார்வை, முழுக்க முழுக்க பழந்தமிழ் இலக்கியம் சார்ந்தது பதிப்பு என்பதாகும். பதிப்பைப் பொறுத்தவரை பழமை, நவீனம் என்னும் பாகுபாடெல்லாம் இல்லை. பதிப்பின் முதல் அடிப்படை படைப்பின் நம்பகமான மூலப் பிரதியை வாசகருக்கு வழங்குவதுதான். அடுத்து, படைப்பை வாசகர்கள் எளிமையாக அணுகுவதற்கேற்ற வழிமுறைகளை உருவாக்கித் தருவதாகும்' *(ப.135:2016)* என்பார் பெருமாள்முருகன்.

இன்றைய வாசகன், ஒரு குறிப்பிட்ட எழுத்தாளரின் அனைத்துவகை ஆக்கங்களையும் ஒருசேரப் படிக்கும் ஆவலாய் உள்ளான். இந்த

'வாசகத்தேவையைப் பயன்படுத்திக்கொள்ள சில பதிப்பாளர்கள் முனைந்து, 'தொகுப்பு நூல்களை' வெளியிடத் தொடங்கினர். எந்தவித பதிப்பு முறையினையும் பின்பற்றாமல், கைக்குக் கிடைத்தவற்றையெல்லாம் புத்தகமாக வெளியிட முனைந்தனர். இவ்வாறு வெளியான தொகுப்பு நூல்களில், படைப்பு இதழில் வெளியான விவரம், படைப்புகள் இடம்பெற்ற நூல் விவரம், புத்தகங்களின் மீள்பதிப்பு விவரம் என எதுவும் குறிப்பிடப்படுவதில்லை.

தமிழ்ப் பதிப்புச்சூழல் இப்படியிருக்கும் வேளையில் ஆ.இரா.வேங்கடாசலபதியைப் பதிப்பாசிரியராகக்கொண்டு ஆகஸ்ட் இரண்டாயிரத்தில் வெளியான 'புதுமைப்பித்தன் கதைகள் – முழுத்தொகுப்பு' நூல் நவீன இலக்கியப் பதிப்பு எப்படி அமையவேண்டும் என்பதற்கான முறையியலோடு வெளியானது. இதனைத் தொடர்ந்து இம்முறையியல் மேலும் பலரால் வளர்த்தெடுக்கப்பட்டுள்ளது.

ஆ.இரா.வேங்கடாசலபதி, 'பதிப்பு நெறிமுறைகளில்' முதன்மையாக மூன்றைத் தீர்மானிக்கிறார். அவை:

1. காலவரிசையில் கதைகளை வழங்குதல்

2. திருத்தமான பாடங்களோடு கதைகளைத் தொகுத்தல்

3. பாட வேறுபாடுகளையும் தொகுத்துத் தருதல்
   (ப.106, ஆகஸ்ட் 2018)

இம்மூன்றையும் கு.ப.ரா. சிறுகதைகள் – முழுத்தொகுப்பு நூலுக்குப் பொருத்திப் பார்ப்போம்.

காலவரிசையில் கதைகளை வழங்குதல்:

ஓர் எழுத்தாளர் எழுதிய கதைகளைக் 'காலவரிசையில்' வழங்கும்போது அவர் எழுதிய முதல் கதையிலிருந்து, இறுதிக்கதை வரையிலான அவருடைய கருத்து, மொழிவளம், நடை முதலியவற்றில் ஏற்பட்டுள்ள வளர்ச்சி மற்றும் தடுமாற்றங்களை நாம் கண்டடைய முடியும். இத்தொகுப்பு நூலில் இந்நெறிமுறை சிறப்பாக அமைந்துள்ளது.

திருத்தமான பாடங்களோடு கதைகளைத் தொகுத்தல்:

'எழுத்தாளர் வாழும்போதே பிரசுரமான பத்திரிகைப் பாடம் அல்லது அவர் வாழும் காலத்தில் வெளியான நூற்பதிப்பை நம்பகமான பாடமாக எடுத்துக் கொளல் என்பது

பதிப்பு நெறி' என்பார் பெருமாள்முருகன் (ப.107, ஆகஸ்ட் 2018). இந்நூலில், அனைத்துக் கதைகளுக்கும் நம்பகமான பாடம் தரப்பட்டுள்ளது.

பாட வேறுபாடுகளையும் தொகுத்துத் தருதல்:

பழைய இலக்கியங்களை ஓலைச்சுவடிகளிலிருந்து அச்சு வடிவத்திற்குக் கொண்டுவந்தபோது பாட வேறுபாடுகள் தோன்றின. அவை இடம், பொருள், காலம், வடிவம், தன்மை, எண் என ஆறு வகைகளில் அமையும் என்பார் பூ. சுப்பிரமணியம் (ப.101:2018). நவீன படைப்புகளுக்கும் இது பொருந்தும். ஒரு படைப்பு இதழில் வெளிவரும்போது அவ்விதழின் ஆசிரியர் செய்யும் திருத்தம், அச்சுப்பிழை முதலியனவும், அப்படைப்பு புத்தகமாகும்போது நூலாசிரியர் செய்யும் சேர்க்கையும், நீக்கங்களும் பாட வேறுபாடுகள் உண்டாக காரணமாகின்றன. இப்படிப்பட்ட பாட வேறுபாடுகள் எழுத்தாளரின் மனமாற்றங்களையும், ஆளுமையையும் அறிந்துக்கொள்ள முக்கியக் கருவியாக அமைகின்றன.

"புதுமைப்பித்தன் கதைகளில் நேர்ந்துள்ள பாட வேறுபாடுகளைக் கொண்டு சிறுகதை வடிவம் குறித்த உணர்வு, சமூக அரசியல் கருத்துக்களின் தாக்கம் முதலியவற்றைப் பற்றி விரிவாக ஆராய முடியும். அத்தகு ஆய்வுகள் உருவாகுமானால் நவீன இலக்கியப் பதிப்புகளின் பயன்பாடு பற்றிய புரிதல் விரிவாகும். முக்கியமான நவீன இலக்கியங்களுக்குச் செம்பதிப்புகள் தயாரிக்கும் பணி தொடர்வதற்கான வாய்ப்புகள் அமையும். இலக்கிய வாசகருக்கு மகிழ்ச்சியோடு வாசிப்பதற்கான நம்பகமான பிரதி கைக்குக் கிடைக்கும். அதை நோக்கித் தமிழ் பதிப்புலகம் நகர வேண்டும்" (ப. 143:2016) என்கிற பெருமாள்முருகனின் வாசகங்களைப் படித்துவிட்டு மிக்க எதிர்பார்ப்புடன் இந்நூலை அணுகினால், பதிப்புரையில் பெருமாள்முருகன், "பாட வேறுபாடுகளை இப்பதிப்பில் காட்டவில்லை. பாட வேறுபாடுகளைக் கொடுப்பது பற்றியும், எவ்விதம் கொடுப்பது என்பது குறித்தும் என்னால் தெளிவாகத் தீர்மானிக்க இயலவில்லை" என்று 'பாட வேறுபாடுகளைப்' பதிவு செய்யாமல் விட்டிருப்பது ஏமாற்றத்தை அளிக்கிறது.

இனி, பின்னிணைப்பு பகுதிக்கு வருவோம். இந்நூலில் ஐயத்துக்குரிய கதைகள், கதைகள் காலவரிசை, நூல்களும் கதைகளும், நூல் முன்னுரைகள், மதிப்புரை, கு.ப.ரா. வாழ்க்கைக்

குறிப்பு, அருஞ்சொற்பொருள், தலைப்பகராதி என எட்டுப் பின்னிணைப்புகள் தரப்பட்டுள்ளன. இவற்றுள் அருஞ் சொற்பொருள், தலைப்பகராதி பற்றிக் காண்போம்.

அருஞ்சொற்பொருள்:

'கு.ப.ரா.வின் கதைகளில் பார்ப்பனச் சடங்கு சார்ந்த சொற்களும், அச்சாதியினரின் பேச்சுவழக்குச் சொற்களும் பரவலாக இடம் பெற்றுள்ளன. அவை பெரும்பாலும் சமஸ்கிருத சொற்களாக உள்ளன. இன்றைய வாசகருக்குப் புரிபடாத சொற்கள் கணிசம். அவற்றின் அருமை கருதித் தொகுக்கப்பட்டு, பொருளுடன் 'அருஞ்சொற்பொருள்' உருவாக்கப்பட்டுள்ளது' என்று பெருமாள்முருகன் நூலின் பதிப்புரையில் கூறியிருப்பது முற்றிலும் உண்மை. 149 சொற்களுக்குப் பொருள் தரப்பட்டுள்ளது. வாசகர் கதைகளைப் புரிந்துகொள்ள, இப்பகுதி சிறப்பாக உதவுகிறது.

தலைப்பகராதி:

ஆ.இரா. வேங்கடாசலபதி பதிப்பித்த 'புதுமைப்பித்தன் கதைகள்' நூல் குறித்து எழுதிய 'புதுமைப்பித்தன் கதைகள்: முன்னோடிப் பதிப்பு' என்கிற கட்டுரையில் (ப.144:2016), "பழைய இலக்கியப் பதிப்புகளில் 'செய்யுள் முதற் குறிப்பகராதி' இருக்கும். அதுபோல ஒட்டுமொத்தச் சிறுகதைத் தொகுப்பு நூலாகிய இதற்குக் 'கதைத் தலைப்பு அகராதி' இருப்பது அவசியம். உள்ளுறை இடம்பெற்ற வரிசையில் பொருளடக்கம் கதைகளைத் தருகிறது. கதைத் தலைப்பைக் கொண்டு ஒரு கதை எந்தப் பக்கத்தில் இருக்கிறது என்று கண்டுபிடிக்க வேண்டுமானால் உடனே முடியாது; 'கதைத் தலைப்பு அகராதி' அதைச் சாத்தியப்படுத்தும். இப்பதிப்பை மேலும் பலவிதமாக பயன்படுத்தும்போது இப்படி இன்னும் சில தேவைகளை உணரலாம். அது நவீன இலக்கியப் பதிப்பு நெறிமுறைகளை நோக்கி நகர்வதற்கு உதவ கூடும்" என்றும் 'வெளிநோக்கி விரியும் தேடல்' என்கிற அணிந்துரை கட்டுரையில் (டிசம்பர், 2014), "ஆ.இரா.வேங்கடாசலபதி பதிப்பித்த புதுமைப்பித்தன் கதைகள் பதிப்பு பற்றிய கட்டுரை ஒன்றில் பழைய இலக்கியப் பதிப்புகளில் செய்யுள் குறிப்பகராதி இருப்பதைப்போல் இதில் கதைத் தலைப்பகராதி இடம் பெறுவது அவசியம்" எனக் குறிப்பிட்டிருந்தேன். இப்போது பழ.அதியமான் பதிப்பில் வெளியாகியிருக்கும் 'கு.அழகிரிசாமி கதைகள்' நூலில்

'கு.அழகிரிசாமி கதைகள் – அகரவரிசை' இடம்பெற்றுள்ளது மகிழ்ச்சி தருகிறது" என்று பெருமாள்முருகன் எழுதியிருப்பார்.

இவற்றைக் கவனத்தில்கொண்டு இந்நூலின் பின்னிணைப்பு பகுதியை நோக்கும்போது 'தலைப்பகராதி' என்கிற பெயரில் அகரவரிசையில் அனைத்துக் கதைத் தலைப்புகளைத் தந்து, அவை நூலில் இடம்பெற்றுள்ள பக்க எண்களையும் அளித்திருப்பது வாசகருக்கு மிக்க மகிழ்ச்சி அளிக்கும் செயலாக அமைந்துள்ளது.

நவீன இலக்கிய பதிப்பு நெறிமுறைகளில் ஒன்றாக 'கதைத் தலைப்பகராதி' அமைய வேண்டும் என்ற சிந்தனையை அளித்து, அதை சாத்தியமாக்கியதில் 'பெருமாள்முருகன்' வெற்றி பெற்றிருக்கிறார் என்றே சொல்ல வேண்டும். இப்படிப்பட்ட முழுத்தொகுப்பு நூல்களில், கதைத் தொகுப்புகளில் முதல் பிரசுர விவரம் தரப்பட்டுள்ளதுபோல, அந்த முதல் பிரசுர நூல்களின் அட்டைப் படங்களை வாசகர்கள் பார்க்கும்வண்ணம் அளித்தால் இன்னும் சிறப்பாக அமையும்.

இறுதியாக, "பதிப்பு என்பது அடுத்தடுத்து மாற்றத்திற்கு உட்பட்டுச் செழுமை பெறுவதாகும். அவ்வகையில் தொடர் தேடலினாலும் ஆய்வினாலும் இப்பதிப்பு எதிர்காலத்தில் மேலும் செழுமையாகும் என்னும் நம்பிக்கை எனக்குண்டு" என்று இந்நூலின் பதிப்புரையில் பெருமாள்முருகன் பதிவு செய்துள்ளார். அது இந்நூலின் அடுத்தப் பதிப்பில் சாத்தியமாகும் என்று நம்புவோம்.

பயன்பட்ட நூல்கள் மற்றும் இதழ்கள்

1) பெருமாள்முருகன் (ப.ஆ), கு.ப.ரா. சிறுகதைகள் – முழுத்தொகுப்பு, காலச்சுவடு, நாகர்கோவில், பதி. 2013.

2) பெருமாள்முருகன், பதிப்புகள் மறுபதிப்புகள், காலச்சுவடு, நாகர்கோவில், பதி. 2016.

3) பெருமாள்முருகன், தமிழ் நவீன இலக்கியச் செம்பதிப்புகள், இடைவெளி இதழ், ஆகஸ்ட் 2018.

4) பா.இளமாறன், இரு நூற்றாண்டுப் பதிப்பு வரலாற்றில் தொல்காப்பியம், இராசகுணா பதிப்பகம், சென்னை, பதி. 2011.

5) முனைவர் பூ.சுப்பிரமணியம், சுவடி இயல், உலகத் தமிழாராய்ச்சி நிறுவனம், சென்னை, பதி. 2018.

4

‘பூக்குழி’யில் உடன் எரியும் சிமிர்கள்

பி. எழிலரசி

பெருமாள்முருகனின் நாவல்களுள் ‘பூக்குழி,’ கதைக்களம் மாறுபட்ட நாவல். மற்ற நாவல்கள் குறிப்பிட்ட ஒரு நிலப்பகுதியை மட்டும் மையமாகக் கொண்டவை; அப்பகுதிசார்ந்த நடைமுறைகளையும் பேச்சு வழக்கையும் கொண்டவை. இந்நாவலில் காதல் திருமணம், அதிலும் சாதி மறுப்புத் திருமணம் மையப் பொருளாக உள்ளது. ஆதிக்கச் சாதிப் பிடிப்பு உடைய ஒரு கிராமத்தில் வெளியூரிலிருந்து தனக்குப் பிடித்த பெண்ணைத் திருமணம் செய்துகொண்டு வரும் ஒரு இளைஞன் படும்பாடு வெளிப்படுகிறது. உடன் வரும் அப்பெண்ணின் நிலை என்னவாகிறது என்பதே கதை.

திருமணம் செய்துகொள்வது தமது சுயவிருப்பு சார்ந்தது என்ற அடிப்படையில் குமரேசனும் சரோஜாவும் தோலூரில் இருந்துவந்து மஞ்சூரில் திருமணம் முடித்துக்கொண்டு குமரேசனுடைய ஆட்டூருக்கு வருகின்றனர். குமரேசன் வேலை நிமித்தமாகத் தோலூருக்குச் சென்றவன். அவனுடன் பெரியசாமி என்ற நண்பனும் இதே பகுதியில் இருந்துவந்து அங்கு வேலை செய்கிறான். ஆனால் அவன் தன் குடும்பக் கட்டுப்பாடுகளை உணர்ந்து பெண்களைப் பார்ப்பதோடு நிறுத்திக்கொள்கிறான். குமரேசன் பொதுவாகவே யாரையும் ஏறெடுத்துப் பார்க்காதவன். பார்க்க நேர்ந்தாலும் ஓரிரு

வார்த்தைகளில் கடந்து விடுபவன். அப்படி இருக்கும் அவனுக்குச் சரோஜாவைப் பார்த்ததும் பிடித்துப் போகிறது. அவனுக்கும் ஊர், உறவுகளின் இயல்பு என்ன என்பது தெரியும். இருந்தாலும் காதலின் ஈர்ப்பு, தன் தாயின் மேல் கொண்டிருந்த உண்மை அன்பாலும் நம்பிக்கையாலும் அவனை அவன் போக்கில் செயல்பட வைக்கிறது.

குமரேசனுக்கு அணுக்கமான உறவு என்பது அவன் அம்மா மட்டும்தான். மற்றபடி பொருளாதார விலகல் உடைய உறவுகளே சில உண்டு. ஆகையால் தனது திருமண வாழ்க்கை தன் முடிவைச் சார்ந்தது என நம்புகிறான். தன்னுடைய அம்மா தன்மேல் கொண்டுள்ள அன்பில் ஊர், உறவுகளை வென்றுவிடலாம் எனச் சரோஜாவை அழைத்துக்கொண்டு வந்து பெரியசாமியின் உதவியால் திருமணம் முடித்துக் கொள்கிறான்.

'அம்மா எப்படியும் தனது வசதிக்குத் தக்கபடி ஒரு பெண்ணைப் பார்த்துத் திருமணம் செய்து வைப்பாங்க. அது நம் மனதுக்குப் பிடித்த பெண்ணாக இருக்கட்டுமே' எனவும் 'அம்மாவுக்கும் பெண்தேடும் அலைச்சல் மிச்சம்' எனவும் எண்ணிக் குமரேசன் தன் அம்மாவை மட்டுமே நம்பி ஆட்டூருக்கு வந்து சரோஜாவுடன் வாழ நினைக்கிறான். ஊர் உறவுக்காக மட்டும்தான் அம்மா தன்னைக் கோபிக்கும்; எதிர்க்கும், மற்றபடி தனக்காகத் தங்களை ஏற்றுக்கொள்ளும் என்னும் எதிர்பார்ப்பும் அவனுக்கு இருந்தது. ஆனால் சூழல் வேறுவிதமாக அமைந்தது. சரோஜாவைத் திருமணம் செய்தது தன் வாழ்க்கையைத் தான் முடிவெடுப்பதைச் சார்ந்தது என்றே நினைக்கும் குமரேசனுக்கு அவனுடைய எல்லா எதிர்பார்ப்பும் நொறுங்கிப் போகின்றன. அவனுடைய அம்மா மிகவும் மூர்க்கமாக எதிர்க்கிறாள். ஊர், உறவுகளின் எதிர்ப்புகளுக்குச் சற்றும் குறையாமல் அவள் எதிர்க்கிறாள். அவளுடைய சொற்கள் நெருப்பை அள்ளிக் கொட்டுவன போல் வெளிப்படுகின்றன. செயல்களாலும் மிகவும் புறக்கணிக்கிறாள்.

சராசரிக் குடும்பங்கள் எப்போதும் சமூக விழுமியங்கள் சார்ந்த வரையறைகளுக்கு மிகவும் முக்கியத்துவம் தருவன. அவை எப்போதும் அவரவர்க்கான உணர்வைவிடப் பிறருக்கான எதிர்பார்ப்புகளுக்கே முக்கியத்துவம் தரவேண்டும் எனக் கருதுவன. ஒழுக்கம் சார்ந்த வரையறைகளை வலியுறுத்துவன. குமரேசன் அவனுடைய அம்மாவின் எதிர்பார்ப்புக்கு ஏற்றபடிதான் தன் வாழ்வை அமைத்துக்கொள்ள வேண்டும்

என அறிவுறுத்துவதோடு அதுதான் சரியானது எனவும் அது அவனது கடமை எனவும் உணர்த்தப்படும். உண்மையில் அவை அவனுடைய அம்மாவின் எதிர்பார்ப்புகள் அல்ல. பிற்போக்குச் சமூகத்தின் எதிர்பார்ப்பு. இதற்கு அவனுடைய அம்மா சீராயி மிகவும் பொருந்திப்போகிறாள். சமூகத்தில் பலரால் எந்தப் பயனும் இல்லை என்றாலும் அவர்களை முக்கியத்துவப்படுத்தி மேற்செல்லவேண்டும். அப்படித்தான் ஆட்டூரின் பெரிய மனிதர்கள் எதிர்பார்க்கின்றனர். அவனுடைய மாமன்களையும் அவன் யோசிக்க வேண்டும். அவர்களின் மனதுக்கு உகந்த வாழ்க்கையைத்தான் அவன் வாழவேண்டும்.

அவனுடைய அப்புச்சி குடும்பத்தார் செலவுகளைக் கருதி அவனது திருமணம் குறித்து எந்த முயற்சியும் எடுக்காதவர்கள். ஆனாலும் அவன் அவர்களுக்கான மரியாதை குறையாமல் வாழ்க்கையை அமைத்துக்கொள்ள வேண்டும். இங்கு மரியாதை என்பது அவர்களின் மெச்சுதல் சார்ந்தது. அடுத்த ஊரார் மெச்சுதல் அவசியம். இவை எல்லாம் சாதிய சமூகத்தில் எதை நோக்கியது என்பதைச் சொல்ல வேண்டியதில்லை. சாதியின் வரைவு மாறாமல் வாழவேண்டும் என்பதே. ஆகச் சமூகம் வரையறுக்கும் சாதிய வாழ்முறையில், கிடைக்கும் வாழ்க்கையைப் போலிச் சந்தோசத்தோடு வாழ வேண்டும். அப்போதுதான் அனைவரும் மெச்சும்படி வாழமுடியும்.

குமரேசன் தோலூரிலேயே வாழ்க்கையை ஆரம்பித்து இருக்கலாம். சரோஜாவின் அப்பாவும் அண்ணனும் முதலில் கோபப்பட்டாலும் பிறகு ஏற்றுக் கொண்டிருப்பார்கள். ஆனால் ஆதிக்கம் எப்போதும் அவ்வளவு எளிதாக ஒருவரை வாழவிடாது. தோலூருக்கே வந்து அனைவரையும் துன்புறுத்தி இருப்பார்கள். ஆதிக்கம் எப்போதும் தன்னை நிலைநிறுத்திக்கொள்வதிலேயே கவனமாக இருக்கும். அதனைப் புறக்கணிக்கப் புறக்கணிக்க அது தன் கோர முகத்தை வெளிப்படுத்துவதிலேயே கவனமாக இருக்கும். குமரேசனும் தனது எதிர்ப்பைக் காட்டி வேறு ஊரில் வாழ்ந்திருக்கலாம். அது, அவன் தன் அம்மாவையும் எதிர்த்தது போலாகிவிடும் என்பதால்தான் தன் ஊருக்கே மீள்கிறான். ஏனெனில் அவன் தன் அம்மாவின்மேல் போலியற்ற அன்பைக் கொண்டிருக்கிறான். அவனுடைய திருமண முடிவு வேறு. தன் அம்மாவின்மேல் கொண்ட அன்பு வேறு. இரண்டையும் இணைத்தால் போலி வாழ்வுதான் மிஞ்சும். எனவேதான் அவன் அம்மாவுக்காக ஆட்டூரில் வாழ நினைக்கிறான்.

மேலும் யாருக்கும் காலம் காலமாக வாழ்ந்து வந்த இயல்பில் சமூகத்தையும் குடும்பத்தையும் எடுத்தெறிவது அவ்வளவு சுலபமானதாக இருப்பது இல்லை. அது பலருக்கும் கைவராத விசயமாகவே உள்ளது. குமரேசனும் அப்படித்தான் ஊரையும் உறவையும் நாடுகிறான்.

குமரேசனும் சரோஜாவும் பலருடைய எதிர்ப்புகளுக்கும் ஆளாகிறார்கள். அவனது ஊர் சகமனிதம் என்ற பார்வையற்று அவர்களை எதிர்க்கிறது. திருமணம் முடித்துவந்த அன்று அவர்களை முதன்முதல் பார்த்த பொதாரு, வீட்டில் வந்து பார்த்துவிட்டுப் போன சில ஆண்கள், அவனது அப்புச்சி மற்றும் மாமன்கள், ஊர் விலக்கம் செய்த அன்று வீட்டிற்கு வந்து பேசிவிட்டுச் சென்ற ஊர்ப்பிரமுகர்கள், பங்காளி வெள்ளையன் ஆகியோரின் மூலமாக ஊரின் சாதிப்பிடிமானம் வெளிப்படுகிறது. இவர்களும் இவர்களைப் போன்றவர்களும் ஊரின் பிரதானமானவர்களாக உள்ளனர். இவர்களின் எதிர்ப்புக்கு மையக் காரணம் சரோஜா தங்கள் சாதி இல்லை என்பதுதான்.

சாதியைப் பற்றிய விசாரிப்பில் அவளைப் பலவிதமாகப் பழிக்கின்றனர். அவளது வெள்ளைத் தோலைப் பழிக்கின்றனர். மெலிந்த உடல்வாகைப் பழிக்கின்றனர். புழங்கும் சாதியாக இருக்கவேண்டும் என்ற எதிர்பார்ப்பும் உள்ளது. மேலும் அவள் எந்தச் சாதியாக இருந்தாலும் அவளூரிலேயே 'வைத்துக்'கொண்டு அவ்வப்போது போய் வரலாம் எனவும் ஆலோசனை கூறுகின்றனர். இதில் புழங்கும் சாதி என்று அங்கீகரிப்பது என்பது தங்களோடு சரிசமமாக வைத்துவாழ அனுமதிப்பது என்பதாகும். சில சாதிகளை அவ்வாறு சரிசமமாகப் புழங்க அனுமதிக்க இயலாத மனித மனங்களின் வெளிப்பாட்டை இங்கு உணரலாம். ஆனால் அச்சாதிப் பெண்களை மறைவாகப் பெண்டாளலாம் என்பதும் அவர்களின் வரையறையே. ஊரில் கௌரவமாகத் தம் சாதியிலேயே ஒரு பெண்ணை மணந்துக்கொண்டு போலிப் பிடிமானத்தோடு வாழவேண்டும். இதுதான் ஊருக்கும் உறவுக்கும் கட்டுப்பட்டு வாழும் சாதிய வாழ்முறை. இதில்தான் சாதி உணர்வு வேர்பிடித்து மிகமிக உறுதியாக வளர்கிறது.

ஒடுக்கப்பட்டோர், புழங்கும் சாதியினர் இல்லை என்பது மிகவும் போலியானது. அது ஒடுக்கப்பட்டோரிடையே பெறும் பயன்சார் நெருக்கத்தை மறைத்து வைக்கப்

பயன்படும் வரையறை. உடல் உழைப்பு, பாலியல் தேவை போன்றவைகளுக்குப் பயன்படுத்திக்கொண்டு ஆதிக்கம் செலுத்தும் அதிகாரப்போக்கில் மண்விழுந்துவிடக்கூடாதே என்ற ஒளிவு. எனவேதான் அவர்களைப் புழங்காதவர்களாக வெளியில் காட்டிக்கொள்கின்றனர். உண்மையில் எல்லா ஊர்களிலும் ஆதிக்கமும் ஒடுக்கமும்தான் எல்லாக் காலங்களிலும் புழங்கிக் கொண்டுள்ளன. அவற்றுக்குள் உழைப்பும் பிழைப்பாதாரமும் பிணைந்துள்ளன. மற்ற ஆதிக்கமற்ற சேவைச் சாதிகளோடு ஆதிக்க சாதியினர் தேவை கருதி மட்டுமே புழங்குவர். ஆக ஒரு சிலரைத் தீண்டப்படாதவர்கள் என்று ஒதுக்குவது என்பது அளவுக்கு அதிகமான அடிமைகொள்ளும் மனப்பாங்கினால் உருவாகிறது.

புழங்குபவர்களைப் புழங்காதவர்கள் என்றும் புழங்காதவர்களைப் புழங்குபவர்கள் என்றும் கூறிக்கொள்வது சமூக முரண்களில் ஒன்று. இது தாம் அடிமைகொள்பவர்கள் தமக்குச் சமமாக வாழ்ந்துவிடக் கூடாது என்றும் தம்மால் அடிமைகொள்ளாத சாதியில் இருப்பவர்கள் ஏதோ பரவாயில்லை என்றும் இருப்பதைத்தான் 'புழங்கும் சாதியா இருந்தால் பரவாயில்லை' என்ற வரையறை உணர்த்துகிறது.

இப்படித்தான் சரோஜாவை என்ன சாதியென்று ஆராய்கின்றனர். புழங்காத சாதியெனில் ஊருக்கும் சாமிக்கும் ஆகாது எனவும் கூடிப்பேசுகின்றனர். குமரேசனுடைய மாமன் மனைவி ஒருவர் சாமிக்குப் பூக்குழி இறங்க வேண்டிக் கொண்டிருக்கிறார். அதற்கும் சரோஜாவின் சாதி குறித்த பழி வருகிறது. இருவரையும் திண்ணையோடு பேசி விரட்டுகின்றனர். சரோஜாவுக்கு ஈய டம்ளரில் தண்ணீர் கொடுக்கின்றனர்.

எந்தக் கடவுளும் தான் இன்னின்ன சாதிகளுக்கு மட்டும் எனச் சொல்லிக் கொள்வதில்லை. மனிதர்களே தங்களின் மோசடிகளுக்கு ஏற்பக் கடவுள் வரையறைகளையும் உருவாக்கி வைத்துள்ளனர். அவர்களுக்குத் தங்களின் எல்லாப் பழிபாவங்களையும் இல்லாத கடவுளின்மேல் சாத்திவிடுவது வசதியாக இருக்கிறது. தமது அதிகாரத்தின் அச்சாகக் கடவுளைக் கட்டமைக்கின்றனர். எனவே கடவுளுக்கு ஆகாது என்று சொல்லி சரோஜாவை விரட்டப் பார்க்கின்றனர். மதமும் சாதியும் அதுசார்ந்த கடவுளும் மனிதர்கள் தங்களுக்குள் வேறுபட்டுக்கொள்ளவே உள்ளனவே தவிர ஒன்றுபட இல்லை என்பது வெளிப்படை. இங்கு நியாயமற்றதே நியாயம் ஆகிறது.

மேலும் அதனை இல்லாத ஒன்றின்மேல் சாற்றுவதோடு உணர்வுப்பூர்வமாகவும் கட்டமைக்கப்படுகிறது.

அடுத்தது பெண்கள் நிலை. இதில்வரும் பெண்கள் அனைவருமே ஆதிக்கச் சாதியினர். நமது நாட்டில் பொதுவாகப் பெண்கள் அனைவருக்குமே ஒடுக்கப்பட்ட சூழல்தான் நிலவுகிறது. அதை உணராது சாதியையும் வாழ்முறையையும் கொண்டு தன்னைச் சிலர் உயர்வாக எண்ணுகின்றனர். நாம் எதைப்பெற்றோம், எதை இழக்கிறோம் என்ற புரிதலற்று வாழப் பழகியுள்ளனர். வெற்று மாயையில் சிக்கி உழல்கின்றனர். இதனால் பிறரை இறக்கித் துன்புறுத்தி அதில் இன்புறுகின்றனர். ஆதிக்கம் பின்னிருந்து அமைதியாகத் தூண்டிவிடும். புரிதலற்ற ஒடுக்கப்பட்டவர்களே தமக்குப் பெரிய அங்கீகாரமும் ஆதிக்கவாழ்வும் கிடைத்து விட்டதாகத் தங்களுள் இருப்பவரையே, தங்களுக்காகச் செயல்படுபவரையே தாக்குவார்கள். அப்படித்தான் இந்தப் பெண்களின் நிலையும் உள்ளது.

இந்நாவலில் வரும் பெண்களில் சீராயி, குமரேசனின் அம்மா. மிகச் சிறு வயதிலேயே கணவனை இழந்தவள். பிறந்தவீட்டின் உதவிகளோடு கணவனது ஊரில் தன்னை நிரூபித்து வாழ்ந்து வருபவள். தான் பெற்ற ஒற்றைக்கு ஒரு மகன் குமரேசன் தான் அவளது பற்றுக்கோடு. அவனது பள்ளிப் படிப்பு முடிந்ததும் வேறு இடத்தில் விவசாய வேலைகளில் ஈடுபட வைக்கிறாள். தனது சாதியற்ற பையன்களோடு திரிவதாக ஊரார் சிலர் பேசியதைக் கேட்டுத் தனது வீடு, நிலத்தோடு இருக்கட்டும் என அவ் வேலையிலிருந்து அவனை நிறுத்திவிடுகிறாள். அந்த அளவுக்குச் சாதிப் பிடிமானத்தோடு வாழ்பவள். முட்டை பாய் உதவியால் தோலூருக்கு அனுப்பி வைக்கிறாள். குமரேசன் தோலூருக்குச் சென்று சோடாக் கலர் தயாரிக்கும் வேலையில் சேர்கிறான். அங்கு அவன் குடியிருக்கும் லைன் வீடுகளில் ஒன்றில் வசிக்கும் சரோஜாவைப் பார்க்கிறான்.

முட்டை பாய், இந்நாவலில் கால மாற்றத்தின் குறியீடாக வருபவர். தன் கிராமத்தை விட்டுச் சென்றறியாத மக்களின் சிறு மாற்றப் பொறியாக விளங்குபவர். மனித வாழ்முறை ஒரேமாதிரியாக இருக்காது என்பதை இவர் மூலம் அறியலாம். இவரால் விவசாய வாழ்விலிருந்து மாறுபட்டு சோடாத் தொழிலில் குமரேசன் ஈடுபடுகிறான். வெகுதூரத்தில் உள்ள தோலூருக்குச் செல்கிறான். இப்படி வாழ்முறை மாற்றத்தை

உணர்ந்த குமரேசனை அவன் அம்மா சீராயி, தான் வாழ்வது போலவே ஊர் கட்டுப்பாட்டுக்கு அஞ்சி வாழ வேண்டும் என எதிர்பார்க்கிறாள்.

அவன் சரோஜாவைத் திருமணம் செய்துகொண்டு வந்ததை அவளால் ஏற்றுக்கொள்ள முடியவில்லை. தன் வாழ்க்கையின் பிடிமானமாக இருக்கும் தனது ஒரே மகனைவிட அவளுக்கு ஊரும் சாதியுமே பெரிதாகத் தெரிகின்றன. அதனால் அவள் குமரேசனையும் சரோஜாவையும் பார்த்தாலே நெருப்பை அள்ளிக் கொட்டுகிறாள். மகன் என்றும் பாராமல் விரசமாகத் திட்டுகிறாள். ‘பார்க்காததைப் பார்த்துவிட்டான்’ எனவும் ‘அப்படிக் கேக்குதா’, ‘அவளுதுலயே போய்ப் பூந்துக்க’ எனவும் பேசுகிறாள். சரோஜாவைப் பார்த்தாலேயே ஆடுகளைச் சாக்கிட்டுப் பலபடப் பேசுகிறாள். சரோஜா வெளியில் செல்லத் தயாராக இருப்பதைப் பார்த்துப் ‘பிணக்குழிமேல் எருக்கஞ்செடி’ என்று அவளுடைய அழகைப் பழிக்கிறாள். தன்னை மீறித் திருமணம் செய்து கொண்டதால் தன் மகனையே வெறுப்பவள், அவனுடன் வந்தவளை எல்லாப் பழிகளுக்கும் ஆளானவளாகவே பார்க்கிறாள். குமரேசன் திருமணம் செய்தது அவனது உரிமை என அவளும் அவ்வூரார் யாரும் நினைக்கவில்லை. அடாத மீறலாகவே பார்க்கின்றனர். அது அவனுடைய வாழ்க்கை, அதில் தலையிட நாம் யார் என்று உணராத காலத்தின் இடம் அது.

அதனால்தான், கேள்வி முறையின்றி எல்லாரும் அவர்களுடைய விசயத்தில் தலையிடுகின்றனர். இந்த நாவலின் காலத்திலிருந்து ஐம்பது ஆண்டுகள் கடந்த இந்தக் காலத்திலும் இன்னும் மாறாத கிராமங்கள் உண்டு. சாதி முறைப்படி வரையறுத்துக்கொண்ட வாழ்க்கையிலிருந்து சற்றும் மாறக்கூடாது எனக் கட்டுத்திட்டம் செய்யும் ஊர்கள் இப்போதும் உள்ளன. ஒரு குடும்பத்தில் ஒருவருடைய சாதி மீறல் அக்கிராமத்தில் அனைவரையும் கிளர்ந்தெழச் செய்கிறது. அக்குடும்பத்தையும் அழிக்கிறது. எதிர்ச் சாதியையும் அழிக்கிறது. இவையெல்லாம் இன்று வரை சமூகவாய்ப்பாடு போல நிகழ்ந்தவண்ணம் உள்ளன. எனவே இந்நாவலில் சாதிக்கட்டுப்பாடு மிக இயல்பாக நடக்கிறது. குமரேசனது குடும்பத்தை ஊர் விலக்கம் செய்கிறார்கள். ஆனால் சரோஜாவுக்கு அது ஒருவித ஆசுவாசத்தையே தருகிறது. யாரும் வலிய வந்து இனி விசாரிப்பது போலத் துன்புறுத்தமாட்டார்கள் என நினைக்கிறாள். ஒரு மனிதர்க்குச் சகமனிதர்கள் குறித்த

அச்சம் மனித குலத்தின் மானக்கேடு. ஆனால் இங்கு சாதி தவிர வேறு எதையும் உணராததால் எதுவும் குறை இல்லை, எல்லாம் சரி என்பதே மனிதர்களின் போக்காக உள்ளது.

சரோஜாவை அவளுடைய மாமியார் தவிர ஊரில் உள்ள மற்ற பெண்களும் பேச்சிலும் செயலிலும் பல வகையில் துன்புறுத்துகின்றனர். மேலும் மேலும் அவமானப்படுத்துகின்றனர். குமரேசனை 'எதைக் காட்டி மயக்கினாய், அதை எனக்குச் சொல்லிக்கொடு' என்கிறாள் ஒருத்தி. 'சோத்துக்குச் செத்தவள் போல இருக்கிறாள்' இது இன்னொருத்தி. 'புல் தடுக்கி விழுந்து விடுபவள்' எனவும் 'கஞ்சிக்கு இல்லாம இப்படி வெளுத்து இருக்கிறாள்' எனவும் பேசுகின்றனர்.

அடுத்து, சரோஜாவை ஒரு வேசியைப் போலப் பார்க்கின்றனர். சுயமாக முடிவெடுத்துத் திருமணம் செய்துகொண்டு வரும் பெண்ணைப் பற்றி இன்றளவும் பொதுவாக உள்ள பார்வை அவள் ஆண்களை மயக்கக்கூடியவள் என்பதுதான். மற்ற பெண்களுக்குத் தங்களுடைய உறவுக்கார ஆண்களையும் மயக்கி விடுவாள் என்று பயம். எனவே அவர்களை அப்படிப்பட்ட பெண்ணிடம் பேசவிடாமல் பார்த்துக் கொள்வார்கள். வக்கிர மனநிலை உள்ள ஆண்கள் சிலர் அவள் தன்னை எப்போது மயக்குவாள் என்ற பார்வையை வெளிப்படுத்துவார்கள். சிலர் அவளைச் சோதித்துப் பார்க்கவும் முயற்சி செய்வார்கள். அவளை வேசியென நிரூபிக்கத் தங்களின் பாலியல் வேட்கையை அவளிடம் கூசாமல் வெளிப்படுத்துவார்கள். வெள்ளையன் அப்படித்தான் சரோஜாவிடம் வழிகிறான்.

இப்படியான பார்வைகள் எல்லாம் நேர் சிந்தனை அற்ற மனங்களுடையவை. காதல் மணம்புரிந்து வரும் பெண்களுக்கு உறவுகளின் விலகல் ஏற்படும்; அது பழிப்பவர்களுக்கு வசதியாகப் போய்விடும். அப்பெண்களின் நடை, உடை பாவனை, பேச்சு எல்லாம் கேலிக்கு உள்ளாக்கப்படும். மேலும் காதல் திருமணம் செய்துகொண்ட பெண்ணை, உடல் இச்சை தவிர வேறு சிந்தனையற்றவளாகவே கருதுவர். இங்குச் சரோஜாவின் நிலையும் அப்படியே உள்ளது. அவளுடைய அப்பாவும் அண்ணனும் போனவள் போகட்டும் எனக் கைவிட்டனர். ஒடுக்கப்பட்ட நிலையில் அவர்களால் ஒன்றும் செய்ய முடியாது என்பதும் உண்மை. எனவே இங்குச் சரோஜாவுக்கான ஆறுதல் குமரேசன் மட்டும்தான். அவனோ தம்மைக் குறித்த எதிர்ப்புகளை எல்லாம் பொருளாதாரத்தை மேம்படுத்தி வென்றுவிடலாம் என அலைந்து

கொண்டிருக்கிறான். ஆகையால் சரோஜாவுக்குத் தனிமையே மிஞ்சுகிறது. அது பாறையின் வெம்மையைவிடத் தகிப்பானதாக இருக்கிறது. காரணம், எதிர்கொள்பவர்கள் அனைவருடைய பார்வையும் பேச்சும் செயலும் நெருப்பாகச் சுடுகின்றன.

அடுத்து அவளுடைய வறுமை பலவகைகளில் பறைசாற்றப்படுகிறது. சரோஜாவுக்கு எந்த ஒரு ஆளுமைத் திறனும் இல்லாமல் வெறும் பாலியல் கவர்ச்சியால் மட்டுமே குமரேசனை அவள்பால் ஈர்த்துக்கொண்டதுபோல் அங்குள்ள பெண்கள் அவளைப் பழிக்கின்றனர். 'கையகலத்தைப் பார்த்து மயங்கிவிட்டான்' எனவும் 'இவளுக்கு மட்டும் என்ன அது தங்கத்துல இருக்குதா' எனவும் பேசுகின்றனர். ஆண்களைவிட அவர்தம் கருத்துகளை மிகவும் இறங்கி வெளிப்படுத்துபவர்கள் அங்குள்ள பெண்களே. ஆணாதிக்கக் கருத்துக்களில் ஊறிப்போய் ஆணாதிக்கவாதிகளாகவே பெண்கள் பலர் இருக்கின்றனர். இந்தக்காலத்திலும் பலர் இப்படி இருக்கும்போது அக்காலத்தில் வாழ்ந்த பெண்களுக்கு அதுதான் சரியான கருத்துகளாக இருந்திருக்கும். அப்படி வெளிப்பட்டால்தான் தங்களுக்கான அங்கீகாரம் பாதிக்கப்படாது என்பது அவர்களின் மனப்பதிவு.

பெண்கள் சற்று வெளிப்படத் தொடங்கிய காலத்திலிருந்தே ஆண் சார்ந்த தேவைகளுக்காகவே செயல்பட்டனர். அதுவே அவர்களுக்குக் கருத்துரீதியாகவும் மற்ற நடைமுறைகளிலும் வழக்கமெனப் பின்பற்றப்பட்டது. கிராம வாழ்க்கை எல்லாக் காலங்களிலும் இலைமறை காயாகப் பல மீறல்களுக்கும் ஆட்பட்டதே. அந்த மீறல்கள் தன்னுடையதாக இருந்தாலும் பிறர் சார்ந்ததாக இருந்தாலும் ஒருவிதக் குற்ற உணர்வோடு கடக்கவேண்டுமே தவிர அதனை வெளிப்படையான நடைமுறையாக்கக் கூடாது. எல்லாம் நடக்கும், ஆனால் எதுவுமே நடக்காததுபோல ஒழுக்கம் பேச வேண்டும்.

சரோஜா தன்னுடைய திருமணம் குறித்துச் சுயமாக எடுத்த முடிவானது அவளது ஆளுமைத் திறன் என்பதையும் அதுகுறித்த அவசியத்தையும் எந்தப் பெண்ணும் யோசிப்பதில்லை. ஒருவருடைய தனிப்பட்ட வாழ்முறையில் அடுத்தவர் கூசாமல் தலையிடுவது அக்காலத்திலிருந்தே பொதுவழக்காகிப் போயுள்ளது. ஆட்டூர் கிராமத்துப் பெண்கள் மனதுக்குள்ளும் பலவித மணவாழ்க்கைக் கனவுகளைக் கொண்டிருப்பார்கள். ஆனால் ஒழுக்கப்பார்வைக்கு ஆட்பட்டு அவற்றை மனதுக்குள்ளேயே புதைத்திருப்பார்கள். அவையெல்லாம்

தமக்குச் சாத்தியப் படாதபோது இன்னொரு பெண்ணின் காதல் வாழ்வு இயல்பாக அமைய அவர்கள் விரும்புவதில்லை. எனவேதான் அதனைப் பொறுத்துக்கொள்ள முடியாமல், மீறியபெண்ணை ஆணாதிக்கச் சிந்தையோடு குற்றவாளியாக மாற்றுகின்றனர்.

சரோஜாவைப் பழிக்கும் பெண்களுக்கு என்ன பெரிய அதிகார வெளி இருக்கிறது? யோசித்துப் பார்த்தால் அப்பெண்களுக்கு என ஒரு சிந்தையும் கிடையாது. ஆண்மனத் தேவைகளுக்கு ஏற்பவே பேச்சும் செயலும் என்று வாழ்பவர்கள் அவர்கள். மனவெளியே அவர்களுடையது இல்லை எனும்போது புறவெளியில் அவர்களுக்கு என்ன பெரிய உரிமை இருக்கப்போகிறது? எதுவுமற்று, எல்லாம் இருப்பதான பாவனையில் ஆண்களின் கருத்துக்களைச் சிரம்மேல் கொண்டு மூர்க்கமாகப் பேசவும் செயல்படவும் முனைகின்றனர். ஆகையால்தான் சரோஜாவை மிகவும் மோசமாக நடத்துகின்றனர்.

குடிக்கத் தண்ணீர் எடுத்து வர உடன் வந்த சரோஜாவுக்கு ஒருத்தி சேந்தி ஊற்றுகிறாள். காய்க்காரப்பாட்டி இளக்காரமாகப் பேசுவதோடு உயிருக்கு உத்தரவாதமில்லை என்பதை மிக வெளிப்படையாகவே சொல்லிவிட்டுச் செல்கிறாள். பொதுவாகக் கிராமம்சார் குடும்பம் ஒன்றில், தன் கணவன் சாதி கடந்து வேறு பெண்ணுடன் உறவு வைத்திருப்பதை உணரும் பெண்ணுக்கே இத்திருமணத்தை ஏற்கும் மனமிருக்காது. தன் கணவனையும் எதிர்க்க முடியாது. அப்படி இருக்கும்போது, தங்களுடைய ஒட்டுமொத்த ஆண்சமூகத்தின் ஒழுக்க வரையறையை எவ்வாறு அப்பெண்களால் கேள்வி கேட்க இயலும். இங்கு அப்பெண்கள் ஆதிக்கத்துக்குள் ஒடுங்கிப் போவதே விதி. மேலும் எதனுள் ஒடுங்குகிறார்களோ அதன் வீர்யமாகவே வெளிப்படுகிறார்கள். எனவேதான் சரோஜாவிடம் அப்பெண்கள் ஆண்களின் நிலையில் நின்று வெளிப்படையான சாதி வேறுபாடு காட்டுகிறார்கள். அதன்மூலம் தங்களின் சாதிப் பெருமையை வெளிப்படுத்துகிறார்கள். அது வெறும் வெற்றுப் பெருமை என்பது அவர்களுக்குத் தெரியாது.

இறுதியில் காய்க்காரப் பாட்டி வழியாக உயிரும் நிலைக்காது என்பது புரிகிறது. அதேபோல் இச்சாதிச் சமூகமாகிய பூக்குழியில் சரோஜா எரிக்கப்படுகிறாள். அங்கு அவள் மட்டும் எரியவில்லை, மற்ற பெண்களும் உடன் எரியும் சிமிர்களாகவே தெரிகிறார்கள்.

ஏனெனில் அவர்களின் எதிர்ப்புகள் அனைத்தும் அவர்களை அறியாது அவர்களுக்கே துன்பம் தருவன. ஆக, நமது சமூகம் பலவித விழுமியங்களை வரையறுத்து வைத்து நம்மையும் உடந்தையாக்கி அவற்றுக்குள்ளேயே நாம் சகித்து உழலும்படி நம்மைப் பழக்கி இருக்கிறது.

இப்படிச் சாதி மறுப்புத் திருமணம் என்னும் ஒரு மாற்றமானது எவ்வாறு நல்லதை உணரவிடாது எதிர்நிலையில் செயல்பட வைக்கிறது என்பதைப் பார்க்கலாம். இதற்கு முழு பொறுப்பும் சக மனிதர்களே என்பது வெளிப்படை. இங்கு மனிதர்களின் சுயநலம் எப்படி மற்றதை எல்லாம் எதிர் இலக்காக்குகிறது என்பதையும் பார்க்கலாம். இது ஏதோ குமரேசன், சரோஜாவுக்கு மட்டும் நடந்த அக்காலத்து வழக்கமாக இல்லை. இன்னும் தொடரும் நிகழ்வாகவே நம்மிடையே நிலவுகிறது. சுய சிந்தனையும் முயற்சியும் ரசனையும் அற்று வாழ்க்கை நமக்கு என்ன கொடுக்கிறதோ அதோடு காலம் முழுக்க உழன்று ஈடுகொடுப்பவர்களாக நாம் அப்போதிருந்தே பழகிவிட்டோம்.

நாம் யாரை எதிர்க்கிறோம், எதற்காக எதிர்க்கிறோம் என்ற புரிதல் குறித்து நாம் எப்போதும் யோசித்தவர்கள் அல்ல. சீராயி, பெற்றெடுத்த அன்பு மகனையே எதிர்க்கிறாள். பெண்கள் சக பெண்ணை உடலும் மனமும் கூசும்படி இகழ்கிறார்கள். இந்த இடம்தான் சாதியமும் மதவாதமும் வேரூன்றும் இடமாகிறது. அந்த எதிர்ப்பு நம்மையும் ஒருவித வரம்புக்குள் தள்ளிவிடும் என்பதையும் அதிலிருந்து மீள்வது கடினம் என்பதையும் புரிந்துகொள்ளாமலே இருக்கிறார்கள் பலர். மனித மனம் ஊராலும் உறவாலும் வாழிடத்தாலும் பிறரை வேறுபடுத்தியே தமது சாதியச் சமூகத்தைக் கட்டமைக்கிறது. இப்படித் தமது அறியாமையின் பலம் கூடுவதையே பெருமையாகச் சிலாகித்து வாழ்கின்றனர் பலர். அக்காலத்திலும் சிந்தனையாளர்களும் சமூகச் செயல்பாட்டாளர்களும் இருந்துள்ளனர். இப்போது போலவே அவர்களின் குரலறியாத இடங்கள் பல அப்போதும் இருந்துள்ளன என்பது தெரிகிறது. ஆக, ஆரோக்கியமான மாற்றங்களைக் கொச்சைப்படுத்தாத சமூகம்தான் மனிதர்களை வாழவைக்கும் சமூகமாக இருக்கும். இதை சரோஜாவின் வாழ்க்கையால் நாம் அறிகிறோம்.

5

இற்றைச் சூழலில் ஏறுவெயில்

க. கதிரவன்

பூரணச்சந்திரன் தனது விமர்சனத்தில் ஏறுவெயிலைக் காலை வெயிலின் சுகமான வெக்கை என்கிறார். ஆனால் ஏறுவெயில் தன்னளவில் தாங்கமுடியாத எரிச்சலூட்டுவதாகவே அமைந்துள்ளது.

"மட்ட மத்தியான வெயில் பார்க்கச் சாதாரணமாக இருந்தது. வரவர அதிகமாகிவிட்டது. ஏறுவெயில் காலம்." (பக். 183, மூ.பதி., ஜனவரி 1996)

ஏறுவெயில், தேர்த்திருவிழாவில் தேரில் உட்கார்ந்து வந்த உற்சவரான மாதொருபாகனுக்கே எரிச்சல் ஏற்படுத்துகிறது; அவருடைய முகத்தில் களைப்பு தென்படச்செய்கிறது, எனில் சாதாரண மக்கள் என்னதான் செய்துவிடமுடியும்.

****

எழுதப்பட்டு இருபத்தைந்து ஆண்டுகள் கழித்து இன்றைக்கு வாசிக்கப்படும்போதும் ஏறுவெயில் புதினம் பொருத்தப்பாடு உடையதாக இருக்கின்றதா என்னும் வினாவெழுப்பின், ஏறுவெயில் புதினத்தில் சித்திரிக்கப்பட்டுள்ள 1980களின் சூழல் இன்றைக்கும் சில உருவ மாற்றங்களுடன் வேறுவடிவில், ஆனால் முன்னைக்காட்டிலும் வளர்ந்த நிலையில் நிலைத்திருக்கிறது. எனவே இப்புதினம் இன்றைக்கும் பொருத்தப்பாடு உடையதாகவே இருக்கிறது என்று துணிந்து கூறலாம்.

நாய்மீதும் பூனைமீதும் எருமைமீதும் பாசங்காட்டும் விலங்குநேய மனிதர்கள், சாதிய உயர்வு பேசி சக மனிதர்களை இழிவுபடுத்துகின்றவர்களாய் மனிதநேயமற்றவர்களாய் இருப்பதைப் பொன்னையனின் அம்மா, பொன்னையனின் தாத்தா, பாட்டி ஆகிய பாத்திரப் படைப்பின் வழி உரித்துக் காட்டும் புதினம் ஏறுவெயில்.

இன்றைக்கும் பசுவைக் காப்பாற்றுவதாய்ச் சொல்லி மாட்டுக்கறி உண்ணாமையை வலியுறுத்தும் கூட்டம், காளைக்காய் இரங்கி ஜல்லிக்கட்டுக்குத் தடைகோரும் கூட்டம் என ஒருபுறம் விலங்குநேயம் காட்டிக்கொண்டு மத வேற்றுமைகாட்டி, ஜாதி வேற்றுமைகாட்டி மக்களைக் கொல்லும் வெறியேறித் திரியும் பெருங்கூட்டம் நாடுமுழுதுமாய் நிறைந்து செறிந்திருப்பதைக் காண முடிகிறது.

அரசியல்வாதிகளில் இரண்டே வகைதான், தேனெடுத்தவன் புறங்கையை நக்காமலா போய்விடுவான் என்று தனது செயலை நியாயப்படுத்திக்கொண்டு வெளிப்படையாகச் சுரண்டுபவன்; நல்லவனைப் போல நடித்துக்கொண்டு சுரண்டியபின் வெளிப்படுபவன் என்கிறார் பெருமாள்முருகன். இவன் அவனையும் அவன் இவனையும் காட்டிக் கொடுத்துக்கொண்டே இருப்பதிலும் இவன் அவனாகவும் அவன் இவனாகவும் மாறுவேடம் தரித்துக்கொள்வதிலும் இருவருமே ஒன்றுபட்டு விடுகிறார்கள் என்பதனைச் சின்னுச்சாமி, மொண்டி முத்து பாத்திரங்கள் வழி வெளிப்படுத்திவிடுகிறார் அவர்.

இன்றைய வாழ்வில் ஊழலிலும் ஒருபடி வளர்ச்சி காணப்படுகிறது. அரசியல்வாதிகள் கையூட்டுப்பெறுவது வெளிப்படையாக இருப்பது மட்டுமன்றி, பொதுமக்களுக்கு அது இயல்பாகவும் தோன்றுகிறது. எங்கும் எதிலும் நீக்கமற நிறைந்திருக்கிறது ஊழல். மேலும், கையூட்டுக் கொடுத்துக்கொண்டிருந்த மக்களே இப்போது வாங்கத் தொடங்கிவிட்டனர். ஒருவழிப்பாதை இருவழிப்பாதையாக மாற்றப்பட்டிருக்கிறது. அதாவது, வாக்களிக்கத் தாங்களும் கையூட்டுப் பெற்றுக்கொண்டு, அரசியல்வாதி திருடிக்கொண்ட தங்கள் உழைப்புத்தேனை அவன் கையிலிருந்தே தாங்களும் நக்கிக்கொள்ளத் தலைப்பட்டுவிட்டார்கள். போகாறு அகன்றிருப்பதும் ஆகாறு அளவிட்டிதாய் இருப்பதும் மக்கள் கண்களுக்குத் தெரிவதில்லை.

பொதுமக்களின் நன்மை பற்றிச் சிந்திக்காத சின்னுச்சாமி, அவர்களின் சாதிவெறியைத் தூண்டிவிட்டு ஆதாயம் தேடிப்பார்க்கிறான். தன் சாதிப்பெருமையில் ஊறி நிற்கும் இவன் தன்னுடைய மக்களுக்குரிய சொத்தைத் தனக்கு மேலுள்ள ஓர் அரசியல்வாதி அபகரிக்க நினைக்கும்போது தன் சாதி மக்களுக்கு ஆதரவாகவோ தன் ஊர் மக்களுக்கு ஆதரவாகவோ நின்று போராடாமல், தனக்கு மேலுள்ள அரசியல்வாதி அபகரிக்க ஏதுவாகப் பதுங்கிக் கொள்கிறான்.

உயிருக்கு உலைவைக்கும் ஆலைக்கெதிராக மக்கள் போராடும்போது நாளும் போராடிக்கொண்டிருந்தால் வாழ்வது எப்படி என்று வருங்காலக் (வராக்காலக்) கட்சித்தலைவர் முதலாளிக்கு ஆதரவாக நின்றுகொண்டு புலம்புகிறார். மக்களின் அன்றாட சமையற் பொருளான வெங்காயத்தின் விலை கூடிவிட்டதே என்று கேள்வி எழுப்பப்படும்போது நாங்களெல்லாம் வெங்காயம், பூண்டு சாப்பிடாத பின்னணியிலிருந்து வந்தவர்கள் என்று பதவியில் இருக்கும் பிறன்மனை நோக்காப் பேராண்மையாளர் தன் சுயசாதிப் பெருமை பேசுகிறார். இத்தகையப் பேரரசியல்வாதிகள் வாழும் காலம் இது.

ஏறுவெயில் புதினத்தில் குடிகாரர்கள் வாழையடி வாழையெனத் தலைமுறை தலைமுறையாகத் தோன்றிக்கொண்டே இருக்கிறார்கள். பழைய குடிகாரர்கள் புதிய குடிகாரர்களைத் திருத்த எண்ணிச் சீறுகிறார்கள். சீற்றம் பொருளிழந்து போனதும் இரண்டுபேருமே சோடிபோட்டுக்கொண்டு குடித்துத் திரிகின்றனர். அப்பனும் மகனுமாயினும் அப்படித்தான். தன் மகனைக் குடிக்கவிடாது தடுக்க முனையாது, அவன் குடிப்பதைப் பிறர் அறியாது தடுப்பதையே தன் பணியெனக் கொள்கிறாள் ஒரு தாய்.

ஏறுவெயில் காலத்தில், தனியார் வசமிருந்த மது வணிகத்தை இன்று முழுக்கத் தன்கையில் எடுத்துக்கொண்டது அரசு. பரவலாகக் கடைகளைத் திறந்து ஆண்டுக்கு ஆண்டு, பண்டிகைக்குப் பண்டிகை விற்பனை உயர்ந்துசெல்ல வேண்டும் என்னும் நன்னோக்கத்தில் இளமையில் குடி எனப் பள்ளி மாணவர்கள் முதல் படுகிழவர்கள்வரை தன் நுகர்வோர் குழுமத்தைக் கட்டியெழுப்புவதில் ஆழ்ந்திருக்கிறது.

ஏறுவெயில் புதினத்தில், கவுண்டன் சுடுகாட்டில் காலனிக்காரனைப் புதைப்பதா? என்று பாடையை எத்தி உதைத்த

கிழவன், அவன் சாகும்போது அவன் பிணத்தைக் கவுண்டன் சுடுகாட்டில் புதைப்பதில் அவனுடைய சாதிக்காரர்களாலேயே சிக்கல் கிளம்பும்போது, ஊழிற் பெருவலி யாவுள என்னும் கூற்று முன் வரிசைக்கு வருகிறது.

சாதிக்கொரு சுடுகாடு இருந்த நிலைமை மாறி, சாதிக்கொரு கட்சி என பல்கிப் பெருகிவிட்ட காலம் இன்று. எங்களூர்க் கதையை எங்களூர்ப் பெயரிட்டே எழுதுவதா எனத் தன்சாதி பிறசாதி என்னும் சாதிப்பாகுபாடு இன்றி எழுத்தாளர்களை மிரட்டுவதும் ஊர்விட்டு விரட்டுவதும் சுட்டுக்கொல்வதும் எனப் பல படிநிலைகள் வரை முன்னேறியிருக்கும் இன்றைய சாதிக்குழுமம், தன் ஆண்ட பரம்பரை பெருமையைத் தெருக்களில், வீதிகளில், ஊர்மன்றங்களில் மட்டுமின்றிக் காவல் நிலையங்களிலும் அரசு அலுவலகங்களிலும் இணையத்திலும் பேசிக் கொண்டிருக்கிறது.

அத்தனைக்கும் ஆசைப்படச்சொல்லும் உலக குருவுக்கும் கதவைத்திற காற்றுவரட்டும் எனத் தொடங்கி தனக்கென்று ஒரு நாடு தனக்கென்று ஒரு வழி என நாளும் மகிழும் சாமிகளுக்கும் முன்னோடியான ஒரு சாமியார் ஏறுவெயிலில் தலைகாட்டுகிறார்.

இன்றைய சூழ்நிலையின் எரிச்சல் மிக அதிகமாய் இருப்பதால் ஏறுவெயில் காட்டும் சித்திரிப்பு குறைவுடையது போல் தோன்றுகிறது போலும். இன்றைக்கு உச்சிவெயில், அன்றைக்கு ஏறுவெயில்.

*****

ஏறுவெயில் புதினத்தில் சொத்து பிரிக்கச் சொல்லிப் பேசும்போது தன் அன்புக்குரிய தாத்தாவை அண்ணன் அவமானப்படுத்துவதைப் பார்த்து அழுகிறான் பொன்னையன். அன்றைய கைக்கலப்பில், தந்தை அண்ணனால் அடிக்கப்படும்போது தடுத்துப் பிரிப்பதன்றி வேறொன்றும் செய்ய இயலாதவனாய் நிற்கிறான் பொன்னையன். ஆனால் பாட்டியின் வீட்டைக் குடிபோதையில் எரித்துவிட்ட அண்ணனை இழுத்துப்போட்டு அடித்துக் கட்டி உருள்கிறான் அவன். பொன்னையனின் வளர்ச்சியை ஆசிரியர் இவ்வாறு வெளிப்படுத்துகிறார் எனலாம்.

அதே நேரத்தில், தன்னுடைய சாதிக்காரர்களால் தன்னுடைய நண்பனான தாழ்த்தப்பட்ட சாதிக்காரன் சக்திவேல் அடிக்கப்படும்போது தடுக்கவும் முனையாது சக்திவேலைக்

காப்பாற்றவும் முனையாது வெறுமனே விலகிநின்று வேடிக்கை பார்க்கிறான் பொன்னையன். கல்வியறிவு பெற்றுச் சிறிதே முற்போக்குடையவனாகச் சித்திரிக்கப்படும் பொன்னையனின் ஆழ்மனத்திலும் சாதிய மேலாதிக்கம் தொழிற்பட்டு நின்றிருப்பதை ஆசிரியர் இங்ஙனம் சித்திரித்துக் காட்டியுள்ளார் எனலாம்.

காலனிக்காரப் பையன்களோடு நட்பு பாராட்டி, பருவ வயதிற்கே உரியவாறு பெண்ணறியத் திரிகிற பொன்னையன்தான், தனைத் தூக்கி வளர்த்த பெண்ணிடமா பெண்டாளப் போனோமென்று எண்ணி கிணற்றுநீரில் கிடந்து தளும்புகிறான். மதிப்புடை மனிதர்கள் பிழைப்புக்கான நெருக்கடியில் மதிப்பிலா மனிதர்களாகச் சரிந்துபோவதை எதிர்கொள்வது போன்ற துயரம் வேறென்ன இருக்கமுடியும்.

இந்தி எதிர்ப்புப் போராளியாக எழுச்சிகொண்டு துப்பாக்கிச் சூட்டில் தன் காலிழந்து மொண்டியான முத்து, தன் சாதி மக்களுக்காகவும் தன் ஊர் மக்களுக்காகவும் போராடுபவனாகச் சுருங்கிப்போவது மட்டுமின்றித் தன் ஊர் மக்களை, தன் சாதி மக்களைச் சுரண்டிப் பிழைப்பவனாக மாறிப்போகிறான்.

பொன்னையனை எடுத்து வளர்த்தவளான குப்பாடி மகள் ராமாயி பிழைப்புக்காக விலைமகளாக மாறுகிறாள். குப்பாடியே அதற்குத் துணை நிற்பவராக மாறுகிறார். காலமாற்றத்தால் சிதைந்துபோகும் மனிதர்களுக்கு இப்பாத்திரங்கள் எடுத்துக்காட்டாய் அமைந்துவிடுகின்றன. எனினும் சாதித் தொழில் மாறும் காலத்தில் உயர்வுற்றோரே இல்லையா, மக்களை ஏமாற்றாது பாகுபாடு பாராது பாடுபட்ட திராவிடக் கட்சிச் செயற்பாட்டாளர்களே இல்லையா என்னும் கேள்வியும் எழுகிறது.

*****

ஏறுவெயில் புதினம் பில்டுங்ஸ்ரோமான் (Bildungsroman) என்னும் வகையைச் சார்ந்தது என்று குறிப்பிடும் பூரணச்சந்திரன், தன் கட்டுரையில் அவ்வகைமை பற்றியும் ஏறுவெயில் புதினம் அவ்வகைமையோடு பொருந்தும்விதத்தையும் விளக்கமாக எடுத்துரைத்துள்ளார்.

உலக அளவில் வெளிவந்துள்ள சிறந்த பத்து பில்டுங்ஸ்ரோமான் வகை புதினங்களாக ஜேம்ஸ் ஜாய்ஸ் எழுதிய எ போர்ட்ராய்ட் ஆப் தி ஆர்டிஸ்ட் அஸ் எ யங்மேன் (ஆங்கிலம், 1916), விபூதிபூசன் பண்டோபாத்யாயா எழுதிய

பதேர் பாஞ்சாலி (சாலையின் பாடல்) (வங்கம், 1928), ஜே.டி. சாலிங்கர் எழுதிய தி கேட்ச்சர் இன் தி ரை (ஆங்கிலம், 1945-46), ஆர்.கே. நாராயண் எழுதிய தி கைட் (ஆங்கிலம், 1958), சுனில் கங்கோபாத்யாய எழுதிய சே சமாய் (வங்கம், 1985), ஹருகி முரகாமி எழுதி நார்வீஜியன் வுட் (யப்பான், 1987), ஸ்டீபன் ச்போஸ்கி எழுதிய தி பெர்க்ஸ் ஆப் பீயிங் எ வால்ஃபிளவர் (ஆங்கிலம், 1999), காலேத் ஹூசைனி எழுதிய தி கைட் ரன்னர் (ஆங்கிலம், 2003), பால் ஆஸ்டர் எழுதிய 4 3 2 1 (ஆங்கிலம், 2017) ஆகியன சுட்டப்படுகின்றன.

இப்புதினங்களின் வரிசையில் பெருமாள்முருகனின் முதல் புதினமான ஏறுவெயிலுக்கும் இடமுண்டு. ஏறுவெயில், பெருமாள்முருகனின் முதல் புதினமாக அமைந்தமை போன்றே இப்பட்டியலிலுள்ள, ஜேம்ஸ் ஜாய்ஸுக்கும் விபூதி பூசன் பண்டோபாத்யாயாவுக்கும் ஜே.டி. சாலிங்கருக்கும் காலேத் ஹூசைனிக்கும் இவ்வகைப் புதினமே முதல் புதினமாக அமைந்துள்ளமை குறிப்பிடத்தக்கது.

இவ்வகைப் புதினங்களின் தேவை இன்றைக்கும் இலக்கியச்சூழலில் நிலவுகிறது என்பதற்கு, இப்பட்டியலில் இடம்பெற்றுள்ள கடைசி மூன்று புதினங்கள் ஏறுவெயிலுக்குப் பின்னர் வெளிவந்தவை என்பதும் கடைசிப்புதினம் இரண்டாண்டுகளுக்கு முன் வெளிவந்து வெற்றிபெற்றுள்ளது என்பதும் சான்றுரைக்கின்றன.

ஏறுவெயிலுக்கு மதிப்புரை எழுதியுள்ள விக்கிரமாதித்யன். ‘தமிழில் மட்டுமே நாவலுக்கும் தொடர்கதைக்கும் பேதம் தெரியாது போயிற்று. வாழ்வைச் சொல்வது நாவல். வாசகர்களுக்குத் தீனிபோடுவது தொடர்கதை. வியாபார எழுத்தாளர்கள் பணமும் பேரும் சம்பாதிப்பார்கள். கலைஞன் படைப்பிலக்கியம் செய்வான்’ என்று நாவலாசிரியனையும் தொடர்கதையாசிரியனையும் பிரித்து நாவலாசிரியனை உயர்த்திப் பேசியுள்ளார்.

புதின ஆசிரியரின் மேன்மை குறித்து விக்கிரமாதித்தியனுக்கும் நமக்கும் எந்தவித கருத்து மாறுபாடும் இல்லை. ஆயின் தொடர்கதை ஆசிரியர்களைக் குறைத்து மதிப்பிடுவது ஏற்றுக்கொள்ளத் தக்கதாயில்லை. மேற்சொன்ன பட்டியலில் உள்ள புதினங்களுள், விபூதி பூஷன் பண்டோபாத்யாயாவின் புதினமான பதேர் பாஞ்சாலி இதழில் தொடர்கதையாக வந்த புதினமேயாகும். சுனில் கங்கோபாத்யாயவின் சாகித்திய அகாதெமி விருது பெற்ற

புதினமான சே சமாய் வங்கத்தின் இலக்கிய இதழான 'தேஷ்' என்னும் இதழில் தொடர்கதையாய் வந்த புதினமேயாகும். இலக்கியத்திற்குத் தொடர்கதையாய் வெளிப்படுவது நூலாக வெளிப்படுவது என்னும் பேதம் ஏதும் இல்லை என்னும் கூற்றுக்குச் சான்றாகத் தமிழில் தொடர்கதையாய் வெளிவந்த பல நல்ல புதினங்களை எடுத்துக்காட்டலாம்.

ஏறுவெயில் புதினம், திரைப்படமாக எடுக்கப்படவேண்டிய தகைமையுடையது என்பதையும் இப்பட்டியல் பரிந்துரைக்கிறது. இப்பட்டியலிலுள்ள, விபூதி பூசனின் புதினம் 1955இலும் ஜேம்ஸ் ஜாய்ஸின் புதினம் 1977இலும் காலேத் ஹுஸைனியின் புதினம் 2007இலும் திரைப்படமாக்கப்பட்டுள்ளன. பலர் முயன்றும், ஜே.டி. சாலிங்கர் மட்டும் தனது புதினத்தைத் திரைப்படமாக்க அனுமதிக்கவில்லை.

நல்ல இயக்குநர் கையில் கிட்டுமாயின், புதின ஆசிரியரும் இசைவளிப்பாராயின் ஏறுவெயில் சிறந்த திரைப்படமாகவும் வெளிப்படும் தகவுடைத்து என்பதில் மாற்றுக்கருத்தில்லை.

6

கூளமாதாரி: நம்முளும் உளன் ஒரு கூளையன்

இரா. கந்தசாமி

எவ்வளவு தேடிச் சலித்தாலும் சொல்லில் இறக்கிக் காட்டவியலாச் சிறு துயருணர்வோ, பாவிப்பாவி, காய்ப்பேறிப் போன ஒருநிலை தரும் வெறுமையின் தொகுதியோதான் இறுதியில் எஞ்சுகிறது.

அரியுமல்ல அயனுமல்ல அப்புறத்தின் அப்புறம்
கருமைசெம்மை வெண்மையைக் கடந்துநின்ற காரணம்
பெரியதல்ல சிறியதல்ல பற்றுமின்கள் பற்றுமின்
துரியமும் கடந்துநின்ற தூரதூர தூரமே

என்று சிவவாக்கியர் பாடும் வெட்டவெளிப் பேற்றை அடையும் ஒரு வழி இல்லை. அதற்கான இலக்குமின்றி எழுத்தை வாழ்க்கையாகக் கொண்டவர்கள் திரிசங்கின் அந்தரவெளியில் திரிந்து, உலகில் உள்ள அத்தனை பாடுகளுக்குமாக அல்லாடிக் கொண்டிருக்கிறார்கள். மின்னலிட்டு மறையும் மகிழ்வின் நொடிப்புகளும் நூல் பிடித்துத் தொடர்ந்துவரும் துயரத்தின் அணுக்கமும் எழுத்துப் பிழைப்பாளியிடம் வெட்டவெளி பற்றிய மாயக்கனவொன்றை உருவாக்குகின்றன. அந்த மாயக்கனவும் யதார்த்தத்தின் பாடுகளும் அந்தப் படைப்பாளியை, அவருடைய உயிரை, மனோவுலகை, சிந்தனைப் புலங்களை எப்பொழுதும் முள்போல அறுவிக்கொண்டேயிருக்கின்றன.

எழுத்தை வாழ்க்கையாக வரித்துக்கொண்ட எவரும் இம்மாபெரும் தாவர சங்கமத்தின் பாடுகளைக் கடந்து மேலெழவே முடியாதல்லவா? அதனால் அவர்களுக்கு உறக்கமும் இல்லை; தாலாட்டைப் போல ஆன்மாவை நீவிவிடும் உற்சாகக் கனவுகளுமில்லை. அமைதியற்று, அலைப்பட்டுத் தவிக்கும் அறிதல் புலம் உடைய அவர்களுக்கு ஓர் அரைகுறை உறக்கமே வாய்த்திருக்கிறது. படைப்புக் கனவுகளும் கூட, திரிசங்கின் அந்தரவெளியில் மேலும் கீழுமாக இழுபட்டுக்கொண்டே இருக்கின்றன.

அறுதியான வெறுமையை, வெட்டவெளியை நோக்கி எழுதுகோலை நகர்த்திக் கொண்டிருக்கும் அவர்கள், அரைத் துறவிகளாக இருப்புநிலை கொள்கின்றனர். பெறுகின்ற பாராட்டுகளோ விருதுகளோ புகழ் வெளிச்சங்களோ பெரும் பண முடிப்புகளோ வசைகளோ அடிகளோ அக்கப்போர்களோ அவர்களுக்கு எல்லாம் ஒன்றுதான்; அல்லது ஒன்றுமேயில்லை.

கூளமாதாரியில் இடம்பெறும் பரதேசி ஒருவன், ‘எல்லாருக்கும் ஒரு கத இருக்கும். எல்லாக் கதயும் ஒன்னுதான்’ என்று கூறுகிறான். கதைகள் மட்டுமே ஒன்றில்லை. கதைகளை அள்ளி அள்ளித் தருகிற இயற்கை / செயற்கை நியதிகளும் ஒன்றுதான். அவற்றைக் கலைப்புலங்களில் கொண்டுவருகின்ற இதயங்களும் ஒன்றுதான். இந்த உலகு தரும் எண்ணிலடங்கா மாயங்களை எல்லாக் காலங்களிலும் கண்டுகொண்டிருக்கும் கண்களும் ஒன்றுதான். இன்பம் துன்பம் ஏமாற்று பரிவு பாசம் மோசம் சிரிப்பு அழுகை புகழ் அவலம் எல்லாம் ஒன்றுதான். மீந்து நிற்கும் ஒரு துயருணர்வு; அல்லது கனப்பொதியான வெறுமை. இதற்குள் எல்லாம் அடங்கிவிடுகின்றன. சராசரிகளைக் கடந்த கூருணர்வும் படைப்பு மன மென்மையும் மகிழ்வைவிடத் துயரப் பரிசையே கலைஞர்களுக்குத் தருகின்றன. இஃதோர் உலக வரலாறு.

கூளையன் தனிப்பட்ட ஒரு வார்ப்பு. தூலமான நிலையில் அவன் ரத்தமும் சதையும் கொண்டு, உலவாதவனாக இருந்திருக்கலாம். ஆனால் அழிக்கவோ மறைக்கவோ கொன்று போடவோ இயலாததொரு பேரிருப்பாய்ச் சாகாவரம் பெற்றிருக்கிறான். பாத்திர வார்ப்பாக – படைப்பாளி தான் கண்டும் கற்பனை செய்தும் வைத்திருக்கிற பல்வேறு உடல்களிலிருந்து கழற்றிப் பொருத்திய ஒரு வினோதப் புத்துடலாக, கூளையன் உருப்பெற்றிருக்கலாம். ஆனால் அந்தப்

புத்துடலுக்குள் படைப்பு மனமொன்று மருகி அலைவுறும் பால்ய கால நினைவுகளும் தொடரும் துயரும் மின்னலிடும் வெறுமையும் திண்மையாகச் செறிந்திருக்கின்றன. கூளையன் உலவுகின்ற பனங்காடும் அவனுடைய ஆடுகளும் அவனுடைய மனோவடிவும் அவன் யதார்த்தத்தில் சந்திக்க நேர்கிற வாழ்வின் பாடுகளும் – இவை அனைத்தும் ஒன்றுக்குள் ஒன்று கலந்து அந்தக் கூளை உடம்பை நெருங்கித் தொட்டால் சூடு தகிக்கிறது.

கவுண்டர் குடிகளும் பண்ணையங்களும் அதன் வன்மங்கள், சூட்சுமங்கள், தீண்டாமைக் கொடுமைகள் என அனைத்தும் கூளையனுக்கு அந்நியமானவை; ஆகாதவை. தீண்டாமை, உழைப்புச் சுரண்டல், வன்முறை எனுமிவற்றால் குன்னிப் போகிற ஒருடல், தான் தனக்கானதாகக் கண்டறியும் காடொன்றில், தன் உடல் சுருக்கி மறைத்து வாழ்ந்துகொள்கிறது. அந்தக் காடு கூளையனுடன், வவுறி, மொண்டி, நெடும்பன், செவிடி, பொட்டு என்று சக்கிலிவளவின் சின்னஞ்சிறுசுகள் நடமாடும் இடமாகிறது; விளையாட்டுக் களமாகிறது. அவர்களின் மனப்புதிர்களை, மர்மங்களை அவிழ்த்துக் கொட்டும் மறைவெளியாகிறது. இவ்வாறு அவர்களுக்குப் பல்வேறு திறப்புகளையும் புத்தனுபவங்களையும் காட்டிநிற்கும் அந்தக்காடு, அவர்களின் அந்நியப்பட்டுப்போன மன இருப்பின் புறவெளியாகி முடிவற்று விரிந்துகொண்டேயிருக்கிறது. அவர்களின் மனோ உலகின் புறச்சாட்டு வடிவமே காடாக, படைப்பு முழுக்க வியாபித்துக்கொள்கிறது. காடு கிடைநிலையில் நிலமாக, நெடுநிலையில் காலமாக, உள்நிலையில் சக்கிலியக்குடிச் சிறுவர்களின் மனவுலகமாக எல்லா நிலைகளிலும் பெருவடிவு கொள்கிறது; வானுக்கும் பூமிக்குமாய் ரட்டக்காலிப் பனைகளைப் போன்ற கால்களை உடைய வாமுனியைப் போல அது வளர்ந்து கொண்டேயிருக்கிறது, முடிவின்றி.

இங்குச் சாதிகளும் மனிதக் குரூரங்களும் புழங்குகிற ஊர், தெருக்கள், கடைகள் இன்ன பிறவற்றிற்கு எதிர்நிலையாகக் காடு இருக்கிறது. அப்பிராணி ஆடுகள், காடை முட்டைகள், பனைகள், மைனாக்கள், கிளிக்குஞ்சுகள், மீன்கள், நுங்கு, பனம்பழங்கள், பனைகள், கிளுவை முள் குத்துகள், பால மரங்கள், பாழ்பட்ட கிணறுகள், குளங்கள், வயல்கள், வரப்புகள், ஓடைகள், இன்னபிற நிறைந்த காடு கூளையனுக்கு ஓர் அலாதி நிறைவைத் தருகிறது. கூளையன் தனக்குள் பொத்திக்காத்துக் காடுபோல் வளர்த்து வைத்திருக்கும் ஒருவரும் அறியாத அவன்

மனவுலகைக் காடு அறிகிறது. இப்படித்தான் கூளையனும் கூளையனைப் போன்றவர்களும் காடும் தத்தம் வேறுபாடுகளைக் களைந்து கொள்கின்றனர்.

இந்தத் தீண்டாச் சாதிச் சிறுவர்கள் வேலைசெய்யும் பண்ணையங்களின் கவுண்டர் வீட்டுப் பிள்ளைகள் மணி, செல்வன் கூட தனிச்சுகம் கருதி வீடு விட்டுக் காடு வருகிறார்கள். ஊர், சாதி, கட்டுப்பாடு, கவுண்டர், கவுண்டச்சி, பண்ணையம், பழைய கம்மஞ்சோறு, ஆடுகள் என்று எல்லாப் பொழுதிலும் ஊர் எனும் புறவெளி பற்றிய அச்சம் ஒவ்வோர் உடலுக்குள்ளும் அதிர்ந்து எச்சரிக்கை செய்தாலும், காடுதான் சக்கிலிச் சிறுவர்களை, கவுண்டர்குடிச் சிறுவர்களிடம் நேசம் பாராட்ட அனுமதி கொடுக்கிறது. கவுண்டர் வீட்டுச் சிறுவர்களுக்கும் அப்படியே நடக்கிறது. காட்டுக்குப் புறத்தே உள்ள ஊர்வெளியின் சாதிக் கட்டுமானங்கள் அங்கே மிக இயல்பாகத் தங்கள் பிடியை நெகிழ்த்தித் தளர்த்துகின்றன. கூளமாதாரியில் காடு + சக்கிலிச் சிறுவர்கள் எனும் இணைவு மனித சமுதாய வரலாற்றில் காணலாகும் ஆதித் தன்மையை அவாவுகிற, அதனை இனங்கண்டு கொண்டாடுகிற படைப்பியல் சார்ந்த குறியீட்டு உத்தியாகவும் பொருளாகிறது.

இங்கு மொண்டி, நெடும்பன், வவுறி, செவிடி என ஒவ்வொருவருக்கும் ஒரு கதை இருக்கிறது. இவர்கள் அனைவருமே கொங்குச் செம்மண் புழுதியில் ஆடித்திரிந்த அசல் மனிதர்களின் படைப்பு வடிவங்களாக இருக்கலாம். கூளையனின் வாழ்வோடு பிரிக்க முடியாத உறவுகொண்டுள்ள இவர்கள் ஒவ்வாருவரும் கவுண்டர் சக்கிலியர் சாதி முரண்களில், உழைப்பு, பொருளாதாரச் சுரண்டல்களில் வெம்பி வதங்கும் பிஞ்சுகள். இவர்கள் ஒவ்வொருவரின் பின்னணியிலும் ஒரு நிழல் போலத் தொடரும் துயரமோ வெறுமையுணர்வோ உண்டு. காட்டுக்குள் இவர்கள் போடும் கும்மாளத்தின், இவர்களுக்குள் அரும்பி மேலெழும் காமத்தின், காட்டுக் காவல்களைப் புறந்தள்ளிச் சிறு சாகசங்களெனத் தகும் சிறுசிறு மீறல்களும் நேசமும் சிறு ஆதிக்கவுணர்வும் கூட்டுணர்வுமான கலவையான மகிழ்வின் தருணங்களும் இவர்களுக்கு உண்டு.

தந்தையும் தாயும் விட்டுப் போய்விட, தாத்தா பாட்டியின் அரவணைப்பில் வளரும் நெடும்பன் படுத்த படுக்கையாகக் கிடக்கும் தன் கவுண்டருக்குப் பீ, மூத்திரம் அள்ளிக் கொட்டுபவன். அதனால் உண்டான அசூயை, வெறுப்பை மறக்கச் செய்வன

அவன் மேய்க்கும் பட்டி ஆடுகளே! கூளையனுடன் ஆடு மேய்க்க வருபவர்களில், கூளையன் நெருக்கம் காட்டிப் பழகும் ஒருவன் நெடும்பன்.

வவுறி கவுண்டச்சியின் தோரணையில் வாய் ஓயாது பேசுபவள். கவுண்டச்சி தோரணையுடன் அவள் பேசும் பேச்சுகளும் அவளுடைய வரவும் அணுக்கமும் கூளையனுக்கு எப்போதும் தேவையாக இருப்பவை.

ஆடு சொக்கிக்கொண்டால், காலில் முள்ளேறிவிட்டால், பொச்சுக் கூட்டில் சிலந்தி வந்தால் பாடம் போட்டு, குணமாக்கும் மொண்டி மந்திரம் தெரிந்தவன். ஒரு காலை விந்தி நடக்கும் அவன் கை முழுக்கக் காட்டில், நெடும்பன், செவிடி, கூளையன், வவுறி மீதான அதிகாரம் இருக்கிறது. அந்த அதிகாரத்தில் உடல் திரண்டு வரும் செவிடியிடம் தன் காமத்துக்கான ஊற்றுக் கண்களைத் திறந்து பார்க்க முயல்பவன்.

செவிடி தன் கவுண்டச்சியின் குழந்தையை எப்போதும் தன் இடுப்பில் இடுக்கியபடி ஆடுகளை மேய்ப்பவள். மொண்டிக்கும் நெடும்பனுக்கும் காதலுக்கு உரியவள். எல்லோருமே ஏங்கிப்போக, வயதுக்கு வந்தவுடன் ஆடு மேய்க்க வராமல் தன் வீட்டோடே தங்கிக் கொள்பவள். இவர்கள் எல்லோரும் காட்டின் பரப்பில் பல்வேறு பாடங்களை, அனுபவங்களைப் பெற்றுப் பெரியமனுசத்தனம் பெறுகின்றனர். இவர்களையும் காட்டையும் இணைக்கும் இன்றியமையாத உறவுகள், இவர்கள் மேய்க்கும் ஆட்டு மந்தைகள். இவர்களுக்கு நடுவே கூளையனின் கதை வெகு நயத்தோடு சொல்லப்பட்டு இறுதியில் ஒரு சுழிப்புச் சுழித்து அதிர்ந்து அடங்கிப் பின் மிதக்கிறது.

கூளையனுக்கு எல்லோரையும் போலவே அவன் மேய்க்கும் ஆடுகள் பெருந்துணை; ஆடுகளற்ற அவன் உலகம் கற்பனைக்குக்கூட ஒவ்வாதது. அவனும் அவனுடன் மேய்கிற ஆடுகளும் வேறுவேறு அல்லர். என்ன? கவுண்டரின் தோரணையில் ஓர் அரட்டுவிட்டால் அத்தனை ஆடுகளும் அடங்கி நிற்கும் என்பதில் அவனுக்கொரு பெருமிதமுண்டு. அஃதோர் எசமானப் பெருமிதம். அந்த ஆடுகளும் அந்த மனிதர்களைப் போலத்தான். நெடும்பி, வீரன், மோளச்சி, வத்தலு, மூளி, வெள்ளச்சி, கழியன், கோணக்காலி, மொண்டுவாலி, அரைக்காதன் என்று அவற்றின் உருவம், குணவாகுகளுக்கு ஏற்பக் காரணப் பெயர்கள். மொண்டி, வவுறி, நெடும்பன், கூளையன், செவிடி, பொட்டி என்பதைப் போலவே. கூளையனை ஒத்த

சக்கிலியக்குடிச் சிறுவர்களின் மன உலகாகக் காடு விரிகிறது என்றால் அந்தக் காட்டைப் புத்துணர்வு பெறச் செய்கிற மலர்க்கூட்டமாகவே ஆடுகள் இருக்கின்றன. பொதுவெளியில் விலக்கப்பபட்ட சிறுவர்களும் ஆடுகளும் காடும் எனவொரு தனித்த வாழ்க்கையில் கணம்தொறும் விரியும் புதிர்களைக் கூளமாதாரி அடர்த்தியாகவும் விரிவாகவும் வாசகர்க்கு அள்ளித் தந்துகொண்டே இருக்கிறது. கூளையன்கூட அந்த ஆடுகளில் ஒருவன்தான். அவன் விரும்பி வளர்க்கும் வீரன் என்னும் கிடாயின்மீது அவனுக்கு அளவற்ற வாஞ்சை உண்டு. எல்லாவற்றையுமே உருப்படிகளாகப் பார்க்கும் கவுண்டர்களுக்கு அது பணமும் கறியும் தரும் ஆட்டுக் கிடாய் மட்டுமே! ஆனால் கூளையனுக்கு? அந்த ஆடு கோயிலுக்கு நேர்ந்துவிடப்பட்டது; வேறு ஆட்டு மந்தைகளில் புகுந்து பெட்டை ஆடுகளின் பின்னால் மோப்பம் பிடித்துச் செல்லும் பொலிநிரம்பிய ஆடு; ஒரு நாள் பலியாகப் போவது; ஆட்டு மந்தைகளில் கம்பீரமாகத் தனித்து நிற்பது. ஓரிடத்தில் வீரனின் முதுகில் கரிச்சான் குருவி ஒன்று அமர்ந்திருக்கிறது. கரிச்சான்கள் மிக உரிமையாக மந்தை ஆடுகளின் மீது அமரும் குணம் கொண்டவை. பொதுவெளியிலிருந்து வெகுமர்மமாய் விலகிநகர்ந்த காலத்தின் ஒரு துளிபோல, அந்தச் சின்னக் கறுப்புக் குருவி வீரனின் மேல் உட்கார்ந்திருக்கிறது. காலம் ஒரு புள்ளியாகிக் கூளையனையும் ஆடுகளையும் அவர்களின் தனி உலகையும் கவனப்படுத்தும் சாட்சியமாக உள்ளது. காலத்தின் சிறு பிசிறு ஏன் அவர்களின்மீது கரிசனம் கொள்ள வேண்டும்? ஓர் எழுத்துப் பனுவல் கூளையனையும் அவனொத்தவர்களையும் காட்டையும் ஆடுகளையும் அவற்றின் எல்லாப் பாடுகளையும் ஏன் ஒரு மையத்தில் குவித்து வைக்க வேண்டும்? காரணம் கூளையனுக்குள் திரண்டிருக்கும் ஒரு தனி மனவுலகு. அது புறத்தில் சிக்குண்டு சுருங்கி அகத்துள் விரியும் தன்மை கொண்ட தனிவெளியைத் தனக்குத்தானே படைத்துக் கொண்டிருப்பது. கூளையனின் தனித்த மனஉலகுக்குள் பயணமாகும் ஒவ்வொருவருக்குள்ளும் இருக்கும் புறவெளிச் சுருக்கமும் அகவெளி விரிவும் மின்னலிட்டு மேல் தோன்றி மறைந்து பின் மீண்டும் மின்னலிடும் ஒரு மாயத்தை உணரமுடியும். கூளையன் தனித்த இருப்பு.

புறவெளி யதார்த்தத்தின் சிறு நொடிப்பில் சிறுமாயத்தில் கனவுகளுக்குள் சென்றுவிடும் எந்தவொரு மனித இருப்பும் புறவெளியின் கொடூரமான வலிகளைச் சுமக்க நேர்கின்ற மெல்லிய இருப்பினைக் கொண்டதுதான். கூளையனின் அறிமுகமே அவன்

காணநேர்கிற கனவிலிருந்துதான் தொடங்குகிறது. தான் மட்டும் தனியாக ஆடு மேய்க்க நேர்கிற சிறு பொழுதொன்றில் அவன் காட்டின மடியில் தலைவைத்துச் சற்றே கண்ணயர்கிறான்.

'பழுத்த இலையொன்று காற்றில் உதிர்ந்து அவன் முகத்திற்கு நேராக வந்துவிழுந்தது. மூடியிருந்த கண்ணில் படுக்கை வசமாய் இலை கிடந்ததும் அவன் உணர்வுபெற்றான். கண்களை இறுக மூடி முகத்தைச் சுளித்துப் பார்த்தான். அகலுவதாயில்லை. விலக்கவே இயலாத கரமொன்று கண்களைத் தோண்ட அழுத்துவதாய்த் தோன்றியது. தலை அசைய அசையக் கரத்தின் பிடி இறுகிற்று. அதன் விரல்களில் அழுக்குப் படிந்த கருநிற நீள்நகங்கள். இமை துளைத்து நகமொன்று கண்ணுள் இறங்கிற்று. சட்டென விழித்தான். கண்கள் எரிந்தன. துடைக்கத் துடைக்க வடிந்துகொண்டேயிருந்தது. காட்சி எதுவும் தெரியவில்லை. மூக்கின்மேல் என்னவோ பாரமாய் அழுத்தியது. தலையை உதறினான். சரிந்து விழுந்தது தூமஞ்சளாய் ஒரு வேப்பிலை. இதுவா இத்தனை கனமாய் உட்கார்ந்திருந்தது? தன்னுடைய அச்சம் கண்டு வெட்கப்பட்டான். ஆனால் மனதுக்கு நிம்மதியாயிருந்தது' (ப. 27).

கூளையன் எப்படிப்பட்டவன் என்பதற்கான ஒரு சிறுபொறி இக்கனவுக் காட்சியில் பிடித்துவைக்கப்படுகிறது. தலைக்குமேலே அதிகாரம் x அடிமைத்தனம் இரண்டையும் பாதுகாக்கும் ஒரு மாயக் கத்தி தொங்கிக் கொண்டிருக்க அதைக்குறித்த மிகு கவனம் உடையவனாய் அவன் ஒவ்வொரு கனத்தையும் சன்னஞ் சன்னமாய்த் தள்ளிக்கொண்டிருக்கிறான். தான் யார்? தன் சூழல் எது? சற்றே பிசகினாலும தனக்குக் கிடைக்கக் கூடிய வசவுகளும் அடிகளும் எத்தகையவை என்பவற்றை நன்கறிந்த சிறுவனாக அவன் இருக்கிறான். 'சிறுமுதுக்குறைவி' என்று சிலப்பதிகார கண்ணகி சுட்டப்படுவாள். வண்ணச் சீறடி மண்மகள் அறிந்திரா அப்பெண் பின்னாளில் காளி போன்றதொரு வல்லுருக் கொள்கிறாள். கூளையன் முடிந்து கரையக்கூடிய யதார்த்தத்தின் வித்தில்லையா? அவன் என்ன ரூபமெடுத்துவிட முடியும்? எல்லாவற்றையும் குறித்த கவனமும் சிறு அச்சமும் மற்ற சிறுவர்களைவிட அவனுக்கு மிகுதியாக இருக்கின்றன. ஒரு சிற்றிலை கூடக் கண்ணுள் இறங்கும் நகமாய் வளர்ந்து குத்திக் கிழிக்க, அவன் கனவுகளில்கூட எச்சரிக்கையுணர்வு தொடர்ந்து வருகிறது. ஆடு மாடு மேய்ப்பவர்கள், அவற்றை மேய்க்கும் போதும் சரி இரவில் பட்டிக்குக் காவலாய்ப்

படுத்திருக்கும்போதும் சரி, தூக்கமென்பது ஒரு கண் மூடி மறுகண் திறந்திருப்பதான ஓர் அரைத் தூக்கம்தான். எப்போது வேண்டுமானாலும் எது வேண்டுமானாலும் பிசகாகிவிடலாம். ஆடுகளின் மட்டுமீறலுக்குப் பதில் சொல்லியாக வேண்டிய இடத்தில், ஒன்றென்றால் கவுண்டர் மேலும் பல காலம் தண்டம் விதிக்கும் பணத்துக்கு உழைக்க வேண்டிய இடத்தில் – அடியும் உதையும் வசவுகளும் வாங்க வேண்டிய இடத்தில் அவற்றை மேய்த்து ஓட்டிவந்து பட்டியில் அடைக்கும் அந்தச் சிறுவர்கள் தானே இருக்கிறார்கள்? அதனால்தான் காடுகளில் ஆடு மாடுகளுடன் திரியும் சிறுவர்கள் வாழ்க்கையின் பாடுகளை வெகுவிரைவாகக் கற்றுக்கொள்கிறார்கள். மனித உறவுகளில் மனிதர்கள் புழங்குகிற சுற்றுச் சூழல்களில் மனிதர்களுக்கும் விலங்குகள் பறவைகள் நீருயிர்கள் ஆகியவற்றிற்கும் இடையே உள்ள உறவுகளில் காணும் பக்குவங்களை அந்தச் சக்கிலியக் குடிச் சிறுவர்கள் நேரடியாகக் கற்றுக்கொண்டு விடுகிறார்கள். அவர்களுக்குப் பெரும்பாலும் எல்லாம் தெரியும். காடுகளின் மர்மங்கள், முள்ளோடைகள், கிணறுகள், குளங்கள், பனைகள், வயல்கள், ஆடுகள், மாடுகள் சிறுசிறு தாவர வகைகள், காட்டுக்குள் காலம் வழங்குகிற தீனிகள், நுங்கு, பனம்பழம், மீன்கள், காடை முட்டைகள், கிளிக்குஞ்சுகள் என அவர்களுக்கு அத்துப்படியாகின்றன. வசவுகளும் அடிகளும் அரைவயிற்றுப் பட்டினியும் விரக்தி வேதனைகளும் அவற்றைத் தாண்டிய கும்மாளங்களும் கொதிப்புகளும் பொறாமைகளும் ஆதிக்கமும் அடிமைத்தனமும் பேரன்பும் வியாதிகளும் மருந்துகளும் அவர்களுக்குத் தெரியும். மெல்ல அரும்பி உறுத்துகிற காமத்தைப் பற்றியும் அவர்களுக்கான பார்வைகளும் தேடல்களும் உண்டு. இந்தப் புள்ளியில் அவர்கள் யாருடைய அந்தரங்கத்தையும் கொழித்துச் சலித்துக் கொட்டிவிட முடியும். காடு எனும் பிரம்மாண்டமான மாய உலகில் சுழன்று திரிந்தும் ஊர் என்னும் ஆதிக்க வெளிக்குள் பட்டுத் தெரிந்தும் அவர்கள் மிகச் சிறிய வயதுகளில் மிகப்பெரிய அனுபவங்களைப் பெற்றுவிடுகிறார்கள். வவுறி, நெடும்பன், செவிடி, மொண்டி போன்றவர்கள் ‘ஆமாம் போ’, என்பது போல எளிதாகக் கடந்து மேலேறிச் சென்றுவிட முடியும். வவுறி சின்னவளாதலால், தன் தந்தை வேலைசெய்யும் வெட்டுக்காட்டுக் கவுண்டர் பண்ணையத்தில் தன்னை வேலைக்குச் சேர்த்து விடுவார்களோ எனுமொரு சிறு அச்சம் தொடர்பவளாக என்றும் இருக்கிறாள். அவளைப் போலவே ஒவ்வொருவருக்குள்ளும் நிலைதவறிச் சற்றே தூரம் சென்று

மேய்ந்துவிடாதபடி முளைக்குச்சியில் கட்டப்பட்டிருக்கும் கயிற்றில் பிணிக்கப்பட்ட மாடு ஆடுகளைப் போல, எங்கே ஏதாவது தவறு நடந்துவிடுமோ எனும் சன்னமான, ஆனால் ஆழமானதோர் அச்சம் அவர்களின் நெஞ்சுக் கூட்டில் துடித்த வண்ணமே இருக்கிறது. காடு எனும் சுதந்திர வெளியிலும் ஊர் எனும் அதிகார வெளியிலும் அந்தச் சிறுவர்கள் பிறர் எவரையும்விட மிகுதியாகக் கற்றுக்கொள்கின்றனர்.

கூளையன் நுண்மனவாகு கொண்டவன். அவனது உருவம் சிறியதாயிருக்கலாம்; அவனுலகம் பெரியது; தனித் தன்மையானது. அவன் மேய்க்கும் ஆடுகள் அவனுக்குத் துணை. வவுறியின் அணுக்கமும் ஓயாத பேச்சும் அவனுக்கு எப்போதும் வேண்டும். அவளுடன் 'அஞ்சாங்கல்லு' விளையாட்டும் நட்புச் சண்டைகளும் அவனுள்ளத்தை விரும்பிக் கரைய வைப்பவை. பனைக் கூட்டங்களும் அந்த ரட்டகாலிப் பனையும் அவனுக்குத் தேவை. அதில் அவன் 'மரப்பல்லியைப் போல' ஒட்டிக்கொள்ளவே விரும்புகிறான். அந்தக் காட்டு மண்ணைப் போலவே அவனுக்குப் பனைகளும் பெருந்துணையாயிருக்கின்றன.

ஒவ்வொரு பனையும் அவனுடன் அந்தரங்கமாகப் பேசும். ஒவ்வொரு பனையின் ருசியையும் அவன் அறிவான். பாளை விடுவதும் முற்றுவதும் நுங்காவதும் கந்தழுப்பனைவிட அவனுக்கு நன்றாகத் தெரியும்.... மண்ணோடும் பனையோடும் காற்றோடும் கூளையன் கலந்துபோனான் *(ப.29)*.

மைனாக்கள் சண்டையிட்டுக் கூச்சலிடும்போது அந்தக் கூட்டத்தில் தான் எந்த மைனா என்று ஆர்வத்தோடு தேடுபவனாக அவன் இருக்கிறான். வெள்ளைக் குதிரையில் வேட்டைக்குச் செல்லும் வாமுனியைக் கனவில் கண்டு அச்சமும் பரவசமும் கொள்கிறான்.

தன் கவுண்டர் வீட்டுச் சிறுவன் செல்வன் காட்டுக்கு வந்து தன்னுடன் நெருக்கம் காட்டும்போது அந்த நெருக்கத்தை விட்டு விலகுவதும் நெருங்குவதுமாக, கூளையன் எச்சரிக்கை உணர்வோடு அந்த அணுக்கத்தை விரும்புபவனாகவும் இருக்கிறான். செல்வன் தன்னைப் பள்ளிக்கூடத்தில் ஆசிரியர் அடித்தார் என்று சொல்லும்போது, கூளையன் தன் 'மனத்தில் எங்கோ ஒரு மூலையில் லேசான சந்தோசம் கசிவதை' உணர்கிறான். கீழே செல்வன் காத்துக்கிடக்கப் பனையின் மேலேறிய கூளையன், கீழே இறங்கி வராமல் மேலேயே கள்ளைக் குடித்துவிட்டு அந்த உயர்ந்த பனையின் மேலிருந்து காட்டையே

பார்த்துக்கொண்டிருப்பதில் பரவசம் கொள்கிறான். தன்னை அடிமைப்படுத்தும் ஆண்டைகளின் குஞ்சு ஒன்றிடம் அவன் காட்டும் வீராப்பும் அவனுடைய எக்காளமும் வான்நோக்கி எழுகின்றன. செல்வனும் அவனும் பலவிடங்களில் ஒன்றாகச் சேர்ந்து சுற்றித் திரிகின்றனர். பனங்கொட்டைகளைப் பொறுக்கிச் சேர்க்கின்றனர். பட்டிக்குடுசில் செல்வனுக்கு உரிய கட்டிலில் தனக்கும் இடம் கிடைக்கும்போது அந்தப் புதிய அனுபவத்தை அவன் உள்ளூற விரும்பி அனுபவிக்கிறான். இங்கு ஆண்டை அடிமை முறைகள் கட்டவிழ்ந்து தளர்ந்து போவதை அவனுடைய நுண்மனம் ஏகமாய் விரும்புகிறது. பெரும் மழைக் காற்றில் பட்டி பெயர்ந்து மல்லாக்க விழும்போது கூளையனுக்குத் துணையாக, செல்வன் அனைத்தும் செய்கிறான். என்றாலும் ஆண்டைக்குசும்பு அவனிடம் இருக்கவே செய்கிறது. கூளையன் பனையிலேறிக் கள்ளைக் குடித்துவிட்டு அடக்கவே முடியாத சிரிப்பைச் சிரித்துக் கொண்டிருக்கிறான். அவனுடைய சுருங்கிய உள் உலகு பேரோசையோடு வெடித்துக் கிளம்புவதைப் போல, கூளையன் சிரித்துக் கொண்டேயிருக்கிறான். அந்தச் சிரிப்பின் முன் செல்வன் ஒரு துரும்பெனத் தூக்கி வீசப்படுகிறான். யதார்த்தம் கூளையனை அச்சத்திற்கும் எச்சரிக்கை உணர்விற்கும் பெருங்கவனத்திற்கும் உரியவனாகவே வைத்திருக்கிறது. அவனுள் வெடிப்புக் கொள்ளும் தான் கடந்த நிலை அவனுடைய சுருங்கிய உலகைப் படீரெனத் திறந்து காடெங்கும் பரவச் செய்வதாகிறது. அந்தச் சின்ன உடல், அவன் கனவில் கண்ட வாமுனியைப் போலவே வானத்துக்கும் பூமிக்குமாக வளர்ந்து நிற்கிறது. அத்தகைய அரிதான கணங்கள் எதையுமே அவனுடைய உள் உலகம் வாய்ப்பாகப் பயன்கொள்ளத் தவறுவதே இல்லை. அவன் தன் மனவுலகில் காடு கொள்ளாத அளவு எல்லாப்புறமும் வளர்பவனாகிறான். இப்படி விரிவு கொள்வது சின்னச் சின்ன கணங்களில் மட்டுமே! ஆனால் அதன் விரிவு எல்லையில்லாததாகிறது. பின் எப்பவும் போலச் சுருங்கியவனாகவே இருந்து கொள்கிறான்.

மொண்டி செவிடியின் வளர்ந்து வரும் உடம்பின்மீது ஒரு கண் வைத்து அவளுடைய அணுக்கத்திற்காக ஏங்கிக் கிடக்கிறான். இது நெடும்பனும் கூளையனும் வவுறியும் அறிந்ததே! செல்வன் அடிக்கடி வவுறியையும் கூளையனையும் இணைத்துப் பேசும்போதும் மொண்டியின் காமத் தகிப்புகளைப் பிறர் பேசிக்கொள்ளும்போதும் செவிடியின் மீதான நெடும்பனின் ஈர்ப்பை, ஏமாற்றங்களைப் பிறர் பேசிக்கொள்ளும்போதும்

கூளையன் கூச்சமும் அசூயையும் அடைகிறான். அத்தகைய வெளிப்படையான பேச்சுகள் அவனுக்கு உவப்பைத் தருவதில்லை. எல்லோருடனும் அவன் பழகுகிறான் என்றாலும், செல்வனின் அணுக்கத்தை அவன் மனம் உள்ளூர மகிழ்ந்து ஏற்கிறது என்றாலும், வவுறியின் வரவை அவன் மனம் எதிர்பார்த்துக் காத்துக் கிடக்கிறது என்றாலும் அவனுடைய ஒரு தனியுலகு பெரும்பாலும் அவனை எல்லோரிலிருந்தும் விலக்கி ஒருவகை அந்நியப் பட்டவனாகவே வைத்திருக்கிறது. அவன் காண்கின்ற கனவுகளும் அவனுடைய ஆட்டு மந்தையும் அவனுடைய வீரனும் ரட்டக்காலிப் பனையும் மைனாக்களும் என்று இயற்கை வயப்பட்ட ஒரு தனிமையுணர்வை அவன் எப்போதும் கவனத்துடன் பாதுகாத்து வருகிறான்.

பனையின் மேலேறிக் கள்ளைக் குடித்துவிட்டு, 'உடலைச் சுருட்டிக்கொண்டு தலையை மட்டும் மேலே உயர்த்திக்கொண்டிருக்கும் பாம்பு' போலும் மலையைப் பார்த்துக்கொண்டிருப்பதில் அவனுக்கு நேரம் போவதே தெரிவதில்லை. செல்வன் கீழே இருந்து கத்துகிறான். '... அவன் கத்தலும் திட்டலும் கூளையனின் குடிவெறியை மிகுவித்தன. மிகுந்த சந்தோசம் கொண்டான். மரத்திலிருந்து இறங்கவே அவன் மனம் பிரியப்படவில்லை. நிலவொளியும் காடும் மரங்களும் துளியும் மாறாமல் இப்படியே இருந்துவிட வேண்டும்....' (ப.147) என்று அவன் தனக்கான தனியுலகைச் சமைத்துக் கொள்கிறான்.

யதார்த்தத்தின் கொடூரமும் காடு தரும் ஆசுவாசமும் குருவிகளோடும் மரங்களோடும் செடிகளோடும் ஆடுகளோடும் அவன் கொள்ளும் உயிரோட்டம் மிக்க பிணைப்பும் எதிரெதிர்ப் பக்கங்களில் அவனை இழுத்துத் தம்மிடம் இருத்திக்கொள்ளப் பெருமுயற்சி செய்கின்றன. அவன் மரப்பல்லியைப் போல இயற்கையோடு ஒட்டிக் கலந்துவிடவே ஆவலுறுகிறான்.

தன் நிலைமையைக் கடந்த நட்பு விபரீதங்களில் ஆழ்த்திவிடும். கூளையனைச் செல்வன் நெருங்கி வருவதில் காட்டின் வசீகரம் ஒரு காரணமாகிறது. ஆனால் கூளையன் செல்வனை நெருங்க முடியுமா? பட்டிக் குடுசில் ஆடுகளுக்குக் காவலாகப் படுத்திருக்கும் கூளையனை, செல்வன் இரண்டாம் ஆட்டம் சினிமாவுக்கு அழைத்தபோது பதறிப் போகிறான். தன்னுடைய யதார்த்தம் என்ன என்பது கூளையனுக்கு நன்றாகத் தெரியும். பட்டியில் ஓர் ஆடு காணாமல் போனால் கூட, அதனால் உண்டாகும் எல்லா விளைவுகளும் அவன்

தலையிலேயே வந்து விடியும். செல்வனின் வற்புறுத்தலால் சினிமா பார்த்துவிட்டு வந்து ஓர் ஆட்டைத் தொலைத்துவிட்டுப் படாதபாடு பட்டுவிடுகிறான். அவன் நினைத்தது போலவே அவனுடைய உழைப்பையே மீண்டும் அவன் தண்டமாகத் தர வேண்டியிருக்கிறது. அதனால்தான் அவன் எல்லாவற்றிலிருந்தும் ஒதுங்கியிருக்க விரும்புகிறான்.

ஏதேனும் ஒரு பிசகு நேர்ந்துவிட்டால் என்னென்ன விளைவுகளைச் சந்திக்க வேண்டியிருக்கும்? அவனுடைய பிறப்பே ஒரு எச்சரிக்கை மணியாக அவனுடைய சின்ன இதயக்கூட்டில் எல்லாப்புறமும் ஊசலாடிக் கொண்டேயிருக்கிறது.

மந்தைகள் மேய்ந்து கொண்டிருக்கையில் ஒரு பூங்குட்டி சற்றே கண் மறைந்துவிடக் கூடாது. ஆடு குட்டி ஈனும் போது ஆட்டுக்கும் குட்டிக்கும் ஏதும் தீம்பு நேர்ந்துவிடக் கூடாது. கண் அசரும் நேரத்தில் விளைந்த காட்டில் அவை புகுந்துவிடக் கூடாது. பட்டிகளில் இரவு நேரம் காவலை மீறித் திருடு போய்விடக் கூடாது. அக்கம் பக்கத்து வயற்காடுகளில் வம்பு வழக்கு என்று சிக்கிக்கொள்ளக்கூடாது. எத்தனையோ கட்டுப்பாடுகள் அவனின்மேல் சுமத்தப்பட்டிருக்கின்றன. அவர்களுடைய எல்லாக் கொண்டாட்டங்களிலும் எல்லாத் தேடல்களிலும் விலகாது நிற்கும் ஆடுகள் பற்றிய கவனம் அவர்களிடம் இரண்டு வெவ்வேறு நிலைப்பட்ட மன அமைப்புகளை உருவாக்கிவிடுகிறது. ஒன்று தங்கள் பண்ணையக் கவுண்டர்களைக் குறித்த அச்சம். இன்னொன்று, தொடர்ந்து வற்புறுத்தப்படும் கவன உணர்வால் அந்த ஆட்டு மந்தைகள் மீது இயற்கையாகத் தோன்றிவிடும் ஓர் அன்பின் ஈர்ப்பு. எப்போதும் அவர்களின் அச்சவுணர்வை அந்த அன்பின் செழுமை வெல்லத் துடித்துக்கொண்டேயிருக்கிறது.

மற்றெவரைவிடவும் கூளையன் இந்த எச்சரிக்கையுணர்வு நுட்பம் உடையவன். அவனுடைய தனிமை, காடு இவை குறித்த ஈர்ப்பும் பண்ணையக்காரர்கள் பற்றிய அச்சமும் எச்சரிக்கையுணர்வும் ஒன்றுக்கொன்று உளத்தொடர்பு உடையவை. செல்வனுடன் சினிமாவுக்குச் சென்றுவிட்டுப் பட்டி ஆடுகளில் ஒன்றைப் பறிகொடுத்து நின்றபோது அவன் அடைந்த அவஸ்தைக்கு அளவேது? இரவு பகல் எல்லா நேரமும் பண்ணைய வேலைகள், ஆட்டுப்பட்டியே கதி என்று இருப்பவன் ஏதேனும் பெரிய தவறு செய்து, கவுண்டரிடம் மாட்டிக்கொள்ளும்போது மட்டுமே, கவுண்டர் கூறப்போகும்

உத்தரவுகள் கறார்த் தனங்களைக் கேட்க அவனைப் பெற்றவர்கள் வரவேண்டியது இருக்கும். தாய் தந்தையரைப் பிரிந்து காடுகளில் அலையும் அந்தச் சிறுவர்கள் தங்கள் பெற்றோரைச் சந்திக்க நேர்வது, பெறும் தவறுகளைச் செய்து, தங்கள் பண்ணைகளிடம் மாட்டிக் கொள்ளும் போதுதான். அவமானமும் குற்றவுணர்வும் சூழ்ந்திருக்கும் நிலையில் கூளையன், அவனைப் போன்றவர்கள் தங்கள் பெற்றோரைக் கண்ணீரோடும் மௌனத்தோடும் நெஞ்சு முழுக்கக் காலியாகிவிட்ட வெறுமை உணர்வோடும்தான் காண முடிகிறது. எப்போதாவது கறிச்சோறு சாப்பிட வேண்டிச் சக்கிலி வளவு சென்றாலும் விடிவதற்குள் பண்ணையத்திற்கு ஓடிவிட வேண்டும். பெரிய மனுசத்தனமும் காடும் வெடித்தழ முடியாத பிஞ்சு வயதின் மனத்துயரமும் எல்லாம் கலந்து இவர்கள் ஒருமாதிரி சிறுசிலேயே அனுபவப் பழமாகி விடுகின்றனர். கூளையன் நுட்பமானவனில்லையா? எது அவனைத் துரத்துகிறதோ அதன்மீது வெறுப்பும் எது அவனை அரவணைக்கிறதோ அதன் மீது ஈர்ப்புமாக அவை தரும் முரண் இருப்பில் அலைபட்டுக் கனவுகள் கண்டு அலமரலுற்று எழுபவனாக இருக்கிறான்.

அவனுக்குத் தெரியும், தனக்கிடப்பட்ட பணியில் கண்ணில் சிக்கும்படியான வாகான தவறுகள் நேர்ந்துவிட்டால் அடிவாங்கிக் கட்டிக்கொள்ள வேண்டியதுதான் என்பது. அந்த வரலாறுகளையும் அவன் கேட்டிருக்கக் கூடும். நேரடியாகவும் கண்டிருக்கிறான். நெடும்பன் தன் பண்ணைக்கார வீட்டு ஆடுகளை மேய்க்கும்போது சற்றே தவறிவிட, சோளப் புடைப்புகளை மென்ற ஆடுகளில் மூன்று இறந்துவிடுகின்றன. இறந்த ஆடுகளுக்கு யார் பதில் சொல்வது? தண்டம் கட்டுவது? அடிவாங்குவது? நெடும்பன் அருகில் உள்ள நகருக்கு ஓடிவிடுகிறான். அங்கே பன்றிக்கறி விற்கும் கடையில் சேர்ந்து இரண்டு மூன்று நாட்கள் தேடலுக்குப் பின்னால் அகப்பட்டுக் கொள்கிறான். அவனை அடித்துப் பின்னியெடுக்கிறார்கள். அகப்பட்டுக்கொண்ட நெடும்பனைக் குறித்து, கூளையனின் அகவுலகம் பலவகையான கற்பனைகளைச் செய்து பார்க்கிறது. நெடும்பன் எல்லாவற்றையும் கடந்து திரும்ப வந்துவிடுவான் என்று அவனுக்குத் தோன்றுகிறது. அவன் வாங்கும் அடிகளைக் குறித்த எண்ணம் கூளையனுக்கு அவன்மேல் வாஞ்சையுணர்வை ஏற்படுத்தியிருக்க வேண்டும்.

கூளையன் வளர்த்த ஆட்டுக்கிடாய் வீரன் ஓடக்காட்டு மகாமுனிக்குப் பலிகொடுக்கப்பட்டபோது, மிகப்பெரும் தனிமையுணர்வை அவன் அடைகிறான். பாறைமேல் உட்கார்ந்து

அழுகிறான். தனக்கு மட்டும் இப்படி ஏன் வாய்த்தது என்று நினைக்க அவனுக்குள் அழுகை கூடுகிறது. யாரும் இல்லாதிருப்பது மனம் விட்டு அழுவதற்கு வாய்ப்பாக இருக்கிறது அவனுக்கு. அவனுக்குத் தன்மீதேயே வெறுப்புத் தோன்றுகிறது. வீரனுக்குப் பிறகு கிடாக் குட்டிகளுக்குச் செல்லம் கொடுத்து வளர்க்கக் கூடாது என்று தோன்றுகிறது. இங்கு வெட்டுப்பட்டுப் பலியான வீரனும் கூளையனும் வேறுவேறல்லர். தானும் வீரனும் ஒன்றே என்பது கூளையனின் அடிமனத்திற்குத் தெரிந்திருப்பதே அவன் துயருக்குக் காரணம். நெடும்பன் வாங்கிய அடிகளும் வீரனின் பலியும் ரணம்மிக்க அவனுடைய மனத்தை ஆழ்ந்த துயருணர்வுக்குள் தள்ளிவிடுகின்றன. நெடும்பனுக்கு நேர்ந்தது தனக்கும் நேரலாம் என்கிற உண்மையும் அவனுக்குத் தெரிந்துதானிருக்கிறது.

இத்தகையதொரு பெரும் தனிமையுணர்வுக்கு மருந்தாகவும் துயரங்களுக்கு மாற்றாகவுமே காட்டின் அதீதவெளிகளில் அவன் அநாயாசமாக உலகுகிறான். பூளைப்பூக்களை உருவிக் காற்றில் பறக்கவிடுதல்; காட்டின் வெளியையே நிரப்பிவிடும் ஒரு பறவையாகத் தானே மாறவேண்டும் எனும் வெறி; அதனால் உடம்பில் பரவி அதிரும் ஒரு துள்ளல் என்று தொடர்ந்து அவன் தன்னை இயற்கையின் வெளியில் கரைத்துக் கொள்ளவே அவாவித் தவிக்கிறான்.

அய்யக்கவுண்டடம் பாளையத்துத் தோப்புக்கவுண்டர் காட்டில் நெடும்பனைத் துணைக்கழைத்துக் கொண்டு, கூளையன் தென்னையேறித் திருட்டுக்காய் பறித்து மாட்டிக் கொள்கிறான். கூளையனுடைய கவுண்டருக்கும் தோப்புக்கவுண்டருக்கும் இடையே இருந்த முன்பகை காரணமாகக் கூளையன் தன் கவுண்டர் முன் நிறுத்தப்படுகிறான். தன் தன்மானத்தின் மேல் அழுந்தப் பதிந்துவிட்ட எதிராளியின் அடி கூளையனின் கவுண்டருக்கு ஆவேசத்தை உருவாக்குகிறது. கூளையன் தன் கவுண்டருக்குப் பெருத்த அவமானத்தை வாங்கித் தந்தவன். தோப்புக் கவுண்டரிடம் மாட்டியதிலிருந்து, ஊர், கவுண்டர் வீடு வந்து சேரும்வரை அடி உதைகளை வாங்கி வந்தவன், அப்படி வரும்போதே மனத்தையும் உடலையும் இறுக்கமாக்கிக் கொள்கிறான். இந்தக் கவுண்டரைப் போலவே தன்னுடைய கவுண்டரும் அடித்துத் துவைக்கப் போகிறார். அவனுக்கு உடல் விரைத்துக் கொள்கிறது. அவன் அத்தகைய கதைகளைக் காட்சிகளைக் கேட்டும் கண்டும் வந்தவன்தானே? ஏற்கெனவே

வெறுமையுற்றுக் கிடக்கும் மனம் உடல் எதிர்கொள்ள வேறு என்ன வலி, வலிகள் இருக்க முடியும்?.

ஆனால் அதிகாரம் காலத்துக்குத் தக செய்த தவறுகளுக்குத் தக, கொடும் தண்டனைகளைத் தந்து இந்த உலகை நிமிர்த்திக் காட்டத்தானே வேண்டும்? இதுவரை அறிந்திராத புதுவகை, அனுபவத்திராத வலியை, தண்டனையைத் தந்தால்தானே தன் பண்ணையத்து ஆள்காரன் இன்னொருவன் காட்டில் கை நீட்டமாட்டான்? கவுண்டச்சி சொல்லச் சொல்லக் கேட்காமல் கவுண்டர் கூளையனைத் தலைமுதல் கால்வரை வரிந்துகட்டி ஏற்றக் கிணற்றில் தலைகீழாகத் தொங்கவிடுகிறார். கூளையனில்லை; இத்தகையதொரு சரியான தண்டனையை யார்தான் நினைத்துப் பார்க்கவும் கூடும்?

வாழ்நாளுக்கும் ஆற்றிக் கொள்ளவே முடியாத ரணமாகச் சொதசொதத்துக் கிடக்கும் இந்தப் பாழனுபவத்தை, கூளையனால் மறக்க முடியுமா? அவன் இனிக் கைநீட்டி ஒரு பொருளைத் திருட்டாகத் தொட்டுவிடத்தான் முடியுமா? துரியம் கடந்து துரியாதீதம் எனும் வெட்டவெளியைக் காணும் அனுபவம் சித்தர்களுக்கும் ஞானியர்களுக்கும் பெருந்தவங்களால், புலன்களைச் சுருக்கி ஒடுக்குவதால் கிடைக்கக் கூடும்? கூளையனைப் போலும் வெகு சாமானியர்கள் வெட்டவெளி தரிசனம் காண்பதற்குக் கடவுளோ இயற்கையோ என்ன வழி வைத்திருக்கிறது? கூளையன் அடையும் தண்டனை சகித்துக்கொள்ளவோ கடந்து செல்லவோ முடியாத பெருந்துயராக வாசகரை வந்து பற்றுகிறது. கடக்க முடியாதவர்களுக்குத்தான் அது பெருந்துயர். மீட்கப்பட்டு அரை மயக்கத்தில் கிடக்கும் அவன் முன் தோன்றும் தவளையின் கண்களும் மீனின் நீர் விசிறலும் அவன் சோற்றுப் போசியில் தவளைகளின் குவியலும் வலியும் முனகலும் கையற்ற வாழ்க்கை சந்திக்கும் மிக முக்கியமான - அவலம் நிறைந்த மறக்கவொணாத - அவனை இதுவரை இருந்த தன்மையிலிருந்து தளமாற்றம் செய்கிற ஒரு சுழிப்பு அவன் அடையும் தண்டனை. அவன் இனி, தாயை, தந்தையை, சக்கிலிவளவை, தன் பாட்டியை எல்லாவற்றையும் பார்க்கும் அந்தப் பிஞ்சுப் பார்வை மாறிவிடும். ஏற்கெனவே தனிமைக்குள்ளும் வெறுமைக்குள்ளும் தன்னைப் புதைத்துக் கொண்ட அவன் இனிப் பழைய கூளையனில்லை. அவனுக்குள் வேறொரு புதிதான பெரிய மனுசத்தனம் வந்து ஒட்டிக்கொள்கிறது.

இரா. கந்தசாமி

‘எங்கும் அழிவு இன்பத்தை உண்டாக்குவதில்லை. எல்லா அழிவுகளும் வேதனையைப் பரப்புகின்றன. பயிர்களின் வளர்ச்சி புடைகட்டும் பருவத்தோடு நின்றுவிடக் கூடாதா என்று மனம் ஏங்கும்...’ *(ப. 245).*

அழிவுகளின் கதையில் அந்தச் சிறுவன் கடைசியில் பட்டது தாளவே முடியாதது. காலமும் இடமும் புடைப்பெயர்ச்சி இன்றி அப்படியே உறைந்து போக வேண்டும் எனும் பெரு வேட்கை உருவாவதன் பின்னணியில்தான் எவ்வளவு கண்ணீர்? பயிர் வளர்ந்த நிலம் கூட அறுவடைக்குப் பின் மூளியாகக் கிடப்பதாகத் தோன்றும் அளவு வெறுமை கூளையன் போன்றவர்களை, கடுமையான அந்நியமாதலுக்கு ஆட்படுத்திவிடுகிறது. இங்கு வேதனைகள், வெறுமை, தனிமையுணர்வு, அழிவின் உச்சநிலை, அனுபவம் இவைதான் கூளையனைப் போலும் சாமானியர்களுக்குக் கிடைக்க நேர்கிற வெட்டவெளி தரிசனத்துக்கான பாதையாகும். தன் அப்பன் ஆத்தாள்கூட அந்தக் கனத்த வெறுமையைத் துடைத்தழிக்க இயலுவதில்லை. அவனுக்கு இனி எல்லாமே வெகுசாதாரணம் தான். வாழ்வு, சாவு, விருப்பு, வெறுப்பு, துக்கம், இன்பம் எல்லாம் ஒன்றுதான்.

ஆடுகளைப் குளிப்பாட்ட நெடும்பன், வவுறி, பொட்டி இவர்களோடு கூளையன் எல்லோரும் கிணற்றில் குதிக்கும்போது கவுண்டர் வீட்டு, செல்வனும் குதிக்கிறான். எல்லோரையும் அவன் நீரில் அழுத்தி மூழ்கவைத்து மூச்சுத் திணற வைக்கிறான். ஆடுகளையும் அவன் விடுவதில்லை. ‘என்ன மசுருக்கைய்யா என்னோட ஆட்ட அழுத்தற... செத்துப்போச்சுன்னா நீயா வந்து நிக்கப்போற...’ என்னும் கூளையனின் கேள்வியில் அச்சமோ தயக்கமோ இல்லை.

அவன் கிணறு அவன் என்ன வேண்டுமானாலும் செய்வான். செல்வனுடைய அதகளத்தில் எல்லோரும் நிலைகலங்கிப் போக, கூளையன் பேசிய கோபப் பேச்சில் வெறியேறி, ‘என்னடா சொன்ன சக்கிலி நாயே...’ என்று சொல்லியபடியே செல்வன், கூளையனை அழுத்திக்கொண்டே இருக்கிறான். தன்னையும் வவுறியையும் இணைத்துச் செல்வன் பேசிய வசைச் சொல்லில் கூளையன் ஆவேசம் கொண்டவனாக, செல்வனை ஆழ அழுத்துகிறான். செல்வன் மேலே வரவே இல்லை. செல்வனைத் தேடி ஆழத்தில் குதித்து மூழ்கும் கூளையன் ஒருவேளை செல்வனை உயிரோடு கண்டிருந்தால் மீண்டும் இந்தப் பாழுலகிற்குத் திரும்பியிருக்கக் கூடும். ஆனால் திரும்பி

வராத செல்வனைத் தேடி அவன் யாராலும் தொடமுடியாத ஆழத்திற்குள், அடர் கருமைக்குள் கலந்து முடிவற்ற ஆழத்தைக் காண விழைகிறான்.

கூளையன் பெறுகின்ற வாழ்க்கை ஞானம் இதுதான். பெரும் வடுப்போல, வாழ்வினொரு தெளிவின் துளிபோல, கூளையன் நம்முடைய நீர் வெளிக்குள்ளும் மூழ்கிக் கலைந்து போகிறான்.

படைப்பாளி ஒருவர் இம்மாபெரும் தாவர சங்கமத்துள் இப்படியொரு தனித்த புள்ளியைத் தொட்டு விளக்குவது என்பது அசாத்தியமான ஒன்றுதான். மெல்லுணர்வு கொண்ட எவரும் இப்படி – ஒரு கூளையனைத் தங்களுக்குள் வளர்த்து வந்திருக்கக் கூடும். கூளையனைப் போலும் – இறந்த பிறகும் இறந்து போகாமல் அலைந்து கொண்டிருக்கும் பாழனுபவங்கள் படைப்பாளிகளுக்கு முன்பின்னாக வாய்த்துக் கொண்டிருக்கலாம். ‘வலிகள்தாமே வரலாறுகளாகின்றன’ என்று மோனைத்தொடை செறிய வாழ்வைக் கவித்துவமாகப் பேசலாம்தான். ஆனால் அதற்கு எல்லாக் காலங்களிலும் நாமொரு கூளையனைக் காவு கொடுக்க வேண்டியிருக்கிறது. ‘எம்முளும் உளன் ஒரு பொருநன்’ என்று ஔவை செவ்வியல் காலத்தின் பனுவலை உருவாக்குகிறாள் என்றால், ‘நம்முளும் உளன் ஒரு கூளையன்’ என்று கூளமாதாரி எனும் விளிம்புநிலைப் புதினத்தை முன்வைத்துச் சொல்லத் தோன்றுகிறது.

பயன்பட்ட நூல்

1. பெருமாள்முருகன், கூளமாதாரி, காலச்சுவடு, நாகர்கோவில், திருத்தப்பட்ட மூன்றாம் பதிப்பு, 2014.

7

பெருமாள்முருகன் சிறுகதைகள்: பொதுபுத்தி மனக்கோணலை நிமிர்த்தும் 'கழிப்பறையின் கிரகப்பிரவேசம்'

கல்யாணராமன்

இன்று வரையிலுமான தமிழ்க்கவிதையின் கொடுமுடியாகச் சங்க இலக்கியம் கருதப்படுவது போலவே, நவீனத்தமிழின் உச்சமாகச் சிறுகதைகளே அறியப்படுகின்றன. பாலை பாடிய பெருங்கடுங்கோவும் குறிஞ்சிக்கபிலனும் அகவன்மகளே ஔவையும் ஞாயிறுகாயும் வெள்ளிவீதியும் தொடுவுழிப்பரணர் முதலிய சங்கப்புலவரும் எவ்வாறு எல்லைக்கல்களாகக் கவிதையில் நிற்கிறார்களோ, அப்படித்தான் புதுமைப்பித்தனும் கு.ப. ராஜகோபாலனும் மௌனியும் கு. அழகிரிசாமியும் தி. ஜானகிராமன் முதலியோரும் சிறுகதையில் தொடுவானாகத் தொடர்ந்து நிலைபெற்றிருக்கிறார்கள். ஒரு கலை வடிவம், அது தொடங்கும் காலத்திலேயே ஆகப்பெரும் வீச்சுடன் வெளிப்படுவது, தமிழில் கவிதையிலும் சிறுகதையிலும்தான் நிகழ்ந்திருக்கிறது. இதன் விளைவாக, இம்மொழியில் கவிதையும் சிறுகதையும் எழுத முன்வருகிறவர்கள் யாராயினும், அடிப்படையிலேயே அவர்கள், மகத்தான ஆக்கங்களோடு மோதி, அவற்றைக் கடந்து முன்செல்லும் படைப்பு நெருக்கடிக்கு

முகந்தரவேண்டியுள்ளது. இந்நெருக்கடியைத் தம்மை வழிநடத்தும் அறைகூவலாக ஏற்றுக்கொண்டே, சிறுபத்திரிகை மரபுவழித் தமிழ்ப் படைப்புலகிற்குள் நுழைந்தோர், பெறுமதியான சிறுகதைகளை உருவாக்கும் பெரும் பணியில் மலையேறும் உத்வேகத்துடன் ஈடுபட்டுள்ளனர். சூழல் எவ்வளவு பாதகமானதாயிருந்தபோதிலும், பெருந்திரள் வாசகர்களின் பாராமுகத்திற்கிடையிலும், மானுட வாழ்வைத் தொடர்ந்து கவனித்துப் புனையும் காத்திரமான இச்சிறுகதைக் கதைஞர்களுள் ஒருவராகப் பெருமாள்முருகன் பெறும் முக்கியத்துவத்தைத் துலக்கிக் காட்ட முனைவது, இக்கட்டுரையின் இலக்காகும்.

தீண்டும் சாதிகளுக்கும் தீண்டாச் சாதிகளுக்குமான வர்க்க இணக்கத்தையும் சாதிப் பிணக்கத்தையும் எழுதுபவையாகப் பெ.மு. சிறுகதைகளை வரையறுக்கலாம். சக மனிதர்களே சக மனிதர்களிடம் ஏற்படுத்தும் நீங்கா வடுக்களையும் புரையோடிப்போன புண்களையும் பெ.மு. தடங்காட்டுகிறார். குரூப்-1 தேர்வெழுதிய இரு மாணவர்களில் ஒருவனுக்கு வெற்றி; குரூப்-2 முடிவுக்குக் காத்திருக்கிறான் மற்றவன். இருவருக்கும் ஆசி வழங்குகிறார் ஆசிரியர். அவர் வீட்டில் ஒரு தகர நாற்காலியும் ஒரு பெஞ்சுமே இருக்கின்றன. குரூப்-1இல் தோற்றவன், நாற்காலியில் அமர்ந்துவிடுகிறான். வெற்றி பெற்றவனுக்கோ பெஞ்சுதான் கிடைக்கிறது. அப்படியில்லை; இயல்பாக நடந்த ஒரு சம்பவத்தைப் படிநிலைச் சமூகத்தின் முக்கியப் பிரதிநிதியான ஆசிரியரின் மனம் இப்படிப் பேத உணர்வுடன் அசைபோடுகிறது. இது புனைவில் வெளிப்படையாகாமல், தொனியாகவே முன்வைக்கப்படுகிறது. 'டீ' போட்டு எடுத்து வருவதற்காக ஆசிரியர் உட்சென்றுவிட்டு மீண்டும் அறைக்குள் சின்னப் பீங்கான் தேநீர்க் கோப்பைகளுடன் வந்தபின் காட்சி மாறிவிடுகிறது. வென்றவன் தகர நாற்காலிக்கும், தோற்றவன் பெஞ்சுக்கும் இடம்மாறிவிட்டிருக்கின்றனர். இது இயல்பாக நடந்ததில்லை என்றாலும், ஆசிரியருக்கு இம்மாற்றமே ஆசுவாசமளிப்பதாயுள்ளது. பொருளைவிட மகிழ்ச்சிதான் பெரிது என்பது மனதுக்குத் தெரிவதில்லை என்றும், சம்பவங்களோடு தொடர்புபடும் போதே பொருளுக்கு அர்த்தம் உருவாகிறது என்றும், தேவையைப் பொருள் அதிகரித்து விடுகிறது என்றும் ஆசிரியர் யோசிக்கிறார். இது திட்டவட்டமான ஒரு வர்க்கப் பார்வையாகும். 'மாலை நேரத் தேநீர்' என்ற இக்கதை, சாதிரீதியாக மேலிருந்து கீழே அடுக்கப்பட்ட ஓர் ஆண் முதன்மைச் சமூகத்திலும், அதிகாரம் சார்ந்த வர்க்க

உணர்வு எவ்வளவு உளவியல் அழுத்தத்தைத் தொடர்புடைய தனிமனிதர்மீது தூண்டிவிடுகிறது என்பதைத் துல்லியமாய்ப் புலப்படுத்தும் பண்பாட்டு ஆவணமாகியுள்ளது.

தொட்டுப் பொட்டிடத் தூண்டும் தன் கருப்பு நிறத்தால் தொடர்ந்து பிறரால் சீண்டப்படுவதை முறியடிக்கச் செக்கச் சிவந்த அரவிந்த்சாமியைத் தன் வழிபாட்டு நாயகனாக்கிக் கொள்கிறாள் சரஸ்வதி. கல்லூரிக் காலத்திலிருந்து தொடங்கி, ஆசிரியை வேலை பார்க்கும் இப்போது வரையிலும், அரவிந்த்சாமி பற்றிய சரஸ்வதியின் பெருமிதம்தான், பிறரின் நிற இழிவுப் பேச்சிலிருந்து அவளைக் காத்து வருகிறது. 'தார்ல போட்டுப் பொரட்டி எடுத்தாப்ல எங்கடி இப்பிடி வந்து பொறந்த?' எனப் பெற்ற தாயே கேட்கிறாள். மூன்று தங்கைகளுக்கும் தம்பிக்கும் மணமாகிவிட்ட பின்னும், முதிர்கன்னியாகக் குடும்பத்திற்காகவே உழைத்துக் கொண்டிருக்கிறாள் சரஸ்வதி. மாசுமருவற்ற உருண்டை முகமுள்ள அரவிந்த்சாமியைப் போன்ற செக்கச் சிவந்தவனைக் கணவனாக அடையும் கனவே, அவளுக்கு மேற்கொண்டு படிக்கவும் உற்சாகமாக முன்னேறவும் கைப்பிடித்து வழிகாட்டவும் ஊக்கமளிக்கிறது. 'இனி அவள் திருமணம் செய்துகொள்ளமாட்டாள் என்று ஒருவழியாய் முடிவெடுத்து எல்லாரும் நிம்மதியானார்கள்' என்று ஒரு வரி, இக்கதையில் வருகிறது. நாற்பது வயதானவளின் உள்ளத்தில், வளரிளம் பருவத்திலேயே எழுதப்பட்டுவிட்ட அரவிந்த்சாமியின் வாலிப முகம் அழியாது நிலைத்துவிடுகிறது. வயதான அரவிந்த்சாமியைப் பத்திரிகைகளிலும் திரையிலும் பார்ப்பதைச் சரஸ்வதி தவிர்க்கிறாள். ஆனால், அரவிந்த்சாமி ரீ—என்ட்ரி பற்றிய சக ஆசிரியர்களின் வம்புப்பேச்சால், பத்தாண்டுக்குப் பின்னர் மீண்டும் அவள் அகம் கிளர்ச்சியுறுகிறது. ஒருமுறை பத்திரிகையில் முதுமையுற்ற தன் நாயகனின் முகத்தைப் பார்த்துவிட்டால், பிறகு தன் உள்ளத்தில் எழுதிக்கொண்ட இளம்முகம் சிதைந்துபோகும் என நினைக்கிறாள். மாலைநேர இலவச டியூஷன் சேவையை மறந்து, பத்திரிகைக்காக நடக்கையில், ஆறாம்வகுப்பு வகிதா எதிர்ப்பட்டு, 'இன்னைக்கு டூசன் இல்லையா டீச்சர்?' என்கிறாள். அருகிலிருக்கும் இப்பிஞ்சு முகத்தைப் பிடித்துக் கொண்டு, அரவிந்த்சாமி முகத்தை உதறிவிடுகிறாள். வகிதாவின் கருமுகத்தில் இன்னொரு சரஸ்வதி தெரிந்திருக்கலாம். இதை வர்க்க இணக்கமென்றும், இயங்கியல் நோக்கிலிருந்து நீட்டிக்கொள்ளலாம்.

முழுக்கிராம வாழ்வோ, முழுநகர வாழ்வோ பெ.மு. கதைகளில் இல்லை. நகரம் குறுக்கிடும் கிராம வாழ்வும், கிராமம் நீங்கிவிடாத நகர வாழ்வுமே பெரிதும் சித்திரிக்கப்படுகின்றன. நகரம் என்று சொல்லும்போது, புறநகரம் அல்லது நகர்ப்புறம் என்றே பொருள் கொள்ளவேண்டும். பெ.மு.வின் கதைகளில் பெருநகரங்களில்லை; அப்படியே வந்தாலும் வெறும் பெயர்சுட்டலாக மட்டுமே அவை வருகின்றன. கொங்கு வேளாண் வாழ்வின் நினைப்பின்பக் களிப்புகளும் துயரங்களின் ஞாபக மீட்டல்களுமே பெ.மு. கதைகளில் பேசப்பட்டுள்ளன. வழிவழியாக மாறிவரும் உள்ளூர்ப் பண்பாடும் வெளிக்கலப்புத் தலைநீட்டல்களும் யதார்த்தத் தர்க்கத்துடன் முரண்படாதவாறு கதைக்கோலம் பூண்டுள்ளன. சாதி, மதம், குடும்பம், ஊர், நாடு முதலிய அதிகார அமைப்புகள் எவ்வளவு வன்முறையைத் தம்முள் பொதிந்துள்ளன என்பதையும் கூட்டுவாழ்வின் ஒற்றுமை எவ்வாறு சிதைக்கப்பட்டுத் தனிநலன் குறுக்கல்களாகத் தேய்ந்துள்ளன என்பதையும் விண்டுகாட்டுகிறார். பொருளைப் பயன்படுத்திவிட்டுத் தூர எறிந்துவிடும் பண்பாட்டை விரும்பி உலகமே வரித்துக்கொண்டிருக்கும் இந்தக் காலத்தில், மனிதர்களுக்கே மரியாதையில்லாதபோது, வேளாண் வாழ்விற்குத் துணை நின்று கிழடுதட்டிவிட்ட எருமைக்கெல்லாம் கறிவெட்டும்வரை உபயோகமிருக்கிறதே என்றெண்ணித் திருப்திகொள்ளச் சொல்கிறார்கள் பொருள்வயிற்பட்டோர். அவ்வளவு வலிமை பழகாத தாய், கிழட்டெருமையை விற்பதற்கும் எதிர்ப்புத் தெரிவிக்கிறாள். ‘எருமப் பைத்தியம் புடிச்சே இவளக் கொண்டோயிருமாட்டம்’ என்கிறார் கணவர். அவள் மடப்பம், இவருக்குக் கேலிப்பொருளாகிறது. பல கன்றுகள் ஈன்ற எருமை, கடைசியில் ஒருபடிப் பாலோடு, ஏவாரிக்கு விற்கப்படுகிறது. சனிச் சந்தைக்குப் போன எருமை, சில நாளில் எப்படியோ மீண்டும் இவர்கள் வீடு தேடிவந்துவிடுகிறது. இது சாதாரண விஷயமில்லை என்கிறது ஊர். இது வெறும் எருமை பற்றிய கதைதானா? வேறு நாடுகளுக்குப் புலம்பெயர்ந்தோர் நினைவுகளிலும்கூட இத்தகைய எருமைகளே அசைபோட்டபடி படுத்துறங்குகின்றன! இந்த மனஎருமைகளை உசுப்பிவிடும் கதையே இது எனப் பெருநகரத்தானின் பார்வையிலிருந்து, இதை மேலும் அகலப்படுத்தலாம். ‘வித்த எருமை எங்கட்டுத்தரயத் தேடித் தானாவே வந்திருச்சு. நான் வளத்த சீமாட்டி அவ. என்னய உட்டுப் போவ மாட்டீங்கறா. தேடி வந்து கட்டுத்தரயில நின்னவள வெரட்டி உடமாட்டன். வாங்குன

பணத்தத் திருப்பிக் குடுத்தர்றன். வாங்கிக்கிட்டுப் போவச் சொல்லுங்க. எருமதான் வேணுமின்னா எஞ்சவத்து மேல ஏறிப் போயிப் புடிச்சுக்கிட்டுப் போவட்டும்' என்கிறாள். இக்கதைக்குப் பெ.மு., 'எருமைச் சீமாட்டி' எனப் பொருத்தமாய்த் தலைப்பிட்டுள்ளார். 15.05.2013இல் எழுதப்பட்ட இக்கதை, குடியேற்ற உரிமைப் பிரச்சனை பற்றியெரியும் இந்த 2020இல், வேறொரு நுண்பரிமாணம் பெற்று விடுவதையும் வாசகர்கள் கவனிக்கவேண்டும்.

ஒரு நாடோடிக் குடும்பம். தாத்தா பாட்டியுடன், பெரியப்பன் குடும்பமும் சித்தப்பன் குடும்பமுமாய் 12,13பேர். ஏழெட்டுவயதுச் சிறுவன் குமரேசன் தாத்தனோடு தொத்திப் பன்றிக்கறிக்குச் செல்கிறான். 'ஊர் முழுக்கக் குடியானவர்கள் வசித்தனர். அந்தப் பெண்கள் பன்றிக்கறி சமைக்கவும் மாட்டார்கள். சாப்பிடவும் மாட்டார்கள். ஆனால், ஆண்களை அப்படிச் சொல்லமுடியாது. அவர்கள் பன்றி வெறியர்கள்' என்ற பின்னணியுடன், 'வறுகறி' கதைக்குள் நுழையும்போதே, கிராம வாழ்வின் இரட்டை மனநிலையை விளங்கிக்கொண்டுவிடமுடியும். 'பன்றிக்கறி தின்பவனைத் தாழ்த்தியும் பேசவேண்டும்; பன்றிக்கறியை ருசிக்காமலும் விட்டுவிடக்கூடாது' என்ற இச்சாதிய உள்முகத்தின் சிதிலமே இக்கதை. வெள்ளையனுக்கும் செல்லையனுக்குமான வேம்புத் தகராறைத் தீர்த்துக்கொள்ளும் களமாகிறது, பன்றியைக் கூறுபோடுமிடம். பன்றியைத் தேர்வு செய்வதிலும் விலைபேசி வாங்குவதிலும், தூக்கிவருவதிலும், அதை வெட்டிக் கூறு போடுவதிலும் பேருதவியான தாத்தனைப் 'பூச்சி' என்றே ஊரார் விளிக்கின்றனர். வெள்ளையனுக்குப் பின்நிற்கும் இந்தப் பூச்சி, அவர் எது சொன்னாலும், 'அது செரி சாமி' என்பது தவிரப் பிறிது பேசுவதில்லை. பெ.மு.விடம் விமர்சன யதார்த்தவாதம் குறைவாகவும் சாதிய யதார்த்தவாதம் அதிகமாகவும் உள்ளதைப் பல கதைகளிலும் காண்கிறோம். இது கதைகளுக்குப் பெரும் நம்பகத்தன்மையளிக்கிறது என்பதையும் தீர ஆலோசிக்காது புறந்தள்ளிவிடுவதற்கில்லை. பன்றியைக் கட்டித் தோளில் தூக்கிச் செல்லும் பாடையைப் 'பல்லக்கு' என்றே பன்றி விற்கும் ரங்கன் சொல்வான் என விளிம்புநிலை அழகியல் குரலும் இதனுள் பதிவாகியுள்ளது. 'நிழல்போல வெளிச்சம் பரவியிருந்தபோது, பன்றிப் பல்லக்கை அவர் ஒருபக்கமும் தாத்தன் ஒருபக்கமும் தூக்கிக்கொண்டு நடக்க ஆரம்பித்தார்கள்' என்ற விவரிப்பால், விளிம்புநோக்கிலிருந்தே கதைசொல்லி இயங்குவதைத் தெரிந்து கொள்கிறோம். ஆனால்,

வெள்ளையனுக்கும் செல்லையனுக்குமான சண்டையில், 'வேண்டாஞ்சாமீ!' எனக் கைநீட்டிக் குறுக்காட்டும் தாத்தனின் தோளில் ஆழ இறங்கும் கத்தி யாருடையது? அது செல்லையனின் கத்தி எனச் சுலபமாய்ச் சொல்லித் தப்பித்துக்கொண்டுவிட முடியாது. அது ஒடுக்குபவனின் கத்தி. மேலிருப்போர் போடும் சண்டை கீழிருப்போரையே அதிகம் பாதிக்கிறது என்ற சமூகவியல் உண்மையின் நிஜக்காட்சியே இக்கதை.

'சீமைச் சரக்கும் சிகரெட்டும்' கதையில் வரும் குமரேசனும், இதனினும் நுண் வன்முறையை, வேறுவகையில் அவனுக்குத் தெரியாமலேயே எதிர்கொள்பவன்தான். கல்லூரியில் மாணவர் பேரவைத் தேர்தல் நடக்கிறது. அப்போது புது மாணவனாகச் சேரும் குமரேசன், போட்டியிடுவோர் தருபவற்றைக் கணக்கு வழக்கின்றிப் பெற்றுக் கொள்கிறான். அவர்களின் செலவிலேயே உணவு முதலியவற்றையும் முடித்துக் கொள்கிறான். தேர்தலுக்கு ஒரு வாரம்முன், பெரிய அணி ஒன்றால் அழைத்துச் செல்லப்பட்டு, நகரத்துக்கு வெளியே ஒரு சிறுகுன்றின் அடிவார மண்டபத்தில் தங்க வைக்கப்படுகிறான். சீனியர் அண்ணனிடம் தயவாக நயந்து, குன்று மீதுள்ள முருகன் கோவிலுக்குச் சூடமும் தேங்காயும் வைத்து, 'நம்மாளு ஜெயிக்கணும்'னு வேண்டிக் கொள்வதாய்ச் சொல்லிப் பத்து ரூபாய் அடித்துவிடுகிறான். ஒவ்வொரு இரவிலும் வயிறுமுட்டக் குடித்துக் கறியும் சோறும் தின்றுவிட்டுப் படுத்துறங்குகிறான். ஒரு வாரம் முழுக்க இதேதான். ஆனால், ஒரே ஒரு பிரச்சனை. ஒவ்வொரு இரவிலும் குமரேசன் குடம் குடமாய் வாந்தி எடுத்ததாய்ப் சொல்லிக் காலையில் அந்த இடத்தைச் சுத்தம் செய்ய வைக்கிறார்கள். தேர்தல் நாளன்று, அதன் சூட்சுமத்தைக் குமரேசனின் நண்பன் செல்வன் போட்டுடைக்கிறான். 'நாஞ் சொன்னன்னு யாருக்கும் தெரியக்கூடாது, என்ன?... நல்லாக் குடிச்சுச் சாப்புட்டுட்டு நீ படுத்துத் தூங்கினியே தவிர, ஒருநாளும் வாந்தி எடுக்கல. ஒவ்வொரு நாளும் எவனெவனோ வாந்தி எடுத்தான். வாந்தி கிடந்த எடத்துல உன்னயக் கொண்டுபோயிப் போட்டுட்டாங்க... சுத்தம் பண்ண ஓராளு வேணுமில்ல?' என்கிறான். சமுதாய அமைப்பின் அடியில் இருப்பவர்கள், எவ்வளவு மேல்விவரமாய் அமைப்பால் வரும் நலன்களை ருசிக்கப் பார்த்தாலும், அவர்களுக்கே தெரியாமல் அமைப்பு அவர்களைத் திறமையாகப் பயன் கொண்டுவிட்டு உதறிவிடும் என்பதற்குக் குமரேசனை வகைமாதிரியாகக் கருதலாம்.

தலைமயிரைக் கொத்தாகப் பிடித்துத் தலையைக் கீழே அழுத்தி இடக்கையால் முதுகில் அறையும் அம்மாவிடமிருந்து தப்பி, வளத்தித் தென்னை மீதேறிக் குருத்தில் முதுகு சாய்த்துக் கால்களைக் கவையாக்கி மட்டைகளில் அகட்டி ஊன்றிச் சுகமாகத் தூங்குபவனைப் பேய்க்காற்றும் பெருமழையும் சேர்ந்துவந்து எழுப்பிவிடுவதை 'உச்சிக்காற்று' படம்பிடிக்கிறது. குடும்ப உறவுகளில் நிலவும் வன்முறை மனோபாவம், இளம்பிள்ளைகளை எவ்வளவு தூரம் பாதிக்கிறது என்பதையும், அதிலிருந்து மீள இயற்கையே அவர்களுக்கு உதவமுடியும் என்பதையும் இக்கதை விவரிக்கிறது. மனிதர்களால் செய்யமுடியாத சாந்தப்படுத்தலை இயற்கையாலேயே செய்யமுடியும் என்பதைக் குமரேசன் முகத்தில் விழும் அந்த முதல் மழைத்துளியால் உணர்கிறோம். இக்கதையில் வருபவனின் பெயரும் குமரேசன்தான். இவன், இதே பெயரில், இன்னும் ஐந்தாறு கதைகளிலும் வருகிறான். இவற்றைத் தொகுத்துக் கொஞ்சம் கூடுதலாகச் சேர்த்தெழுதினால், ஒரு நாவலே கிடைத்துவிடும் என்னுமளவிற்குக் 'குமரேசன் கதைகள்', பெ.மு. எழுத்தில் விரிந்தும் நிறைந்துமுள்ளன.

'மன்றோ' என்ற வெள்ளைக்காரத் துரை, முப்போகம் நெல் நடும் அளவுக்குப் பெரிய ஏரி ஒன்றைப் பொதுமக்களுக்காகக் கட்டியெழுப்புகிறார். 'ஏரி என்றால் சாமான்யப்பட்ட ஏரி அல்ல; சமுத்திரம்'. துரை பேரை வைத்து, 'மன்றோ சமுத்திரம்' என்றழைக்கப்படும் அந்தப் பெரிய ஏரி, காலப்போக்கில் மருவித் திரிந்து, 'மன்னா சமுத்திரம்' என்று ஊருக்கே பெயராகிவிடுகிறது. ஒருசமயம் பேய்மழை அடிக்கிறது. தன் காட்டில் முத்தான் கடலை போட்டிருக்கிறான். ஏரி நிறைந்து, காடு முழுக்கத் தண்ணீருக்குள் மூழ்கிவிட்டால், ஓர் ஏக்கரில் பூத்துச் செழித்திருக்கும் முத்தானின் கடலைக்கொடிகள் யாவும் அழுகி நீர்ச்சமாதியாவதைத் தவிர வேறு வழியில்லை. முத்தான் சோளம் போட்டிருக்கலாம் என யோசிக்கிறான். அது பற்றி இனி யோசித்து, என்ன ஆகப்போகிறது? துணிந்துவிடுகிறான் முத்தான்; ஏரியின் மதகை உடைக்கக் கடப்பாறையைத் தூக்கிவிடுகிறான். ஆனால், அவன் மனைவி செல்லாயி குறுக்கிட்டுத் தடுக்கிறாள். முத்தான் விரட்ட, முனியப்பன் கோவிலுக்குள் செல்லாயி ஓடுகிறாள். உள்நுழைந்தபின் பார்த்தால், செல்லாயியைக் காணோம். மின்னல் ஒளியில், 'மன்றோ' சாமி சிலையின் கையிலிருக்கும் துப்பாக்கி, முத்தானையே குறிபார்க்கிறது! இங்கும் சமூக நன்மைக்காகச் சுயநலத்தை விட்டுத்தரும் பொறுப்பு, எளியனான முத்தான் மீதே சுமத்தப்படுகிறது.

நீரில் மூழ்கும் அவனின் கடலைக்கொடிகளுக்கு இழப்பீடு யாரும் தரப்போவதில்லை; அவனோ சமூக விழுமியங்களுக்குத் தன்னை ஒப்புக் கொடுத்தாக வேண்டியுள்ளது. இப்படிப் பெ.மு. உத்தேசித்தாரா என்பதைவிடவும், ஒரு வாசகப்பிரதியாக இதை நீட்டிக்கொள்ளப் போதுமான இடமிருப்பதே முக்கியமாகும்.

இயல்பில் பெ.மு. ஒரு கவிஞர் என்பதைக் காட்டும் பல நுட்பமான தொடர்கள், இத்தொகுப்பிலுள்ளன. 'சுவரில் துருத்திக்கொண்டிருக்கும் கல்லொன்று பெயர்ந்து விழுவதைப்போல நீரில் படாரென விழுந்தான். வயிற்றில் நீர்ச்சாட்டை பளீரென வெளுத்து வாங்கியது. உடலெங்கும் அச்சத்தின் மின்துகள்கள் பாய்ந்தன'; 'வயல்களிலும் சாலையின் நீண்ட இடைவெளிகளிலும் எங்காவது தென்படும் மனிதர்கள், கண்டறியாத பறவை போன்றவர்கள். ஆச்சர்யமாய்த் தோன்றிச் செடி கொடிகளுக்குள் கரைந்துபோவார்கள்'; 'ஆலம்பழம் ஒன்று சொத்தென்று அவள் மூட்டைமேல் விழுந்து தேங்கி நின்றது'; 'ஜன்னல் பலகையில் அழுந்தக் காதை வைத்துக்கொண்டு கேட்டாள். படபடவென்று பலகையில் பெருந்துளிகள் மோதுகிற சத்தம். கேட்கக் கேட்கப் பரவசமாய் இருந்தது'; 'சுருண்ட முடிக்கற்றைகளை ஒருகோணமாய்ச் சாய்த்து ஒதுக்கிக்கொண்டு சிரித்தாள். ஓசைப்படாமல் நெஞ்சை உள்ளிழுத்து நழுவும் சிரிப்பு'; 'ஒரு வயல் ஒருத்தியாகவே களைவெட்டி வந்த மாதிரி சந்தோஷம்'; 'விடியற்காலை காக்கைகளின் கத்தல்போல் பெண்களின் குரல்கள் விடாமல் கேட்டுக்கொண்டேயிருந்தன'; 'வெள்ளாமை எடுத்துவிட்ட காடு மாதிரி வெறுமை'; 'எல்லா வழிகளும் டீக்கடைகளைச் சென்றடைகின்றன'; 'அவன் பிணமானான்; மீண்டும் பிணம் அவனாகிவிட்டது; வேறுபாடு ஒன்றுமில்லை'; 'திருடனைப் பார்த்து இப்போது பயமில்லை ராசுவுக்கு; அடித்தவனைப் பார்க்கப் பயமாயிருந்தது'; 'மனித நடமாட்டம் அருக அருக, சாலைக்குப் பிணத்தின் முகம் வந்துவிடுகிறது'; 'அம்மாவுக்கு உடம்பெங்கும் கண்கள். இருளைத் துளைக்கும் கண்கள். எப்படியான இரவிலும் தேடி அப்பனைக் கண்டுபிடித்துவிடுவாள்' எனப் பலப்பல தொடர்களைப் பெ.மு.வின் கவிநடைக்குச் சான்று காட்டலாம். குறிப்பாக உச்சிக்காற்று', 'வேட்கை', 'கெக்கலி', 'மழைக்குருவி', 'நீர் விளையாட்டு' முதலான கதைகளில் பெ.மு. மொழி கவிதைக்குக் கிட்டத்தட்ட நிகராவதைக் கருதவேண்டும்.

'இறக்கை விரித்து ஒற்றைக்காலில் உட்கார்ந்திருக்கும் ஆளண்டாப் பட்சிபோல் வேப்பமரம் தோன்றியது' என்கிறார்.

இவ்வேம்படியில் கட்டில் போட்டுத் தூங்கும் தகப்பனுக்கும், தொட்டில் குழந்தைக்குமான சின்னச் சின்னப் பரிமாற்றங்களைச் 'சிறிது நிழல்' பேசுகிறது. 'பாங்கிழடு' சாவுத் துக்கம் கேட்க, அவள் போயிருக்கிறாள். இரவு நெடுநேரம் கழித்தே இவனால் வீட்டுக்கு வரமுடியும் என்பதால், பகல் தூக்கமே இவனுக்குப் பெரும் ஆறுதல். இடையிடையே குழந்தையையும் கவனிக்க வேண்டி வருவதால், இவன் தூக்கம் தடைப்படுகிறது. மனைவி மீது கோபமும் பொங்குகிறது. 'ஆய்' போய்விட்ட குழந்தையைக் கண்டு சீறி அடித்துவிடுகிறான். இவன் கால்களைக் கட்டிக்கொண்டழும் குழந்தையின் நிராதரவில் மனம் கனிந்து, 'வாடா கண்ணு... வாடிச் செல்லம்' எனக் கொஞ்சிச் சட்டென வாரியணைத்தழுகிறான். இந்த அழுகை, ஓர் ஆணின் அழுகை. ஆண் அழும் கதை தமிழில் எத்தனையுண்டு? எனக் கேட்டுக் கொண்டால்தான், இதன் அருமை விளங்கும். இது எதன் பொருட்டான அழுகை? பெண்ணால் பேணப்படுபவன் அவளில்லாத சிறிய இடைவெளியில்கூட எவ்வளவு மிருக உணர்ச்சி கொண்டுவிடுகிறான் என்பதையே, இது முன்வைக்கிறது. அதைச் 'சிறிது நிழல்' என்கிறார். கு.ப.ரா.வின் 'சிறிது வெளிச்சம்'போலச் 'சிறிது நிழல்' இது எனக் கொண்டுகூட்டிக்கொள்ளலாம். 'இன்பம் நமக்கு எதிரில் வந்து கைக்கொடுத்துக் கூப்பிட்டாலும் அதை ஏந்திக்கொள்ள உடலும் மனமும் தயாராக இருக்கவேண்டும். பிணத்திற்கு முன் பெருவிருந்துச் சோற்றை வைத்து என்ன பயன்?' என்கிறார். இத்தகைய தத்துவச்சரடு ஊடாடும் கவித்துவ வரிகளைப் பெ.மு.வின் தனித்துவமாக நாடிபிடிக்கலாம். ஆனால், இவை நடைமுறை வாழ்வியலினூடாகப் புலப்படுவதன்றித் தும்பறுத்தோடும் மனக்கன்றின் மேய்ச்சல் திமிறல்களாகப் புலப்படுவதில்லை.

'கோம்பைச் சுவர்' கதையில் வரும் பின்விவரிப்பைப் பாருங்கள். 'அட! ஊட்டுக்கு உள்ள போவையில செருப்பயும் போட்டுக்கிட்டா போறம்? வெளிவாசல்ல கழட்டி எறிஞ்சுட்டுத் தான் போறம். அது மாதிரிதான். கட்டல்ல ஏர்றதுக்கு முன்னாலயே கவலயெல்லாம் எறக்கி வெச்சரோனுமப்பா' எனத் தூக்கம் வராதோருக்குப் படுத்ததும் மாயம்போலத் தூங்கிவிடும் முத்துப்பாட்டார் வழிகாட்டுகிறார். இது தந்திரோபாயமாக அல்லாமல், உலகியல் ஞானமாகப் பெ.மு. கதைகளில் வெளிப்படக் காண்கிறோம். 'பெண்டாட்டி கோபித்துக்கொண்டு போனால், அவள் அம்மா வீட்டில் இருப்பாள். நான்கு நாள் விட்டுப்பிடித்துப் போய்க் கெஞ்சிக் கொஞ்சிக்

கூட்டிவந்துவிடலாம். தூக்கம் எங்கே போய்த் தொலைந்தது என்று எப்படிக் கண்டுபிடிப்பது?' இத்தகைய விவரிப்புகள், இளம்பருவத்தில் கிராமவாழ்வை ஊன்றிக் கவனித்தமையால் வரும் திறப்புகளாகும். பெண் கோபத்தை ஆண் சமூகம் எவ்வாறு எளிதாகக் கையாண்டு வென்றது என்பதற்கான சாட்சியமாகவும் இது திகழ்வதாகத் தற்கால வாசிப்பையும் மேற்கொள்ளலாம். ஆனால், இது என்ன சொல்கிறது? கிராமமோ நகரமோ, மனிதர்கள் பொறாமையாலேயே தூக்கத்தை இழக்கிறார்கள் என்கிறது கதை. கிராம மனிதர்கள் மேன்மையானவர்கள் என்ற பொதுப்புத்திப் புரிதலுக்குப் பெ.மு. வலுச்சேர்ப்பதில்லை. இளைஞன் முருகேசன் கட்டும் ஓட்டு வீட்டுக் கோம்பைச் சுவரைக் குத்திச் செங்கல் சரியச் செய்தபின்தான், கிழவர் முத்துப்பாட்டாருக்குப் பறிபோன பலநாள் தூக்கம் மீள வருகிறது. மனிதர் நோக மனிதர் பார்க்கும் வாழ்க்கைதான், உலகெங்கும் பெரிதும் நடக்கிறது. இந்த மன விகாரங்களைப் பெ.மு.வின் கதைகள் அடிக்கோடிடுகின்றன. நூற்றுக்கணக்கான எறும்புகளில் ஓர் எறும்பு மட்டும் முன்செல்ல முயன்றால், அதைப் பார்த்துப் பழம் தின்று கொட்டை போட்ட கிழ எறும்பு சும்மா விடுமா என்ன? பண்பட்ட மனங்கள் அல்ல; பண்படாத மனங்களின் உள்வெளி மோதல்களே பெ.மு. கைவண்ணத்தில் தொந்தரவு செய்யும் கதைகளாகின்றன.

நமது கிராமங்களில் சாதி எவ்வளவு வேரோடியிருக்கிறது என்பதற்கு, 'மாப்புக் குடுக்கோணுஞ் சாமி' கதையைச் சான்று காட்டலாம். பால் மாடுகள் வரிசையாய்ச் சாகின்றன; மூன்று வாரங்களில் ஆறு மாடுகள்! ஆள்குடிக்குத் தாராளமாகக் கறிக்கூறு கிடைக்கிறது. மாடுகளின் சாவுக்குப் பன்னாட்டுப் பாட்டாராலும் காரணம் கண்டுபிடிக்க முடிவதில்லை. ஏதோ ஒரு புதுவித நோய் மாடுகளைத் தாக்கியிருக்கிறது. ஆனால், உழுகுடி வேறு மாதிரி நினைக்கிறது. 'நம்மளுக்கு வவுத்துவலி; அவங்களுக்கு ராச போகமா?' எனக் குமுறுகிறார்கள். ஒரு மாதம் முன், செங்கான் காட்டுக் கிணற்றில் ஆள் இல்லாதபோது இறங்கி நீச்சலடித்ததற்காகக் கையையும் காலையும் கட்டிச் சாட்டை வாரால் விளாசித் தள்ளப்பட்ட ராமன் பையன் ராசுதான், 'டே! செங்கான்... என்னய அடிச்சிட்ட இல்ல. உன்னயப் பாத்துக்கறண்டா' என்று கத்தியபடியே ஊரை விட்டு ஓடிய அதே ராசுதான், பழிமுடிக்க மாடுகளுக்கு எதையோ வைத்துத் தீர்த்துக் கட்டுகிறான் எனச் சாட்சியமின்றிப் பெரியோர் யூகிக்கிறார்கள். ஆள்குடி வளவில் புகுந்து கறிச்சட்டிகளை முதலில்

உடைத்துவிட்டுப் பெண்களின் கால்களையும் முதுகுகளையும் குழந்தைகளையும் ஓடமுடியாத வயசாளிகளையும் அடுத்துப் பதம் பார்க்கின்றன தடிகள். ‘அய்யா சாமீகளா... என்னய்யா செஞ்சம்? எதுனாலும் மாப்புக் குடுங்கய்யா. அடிச்சுக் கொல்லாதீங்கய்யா’ எனத் தடிகளின் கால்களைப் பற்றிக் கெஞ்சுகிறார்கள் வளவின் ஆண்கள். ஆனால், தடி வெறியோ அடங்கியபாடாயில்லை! ‘ஒன்னும் தெரியாது சாமீ... மாப்புக் குடுக்கோணும் சாமீ...’ என்ற இறைஞ்சலைத் தவிர வேறு எதுவும் செய்ய முடியாதவர்களாய் ஆள்குடிகள் தொடர்ந்து அடிபடுகிறார்கள். இதுவே கள யதார்த்தம் எனப் பெ.மு. வாதிடலாம். எதிர்ப்பில்லாத வெற்றிட வளவில் வன்முறை பாய்வதைக் காட்டுவதில், பல்லாண்டுக்காலச் சாதிய உளவியல் அப்படியே தக்கவைக்கப்படுகிறது என்ற விமர்சனத்துக்குப் பெ.மு. வாதம் சரியான பதிலாகாது என்றுதான் தோன்றுகிறது. எதிர்க்க முடியாததும் உடைக்க முடியாததுமாகச் சாதியைப் பிருமாண்டப்படுத்துவதற்கு மாறாக, இனி இக்காட்சிகளை அரங்கேற்றவியலாத புதிய காலம் தோன்றிவிட்டதைச் சமிக்ஞைப்படுத்தும் இடத்திற்குப் பிரச்சாரமாக அல்லாமல் சூசனையாகப் பிரதியைக் கொண்டுசெலுத்தியிருக்கலாம் என்பதைத் தவிர்த்துவிட்டுப் பிரதியை வெறுங்கதையாக மட்டுமே படிப்பதற்கில்லை. இப்பிரதிக்குள், ‘இப்பிடிக் கேட்டாச் சொல்லுவானுங்களா? கையக் கால முறிச்சுப் போட்டுக் கேளுங்க’ எனப் பெண் குரல் ஒன்று, ஆணினும் அதிகமான வன்முறையை ஏவுவதாகக் காட்டும் பெ.மு.வுக்குத் துல்லியமான ஒரு வட்டாரச் சித்திரிப்பு என்பதைத் தாண்டிக் குறிப்பான ஒரு சிறிய எதிர்ப்பைக்கூட ஏன் வெளிப்படுத்த முடியாது போகிறது? என்பதே வினா. வெறும் ஒரு பரிதாபம் மட்டும் போதாது; பிரதிக்குள்ளே புனைவுத் தர்க்கம் இன்னும் கூர்மையுறுதலும் அவசியமாகும்.

ஒழுங்குக்கு எதிரான குரலைப் பெ.மு.வின் பல கதைகள் ஒலிக்கின்றன. படிப்பு, வேலை, குழந்தை, கல்யாணம் எனக் ‘குமரேசனின் அதிர்ஷ்டங்கள் நான்கு’ என்கிறார். இந்த அதிர்ஷ்டம் அனைத்தையும், மிதமிஞ்சிய ஒழுங்கால் தொலைக்க இருந்தவன், தன் குழந்தையின் பார்வைவழி உலகைக் கற்கத் தொடங்கி, ‘ஒழுங்கற்று இருப்பதே ஒழுங்கு’ என்பதைக் கண்டடைகிறான். இதிலும் ஆணே கதையை அடைத்தபடி நிற்கிறான். ‘வா, போ, எடு, போடு, வை, படு, கழற்று, ஊற்று’ என்ற வினைச்சொற்களுக்குப் பயன்படும் எதிர்த்துப்பேசாத

இன்னொரு புழங்குபொருளாகவே குமரேசனின் மனைவி காட்டப்படுகிறாள். ஏன்? குமரேசனின் தாயும் தங்கையும்கூடக் கதையில் இரண்டாம் தரப் பிரஜைகளாகவே உலவுகின்றனர். பெ.மு. கதைகளில், 'பெண் நோக்கு' என்பதை, மிக அரிதாகவே காணமுடிகிறது. அப்படியே காணப்பட்டாலும்கூட, அவையும் கற்பித மரபான வரம்புகளுக்குள்ளேயே சுழல்வதன்றிப் பெருவெடிப்பேதும் கொள்வதில்லை. 'தனித்தமிழில் சொன்னால் புணர்வறை' கதையிலும், 'நான் பாவம் பண்ணிட்டண்டா' என ஈற்றடியில் சண்முகம் கதறினாலும், ஆணின் விடலை விழியே கதை முழுதிலும் வலம்வருகிறது. 'பதினொரு வரிசை அடுக்கு மொடாக்கள்' அத்தனையையும் இழந்து கண்ணீர் பெருக்கும் பெருமாயியின் கதையிலும், புறக்கணிக்கப்பட்ட பழம்பெண்ணின் சித்திரமே பதிவாகியுள்ளது. அதிலும் பெருமாயியை அவள் பெண்ணே தள்ளிவிட்டுக் கல்லைக் கடைசி மொடா மீதும் போடுவதாகக் காட்டுவதிலிருந்து, அவள் கணவனும் மகன்களும் மட்டுமல்லர், பெற்ற பெண்ணாலுமே பெருமாயியைப் புரிந்துகொள்ள முடியவில்லை, யாருக்கும் தேவைப்படாத மொடாபோல்தான் வயதேறிய பெண்ணும் என்ற எல்லைக்குப் பெ.மு. நகர்ந்துவிடுகிறார்.

பெ.மு.வின் கதைகளில் அம்மாக்கள்தாம் மனத்தில் வலுவாக நிற்கிறார்கள். அப்பாக்கள் நினைவுகளில் நீடிப்பதில்லை. மனைவிகளும் மகன்களும்கூடப் பெரிதாக ஒட்டுவதில்லை. பெருமாயியைப் போல்தான் பாவாத்தாளும் நிர்க்கதிப்படுகிறாள். கருப்பனாருக்குக் கிடா வெட்டுவதாகப் பதினேழுமுறை வேண்டினாலும், ஒருமுறைகூட அவள் வாழ்நாளில் ஒரு கிடாவை அவளால் வெட்டிப் பலியிட முடிவதில்லை. கணவன் இறந்தபோது கழற்றிய காதணிப் பவுனை விற்றுக் கிடாவின் பலிக்கு நாள் குறிக்கிறாள். அதன் கழுத்தில் வெட்டு விழப்போகும்போது, அது தப்பியோடிவிடுகிறது. நிறைவேறாத தன் நேர்த்திக்கடனுக்காகத் தன் கழுத்தை வெட்டித் தலையும் முண்டமுமாய்த் தன்னையே பாவாத்தாள் பலியிடுகிறாள். குடும்பம் பெண்களையே உறிஞ்சுகிறது; ஆண்கள் எதற்கும் பொறுப்பேற்பதில்லை; பெண்களே குடும்பத்தேரின் அச்சாணிகள்; பெண் துக்கம் நீங்காத துக்கம் என்பதன் குறியீடாகிறது, 'உனக்கு என்ன வேணுமய்யா?' கதை. வழிபாட்டு நம்பிக்கை என்பது எளிய உழைக்கும் மக்களின் வாழ்வில் எவ்வளவு ஆழமாக வைரம் பாய்ந்துள்ளது என்பதற்கும் பாவாத்தாளே சான்றாகிறாள். தன் வாழ்வில், என்ன கண்டாள் அவள்? அவளைத் தொடர்ந்து வாழ

வைத்த ஒரு பண்பாட்டு நம்பிக்கையைக் காப்பதற்குக் கடைசியில் வேறுவழியின்றித் தன்னையே அவள் பலி கொடுத்துத்தான் தீரவேண்டியுள்ளது. இங்கும் பெண்ணே பலியாவதைப் பெ.மு.வின் கதைகளில் மீளமீள நேரும் பெண்ணிலையின் துக்கச் சுழற்சியாகக் காணலாம். பாவாத்தாளை ஒத்தவளே, 'வேப்பெண்ணெய்க் கலயம்' கதையில் வரும் பாட்டியும்.

பருவப்பெண்களைவிடக் கிழவிகளையே சிறப்பாகப் பெ.மு. கவனப்படுத்துகிறார். அம்மா, பாட்டி, பழுத்த கிழங்கள் எனப் பெரும் பெண்டுகளின் தனிமையுற்ற இறுதிக் காலத்தையும் அன்புக்கு ஏங்கும் அவர்களின் உளவியலையும் பரிவுடன் எழுதுகிறார். 'ரண்டுல ஒண்ணாச்சும் — எனக்குப் பொண்ணாப் பொறந்திருந்தா, நாலு வேல நடந்திருக்கும் — எனக்கு, நல்ல கெதி கெடச்சிருக்கும்' எனத் தாய் கதறும் 'நல்ல கெதி' கதையில்கூடப் பெண்குழந்தைகள் குடும்ப வேலைக்காகவே வரவேற்கப்படுகிறார்கள். இப்படிப் பேசுவதும்கூட அன்னையரே. அப்பன்கள் எப்படிப் பேசுகிறார்கள்? 'எனக்குப் பொறக்கறதும் பையந்தான்; எம்மாடுக போடறதும் காளைகதான்' என்பதே, அப்பன்கள் பெருமிதமாயுள்ளது. இவ்வாறு பெரிதும் ஆண் நோக்குப் பிரதியிலிருந்து வேறுபட்டுப் பெண் குரலை வலுவாக ஒலிக்கும் வித்தியாசமான கதையாக, 'இசை நாற்காலி'யைச் சொல்லலாம். இதில் சமரசப்படாத, தன்னுரிமையை விட்டுத்தராத ஒரு விழிப்பான பெண்ணை நேர்ப்படுகிறோம். 'அவன் தலைமயிரைப் பிடித்துத் தூக்கி நாற்காலியை உருவினாள்' என்கிறார். இதுதான் — இப்படிப் போராடுவதுதான் — பெண் விடுதலைக்கு வழி. இங்கு மேலாதிக்கம் செய்யும் ஆணோடு போராடிப் பெறப்படும் சம உரிமை, இயல்பாக அல்லது எளிதாகப் பெண்ணுக்குப் பகிர்ந்தளிக்கப்பட்டு விடுவதில்லை. அவளாகவேதான் தன் நாற்காலியை அவனிடமிருந்து பிடுங்கிக்கொள்கிறாள்.

பெ.மு.வின் அனுபவக் கிடங்குக்குள் ஆயிரமாயிரம் நினைவுகள், முன்பின் அல்லது பின்முன்னாக முண்டி வரிசைகட்டி அலைமோதிக் கொண்டேயிருக்கின்றன. வேம்பு என்றோ, பூவரசு என்றோ, சோளம் என்றோ, கடலை என்றோ, பனை என்றோ, அம்மா என்றோ, பாட்டி என்றோ ஒரு சொல் எழுதிவிட்டால் போதும், வெள்ளமாய்ப் பிற சம்பவங்கள் யாவும் வந்து விழுந்துவிடுகின்றன. அவரின் பால்யத்திலிருந்தும் கிராம வாழ்விலிருந்தும் எழுத, அவருக்கு எத்தனையோ உள்ளன.

தன்னுடையதை உள்ளிருந்து இழைந்தும், தேவைப்படும்போது வெளியிலிருந்து ஒதுங்கியும் அணுகும் விவேகம் அவருக்குக் கூடியிருக்கிறது. ஓய்வறியா உழைப்பும் பொங்கும் உணர்வுமே அவர் கதைகளில் கருவாய்ச் சுழல்கின்றன. உச்ச ஒலியிலான எதிர்ப்புக்குரல்களை விடவும், உற்றறிந்து தற்காத்துக்கொள்ளும் நெளிவுசுளிவையே அவர் பின்னுகிறார். 'கொட்டு' போன்ற சில கதைகளிலேயே, கட்டுக்கடங்கா எதிர்ப்புப் படமெடுத்தாடுகிறது. ஆனால், ஒவ்வொரு கதைக்குப் பின்னாலும் ஒரு வலுவான கருத்திருக்கிறது. முதுகு சொறிந்து கொடுக்கும் எழுத்தில்லை இது.

இரவுக் காவலன் ராஜுவின் வாழ்வைப் பேசும் 'ஆந்தைகள் அலறலை நிறுத்திய இரவு' கதையில், பால்யத்தில் அவன் வீடு விட்டு ராஜு வெளியேற, ஒரு காரணம் சொல்லப்படுகிறது. அம்மா வைத்த முட்டைக்குழம்பில், அப்பனுக்கென்றிருந்த பங்கு முட்டையையும் ராஜு சாப்பிட்டுவிட்டதுதான் அக்காரணம். 'ஐஞ்சு தலைப் பாம்பு என்பான் அப்பன், ஆறு தலை என்று மகன் கூறிவிட்டால், பின் நெடுநாள் இருவரும் நெஞ்சு பிரிந்திடுவார்' என்பாரே பாரதி, அதுவே இங்கும் நடக்கிறது. பெண்வாசனையே காணாமல் இளமையைக் கடந்துவிடப்போகும் ராஜு, பல வருட அலைச்சலுக்குப் பின், சற்றே நிம்மதியுடன், ஒரு பண்ணை வீட்டில் வேலைக்கமர்கிறான். அங்குப் பெண் பேயிருப்பதாகச் சொல்லப்படுகிறது. நேரில் காணமுடியா அப்பேயை நினைத்து முதலில் ராஜு பயந்தாலும், நாள் செல்லச்செல்ல, அவனுக்குப் பேய் நினைவு பழகிப் பின்னது இனித்துக் காதலியாகப் பின்தொடரும் மனநிழலாகிவிடுகிறது. இரவெல்லாம் அவளோடு பேசுவதாய்ப் பாவித்துத் தனக்குத்தானே பேசித்திரிகிறான் ராஜு. ஒருநாள் இரவில் கிறுக்கன்போல் இவன் தன்னந்தனியே பேசுவதைக் கேட்டு எஜமானிக் கிழவி நடுங்குகிறாள். 'இரவில் இப்படிப் பேசுவதை உடனடியாக நிறுத்த முடியாவிட்டால் வேலையிலிருந்து விலகிவிடு' என்கிறார் மேனேஜர். யாருமற்ற அந்நிய மனிதனின் கொல்லும் தனிமையைப் பேசும் கதை இது. இத்தகைய உதிரிகள் மிகப்பலர், பெ.மு. கதைகளில் நடமாடுகிறார்கள். சீர்குலைவையும் கையறுநிலையையும் நுணுகிப் பெ.மு. எழுதுகிறார். இதில் இயக்கமுறும் அழகியல், வசீகர உருவ அமைதியாலும் விரிவடையும் நம்பகத்தன்மையாலும் கட்டமைக்கப்படுகிறது. இடைத்தொய்வின்றிப் பிரதியை விறுவிறுப்பாய் வாசித்துக்கொண்டேயிருக்கலாம். ஒரு நாவல் அத்தியாயம் போலவே பல கதைகளும் தம்முள் பெரும்

அகவிரிவைக் கொண்டுள்ளன. ஏதாவது ஒரு சிறிய முரண் அடிப்படையில் சட்டென இவை முடியும்போது, இவற்றின் கருத்து விளக்கமோ, வாசிப்பின் பின்னான இடையறாத சிந்தனைகளோ மேலெழுவதில்லை. இவற்றினுள் வினைப்படும் நிலவியல் பின்னணியும், பாடுபழமைகளின் பண்பாட்டுக் குரலும், வகைமாதிரிப் பாத்திரங்களும், சாதிகள் பின்னிய சமூக அசைவியக்கத்தின் எதிர்மறை அம்சங்களுமே மூளைக்குள் புகுந்து வாள்வீசுகின்றன.

ஆடு திருடர்களாக 'வெள்ளி மீன்' கதையில் வரும் பூபதியும் முருகேசனுமாய் இருக்கட்டும், குலைதிருடிகளாகப் 'புஞ்சை வாழை'யில் வரும் திருடர்களாகட்டும், திருட்டைக் கலையாகப் பழகிய இரட்டையர்களாகவே காட்டப்படுகிறார்கள். ஆட்டைத் திருடிப் பூபதி மாட்டிக்கொள்வதில்லை; வாழைத்திருடி இருவரில் ஒருவன் மட்டும் மாட்டிக்கொள்கிறான். இங்குப் பெ.மு.விடம் ஒழுக்க நோக்குச் செயல்படுவதில்லை; மனிதாபிமான நோக்கே பொங்குகிறது. எத்தனையோ அநீதிகளை நீரூற்றி வளர்த்துப் பேணிவந்திருக்கும் நமது சமூகத்தில், நம்மைப் போலவே வாழ, இயற்கை நீதியின் அடிப்படையில் திருடர்களுக்கும் உரிமையுண்டு என்கிறார். இப்பார்வை, சமூகவியல் நோக்கில் தீவிர அர்த்தமுடையதாகும். சட்டம் போட்டுத் திருடும் கூட்டமும், திட்டம் போட்டுத் தப்பிக்கும் கூட்டமும் பெருகிவிட்ட ஒரு சமூகத்தில், பிழைப்புரிமையைத் திருட்டாகக் காண்பது எப்படியெனக் கூசுகிறார். பொது அறம் என்பதற்கான அகண்ட பொருளை அவரவர் வாழ்வியலே தீர்மானிக்கிறது என்கிறார். பெ.மு.வின் இப்பார்வை, அமுக்கி நசுக்கப்பட்ட விளிம்பின் நியாயத்தைப் பேசுவதாகும். இம்மனிதாபிமானப் பார்வைக்கு நேர்முரணாகப் 'பெருவழி' எழுதப்பட்டிருக்கிறது. தன்னைக் கல்யாணம் பண்ணிக்கொள்ளச் சொல்லித் தொடர்ந்து வற்புறுத்தும் அம்மாவைத் தொலைதூரக் கிராமம் ஒன்றிற்குப் பிரக்ஞையுடன் வேண்டுமென்றே பேருந்தில் தவறாக ஏற்றி விட்டுப் பரோபகாரிகள் யாராவது இறங்கும் ஊரில் அவளுக்கு உதவி செய்வார்கள் எனச் சமூகத்தின் தலையில் பாரத்தை இறக்கிவிட்டுச் சமாதானம் செய்துகொள்ளும் இருத்தலியலில் மிதக்கும் மகனைப் 'பெருவெளி' தீட்டுகிறது. ஞாயிறு சுதந்திரத்தை அனுபவிக்கத் தாயைத் தடையாக நினைப்பவனின் நகரியத் தனிமனித வாதத்தைக் காட்டிக் கலாச்சார மனங்களுக்குப் பெ.மு. அதிர்ச்சியளிக்கிறார். இது மெல்ல வளர்ந்து அந்நியமாதலாக விரிவதை, 'அந்தரக்கயிறு' வெளிப்படுத்துகிறது. இந்த அந்நியமாதல்

உணர்வுக்குள் குற்றநினைவும் சேர்ந்துகொண்டால், அதைத் தாங்கும் மனித மனம் எவ்வளவு அவதியுறும் என்பதை 'நிலவு ததும்பும் சாலைகள்' வழி அறியலாம்.

அண்ணனுக்குப் பெற்றோரிடமுள்ள முக்கியத்துவம் தனக்குமில்லையே எனச் சினந்து சண்டைபிடிக்கும் தம்பி, கக்கூஸ் கட்டும்வரை புகுந்தவீட்டுக்கு வரமாட்டேன் எனக் கோபித்துக்கொள்ளும் மனைவி, புறக்கணிப்பாகத் தன் மகள் சொன்ன ஒரு சொல்லால் சீண்டப்பட்டுப் படுக்கையில் மலமூத்திரம் கழிப்பவளாகிவிடக்கூடாது என்பதற்காகச் சாப்பாடு மறுத்துச் செத்துப்போகும் பாட்டி, நாற்றம் சகித்துக் கக்கூஸ் காவலனாக வேலைபார்த்துப் பெற்றோருக்குப் பணமனுப்பும் அறியாப்பையன், ஓடும் பேருந்தை நிறுத்த வழியின்றிச் சீட்டுமேல் பாட்டி வைத்த பேப்பரில் மலம் கழிக்கும் சிறுவன், அரிசியைத் தின்று சாகக்கிடக்கும் வெள்ளாடு, இருபது ரூபாயைக் கறாராய்க் கேட்கும் கம்பவுண்டர், காறப்பல்லுக்காக நிராகரிக்கப்பட்டுக் கல்யாணமாகாது பித்துப் பிடிக்கும் நீலாக்கா, வெட்கங்கெட்ட காட்டுமிராண்டியாய்த் தாய் திரிவதாய்க் கருதி உலர்ந்து தொங்கும் அவள் முலைகளை ரவிக்கை போட்டு மூடப் பார்க்கும் டாக்டர் மகன், பால் இன்ஸ்பெக்டரைச் சாபமிடும் எருமை வளர்ப்பவள், பத்திரிகை ஆபீஸில் எடிட்டருக்கு எதிராகப் பயமின்றிக் கலகம் செய்பவன் எனப் பல்வேறு வித்தியாசமான மனிதர்களைப் பெ.மு. புனைந்துள்ளார்.

பல மார்க்சிய ஆதரவுக் கதைகளைப் பெ.மு. எழுதியிருந்தாலும், 'தோழர் பி.எம்.மின் வெற்றி'யில் வெளிப்படும் பகடி, மார்க்சியச் சித்தாந்தத்திலிருந்து பெ.மு. விடுபடத் தொடங்கியதன் பதிவாகியுள்ளது. முரணைத் தீவிரப்படுத்திக் கொள்வதற்குப் பதிலாகப் பகடி எளிமைப்படுத்தவே இங்குப் பயன்பட்டுள்ளது. கறாரானவர்களை வடிகட்டிய முட்டாள்களாகப் பிரதி ஏகடியம் செய்கிறது. இப்படி மரபு மார்க்சியர்களை ஏசுவது வழமையாகிவிட்ட பின்நவீனத் தமிழ்ச் சூழலில், சுத்தக் கலையின் அக்மார்க் குரல் இதனுள் ஒலிப்பதைக் கண்டுபிடிப்பது கடினமன்று. தொடக்ககாலப் பெ.மு.வின் கதைகளில் செயல்படும் முற்போக்கு அழகியல், அவரின் பிற்காலக் கதைகளில் மிக உள்ளமுங்கியுள்ளதைக் காண்கிறோம். ஆனால், முழுநிலை அகவெளிக் கதைகளும் பெ.மு.விடம் இல்லை. அவர் பிரதிகளில், சமூகம் தொடர்ந்து ஊடாடிக்கொண்டேதான் இருக்கிறது. மொழியிலும் நடையிலும்

பார்வையிலும் கருவிலும் தொனியிலும் குறிப்பிடத்தக்க மாற்றமிருந்தாலும், அடிப்படையில் இவற்றைச் சமூக உணர்வுள்ள ஒரு கலைஞனின் ஆழ்மன அதிர்வுகளாகவே வாசித்தறிகிறோம். 'பெரிதினும் பெரிது', 'புகலிடம்' முதலிய குழந்தைகள் பற்றிய கதைகளிலும், பொதுக் குழந்தைப் பிராயத்தை விவரிக்கும் கதைகள் என்பதைத் தாண்டிப் பால்யத்தை மீளவும் அடைய விழையும் தீராத நினைவேக்கமும் வெளிவழிந்திருப்பதைக் கண்ணோடுகிறோம்.

'காக்கைச் சிறகினிலே' என்ற பாரதியார் பாடலும், 'யாருக்குத்தான் தெரியாது காக்கையை?' என்ற ஞானக்கூத்தன் கவிதையும், வாசகர்களுக்குப் பரிச்சயமானவை. இளம்பிராயம் முதல் கல்யாணமாகும்வரை, பத்துப் பன்னிரண்டாண்டுக்கும் மேலாகச் சிறுவன் ஒருவனை விடாமல் துரத்தித் தலையில் அலகால் கொத்தும் காக்கையைப் பெ.மு. வரைகிறார். இவனை விடாதுதுரத்திக் காக்கை ஏன் கொத்துகிறது என்பதற்குக் கதையில் எக்காரணமும் கூறப்படவில்லை. ஆனால், தன் கல்யாணப் பத்திரிகையுடன் இவன் ஊருக்குள்ளே நுழையும்போது, நீருக்குள் இறக்கையை விரித்தடித்துக் கழுத்து முங்கிக் 'காக்கை' குளித்துக் கொண்டிருக்கிறது. இப்போது கண்டுகொள்வதில்லை அது இவனை எனக் கதை முடிகிறது. இது குறித்து எப்படியும் வாசகர்கள் யோசிக்கலாம். அவ்வளவு திறந்தநிலைப்பிரதி; லேசில் மறக்கமுடியாத ஒரு கதை! செத்துவிட்டதாகக் கருதிப் பாடையில் பிணமாய் படுக்கவைக்கப்பட்டவன், உயிரோடு மீண்டெழுகிறான். பிண்மாயிருந்தவன் உயிரோடு கிளம்பி நடமாடுவதை உறவினரும் ஊராரும் சிறிதும் விரும்புவதில்லை. அவன் முகத்தில் அவன் மனைவியும் மக்களுமே விழிப்பதில்லை. ஊரைவிட்டு வெளியேற்றப்படுகிறான். இடுகாட்டில் தோட்டம் வைத்துப் பிசாசுகளைக் கற்பனையில் தோழமை கொள்கிறான். அதாவது அவனே பிசாசாகித் தோட்டத்திற்குப் பேராவேசத்தோடு நீர்ப்பாய்ச்சிச் செழிக்கச் செய்வதைப் பெ.மு.வின் 'எருக்கஞ் செடிகள்' புலப்படுத்துகின்றன. 'ஊரெல்லாம் கூடி ஒலிக்க அழுதிட்டுப் / பேரினை நீக்கிப் பிணம்என்று பேரிட்டுச் / சூரையங் காட்டிடைக் கொண்டுபோய்ச் சுட்டிட்டு / நீரினில் மூழ்கி நினைப்பொழிந் தார்களே' என்ற திருமூலரை நினைவூட்டும் கதை இது. இங்குப் பிணமாகாமல் பாடையிலிருந்து எழுந்துகொள்பவன், ஊரார் நினைப்பைத் தன்னிடமிருந்து முற்றும் ஒழித்துவிடுவதே ஒரே வேறுபாடு.

மனஓசையில் பெ.மு. எழுதிய கதைகளில் வறுமை, வேலையின்மை, சுரண்டல், அதிகாரத் துஷ்பிரயோகம், குடி, சினிமா மோகம், ஆண் வல்லாண்மை, பெண் துன்பம் எனச் சமுதாயச் சிக்கல்களின் பன்முகங்களும் பாடுபொருளாயிருந்தன. இவற்றை வலுவான இடதுசாரிப் புரிதலுடன் பெ.மு. முன்வைத்தாலும், இக்கேடுகளுக்கு எளிய மாற்றுவழிகளைப் பரிந்துரைக்கும் பிரச்சாரப்போக்கு, தொடக்கம் முதலே அவரிடம் இல்லை. பேதம் கட்டமைத்து, வன்முறையைத் துணைக்கழைத்து, மேலாண்மையைத் தொடர்ந்து நிறுவிக் கொள்ளும் முதலாளியச் சக்திகளுக்கு முன்னால் கூனிக்குறுகிக் கையறுநிலையில் உழைக்கும் மக்கள் கூசிமுடங்குவதை அக்கதைகள் சித்திரித்தன. மனஓசைக் காலத்திலிருந்து, எவ்வளவோ தூரம் இன்றவர் விலகிவந்திருந்தாலும்கூட, பெ.மு.வின் அடிப்படை மனிதாபிமான நோக்கைக் கதைகள் கைவிட்டுவிடவில்லை. இவ்வகையில், சமூகப்பிரக்ஞையுடன் கூடிய அழகியல் கதைகளை உருவாக்கியுள்ள புதுமைப்பித்தன், த.ஜெயகாந்தன், சுந்தர ராமசாமி, வண்ணநிலவன், பூமணி, கந்தர்வன் முதலியோரின் வரிசையில் இன்னுமொரு முக்கியப் படைப்பாளியாய்ப் பெ.மு.வும் இணைகிறார். இவர்களின் வழித்தடத்தில் இயங்கினாலும், இந்தப் பொதுநீரோட்டத்தில் அப்படியே ஒன்றியுருகிக் கலந்துவிடாது, கி.ராஜநாராயணன்போல் வட்டாரப் பின்னணி மங்காத தனித்துவத்துடன் கொங்கு மக்களின் பண்பாட்டாவணமாகப் படைப்புகளை உருவாக்கியதைப் பெ.மு.வின் உயர்தனிச் சாதனையாகக் கொண்டாடலாம்.

பெ.மு.வின் கதைகளின் குறிப்பிடத்தக்க பண்பாய், அருவருப்பைத் தூண்டிவிட்டுப் பச்சை உண்மைகளைத் துணிந்து பேசும் காத்திரமான சித்திரிப்பைக் குறிப்பிடலாம். திறந்தவெளி மலங்கழித்தல், கட்டணக் கழிப்பிடங்கள், பொதுக்குளிப்பறைகள், மனிதக்கழிவின் சுத்திகரிப்பில் ஒருசாராரை ஈடுபடுத்தி இழிவுபடுத்தும் பொதுச்சமூகத்தின் குரூர மனோபாவங்கள் பற்றியெல்லாம் அவர் நுணுக்கமாக எழுதியுள்ளார். அவரின் பீக்கதைகள், இன்னும் ஒருபடி மேற்சென்று, மலமள்ளும் மனிதரின் மனவியலையும் விவரிக்கின்றன. புனிதம்Xதீட்டு என்றும், சுத்தம்Xஅசுத்தம் என்றும், உயர்வுXதாழ்வு என்றும், நாகரீகம்Xஅருவருப்பு என்றும் சக மனிதர்கள் கட்டமைத்திருக்கும் அன்றாடச் செயல்பாடுகளுக்குப் பின்னாலுள்ள தன்னை நேசித்துப் பிறரை ஒதுக்கும் மேட்டிமைத் திரிபைப் பெ.மு. அம்பலப்படுத்துகிறார். ஒன்றை நாம் மறைப்பதால் உருவாக்கப்படும்

தாழ்வுணர்வையும், அதன் நீட்சியாகும் வெறுப்பும் கசப்பும் கூடிய அருவருப்பையும் கடக்கத் தடுக்கப்பட்டவற்றைப் பகிரங்கப்படுத்தலே மிக அவசியமாவதைப் பெ.மு.வின் கதைகள் வெளிச்சமிடுகின்றன. மனிதவாழ்வில் மற்றமையைப் பொருட்படுத்தாததே அசிங்கமென்றும் அவமானமென்றும் சொல்லித் தணிக்கைக்குட்படும் அனைத்திற்குப் பின்னாலும் சிலரின் அதிகாரமும் வன்மமும் ஒளிந்துள்ளதை விமர்சித்து, அனைத்து மனிதச் செயல்பாடுகளையும் அவையவற்றுக்குரிய தேவை மற்றும் பயன் கருதியே அளவிடவேண்டும் என்கிறார். இங்குப் பெ.மு.விடம் அடித்தட்டு மக்கள் மீதான பரிவு மட்டுமல்லாது, விளிம்பு வாழ்வியல் சார்ந்த உடன்பாட்டுப் பார்வையும் அரசியல் வீச்சுடன் வெளிப்பட்டுள்ளதாகத் துணியலாம். 'கழிப்பறையின் கிரகப்பிரவேசம்' என்ற பதச்சேர்க்கையை எத்தனை புனைவாளரால் சிந்திக்கமுடியும் என்பது ஒருபக்கமிருக்க, இதை எத்தனை வாசகரால் முகச்சுளிப்பின்றிப் படிக்கமுடியும் என்றும் கேட்கலாம். ஆனால், பொதுபுத்தி மனக்கோணலை நிமிர்த்தும் எழுத்தைப் பெ.மு. சாதித்துவிட்டார் என்பதை அனைவரும் ஒப்புக்கொள்ளத்தான் வேண்டும்.

8

நகரவெளி மறுப்பும் தாய்நில விருப்பும்
(முதல் மூன்று நாவல்களை முன்வைத்து)

க. காசிமாரியப்பன்

பெருநிலங்களை ஆளும் அதிகாரம் தன் ஆளுகைக்குட்பட்ட வெளியிலிருந்து சிலரை வெளியேற்றுகிறது. தன்னிலிருந்து வேறுபட்ட கருப்பொருட்களான தெய்வம், இசை, உணவு, இனம், விலங்கு, தொழில் கொண்ட மக்களை அதிகாரம் புறந்தள்ளுகிறது. ஐரோப்பிய இனவாதம் தொடங்கி இந்துத்துவம் வரையில் இது நீள்கிறது. கருப்பொருட்களைப் புழங்குபொருள் எனலாம். புழங்குபொருட்களில் உயர்வு தாழ்வு கட்டமைக்கப்படுகிறது. தான் விரும்பாத புழங்குபொருட்களை, மனிதர்களைத் தன் வெளிக்குள் கட்டுத்திட்டங்களுடன் அதிகாரம் அனுமதிக்கிறது. புழங்குப் பொருட்களில் பல இயற்கையானவை அல்ல. பண்பாடுகளால் உருவாக்கப்பட்டவை. சாதியப் பண்பாட்டுக்குப் புறம்பான பண்பாடுகள் சாதிவெளிக்குள் புகுகையில் சலனம் ஏற்படுகின்றது. சாதியப் பண்பாட்டைக் கற்றுக் கொண்டாலும் ஒருசாதி மறுசாதி வெளிக்குள் புகுந்து விட முடியாது.

பழந்தமிழ்ப் பண்பாட்டில் திணைகள் வேறுபட்டிருந்தாலும் திணைக்கலப்பு ஏற்கப்பட்டது. பிற திணைக் கருப்பொருட்களின் நுழைவு

ஒருதிணைக்குள் மறுக்கப்படவில்லை. புழங்கு பொருட்களின் மயக்கம் தவறெனக் கொள்ளப்படவில்லை

சாதிய வெளிகளில் கண்ணுக்குப் புலனாகாது வகுக்கப் பட்டுள்ள எல்லைக்கோடு சடங்குகளின்போது தளர்த்தப்படும். சமூகப் பொருளாதாரப் பண்பாட்டு நெருக்கடிகளால் சாதியவெளியில் விரிசல்கள் ஏற்படுகின்றன. சாதியப் பிடிமானம் உடைய மனத்துக்குப் பொதுவெளி, நகரவெளி, சமத்துவவெளிகள் பிடித்தமானவை அல்ல.

பெருமாள்முருகனின் நாவல்களில் பெரிதும் கவுண்டர்களின் புழங்கு வெளிகளையும் சில பக்கங்களில் அருந்ததியர்களின் புழங்கு வெளிகளையும் கண்ணுறலாம். கூளமாதாரி திணைத்தன்மை கொண்ட சாதியவெளியையும், ஏறுவெயில் சாதியவெளி உடைவையும் நிழல்முற்றம் சாதியக்கொடுமை குறைந்த பொதுவெளியையும் காட்டுகின்றன.

தமிழ்த்திணைத்தன்மை பேணப்படும் கூளமாதாரியின் கதை, தை மாதத்தில் தொடங்கித் தை மாதத்தில் முடிகிறது. காலையில் முகிழ்த்து மாலையில் நிறைவெய்துகிறது; முதல் அறுவடை முடிந்தபின் எழுந்து, அடுத்த அறுவடை முற்றுப் பெறும்போது முடிகிறது.

நாவலின் தொடக்கம், 'பட்டிப் பொங்கலுக்கு நெற்றியில் கொட்டியிருந்த சிவப்பு பளிச்சென்று தெரிகிறது. தரையெல்லாம் நடுங்கும் தைமாதப் பனி புற்களையும் சருகுகளையும் நனைத்துவிட்டிருக்கிறது. கந்தமூப்பன் விடிகாலையில் வீசி எறிந்த பனைச்சீவல்களை ஆடுகள் ஓடிஓடிப் பொறுக்குகின்றன. திருச்செங்கோடு மலையேறிப் பொழுது வராத இளங்காலையில் *(16)* அறுவடை முடிந்து சில நாட்களே ஆகியிருந்தது' என்று அமைகிறது.

நாவல் முடியும்போது உச்சியிலிருந்து மேற்கே கொஞ்சமாய் இறங்கும் நேரம் வரை பயிரை அறுத்த குறிப்பு *(280)* வருகிறது.

புழுதி, கொழிமண், வறள் என மூன்று இயல்களாகக் கூளமாதாரி நாவல் பகுக்கப்பட்டுள்ளது. வளத்தின் தொடக்கம் புழுதி. பருவம் எய்துவது கொழிமண். கொழிமண்ணைத் தொடர்வது வறள். புழுதி என்ற இயலில் பகற்பொழுதும் கொழிமண்ணில் இரவுப்பொழுதும் வறளில் இரவும் பகலும் காட்டப்பட்டுள்ளன. பருவந்தோறும் பனை வளர்கிறது.

பாளை சீவத் தொடங்கும் நாவலின் முதல் இயலில் நுங்கும் கொழிமண்ணில் கள்ளும் பழமும் பனைதருகிறது. பின்னர் கிழங்கு வாங்கவும் சாயபு வந்துவிடுகிறார்.

தைக்குப்பிறகு பங்குனி, சித்திரை காலத்தில் நெருஞ்சி முள்ளாய் வெயில் தோலில் தைக்கிறது. பாலைமரம் பூத்துக் கிடக்கிறது. பாறைச்சூடு தகிக்கிறது. வைகாசியில் சாமியாரிடம் மந்திரம் பெறுகிறான் மொண்டி. ஆடிக்காற்றில் பட்டிக் குடுசையைத் தூக்கித் தள்ளுகிறது காற்று. அடைமழைக் காலமான ஐப்பசியில் முனியப்பன் பொங்கல் வருகிறது. தொடர்ந்து மாதக்கணக்கு நாவலில் பேணப்படுகிறது.

இளங்குட்டிகளைத் துரத்தும் வீரன் என்னும் ஆட்டுக் கிடாவின் நசியம், பயிராதல், குட்டி ஈனுதல், பூங்குட்டிகள் போன்றவற்றைக் காட்டும் நாவல் ஆடுகளின் சாவில் நிறைவடைகிறது; இளம்வடலிப் பனையில் தொடங்கிப் பழம் தரும் பனையில் ஏறுகிறது. அறியாப் பெண்ணாக வரும் செவிடி இறுதியில் பருவம் எய்துகிறாள். பருவமாற்றத்திற்கேற்ப வாழ்வு மாற்றமுறுகிறது.

கூளமாதாரி மேய்ச்சலை மையமாகக் கொண்ட முல்லைத் திணை நாவல். முல்லையின் பெரும்பொழுது கார்காலம்; மாரிக்காலம். மாரியில் காடு செழிப்புறுகிறது. கார்கால முடிவோடு வீழ்ச்சியும் இறப்பும் நாவலில் முன்வைக்கப்படுகின்றன. ஊரைவிட முல்லை நிலமே நாவலின் களம். கூளையனின் விடிவும் அந்தியும் நாவலின்செய்தி.

இயற்கை வெளியோடு இணைய விரும்பும் மனப்பாங்கு கூளையனுக்கு வாய்த்திருக்கிறது. திருச்செங்கோட்டுமலை தழுவி ஏரிநீருக்குள் குதித்தெழுந்து வரும் காற்றும் மண் குளிர்ச்சியும் அவன் முதுகுக்கு இதமானவை. சருகுகள் புரளும் ஓசையும் பனையோலைச் சலசலப்பும் இனிமையாக அவனுக்குள் இறங்குகின்றன. கந்தமூப்பனைவிட பனைகளை அறிந்தவன் கூளையன். மண்ணைப்போலவே பனைகளும் அவனுக்குத் துணைதாம். மண்ணோடும் பனையோடும் காற்றோடும் கலந்து போகிறான் (125).

பண்பாட்டு வெளிகளான கோயில், வீடு, ஊர், கட்டுத் தரைக்கு எதிர்நிலையில் சாதியப் பண்பாட்டைக் கொள்ளாத இயற்கைவெளிகள் உள்ளன. சிறார்களின் விடுதலை வெளிகளாக அச்சமூட்டும் பாழடைந்த கிணறு, கொறங்காடு, ஒற்றைமரம், முனியப்பன் கோவில் அமைகின்றன.

அடக்கப்படும் கூளையனுக்கு விடுதலைவெளி தேவையாக இருக்கிறது. காட்டுத் தடத்தில் ஓடுவதும் ஒற்றையடிப் பாதையில் தன்னந்தனியாக நடப்பதும் கூளையனுக்குப் பிடித்தவை (272). நடந்து போகப்போகச் சாலை நீண்டு கொண்டேயிருந்தால் நன்றாக இருக்குமென்றும், சாலை எங்கே முடிகிறதோ அது வரைக்கும் நடந்துகொண்டே இருக்கலாமென்றும், சாலைகளுக்கு முடிவே இல்லையென்றும் நினைக்கிறான் கூளையன் (179). வீதிகளில் நடக்கத் தடைசெய்யப்பட்ட கால்கள் நடக்க விரும்புந்தானே.

ஐம்பூதங்களைப் பற்றிய சித்திரிப்பு கூளையனோடு காட்டப்படுகிறது. நிலம், நீர், தீ, விண்ணோடு புழங்குகிறான். வெற்றுவெளியில் படுத்துக்கொள்வதை விரும்பும் கூளையன், பனை மேலேறி விண்ணைத் தீண்டுகிறான். கூரிய வாளாய் நீட்டிய குருத்தோலையைக் கெட்டியாய்ப் பற்றிக்கொள்ளும் அவன், பனையைவிட உயரமாகி விடுகிறான். கைகளைப் பரக்கவீசிக் குதித்துவிட விரும்பும் அவனுக்கு அந்தரவெளியில் நீந்தித் திரியும் ஆசையும் மிகுந்திருந்தது.

கற்பனை செய்ய இயலாத அளவு பிரம்மாண்டப் பெருந்தீயைக் கண்விரியப் பார்க்கிறான். நெருப்புக் கங்குகளில் செய்த செங்குதிரையின் கனைப்பில் கள்ளிப் பழங்களாகப் பெரியகாடு முழுக்கத் தீக்கங்குகள் கொட்டி உதிர்கின்றன. பெரியகாட்டுச் செம்மண் முழுதும் தீப்பற்றி எரிந்தது போல இருக்கிறது. வானத்து மேகங்களில் தலைமோதித் தீப்பற்றியும் அடங்காமல் திமிர்கிறது குதிரை. வாமுனியும் செம்முனியும் விண்ணுக்கும் மண்ணுக்கும் எழுந்து நிற்கக் காண்கிறான் கூளையன்.

காட்டையே பேர்த்தெடுத்துக் கொண்டு போகும்படியான காற்றோடு போராடி வெற்றிபெறும் பலம் தன்னிடம் இல்லை என நினைக்கிறான் கூளையன். காற்றின் ஊளைவேறு. குடுசைத் தூக்கி மல்லாத்தும் காற்று, தென்பக்கப்படல் மீது இழுத்துத் தள்ளிக் கூளையனை உருட்டுகிறது. காற்றொடு கலக்கிறான் கூளையன்.

கூளமாதாரியில் அருந்ததியர் வெளியைக் காட்டும் பெருமாள்முருகன், ஏறுவெயிலில் சிறுகுறிப்பின் வழி அவ்வெளியைக் கடந்துவிடுகிறார். நிழல்முற்றத்தில் அருந்ததியர் வெளி இல்லை. ஆதிக்கவெளிகளில் எளியோர் அடங்கியே செல்கின்றனர். அவ்வெளியில் எதிர்ப்புகள் இல்லை.

ஒடுக்குமுறையின்போது கெஞ்சலும் மன்றாடலுமாகவே முறையிடல்கள் உள்ளொடுங்குகின்றன. கவுண்டரின் கிடாயை வவுறி அடிப்பதும் செல்வனிடம் கூளையன் முரண்படுவதும் மொண்டி செல்வனுக்கு எதிராக முனகுவதாகவும வரும் நிகழ்வுகள் எதிர்ப்பின்பாற்பட்டவை.

ஆதிக்க வெளியிலிருந்து மீளமுடியாத தன்மையைக் கூளமாதாரி முன்மொழிகிறது. கறிச்சோறு தின்பதற்குத் தன்வெளிக்கு வந்த கூளையன் மீண்டும் சாதியவெளிக்குள் நுழைய அழைக்கப்படுகிறான். கிணற்றுக்குள் கட்டித் தொங்க விடப்பட்டபோதும் ஆதிக்க வெளியிலிருந்து மீள வாய்ப்பில்லை. வவுறி கோபித்துக்கொண்டு ஓடினால் வீடுவரைதான் செல்லமுடியுமெனக் கூளையன் நினைக்கிறான். வெளியே ஓடிய நெடும்பன் தடுக்கப்பட்டு ஆதிக்க வெளிக்குள் முடக்கப்படுகிறான். மீட்சியே இல்லாச் சிறைகளாக ஆதிக்கவெளிகள் உள்ளன. ஆயின் சிறார்களின் விருப்பம் விடுதலை பெறுவதுதாம். ஓடிப்போகும் நெடும்பன் மீதான பேரார்வம் வவுறிக்கும் கூளையனுக்கும் ஏற்படுகிறது. திருச்செங்கோட்டு வெளி பற்றிய மொண்டியின் விவரிப்புகள் அதிசயமாகின்றன. பனைமேல் ஏறிக் குதூகலித்தலும் மலையுச்சி மேலான தீராப்பிரியமும் பூமிக்குள் நுழையும் கிணற்று நீராடலுமாக நீளும் உலகங்கள் விரும்பப்படுகின்றன.

இயல்பற்ற வெளிகளை மீவியல் வெளி என்றும் இயல்பற்ற காலத்தை மீவியல் காலம் என்றும் கூறுவர். மொண்டி, மந்திரம் பெற்றதும் இப்படியான வெளியில்தான்; யாருமற்ற வனாந்தரம். அத்துவானக்காட்டில் வைகாசிமாத மாலை நேரத்தில் பெருமழை பெய்கிறது. அந்நேரத்தில் இலக்கற்று வெறித்த பார்வையோடும் தாடியோடும் வரும் சாமியார் பேயைக்கட்டும் மந்திரத்தை மொண்டிக்குக் கற்றுத்தருகிறார். கிழக்குப்பக்கமாக நின்று திருச்செங்கோட்டு மலையைக் கும்பிடச் சொல்கிறார். மொண்டி மந்திரம் பெறுகிறான். அதனால் மந்திரக்காரனான மொண்டியின் உடல்வெளி முன்பு கவுண்டர்கள் நிற்கிறார்கள். தன்தோலின் நீட்சியான துண்டால் அவ்வுடல்களைத் தொடுகிறான். தொடமறுத்தால் மந்திரம் பலிக்காது என்கிறான் மொண்டி. அதற்குக் கட்டுப்படுகின்றனர்.

திருச்செங்கோடு எனும் தெய்வ வெளியைத் தொழாமல் பெருமாள்முருகன் எழுத்தைத் தொடுவதில்லை. முதல் சிறுகதைத் தொகுப்பின் பெயரும் திருச்செங்கோடுதான். கூளமாதாரி

நாவலின் தொடக்கமே கூளையன் பெரிய காட்டுக்குள் நுழைந்தபோது திருச்செங்கோட்டு மலையேறிப் பொழுது வந்திருக்கவில்லை என்றும் இறுதியில் திருச்செங்கோட்டுக்குச் செல்வன் போக முடியவில்லை என்றும் அமைகின்றன. திருச்செங்கோட்டு மலையை வணங்கி மந்திரத்தை மொண்டி பெறுகிறான். இருளில் இருக்கும் கூளையனுக்குத் திருச்செங்கோட்டு மலை வெளிச்சமே துணையாகிறது. திருச்செங்கோட்டு மலை விளக்குகள் விண்மீன்கள் இறங்கி வந்துவிட்டதைப் போலக் கண்சிமிட்டுகின்றன. அந்த வெளிச்சம் கூளையனுக்குப் பெருந்துணை. எப்போதும் கூட ஆள் இருப்பதைப் போன்ற நம்பிக்கையைத் தருகிறது. மின்சாரம் இல்லாமல் விளக்குகள் அணைந்துவிடும் நாட்களில் தவித்துப் போகிறான். எல்லாவற்றையும் இழந்துவிட்டது போலத் தோன்றுகிறது அவனுக்கு (124). ஒவ்வொரு நேரத்திலும் ஒவ்வொரு விதமாய்த் தோன்றும் மலையை எண்ணி வியக்கிறாள் வவுறி. அதன் உச்சியில் 'கூர்மையான நகம் போல நீண்டு தெரியும் வறடிக்கல் கோவில் இன்னும் கொஞ்சம் நீண்டால் வானத்தைக் கிழித்துவிடுமோ' என நினைக்கிறாள் (92). உடலைச் சுருட்டிக்கொண்டு தலையை மட்டும் மேலே உயர்த்திக் கொண்டிருக்கும் பாம்பு போலத் தோன்றும் மலையைப் பார்த்துக் கள் குடிக்கும் கூளையன், 'அய்யா செங்கோட்டையா தப்பா இருந்தா மாப்பு... நீதான் அவ்வளவு ஒசரத்துல இருந்து என்னையவே பாக்குற' (142) என்கிறான். பெருங்காற்று வீசும்பொழுது கூளையனுக்குத் திருச்செங்கோட்டுமலை விளக்குகள் நம்பிக்கை ஊட்டுகின்றன. மனத்துக்குள்ளேயே கை குவித்து விளக்குகளைக் கும்பிடுகிறான் (155). ஓடிப்போகும் மொண்டி திருச்செங்கோட்டில் தஞ்சமடைகிறான். பெருமாள்முருகன் காட்டும் தெய்வவெளிகள் தமிழ்க்கடவுள்கள் சார்ந்தவை. திருச்செங்கோட்டு முருகன் பூர்வீகத்தில் கிடாக்கறி விரும்பிய வேலன். நாவலில் தெலுங்குப் பேசும் அருந்ததியச் சிறார் மனவெளியில் திருச்செங்கோட்டையன் உலா வருகிறான்.

நவீன கால விளையாட்டுகள் அரங்கம்சார் வெளிகளில் நிகழ்கின்றன. வீடுகள், தெருக்கள், விளைநில விளையாட்டுகள் இதற்கு எதிர்நிலையிலானவை. வட்டார விளையாட்டுகள் சாதிய, பால் சார்புடையவை எனினும் கடுத்தமான விதிகளைக் கொண்டவை அல்ல. பாண்டி, ரெட்டக்காலிப் பனையில் உடலால் ஏறுதல், நொண்டி, தலதட்டி, கல்லெடுப்பான் போன்ற

விளையாட்டுகள் எல்லையற்ற வெளியான விளைநிலங்களில் ஆடப்படுகின்றன.

கல்லெடுப்பான் விளையாட்டில் கூளையன் கோழியாகவும் செல்வனைக் கழுகாகவும் மொண்டி நினைக்கிறான். கூளையன் வெளியாக விளையாட்டுக் களமும் அதைப் பாதுகாக்கும் தாய்க்கோழியாகக் கூளையனும் தூரத்துப் பனையில் உட்கார்ந்திருக்கும் கழுகு போன்றவனாகச் செல்வனும் அமைகின்றனர். கோழி ஒன்று, நான்கு கழுகுகள். 'கோழியின் உடல் வீரத்தால் கொந்தளிக்கிறது. கோழி எட்டிக் கொத்தினால் சதைத்துண்டுகள் அதன் அலகோடு சேர்ந்து வந்துவிடும். புறாபோலத் தோற்றம் காட்டி வசாலியாய் மாறிக் கவ்வும் கழுகின் வித்தை கோழிக்குத் தெரியும். அனுபவமுள்ள கோழி கழுகைக் கொத்தப் பாயாது. தானும் எம்பிப் பறக்காது. தன்னுடைய உயரம் எவ்வளவு என்பது அதற்குத் தெரியும். தாக்குதலில் இறங்கக்கூடாது. தற்காப்புத்தான் தனது பலம் என்பதைப் புரிந்து கொண்டிருக்கும்' என விவரிக்கிறார் பெருமாள்முருகன்.

கோழிகள் வீரமுடையவை. ஆயின் தாக்குதலைவிடத் தற்காப்பு முக்கியம். புறா போன்று தோன்றுவது வசாலியாக மாறிவிடும். ஒரு குஞ்சுக்காகப் பல குஞ்சுகளை இழப்பது வேண்டியதில்லை போன்றவற்றை வேறுதளத்தில் வாசிக்க முடியும். விளையாட்டு வெளிகளில் சாதியம் படிந்து கிடக்கிறது. தான் தோற்பதைச் செல்வனால் ஏற்றுக்கொள்ள முடியவில்லை. கூளையனிடம் தோற்றபோது சாதிய வசையை இடுகிறான்.

காடெல்லாம் விளையாட்டுக்குரியது. எந்தக் குறுக்கீடும் இல்லை. சிறுவேட்டை, நீராடல், பகிர்ந்துண்ணல் என்ற பூர்வக்குடி மனப்பான்மையுடன் மேய்ச்சல்வெளி விரிகிறது. எனவேதான் வெட்டுக்காட்டுக்கவுண்டர் பண்ணையத்திற்குப் போக வவுறி விரும்பவில்லை. எட்டும் தொலைவு வரை விரிந்து கிடக்கும் இந்தப் பெரியக்காட்டை விட்டுவிட்டுப் போக நேர்ந்துவிடும் என்றும் இங்கே மாதிரி நான்கு பேரோடு ஆடு மேய்க்கவோ குதித்து விளையாடவோ அந்தக் கவுண்டர் வீட்டில் விடமாட்டார்கள் (46) என்றும் நினைக்கிறாள். இங்கென்றால் கவுண்டர் வீட்டுப்பிள்ளை விஜயா வீட்டுத் திண்ணையில் அவளோடு உட்கார்ந்து தாயமோ பாண்டியோ ஆடலாம் என்றும் எண்ணுகிறாள் (48).

திணைசார்ந்த மரபை எழுதுவதாகக் கொண்டால்

ஏறுவெயில் நாவலைத் திணை அழிவாகக் கொள்ள முடியும். வெளிகள்; கையகப்படுத்தப்பட்டு குடியிருப்புகள் எழுகின்றன. வேளாண்வெளியில் முட்டுக்கற்கள் முளைக்கின்றன. ஏறுவெயில் துன்பத்தைத் தருகிறது. தொடக்கத்தில், 'கிணற்றுமேட்டில் நிற்கும் நாய் இறுதியில் டிச்சுக்குழியில் சாகிறது.' மரங்கள் கைகளைப் பரப்பி வீழ்ந்து கிடக்கின்றன. ஒற்றையடித் தடங்களில் புல் முளைத்து விட்டன. அணைப்புகளுக்கிடையே இருந்த வரப்புகள் களைகள் மண்டித் தூர்ந்து விட்டன. பச்சைப்பசேல் என்று ஒரு பெரிய துப்பட்டியைக் கொண்டு மூடியது போலிருக்கும் காடுகள் கொறை கிடக்கின்றன. வேர்வையில் குளிர நனைந்து விளைந்து கிடந்த செம்மண் பூமி, கம்பும் சோளமும் உதிர்ந்து உயிர்களைத் தன்னுள் இறுக்கி அணைத்துக் கொண்ட மண். பருத்திச் சிரிப்பு; கடலைதிடம். ஆனால் இப்போது குத்தாரி குத்தாரியாய்க் குவிந்து கிடக்கும் தாழிகள் கைநொடிக்குள் காணாமல் போய்விட்டன. தரையெங்கும் சிதறிக்கிடந்த தட்டுக்களில் கரையான் புற்றுக்கள் வளர்கின்றன. கட்டெறும்புக் குழிகள் முளைக்கின்றன.

முல்லை பாலையாயிற்று. மக்களின் வாழ்க்கையும் பாலையாயிற்று என்பதே ஏறுவெயில் முன்வைக்கும் சித்திரம். வேளாண்வெளி அழிக்கப்பட்டுக் குடியிருப்பு எனும் பொதுவெளி உருவாக்கப்படுகிறது. காட்டுக்குள் விளையாடப்படும் கல்லெடுப்பான், சுக்குப்பறி என்று எத்தனையோ விளையாட்டுக்கள் காணாமல் போய்விட்டன. குழந்தைகளின் வெளி அழிக்கப்பட்டுவிட்டது.

வளவு வீடுகளின் தெருக்கள் விளையாட்டுக்கு எதிரானவை. விளையாட்டு வெளியையும் விளையாட்டையும் மறுக்கும் புதிய சமூக அமைப்பு வந்துவிட்டது. வாங்கக்குடம் நிறைக்கும் வள்ளல் பெரும்பனைகளின் தெளுவும் இனி இல்லை. 'காடு ரத்தக்களறியாய்த் தெரிகிறது. புல்டோசர் எல்லாத் திட்டுக்களையும் உடைத்து வாரிக்கொண்டு குழிகளில் கொட்டி நிரப்புகிறது. மண்ணுக்குள் புகுந்து செல்வங்களை அள்ளித் தூற்றுகிறது. எமதர்ம ஆபீசர்கள் மண்ணின் உயிர் சிறிதும் தங்கிவிடாமல் புல்டோசர் பிடுங்கிக் கொள்கிறதா எனப் பார்வையிடுகிறார்கள்' என்று திணை அழிவு நாவலின் தொடக்கத்தில் சொல்லப்படுகிறது. விளைந்த பூமி அழிக்கப்படுகிறது. அதோடு இணைந்து வாழ்வும் நிலைகுலைகிறது. அப்புது வெளியில் நூற்றுக்கணக்கான வீடுகளில் புதிய மனிதர்கள், குழந்தைகள் வந்து குவிவர்; எனினும் நிலம்சார்

வாழ்வு அழிகிறதுதானே. புதிய கருப்பொருட்களான சைசிங், ரிக், தறி, பைனான்ஸ் என்ற புதுத்தொழில்கள் பழக்கப்பட்ட வேளாண் வாழ்வை நிலைகுலைத்து விடும்தான், பணம்சார் தொழில்கள். மக்கள் பறக்கிறார்கள்.

பெரியப்பனும் மாமனும் தறி போடுகிறார்கள். தொழில் இழந்த அருந்ததியர்கள், சைசிங்கிற்குச் செல்கிறார்கள். தறி ஓட்டுகிறார்கள். பஸ் ஸ்டாப்பில் செருப்புத் தைக்கிறார்கள். நிலம்சார் பிரதிநிதிகளாகப் பொன்னு, அவன் அப்பா, பாட்டி அமைய பொருள்சார் பிரதிநிதிகளாகப் பொன்னுவின் அண்ணன், அம்மா விளங்குகிறார்கள். புதிய வெளிகள் குறித்து அருந்ததியர்களிடம் எந்த முறையீடும் இல்லை.

ஆனாலும் 'நிலத்துல என்ன காசு வருது. தறியிலே போட்டா நாலு காச ஓடனுக்கொடன கையில பாக்கலாம' (45) என்ற குரலை ஒலிப்பவர்கள்தாம், 'காடு வாங்கறானாம் காடு. ஒரேடியா சுடுகாடாப் பாத்து வாங்கீடு. என்னய மொதல்ல கொண்டோயிப் போடலாம்' (49) என்கிறார்கள். மாட்டுவண்டி வாங்கி ஓட்டும் மாமனுக்கு எதிராக 'என்னால பொழைக்கிறான். காடுகாரைன்னு எங்காச்சும் ரண்டேக்கரா பாத்து வாங்கிப் பொழப்பானாமா. ஆத உட்டுட்டு என்னம்மோ வண்டி வாங்கி ஓட்டறானாமா போக்கத்தப்பய' (38) என்ற குரலும் எழுகிறது. 'எங்க பாட்டங்காலத்துல இருந்து எனக்குத் தெரியும் இந்த மண்ணு அதுக்கு முந்தி எத்தன வைராவோ ஆரு கண்டா. இன்னக்கி என்னம்மோ கட்டுறனாங் காலுனி. நாயுணி இல்லாத'(39) என்கிறார் தாத்தா.

ஆனாலும் புதுவெளி சார்ந்து இயங்க வேண்டிய சூழல். புதிய இளைஞர்களுடன் பொன்னு பழகுகிறான். காலனிக்குப் பால் ஊற்றுகிறாள். புல் செதுக்க அம்மா, வேலி அடைக்க அப்பா போகிறார். காரை வேலைக்கு அக்கா செல்கிறாள். பாட்டியால் முடியவில்லை. 'தானியத்தத் தொட்ட கைல காரச் சட்டியப் புடிக்க நடுங்குது பயா' என்கிறாள். வேளாண்வெளி சார்ந்தோருக்குக் காலனி என்ற பொதுவெளி மீது தாளாத கோபம் எழுகிறது. புதிய வெளிக்குச் சென்ற அக்கா, பறையர் இனப்பையனோடு ஓடுகிறாள்.

புதிய வெளி வரவால் பொதுவெளி மீதான ஒவ்வாமை பொன்னுவின் அப்பாவுக்கு ஏற்படுகிறது. எனவேதான் 'எறப்பெடுத்த முண்ட இவொ பண்ணுனதுதான், சினிமாவுக்குப் போறோம். மயிறு புடுங்கப்போறோம். பாடியும் சாக்கெட்டும்

போட்டுக்கிட்டு குதியாட்டம் போறதெ. ஆயாளும் மவளும் பத்தயிட்டம் போட்டுக்கிட்டுப் போறளுவ' என்று மனைவி மகள் பற்றிக் கூறுகிறார் அப்பா (70). 'காலனிக்கார சிறுக்கிவெல்லாம் சிங்காரிச்சுக்கிட்டு வந்தாளுவன்னாப் போதும். எவத்தியா இருந்தாலும் சட்டன் பிரேக் போட்டு நிறுத்துறானுவோ' என்பதுடன் இங்க இருக்குற பசவலக் குட்டிச் செவுராக் கோனுமின்னே முண்டைவோ காலனிலே இருக்குறாளுவோ (179) என்று எழுங்குரல் பெண்ணடிமை தொடர்பானது. புதிய வெளியில் பெண்வார்ப்பு பாதிக்கப்படும்; சாதிய ஒழுக்கம் உடைந்துவிடும் என்பதால் எழும் குரலாக இதைப் புரிந்து கொள்ளலாம்.

தொழில் சார்ந்து அருந்ததியர் வெளிக்குள் கவுண்டர்கள் புகுதல் நிகழ்கிறது. அருந்ததியர் இல்லாமல் தொழில் நடத்த முடியவில்லை. 'இரும்புத் தொழிலெல்லாம் மத்தவனுவல அனுசரிச்சுப் போவாட்டி மொதலுக்கே தீம்பு வந்துராது என்கிறார் (62) பெரியப்பன். தறிக்கு வராத சத்திவேலுவைத் தேடிக்கொண்டு அருந்ததியர் வெளிக்குச் செல்கிறார் (61). கூளமாதாரியில் கூளையனைத் தேடிக் கவுண்டர் செல்கிறார்.

வேளாண் வெளியைவிட காலனி எனும் பொதுவெளி பொருளாதாரத்தில் மேம்பட்டது. வேளாண்வெளி சார்ந்த உற்பத்தி, கருப்பொருள், நிலம், போன்றவற்றைப் பொதுவெளி சிதைத்துவிட்டது. பொதுவெளி உருவாக்கிய அரசுடன் வேளாண்வெளியால் மோதமுடியவில்லை. காலனியில் இறந்தவரின் சடலத்தை ஊரில் புதைக்க விடுவதில்லை. காட்டுப்பட்டிக் கவுண்டர்களுக்கான சுடுகாட்டில் காலனிப் பிணங்களைப் 'புதைக்க விடமுடியுமா? எந்த ஊரிலிருந்து வந்தவர்களோ என்ன சாதியோ சுடுகாட்டுப் புனிதத்தை இழந்துவிட முடியுமா? (79). இந்தி எதிர்ப்பு வீரன் மொண்டி ராமு 'பொணத்தத் தூக்குடா' என்கிறான். பாடையைக் காலால் தட்டுகிறார் தாத்தா. இன்னிக்கி வந்த எடுபட்டதுவ, இந்தச் சுடுகாடு காலங்காலமாகக் கவுண்டனுதுதான்யா (80) என்கிறார்கள். சாதியைக் காப்பதில் ஆளுங்கட்சி, எதிர்க்கட்சிகள் ஒன்றுபடுகின்றன. காலனி வெளியும் ஊர்வெளியும் முரண்படுகின்றன. ஆனால் காலனியில் இருக்கிற கவுண்டர்களுக்குச் சுடுகாடு விடப்படுகிறது (88). பொன்னுவுங்கூட காலனிக்காரர்களை 'எங்கிருந்தோ வந்த ஊர் சுத்தி நாய்' எனக் கூறுகிறான் (89). 'எங்கிருந்தோ ஓடிவந்து குடியிருக்கிற

இவனுக்கு இவ்வளவு இருக்கிறதென்றால் காலங்காலமாக இங்கேயே குடியிருக்கும் எங்களுக்கு எவ்வளவு இருக்கும்' (88) என்பதில் சாதிய ஆதிக்கம் வெளிப்படுகிறது.

காலத்தின் சுத்தியல்கள் ஊரின்மேல் அடிக்காமலில்லை. பொன்னு காலனிப் பையன்களுடன் பேசாமலில்லை. அம்மா பால் ஊற்றாமலில்லை. அப்பன் புல் செதுக்காமலில்லை. அருந்ததிய இளைஞன் சக்திவேலுவுடன் நாடகம் போடாமலில்லை. ஆனால் பெரிய உடைசல் நாவலில் ஏற்படவில்லை.

நகரவெளி மீதான வெறுப்பு பொன்னுவுக்கும் இருக்கிறது. குப்பாடியைப் பற்றிக் குறிப்பிடும்போது, 'அவனுக்கென்னாயா எங்கேயோ டவுனுப்பக்கம் வேலைக்குப் போறானாட்டம் இருக்குது. நாயும் நக்கலும் பொறுக்கித் தின்னூட்டு வருவான். இல்லைன்னா எதுக்கு இந்தக் கஷ்டம் வருது?' (29) என்கிறான். நிலத்தின் குறியீடாக வரும் நாய் பைக்கில் அடிபட்டபின் நோயுற்றுச் சாகிறது. மாரியம்மன் தெய்வம் எந்திரங்களால் அடிபடுகிறது.

நாவலின் இறுதிப்பக்கம், 'பரந்த வெளி அதற்கு எந்தப் பாதுகாப்பையும் தந்து விடவில்லை. அங்கே பட்ட கஷ்டங்கள் ஒருபுறம். இங்கேயும் கஷ்டங்கள்தான். பழக்கப்பட்ட ஒரு வாழ்விலிருந்து மற்றொரு வாழ்விற்கு மாற்றிக்கொள்ள இயலாத துயரம்' என்று சொல்கிறது. இடம்விட்டு இடம்பெயர்தல்; நகரத்தில் வாழ்வோர்க்கு எளிதாக இருப்பதைப் போல சிற்றூர்களில் வாழ்வோர்க்கு இல்லை. பிற சாதிகளுடன் புழங்குவதில் உள்ள தடை முதன்மைக் காரணம். பிறதொழில்கள் அறியாமை, வேளாண்வாழ்வியல் மீதான நேசம், சமூக ஒன்றிணைவுபெற இயலாத சாதிப் பிடிமானம் போன்றவையும் காரணங்கள்தாம். காடு போனதால் வீடு போனது. அப்பன் குடித்துவிட்டுச் சாராயக்கடையில் பணத்தை வீசுகிறார். அம்மாவுக்குப் பெருகும் பணம் மீதான பெருவிருப்பம். அண்ணன் குடிகாரனாகவும் ஊதாரியாகவும் போகிறான். சிறுகூடு பிய்த்தெறியப்படுவதையும் வேதனையையும் சேர்த்தே பார்க்க வேண்டியுள்ளது.

நிழல்முற்றம் பொதுவெளி பற்றிய புனைவு. வீட்டின்முன் இருக்கும் முற்றம் பலர்கூடிக் கலந்துநிற்கும் இடம். கோயில் முற்றம் போல. அங்கெல்லாம் சாதியும் சேர்ந்து நிற்கும். ஆயின் தியேட்டர் எனும் நிழல்முற்றத்தில் கூடும் சனம் சமயச் சடங்கில் நிலவும் தற்காலிகச் சமனைக் கொண்டுவருகிறது. பள்ளி, கோயில், உணவகம் போன்ற பொதுவெளிகளில் நிலவிய சாதி ஒதுக்கத்தைத்

தியேட்டர் என்னும் பெருவெளி கைக்கொள்ளவில்லை, நான் அறிந்தவரை. தரையிலும் பெஞ்சிலும் இருக்கும் ஆண் பெண் பிரிவினை சோபாவில் இல்லை.

பெருமாள்முருகன் நாவல்களில் இடம், பொழுது பற்றிய ஓர்மை முதன்மையானது. மாலை ஒளியில் தொடங்கும் நாவல் மதியவெளியில் முற்றுப்பெறுகிறது. இரவுக்குப்பின் பகல், பகலுக்குப்பின் இரவு என்ற வரிசையில் நாவல் நகருகிறது. நிழல்முற்றத்தில் புதிய தொழில்சார்ந்து சோடாக்கடை, பீடாக்கடை, சிற்றுண்டிக்கடை என்ற வெளிகள் உருவாகின்றன.

சாதியச் சமூகத்தில் உணவுப் பறிமாற்றமும் மணப்பெண் பரிமாற்றமும் பெருந்தடைகள். ஆயின் நிழல்முற்றத்தில் சோடா கொண்டுவரும் கைகளையும் சிற்றுண்டி கொண்டுவரும் கைகளையும் சாதிமான்கள் பொருட்படுத்தவில்லை. யாருக்கும் தனிவெளி இல்லை. வாசகசாலை, முடிதிருத்தகம், நாடகமன்றம், திரையரங்கம் என்று பொதுவெளி சார்ந்து வளர்ந்த அரசியல் தமிழகத்துக்குரியது. பொதுவெளிக் கருத்தாக்கம் சாதிய வெளிக்கு எதிரானது என்பதைச் சொல்ல வேண்டியதில்லை.

நிலா முற்றத்தில் உலாவும் சக்திவேல், நடேசன், வத்தன், விசுவன், கணேசன், பூதன் உள்ளிட்ட உதிரிகளுக்கு நாவலில் ஊரில்லை. தெருக்களில்லை. வீடுகளில்லை. அறைகளில்லை. எங்கிருந்தோ வந்தவர்கள். பசி, அவமானம், அடிஉதை, தூக்கமின்மை என்ற துயரங்களில் மூழ்குவோரை ஒளிகசியும் இருள்வெளி ஈர்க்கிறது. அது பலர்புக திறந்த பகுவாய் வாயில் உலக அறவி. உறுபசி உற்றோர், உறவு அற்றோரை நிழல்முற்றம் கவர்கிறது.

கஞ்சா, மாத்திரை, மது, ஒருபால் புணர்ச்சி, விபச்சாரம், திருட்டு போன்ற பலவும் நிகழும் இடமாகப் பொதுவெளி திகழ்கிறது. ஆயின் உதிரிகளிடம் சாதி சார்ந்த வசை இல்லை. இப்பொதுவெளி யாரையும் அடிக்கக் கையோங்கும் மனவுறுதியை எளியோர்க்குத் தருகிறது. மரபு ஒழுக்க மீறல்களை நிகழ்த்தும் துணிவையும் தந்துவிடுகிறது. ஒண்டுவதற்கு இடம் அற்ற இவர்கள் கவுண்டருக்குப் புதுப்பாதை போடச்செல்வது நகைமுரண். சக்திவேலுவைச் சோடாக்கடைக்காரர் ஆடுமேய்க்க அழைத்தபோது 'நாள் முழுக்க ஆட்டைப்போல் அடைந்து கிடக்க மனமில்லை' அவனுக்கு. பொதுவெளி மீதான விருப்பம் எளியோர்க்குரியது.

கூளமாதாரியில் பெருமாள்முருகன் கட்டியிருக்கும் திணைசார்வெளி பழந்தமிழ்க் கூறுகளை மீட்டாலும் சாதிய மரபை உடைக்கவில்லை. நடப்பை அனுசரித்துப் போகச்சொல்கிறது; சாதியவெளியில் அகப்பட்டோருக்கு மீட்சியை அது பரிந்துரைக்கவில்லை. கிணற்றில் மூழ்கிய செல்வனை விட்டுவிட்டுக் கரையேறாது கூளையனும் மூழ்குகிறான். பீயள்ளச் சொல்லும் ஆண்டையின் கழுத்தை நெரிப்பதையோ கிணற்றுக்குள் தலைகீழாகக் கட்டித் தொங்கவிட்டவர் தலையில் கல்லைப் போடுவதையோ நாவல்வெளி அனுமதிக்கவில்லை. மீறல்கள் இயல்பாகவில்லை.

கவுண்டர் வெளிக்குள் பிறசாதியினரோ ஒடுக்கப்பட்டோரோ பாலியல் ரீதியாக உட்புகவில்லை. அதுபோலவே அருந்ததியர் வெளியிலும் ஆதிக்கச் சாதியினரின் பாலியல் அத்துமீறல் இல்லை. செவிடியைத் தேடிக்கொண்டு கவுண்டர் இளைஞன் காட்டுக்கு வந்தாலும் நாவலில் அது கைகூடவில்லை. பிற்கால நாவலொன்றில் நினைவு தப்பிய பாட்டியின் மனவெளியில் பனையேறும் கந்தமூப்பன் வந்துபோகிறான். நிழல்முற்றத்தில் பறையர் பையனோடு ஓடிப்போகும் பொன்னுவின் அக்கா விடிவதற்குள் இரவோடிரவாக மீட்கப்பட்டு விடுகிறாள். பொதுவெளியில் நிகழும் முறைசாராப் பாலியல் செயற்பாடு தனிவெளியில் நிகழ்வதில்லை. பாலியல் கடுத்தம் செயல்படுகிறது.

நகரவெளி அரசியல் தன்மையுடையது. நகரவெளி அரசியல் நிலம்சார் ஆவலுக்கு எதிரானது. நகரவெளி மீதான வெறுப்பு பூமணி, தர்மன், இமையம் போன்றோரிடம் இருப்பதைப் போலவே பெருமாள்முருகனிடமும் இருக்கிறது. ஊரைவிட்டுப்போகும் நெடும்பனை நகரத்துக்குப் பெருமாள்முருகன் கடத்திவிடவில்லை. கூடடையும் பறவைபோலத் தாய் நிலத்திற்கு வந்துவிடுகிறான். ஏறுவெயிலில் வரும் பொன்னு வேற்றூரில் தங்கிப் பயில்வதுகூட அச்சத்திற்குரியதாகிறது.

ஆயினும் இவையொத்த விமர்சனங்களால் பெருமாள் முருகனைத் தள்ளிவிட முடியவில்லை. அருந்ததியச் சிறார்களின் நலிவுற்ற வாழ்வை இவ்வளவு விரிவாகத் தமிழில் இவரைத்தவிர யாரும் சொன்னதில்லை. பல நாவல்களில் தீட்டப்படும் அருந்ததியர் சித்திரமும் தொடர்ந்து காணக்கிடைக்கிறது என்பதோடு கட்டுரையை முடிக்கலாம்.

9

பெருமாள்முருகனின் பதிப்பு-ஆய்வு நோக்கு

க. காமராசன்

பெருமாள்முருகன் தமிழ்கூறும் உலகம் நன்கறிந்த எழுத்தாளர். நாவல், சிறுகதை, கவிதை ஆகிய புனைவு எழுத்துத் தளங்களில் தொடர்ச்சியாகப் படைப்புகளைப் படைத்துவருகிறார். அவரது நாவல்களும் சிறுகதைகளும் கொங்கு வட்டாரத்தின் பண்பாட்டு வாழ்வியல் கோலங்களை ஆழமாக ஊடுருவிச்செல்வன; அத்துடன் ஒன்றுடனொன்று முரண்பட்டு மோதுறும் மனித உணர்வுத் தளங்களை ஆழமாக விசாரிப்பன. இதனால் தமிழ் இலக்கிய உலகில் புகழ்பெற்ற எழுத்தாளராகத் திகழும் அதேவேளையில் தமிழ் இலக்கிய உயர்கல்விப் புலத்தில் கற்பித்தலையும் ஆய்வுப் பணிகளையும் தொடர்ச்சியாகச் செய்துவருகின்றார். இதன் விளைவாகவும் பல நூல்களை எழுதியுள்ளார்; பதிப்பித்துள்ளார்; தொகுத்துள்ளார். இந்நூல்கள் அவரது புனைவுகள் போன்று பிரபலமானவை அல்ல. அவற்றில் ஒன்று 'பதிப்புகள் மறுபதிப்புகள்' என்னும் நூல். இந்நூல் பதிப்பு-ஆய்வு தொடர்பாக 2003 முதல் 2010 வரை அவர் எழுதிய கட்டுரைகளின் தொகுப்பு ஆகும். இந்த நூலை வாசித்தபோது 'பதிப்பு-ஆய்வு' என்னும் புலம் குறித்த அவரது விமர்சன நோக்குத் தென்பட்டது. அதுபற்றியதே இக்கட்டுரை.

பெருமாள்முருகனின் எழுத்துக் களங்களும் பதிப்பு-ஆய்வும்

பெருமாள்முருகன் அவர்களது பதிப்பு-ஆய்வு குறித்த விமர்சன நோக்கைக் காணும்முன், அவரது எழுத்துலகில் பதிப்பு-ஆய்வு எழுத்துகள் பெறும் இடம் என்ன என்பதைக் காண வேண்டும். 2011ஆம் ஆண்டு அவரிடம் உங்கள் நூலகம் இதழுக்காக நான் ஒரு நேர்காணல் செய்தேன். அதில் அவரது புனைவு சாராத எழுத்துகள் பற்றி உரையாடியிருந்தேன். "எந்தெந்தப் புலமைத் துறைகளில் கவனம் செலுத்தி வருகின்றீர்கள்?" என்ற கேள்வியைக் கேட்டதற்கு, "நான் ஆரம்ப காலங்களில் பல துறைகளிலும் எழுதிவந்தேன். ஆனால், இப்போது புனைவு சாராத எழுத்துத்துறைகளை வரையறைப்படுத்தி வைத்துள்ளேன். பொதுவாக அகராதி, குறிப்பாக வட்டாரவழக்கு அகராதி பற்றி எழுதி வருகின்றேன். நாட்டுப்புறவியலில், குறிப்பாகக் கொங்குவட்டார நாட்டுப்புறவியல் சார்ந்து அண்ணன்மார்சாமி கதைப்பாடல் பற்றிச் சில கட்டுரைகள் எழுதியுள்ளேன். அப்புறம் பழைய இலக்கியங்களின் பதிப்பு பற்றிக் கவனம் செலுத்துகிறேன். இந்த மூன்று துறைகளே எனது புனைவு சாராத புலமைத்துறைகள். மேலும் அனுபவக்கட்டுரைகள், நவீன புனைவு இலக்கியம் சார்ந்த விமர்சனக் கட்டுரைகள் ஆகியவையும் எழுதுகிறேன்" என்று பதில் சொல்லியிருந்தார்.

மேற்கண்ட பதிலில், அவர் அகராதியியல், நாட்டார் வழக்காற்றியல், பதிப்பு-ஆய்வு ஆகிய மூன்று களங்களில் கவனம் செலுத்தி வருவதாகக் கூறியுள்ளார். குறிப்பாக, பதிப்பு-ஆய்வு பற்றிப் பேசும்போது 'பழைய இலக்கியங்களின் பதிப்பு' பற்றிக் கவனம் செலுத்திவருவதாகக் கூறியுள்ளார். ஆயினும் 'பதிப்புகள் மறுபதிப்புகள்' நூலில் உள்ள கட்டுரைகளில் புனைகதைப் பதிப்புகள் (1900க்கு முன்), நவீன இலக்கியங்களும் நம்பகமான பதிப்புகளும், புதுமைப்பித்தன் கதைகள்: முன்னோடிப் பதிப்பு, மறுபதிப்பும் வியாபாரத் தந்திரங்களும் ஆகிய நான்கும் 'நவீன இலக்கியங்களின் பதிப்பு' பற்றியன. இவற்றை நோக்கும்போது நவீன இலக்கியப் பதிப்புகள் பற்றியும் கவனம் செலுத்திவந்துள்ளார் எனத் தெரிகிறது.

இதேபோல, 'பதிப்புகள் மறுபதிப்புகள்' நூலின் முன்னுரையில், "நவீன இலக்கியத்தில் செயல்படுபவனாக இருந்தபோதும் கல்விப்புலம் சார்ந்தவன் ஆகையால் அவ்வப்போது ஆய்வு முயற்சிகளிலும் நான் ஈடுபடுவதுண்டு. ஆனால் பதிப்புத் துறையில் தொடக்கத்தில் எனக்குப் பெரிய

அறிவோ, பார்வையோ இல்லை. 2001ஆம் ஆண்டு பணியிட மாறுதல் பெற்று நாமக்கல்லிற்கு வந்தபோது பொ.வேல்சாமி அவர்களுடன் நெருங்கிய நட்பு ஏற்பட்டது. அவருடனான உரையாடல்கள் மூலமே பதிப்புத் துறை சார்ந்து சில கட்டுரைகள் எழுத உத்வேகம் உண்டாயிற்று" எனப் பதிப்பு-ஆய்வுத் துறையில் ஈடுபாடு ஏற்பட்ட விதம் பற்றி எழுதியுள்ளார். ஆயினும், அண்மையில் அவரது 'ஆர்.சண்முகசுந்தரத்தின் படைப்பாளுமை' (2001) என்னும் முனைவர்பட்ட ஆய்வின் நூல் வடிவத்தில் உள்ள பின்னுரையை வாசித்தேன். அதில் ஆர். சண்முகசுந்தரத்தின் நூல்களைத் திரட்டிய விதத்தை விவரிக்கும் தருணத்தில் அவரிடம் 'பதிப்புணர்வு' செயல்பட்டிருப்பதைக் காணமுடிகிறது.

பெருமாள்முருகன் அவர்களுடைய புனைவு சாராத எழுத்துத் துறைகளான வட்டார வழக்கு அகராதியியல், கொங்கு வட்டார நாட்டார் வழக்காற்றியல், பதிப்பு-ஆய்வியல் எழுத்துகள் ஆகியவற்றை ஒருசேர நோக்கும்போது அவரது புனைவு சார்ந்த எழுத்துக் களங்களோடு ஒருவகையில் தொடர்புடையவை எனத் தெரியவருகின்றது. அவரது புனைவு, புனைவுசாராத எழுத்துகளை முற்றிலும் தனிப்படுத்திப் பார்த்துவிட இயலாது. ஒரு துறையில் உள்ள உணர்வு மற்றொரு துறையிலும் ஊடுபாவாகச் செல்கிறது. இவ்விருவகை எழுத்துகளிலும் வட்டாரம் சார்ந்த பண்பாட்டு, படைப்பிலக்கிய நோக்கு முதலானவை கலந்துநிற்கிறது.

'பதிப்புகள் மறுபதிப்புகள்' நூலின் திருத்தப்பட்ட மூன்றாம் பதிப்பில் பதினைந்து கட்டுரைகள் உள்ளன. அவை சங்க இலக்கிய பதிப்புகள்; உ.வே.சா., ச.வையாபுரிப்பிள்ளை, தி.அ.முத்துசாமிக் கோனார் ஆகிய பதிப்பாசிரியர்கள்; நவீன இலக்கியப் பதிப்புகள்; பெரியார் எழுத்துகள் பற்றியன. இவற்றில் பல கட்டுரைகளும் இப்போது அச்சில் கிடைக்கும் பதிப்புகள் பற்றிப் பாரபட்சமில்லாத கடுந்தொனியிலான விமர்சனங்கள் ஆகும். இவை மட்டுமில்லாமல், அண்மையில் கூடு ஆய்விதழில் பதிப்பு-ஆய்வு தொடர்பாக நான்கு ஆய்வுக் கட்டுரைகளை வெளியிட்டுள்ளார். இவை எல்லாவற்றையும் கவனத்தில் கொண்டுள்ளேன். ஆயினும் இக்கட்டுரைகளின் பொருளை விரிவாக எடுத்துரைத்து, அதன் வழியாக அவற்றில் உள்ள அவருடைய பதிப்பு-ஆய்வு விமர்சன நோக்கை எடுத்துரைக்கவில்லை. மாறாக, அவருடைய 'விமர்சன நோக்கை' எடுத்துரைப்பதே எனது நோக்கம். அதன் வழியாக அவரது

பதிப்பு–ஆய்வுகளின் முக்கியத்துவத்தை எடுத்துக்காட்ட முயல்கிறேன்.

பதிப்பு - ஆய்வு என்னும் களம்

பதிப்புகள் மறுபதிப்புகள் நூலின் முதல் பதிப்பு முன்னுரை, 'விரிந்து கிடக்கும் வெற்றுவெளி' எனப் பதிப்பு – ஆய்வுக்களத்தை வருணிக்கிறது. மேலும் அம்முன்னுரை பதிப்பு – ஆய்வுக்களத்தைப் பின்வருமாறு சித்திரிக்கின்றது: இத்துறையில் பலர் ஈடுபட்டு உழைக்கக் களம் விரிந்து கிடந்தாலும், 'உடைமை பாராட்டும் மானோபாவம்' பிற தளங்களில் உள்ளதைப் போல இக்களத்திலும் நிறைந்துள்ளது. அதனால் பதிப்பு – ஆய்வுக்களம் விரிவுபெறவில்லை. பழம்பெரும் இலக்கியச் செழுமை கொண்ட மொழியாகத் தமிழ் விளங்கினாலும், தமிழ் இலக்கியக் கல்வியில் ஆசிரியர்களிடையிலும் மாணவர்களிடையிலும் பதிப்பு தொடர்பான பார்வைகள் துலங்கவில்லை. பதிப்பு, உரை, தொகுப்பு ஆகியவற்றுக்கிடையிலான வேறுபாடுகள்கூட உணரப்படுவதில்லை. இதனால் நெடும் இலக்கிய மரபையும் பல்வகை எழுத்துகளையும் ஓரளவுக்குச் செழுமையான பதிப்பு வரலாற்றையும் கொண்ட தமிழ் மொழியில் அண்மைக்காலத்தில் பதிப்புத்துறை தேக்கம் அடைந்துள்ளது. ஆகவே, பதிப்பு – ஆய்வுக்களம் பரந்த மனப்பான்மையுடன் பலர் இணைந்து ஈடுபட்டு உழைக்க வேண்டிய துறையாகவும் மரபு, நவீன பனுவல் பதிப்புத்துறையில் உள்ள தேக்கத்தை உடைத்து முன்செல்ல வேண்டிய களமாகவும் உள்ளது.

பதிப்பு–ஆய்வு பழைய இலக்கியங்களோடு மட்டும் தொடர்பு கொண்டதில்லை; நவீன இலக்கியங்களோடும் தொடர்புடையது எனப் பெருமாள்முருகன் நன்கு வலியுறுத்தியுள்ளார். இதற்குப் 'பதிப்புகள் மறுபதிப்புகள்' நூலில் உள்ள நவீன தமிழ் இலக்கியப் பதிப்புகள் பற்றிய கட்டுரைகள் சான்று. ஒரு நூற்றாண்டுக்கு முன்பு அல்லது ஐம்பது ஆண்டுகளுக்கு முன்பு வெளிவந்த புனைவு அல்லது புனைவு சாராத தமிழ் நூல்களுக்கு நல்ல பதிப்புகள் வெளிவர வேண்டியுள்ளது. இப்போது கிடைக்கும் அந்நூல்களுக்கான அச்சுப் புத்தகங்கள் நல்ல பதிப்பு என்று சொல்வதற்கில்லை; அந்நூல்களை உணர்ந்துகொள்ள முடியாதவாறு பலவித சிதைவுகள் இன்றைய அச்சுப் புத்தகங்களில் இடம்பெற்றுள்ளன. ஆகவே, 'பதிப்புகள் மறுபதிப்புகள்' நூலின் மூலம் மூன்றாம் பதிப்பின் முன்னுரையில் "பொதுவாசகரின் கவனத்தில் பதிப்புணர்வை இருத்த வேண்டும் என்பதே என்

நோக்கம். நூல்களைத் தேடித்தேடி வாங்கி வாசிக்கும் வாசகர் நல்ல பதிப்புகளை நாடிச் சென்றால் அவர்களின் வாசிப்பு எளிமையானதாகவும் மகிழ்ச்சியானதாகவும் அமையும்" என வாசகர்கள் பதிப்புணர்வைப் பெற வேண்டியதன் அவசியத்தை வலியுறுத்துகிறார்.

பதிப்பு வரலாறு, பதிப்புகளை ஒப்பிட்டு ஆராய்தல், பதிப்பு நுட்பங்கள் வளர்ச்சி பற்றிய ஆய்வு, பாட வேறுபாடுகள் பற்றி ஆராய்ச்சி, பதிப்பு விமர்சனம் முதலானவற்றைப் பதிப்பு – ஆய்வுக்களம்உள்ளடக்கியுள்ளது. பதிப்பு என்றால் என்ன? என்னும் கேள்வியிலிருந்து பதிப்பு-ஆய்வுக்களம் தொடங்குகிறது எனலாம்.

பதிப்பும் மறுபதிப்பும்

இப்போது தமிழ்க் கல்வி உலகில், அதுவும் தமிழ் செம்மொழியான பிறகு 'பதிப்பு' என்ற சொல் பழந்தமிழ் இலக்கிய அச்சுப் புத்தக வெளியீட்டைக் குறிக்கும் சொல்லாகப் புழங்குகிறது. இதைப் போலவே 'பதிப்பு-ஆய்வு' என்ற தொடரும் பழந்தமிழ் இலக்கிய அச்சுப் புத்தகம் வெளியீடு பற்றிய ஆய்வாகப் பெரும்பாலும் கருதப்படுகிறது. இதற்கு மாறான ஒரு பார்வையையே பெருமாள்முருகன் முன்வைக்கின்றார்.

பதிப்பு பற்றி நவீன இலக்கியப் பிரதிகளை மனதில்கொண்டு பின்வருமாறு கூறுகிறார்: "அச்சுக்கும் பதிப்புக்குமான வேறுபாடு தமிழில் தெளிவாக இல்லை. அச்சிடும் எல்லா நூல்களும் பதிப்பு என்ற குறிப்புடனேயே வெளிவருகின்றன. ஆசிரியரின் காலத்திலேயே வெளியாகும் ஒருநூலை அச்சு என்றோ வெளியீடு என்றோ குறிப்பிடுவது பொருந்தும். முதல் அச்சு, முதல் வெளியீடு எனக் குறிப்பிடலாம். பதிப்பு இதிலிருந்து வேறுபட்டது. ஒரு பிரதியை வெறுமனே அச்சாக்குதல் பதிப்பல்ல. பதிப்புக்கென நெறிமுறைகள் உள்ளன. அவற்றைக் கொண்டிருப்பனவே பதிப்புகள். ஒரு நூலுக்குப் பதிப்பு என்னும் தேவை ஏற்படுவதற்குச் சில காரணங்கள் உள்ளன. அவற்றில் முக்கியமானது காலம். ஒருநூல் அது வெளியாகும் காலத்திலேயே பதிப்பு என்னும் தகுதியுடன் வருவதில்லை. குறிப்பாகப் படைப்பிலக்கியமான நாவல், சிறுகதை போன்றவற்றிற்கு அதற்கான தேவை இல்லை. மிக முக்கியமாக அந்நூலின் மொழிநடை சமகாலத்தவருக்கு இயல்பானதாக இருக்கிறது. அந்நூலின் பின்னணி, விவரங்கள் முதலியவை வாசகருக்கு ஏதோ ஒருவகையில் தெரியவும்

செய்கின்றன. நூலில் அத்தகைய விவரங்கள் வெகு சுருக்கமாக இருத்தலே நல்லது. ஆகவே காலப் பழமை ஏற்படும்போது அந்நூலுக்குப் பதிப்பு தேவைப்படுகிறது.”

இக்கூற்று நவீன இலக்கியப் பனுவலை மனதில் கொண்டிருந்தாலும், மரபிலக்கியப் பனுவல் பதிப்புக்கும் பொருந்தக் கூடியதே ஆகும். பதிப்பு ‘காலம்’ பற்றிய உணர்வைக் கொண்டிருப்பது; காலமாற்றத்தால் ஏற்பட்ட நிலைமைகளைக் கருத்தில்கொண்டு, பனுவல் இயற்றப்பட்ட ‘காலம்’ பற்றிய விளக்கத்தையும், அப்பனுவலின் இக்‘கால’த் தேவையையும், அத்தேவையை நிறைவேற்றும் துணைக் கருவிகளையும் கொண்டிருப்பது என மேற்கண்ட கூற்று வலியுறுத்துகிறது எனலாம்.

தமிழில் பதிப்பு என்பது கருத்துருவிலும் செயல்முறையிலும் ஒரு வரலாற்று வளர்ச்சி கொண்டுள்ளது. இதுபற்றிய கருத்துகள் ‘பதிப்புகள் மறுபதிப்புகள்’ நூல் முழுவதும் ஆங்காங்கே போகிறபோக்கில் கட்டுரைகளின் பேசுபொருளோடு சொல்லப்பட்டுள்ளன. பதிப்பு மரபிலக்கியப் பதிப்பு, நவீன இலக்கியப் பதிப்பு என இருவகைப்படுத்தப்படுகிறது. முதலில் மரபிலக்கியப் பதிப்பு தொடர்பாகவே அக்கறை தோன்றியது. அண்மைக்காலமே நவீன இலக்கியப் பதிப்பு தொடர்பான அக்கறை வளர்ந்து வருகிறது.

மரபிலக்கியப் பதிப்பு மூன்று கட்டங்களினூடாக வளர்ந்துள்ளது. முதல் கட்டத்தில் ஓலைச்சுவடிகளில் உள்ளவற்றை அச்சில் கொண்டுவர வேண்டும் என்ற எண்ணம் ‘பதிப்பு’ என்ற கருத்துருவிலும் செயல்முறையிலும் இருந்துள்ளது. இரண்டாம் கட்டத்தில் வாசகர்களுக்கு, நூல் விளங்க வேண்டும் என்ற நோக்கில் முன்னுரை, அருஞ்சொற்பொருள் அகராதி முதலான பலவித துணைக்கருவிகளுடன் இணைக்கப்பெற்று வளர்ச்சி பெற்றது. மூன்றாம் கட்டத்தில் ஆராய்ச்சி நோக்கத்துடன் மூலாதாரங்களாகப் பலவித ஆய்வுக்கான துணைக்கருவிகளுடன் பதிப்பித்தல் என்பதாகப் பதிப்பு வளர்ந்தது. இக்காலத்தில் மரபிலக்கியப் பனுவல்களுக்கு ஆய்வுப் பதிப்பு, உரைப் பதிப்பு, மலிவுவிலைப் பதிப்பு, மாணவர் பதிப்பு, கவிதையியல் நோக்குப் பதிப்பு முதலான பலவிதமான பதிப்புகள் தேவை.

மரபிலக்கியப் பதிப்பு முறையிலிருந்து சற்று வேறுபட்டாலும் நவீன இலக்கியங்களுக்கும் பதிப்பு என்பது அவசியமாகிறது. பாரதி எழுத்துகளின் பதிப்புகள், புதுமைப்பித்தன் எழுத்துகளின்

பதிப்புகள் முதலானவற்றில் நவீன எழுத்துகளுக்கான பதிப்பு நெறிமுறைகள் தோன்றி வளர்ந்து வருகின்றன. இந்நெறிமுறைகளைப் பற்றி, பதிப்புகள் மறுபதிப்புகள் நூலில் 'புதுமைப்பித்தன் கதைகள்: முன்னோடிப் பதிப்பு' என்ற கட்டுரையிலும் அண்மையில் கூடு இதழில் வெளிவந்துள்ள 'ஆ.இரா.வேங்கடாசலபதி: பதிப்புப்பணிகள்' என்ற கட்டுரையிலும் பெருமாள்முருகன் நன்கு எடுத்துக் கூறியுள்ளார்.

மறுபதிப்பு என்பது முன்பு வெளிவந்த பனுவல்களை அல்லது பதிப்புகளைச் சிதையாவண்ணம் பதிப்பிப்பதாகும். ஆனால் தமிழ்ப் பதிப்புத்துறையில் மறுபதிப்பு குறித்த உணர்வே பதிப்பாளர்களிடையிலும் இல்லை; வாசகர்களிடையிலும் இல்லை. இதனால் ஏற்பட்ட அனர்த்தங்களை இந்நூலில் உள்ள பல கட்டுரைகளில் எடுத்துக்காட்டியுள்ளார். குறிப்பாகத் 'தமிழ்த் தாத்தா' உ.வே.சா.வின் பதிப்புகளில், பல மாற்றங்களைச் செய்து அவை பற்றிய எந்தக் குறிப்பும் இல்லாமல் உ.வே.சா. பதிப்புகள் என்றே உலவி வருகின்றன. இத்தகைய வேலையை உ.வே.சா. நூல்நிலையமே செய்துவருவதைப் பெருமாள்முருகன் எடுத்துக்காட்டியுள்ளார். உ.வே.சா.வின் வாழ்நாளுக்குப் பின்னர் வெளிவந்த பதிப்புகளைப் பற்றி எவ்வித 'பதிப்புணர்வு'ம் இன்றித் தமிழ்ப் பல்கலைக்கழகம் நிழற்படப் பதிப்புகளாக அச்சில் வெளியிட்டுள்ளது.

உ.வே.சா.வின் எழுத்துகளைத் தொகுத்து உ.வே.சா. நூல்நிலையம் வெளியிட்டுள்ள தொகுதிகளைப் பின்வருமாறு விமர்சித்துள்ளார்: "இப்போது உ.வே.சா. நூல் நிலையம் வெளியிட்டுள்ள உரைநடை நூல் தொகுதிகளைப் பதிப்பு என்று சொல்ல முடியாது. தாளில் போட்டு அடைத்த அச்சுக் குவியல் என்றுதான் சொல்ல வேண்டும். கட்டுரைகளைத் தொகுக்க எந்த நெறிமுறையையும் பின்பற்றவில்லை. ஏற்கனவே வெளியான நூல்களைக் கைக்குக் கிடைத்த வாக்கில் எடுத்து அச்சுக்குக் கொடுத்திருப்பதைத் தவிர வேறொன்றும் செய்ததாகத் தெரியவில்லை. பெரும் பதிப்பாசிரியரான ஒருவரின் எழுத்துகளைப் பதிப்பிக்கிறோம் என்னும் உணர்வு இருந்திருப்பின் குறைந்தபட்ச ஒழுங்கேனும் நூலுக்கு அமைந்திருக்கக்கூடும். தனி நூல் தன்மை கொண்டவற்றின் உள்தலைப்புகளைக் கட்டுரைத் தலைப்புகளாகப் பொருளடக்கத்தில் கொடுத்திருக்கும் அபத்தத்தை என்னவென்று சொல்ல?"

இவ்வாறு கடுந்தொனியில் பெருமாள்முருகன் பல

மரபு, நவீன எழுத்துகளுக்கான பதிப்புகளை விமர்சனம் செய்துள்ளார். இந்த விமர்சனங்கள் பதிப்புத் துறையில் உள்ளோரிடம் கடும் எதிர்வினைகளைத் தோற்றுவித்தது. ஆயினும் சில நல்விளைவுகளையும்கூட ஏற்படுத்தியுள்ளது. உ.வே.சா. நூல்நிலையத்தில் அண்மையில் வெளிவந்துள்ள பதிப்புகள், உ.வே.சா.வின் அனைத்து முன்னுரைகளுடனும், அவர் 'இறுதியில் வெளியிட்ட இந்த ஆண்டுப் பதிப்பின் மறுபதிப்பு' என்ற குறிப்புடனும் வெளிவந்துள்ளன.

பாட வேறுபாட்டு ஆய்வு

பாட வேறுபாடு குறித்த ஆராய்ச்சி பதிப்பு – ஆய்வுக்களத்தில் மிக முக்கியமானது. பாட வேறுபாடு என்பது, மரபிலக்கியப் பதிப்புகளில் எதனைப் பாடமாகத் தேர்ந்துகொண்டார்கள்; எதனை வேறுபாடாகக் காட்டினார்கள்; எதனைப் பாடமாகக் கொள்ள முடியும் என்பதை ஆராய்வதாகும். பழம் பனுவல் பதிப்பு–ஆசிரியர்கள் தங்களது பாடத் தேர்வு முறையைப் பற்றி விரிவாக எழுதாத நிலையில் இதுபற்றி ஆராய்ச்சிகள் அவசியம் எனப் பெருமாள்முருகன் வலியுறுத்துகின்றார்.

மரபிலக்கியப் பாட வேறுபாடுகளை ஆராய்தல் பற்றியும் நவீன இலக்கியப் பாடவேறுபாடுகளை ஆராய்தல் பற்றியும் அவரது பின்வரும் கூற்று ஓரளவுக்கு முழுமையாக அவரது பார்வையை உணர்த்துகிறது: "மரபிலக்கியப் பாட வேறுபாடுகளை ஆய்வதற்கும் நவீன இலக்கியப் பாட வேறுபாடுகளை ஆய்வதற்கும் இடையே மிக முக்கியமான வேறுபாடுகள் உள்ளன. மரபிலக்கியத்தில் மூலபாடம் என்பதைத் தர்க்கத்தின் அடிப்படையில் நிறுவலாமே தவிர இதுதான் படைப்பாளர் எழுதிய பாடம் என முற்ற முடிவாகக் காட்டிவிட இயலாது. காரணம் படைப்பாளர் எழுதிய மூலச்சுவடி கிடைப்பதில்லை. அதைப் பின்பற்றிய வழிச்சுவடிகள் இவை என்று அடையாளம் காண்பதும் சிரமம். சுவடிகளின் குடிவழியைக் கண்டறியலாமே அல்லாது இது மூலச்சுவடியைப் பின்பற்றி எழுதப்பட்டது என உறுதி செய்ய முடியாது. இவ்விதம் மூலம் என ஏதுமில்லாதபோது பாட நிர்ணய முடிவுக்கு ஆதாரக் குறைவு ஏற்படுகிறது. ஆய்வாளரின் அனுபவம், இலக்கியத் தோய்வு, பயிற்சி உள்ளிட்டவற்றால் 'இதுதான் பொருத்தமான, சரியான பாடம்' எனத் திறமையாக வாதம் செய்யலாம். தம் வாதத்தால் பெரும்பாலானோரை ஒரு பாடத்தை மூலபாடம் என ஏற்கச் செய்யலாம். அதற்கு வாய்ப்பிருக்கிறதே அல்லாமல் மூலபாடத்தை ஆதாரத்துடன்

நிறுவுதல் சாத்தியமில்லை. நவீன இலக்கியத்தைப் பொருத்தவரை படைப்பாளரின் கைப்பிரதி, பத்திரிகையில் பிரசுரமான பிரதி, முதற்பதிப்பு நூல், அவரது வாழ்நாளில் வெளியான அடுத்தடுத்த பதிப்புகள் என மூலபாடத்தைத் தீர்மானிக்கும் பல ஆதாரங்கள் கிடைக்க வாய்ப்பிருக்கிறது. ஆகவே, நவீன இலக்கியத்தில் இதுதான் மூலபாடம் என முடிந்த முடிவாகச் சொல்ல இயலும். குறிப்பிட்ட பாடத்தை எடுத்துக்கொள்ள ஏதேனும் ஓர் ஆதாரத்தைக் காட்டவும் முடியும். கடைசியாக வாசகருக்குக் கிடைக்கும் பாடம் எவ்வாறு உருவாயிற்று என்பதை விளக்குவதற்கும் வாய்ப்பிருக்கிறது. அதாவது மரபிலக்கியப் பாட ஆய்வில் படைப்பாளரின் எழுத்து முறைப்பாட்டைக் கண்டறிய வாய்ப்புக்கள் இல்லை. நவீன இலக்கியத்தில் அத்தகைய வாய்ப்பு இருக்கிறது."

மரபிலக்கியப் பாடவேறுபாடுகள் குறித்த ஆராய்ச்சியின் முக்கியத்துவத்தைச் 'சங்க இலக்கியப் பதிப்புச் சிக்கல்கள்' என்ற கட்டுரையில் எடுத்துக் கூறியுள்ளார். 'தொல்காப்பியம் எழுத்ததிகாரப் பாடவேறுபாடுகள்: சகரக்கிளவி' என்ற கட்டுரையில் இக்காலத் தமிழ் உணர்ச்சியின் காரணமாகத் தேவநேயப் பாவாணர் பாட வேறுபாட்டை உருவாக்கியுள்ளமையை எடுத்துக்காட்டியுள்ளார்.

மரபிலக்கியங்களுக்கு மட்டுமில்லாமல் நவீன இலக்கியங்களுக்கும் பாட வேறுபாடு உள்ளதை எடுத்துக்காட்டி, அதுபற்றிய ஆராய்ச்சி அவசியம் என வலியுறுத்தியுள்ளார். இந்த நோக்கில் அண்மையில், "'பறச்செங்கான்' 'பண்ணைச்செங்கான்' ஆனது" என்ற கட்டுரையில் கு.ப.ரா. கதைகளில் உள்ள பாட வேறுபாட்டை ஆராய்ந்துள்ளார். அக்கட்டுரையின் இறுதியில், "சாதிப்பெயரைக் குறிப்பிட்டு எழுதுவதில் கு.ப.ராவிடமும் பரிசீலனை நடந்துள்ளது என்பதையே 'பண்ணை' என்னும் மாற்றம் காட்டுகின்றது. 1930, 40களில் திராவிட இயக்கம் உள்ளிட்ட சமூகச்சீர்திருத்த இயக்கங்கள் தீவிரமாகச் செயல்பட்டன. தீண்டாமை ஒழிப்பு, சமூகநீதி உள்ளிட்ட விஷயங்கள் தீவிரமாகப் பேசப்பட்டன. புதுமைப்பித்தன், கு.ப.ரா. ஆகியோர் இவற்றை எல்லாம் நன்கு கவனித்து வந்தனர் என்பதற்கு அவர்களின் எழுத்துக்களில் சான்றுகள் உள்ளன" எனப் பாட வேறுபாட்டுக்குக் காரணம் பற்றி எழுதியுள்ளார்.

பாட வேறுபாடு குறித்த பெருமாள்முருகனது ஆய்வுகளைக் காணும்போது, பாட வேறுபாடுகள் தம்தம் காலச் சமூக

உணர்ச்சியால் விளைகின்றவை என்ற முறையியல் நோக்கு செயல்படுவதைக் காணமுடிகிறது.

பதிப்பு வரலாற்று ஆய்வு

பதிப்பு - ஆய்வுக்களத்தில் பதிப்பு வரலாறு குறித்த ஆய்வுகள் மிக இன்றியமையாதவை. இதுவே பதிப்பு என்னும் கருத்துருவில் 'காலம்' பற்றி உணர்வு வளர்ச்சியையும், பதிப்பு நுட்பங்கள் வளர்ந்த முறையையும், பாட வேறுபாடு குறித்த ஆராய்ச்சிக்கும் அடிப்படை. 'பதிப்புகள் மறுபதிப்புகள்' நூலில் உள்ள கட்டுரைகளில் ஊடுபாவாகப் பதிப்பு வரலாறு பற்றிய நோக்கும் செயல்படுகிறது. குறிப்பாக 'உ.வே.சாமிநாதையர்: பதிப்பும் உரைநடையும்' என்ற கட்டுரையிலும், 'கீழ்க்கணக்கு நூல்கள்: ச.வையாபுரிப்பிள்ளை பதிப்புகள்' என்ற கட்டுரையிலும் பதிப்பு வரலாற்றை மூன்று கட்டங்களாகப் பிரித்து பெருமாள்முருகன் விளக்கியுள்ளார். இந்த மூன்று கட்டங்கள் பற்றி மேலே எடுத்துக் கூறியுள்ளேன். அந்தக் காலகட்டங்களில் முதல் கட்டத்திற்கு சி.வை.தாமோதரம் பிள்ளையும், இரண்டாம் கட்டத்திற்கு உ.வே.சாமிநாதையரும், மூன்றாம் கட்டத்திற்கு ச.வையாபுரிப்பிள்ளையும் அடையாளமாக விளங்குவதையும் எடுத்துக்காட்டி விளக்கியுள்ளார். இவ்வாறு பதிப்பு வரலாறு பல கருதுகோள் நிலையிலான விளக்கங்களை முன்வைத்துச் செல்கிறது. அவ்விளக்கங்களிலும் 'கால மாற்றம்' குறித்த உணர்வு செயல்படுகிறது.

மேலும் இன்று பேசப்படும், முக்கியமான மரபிலக்கியப் பதிப்புகளின் கால வரிசை அடிப்படையிலான பதிப்பு வரலாறு முழுமையானதன்று; அதைச் செவ்வியல் இலக்கியம் தவிர இன்னும் பல இலக்கியப் பதிப்பு விவரங்களையும் உள்ளடக்கி முழுமையாக எழுத வேண்டும். அவ்வாறு எழுதும்போது கவனத்தில்கொள்ள வேண்டிய விமர்சன முறையைப் பின்வருமாறு கூறியுள்ளார்: "(பதிப்பு வரலாற்றில்) ஒருவரின் பங்களிப்பு விதந்து பேசப்படுவதற்கும் பேசப்படாமல் விடப்படுவதற்கும் பல்வேறு காரணங்கள் இருக்கக்கூடும். சமகால அரசியலுக்கு உதவும் நூல்களைப் பதிப்பித்தோர், ஆதிக்கம் பெற்ற சாதியைச் சேர்ந்த பதிப்பாசிரியர், சமகாலத்தில் புகழ் பெற்றிருக்கும் நிறுவனங்களோடு தொடர்புடையோர் ஆகியோர் கூடுதல் கவனம் பெறுவதும் இத்தகைய பின்னணி எதுவும் இல்லாத பதிப்பாசிரியர்கள் கால ஓட்டத்தில் மங்கிப்போவதும் தமிழகத்தில் சாதாரணம். தமிழ் போன்ற நீண்ட பாரம்பரியம் கொண்ட

மொழியில் பலதரப்பட்ட பதிப்புகளில் ஈடுபட்ட அனைவருக்கும் அவரவருக்குரிய முக்கியத்துவத்தை வழங்கும் விதத்திலான விரிவான பதிப்பு வரலாறு உருவாகியிருக்க வேண்டும். பதிப்பு வரலாறு தொடங்கி இரண்டு நூற்றாண்டுகள் ஆகிவிட்டன. ஆகவே இவ்விரண்டு நூற்றாண்டுகளில் நடைபெற்ற பதிப்புப் பணிகள் பற்றிய தகவல்களைத் திரட்டி ஆவணப்படுத்தவும் வரலாறு எழுதவும் இதைவிடவும் சரியான காலம் இல்லை."

இக்கூற்றைப் பதிப்பு வரலாற்றை ஆராயும்போது கவனத்தில் கொள்ள வேண்டியது அவசியம். இந்த வகையில் தமிழ்ப் பதிப்புலக வரலாற்றில் கவனம் பெறாத ஒருவர் பற்றி 'வட்டார இலக்கியப் பதிப்பு முன்னோடி: தி.அ.முத்துசாமிக்கோனார்' என்ற கட்டுரையைப் பெருமாள்முருகன் எழுதியுள்ளார். இந்தக் கட்டுரை, பதிப்பு – ஆய்வுக்களத்தில் மிகவும் வித்தியாசமானது. வட்டார இலக்கியங்களை வரலாற்று உணர்வோடு பதிப்பித்த முத்துசாமிக்கோனாரின் பதிப்பு முயற்சிகள் பற்றியது. இதுபோன்ற பதிப்பு ஆய்வு ஆளுமை பற்றிய பிறிதொரு பதிப்பு – ஆய்வுக் கட்டுரையை இதுவரையில் நான் கண்டதில்லை. இது வெளிவந்து பத்து ஆண்டுகள் கழிந்துவிட்டன. பல வட்டார இலக்கியப் பதிப்பு முன்னோடிகளைக் 'கண்டுபிடி'த்திருக்க வேண்டும். ஆனால் பதிப்பு ஆய்வுகள் செம்மொழி இலக்கிய அச்சுப் புத்தகங்களின் வெளியீட்டு விவரங்களைத் திரட்டி முடித்தவுடன் அருகிவிட்டன.

இவ்வாறு பதிப்பு வரலாறு பற்றி ஆய்வதிலும் 'காலம்', 'வட்டாரம்' பற்றிய உணர்வுகளுடன் எந்த ஒதுக்குதல்களுக்கும் இடம்கொடுக்காத ஒரு விமர்சன நோக்கைப் பெருமாள்முருகன் கைகொண்டுள்ளது தெரிகிறது.

முடிவாக, மேலே எடுத்துக்காட்டியவற்றின் மூலம் பெருமாள்முருகன் அவர்கள் பதிப்பு – ஆய்வுக்களத்தைப் பதிப்பு என்னும் கருத்துரு–செயல்முறை வளர்ச்சி பற்றிய ஆய்வு, பாட வேறுபாட்டு ஆய்வு, பதிப்பு வரலாற்று ஆய்வு முதலான ஒன்றுடனொன்று தொடர்புடைய ஆய்வுக்களங்கள் உள்ளடங்கிய ஒரு முழுமையான ஆய்வுப் புலமாகப் பெருமாள்முருகன் காண்கிறார் என்பதைப் புரிந்துகொள்ள முடிகிறது. இந்தப் பதிப்பு–ஆய்வுப் புலத்தில் 'காலம்', 'வட்டாரம்' பற்றிய சமூக உணர்வு செயல்புரியும் முறையை எடுத்துக்காட்டுவதை ஒரு முறையியலாகவே செய்து காட்டியுள்ளார் என்பதையும் காணமுடிகிறது. தமது இந்தப் பதிப்பு – ஆய்வுக் கட்டுரைகள்

பற்றி "புத்தாயிரத்திற்குப் பிறகு பதிப்பாய்வில் ஏற்பட்ட புத்துணர்ச்சியை மனங்கொள்ள வேண்டும். அப்புத்துணர்ச்சியை உருவாக்கியதில் என் கட்டுரைகளுக்கும் இந்நூலுக்கும் சிறு பங்குண்டு என நம்புகிறேன்" என அவையடக்கமாகப் 'பதிப்புகள் மறுபதிப்புகள்' நூலின் மூன்றாம் பதிப்பு முன்னுரையில் கூறியுள்ளார். ஆனால் அவருடைய பதிப்பு-ஆய்வு விமர்சன நோக்கு அண்மைக்காலப் பதிப்பு-ஆய்வு எழுத்துகளில் காண்பது அரிது. நமது சமகாலப் பதிப்பு ஆய்வுகளில் அவருடைய விமர்சன நோக்கைக் கைகொள்வது அவசியம் ஆகும். அது பதிப்பு-ஆய்வுப் புலத்தைத் தமிழ் இலக்கிய உயராய்வுக் கல்வியில் ஒரு புலமாக ஆக்கிக்கொள்ள உதவும்.

உதவிய நூல்கள் / இதழ்கள்:

1. பெருமாள்முருகன், பதிப்புகள் மறுபதிப்புகள், காலச்சுவடு பதிப்பகம், மூன். பதி. 2016

2. பெருமாள்முருகன், மூலபாட ஆய்வியல் நோக்கில் திருக்குறள், கூடு ஆய்விதழ் 1

3. பெருமாள்முருகன், தொல்காப்பியம் எழுத்ததிகாரப் பாடவேறுபாடுகள்: சகரக்கிளவி, கூடு ஆய்விதழ் 2

4. பெருமாள்முருகன், பறச் செங்கான் பண்ணைச் செங்கான் ஆனது, கூடு ஆய்விதழ் 3

5. பெருமாள்முருகன், ஆ.இரா.வேங்கடாசலபதி: பதிப்புப் பணிகள், கூடு ஆய்விதழ் 4

6. பெருமாள்முருகன், தனக்குத் தேவையான எதையும் நமது சமூகம் கோரிப் பெறுவதில்லை(நேர்காணல்), உங்கள் நூலகம் இதழ், ஜூன் 2011

10

ஆளண்டாப் பட்சி: முடிவில்லாமையின் முடிவு

தா.அ. சிரிஷா

ஆளண்டாப் பட்சி அல்லது அண்டரண்டாப் பட்சி என்று சொல்லப்படுவது, ஒரு கற்பனையான பறவை. இச்சொல், ‘யாரையும் அருகில் நெருங்க விடாமை’ என்ற ஓர் ஆழ்பொருள் கொண்டதாகும். இந்நாவலில் வரும் முக்கியப் பாத்திரமான பெருமாவை, ‘மனஷ வாடையே அவளுக்கு ஆவாது. ஆளண்டாப் பட்சியாட்டம் இங்கிருந்தப்பவே ஒரு ஆளகூடப் பக்கத்துல சேத்த மாட்டா’ (ப.101) என, அவள் மாமியார் திட்டுவதாகப் பெருமாள்முருகன் காட்டுகிறார். மேலும், இந்நாவலுக்கு எழுதிய முன்னுரையிலும், ‘என் வாழ்வின் பன்னிரண்டாம் வயதில் தொடங்கிய இடப்பெயர்வு, இன்னும் தொடர்ந்து கொண்டேயிருக்கிறது. எத்தனை இடங்கள், எத்தனை நிலங்கள், எத்தனை வீடுகள், எத்தனை அறைகள், எத்தனை மனிதர்கள், எத்தனை சூழல்கள், எத்தனை பின்னணிகள், எத்தனை மனோபாவங்கள்... எத்தனை... எத்தனை... என நீளும் இவற்றின் ஒரு துளியை எழுத்தில் பிடித்துப் பார்க்கலாம் என்னும் நப்பாசையில் எழுதிய நாவல் ஆளண்டாப் பட்சி. ஆளண்டாப் பட்சி என்பது எங்கள் வழக்கு. பொதுவழக்கு அண்டரண்டாப் பட்சி என்று கூறும். அந்தக் கற்பனைப் பறவைதான் இந்நாவலின் தலைப்பு. அதற்கேற்ற வகையில் இந்நாவல் முழுவதும் கற்பனையே’ என்றும் குறிப்பிடுகிறார். புனைவாசிரியர் கற்பனை என்று

சொன்னால் அதை மெய் என்றும், உண்மை என அவர் சொல்வதைக் கற்பனை என்றும் புரிந்துகொள்வதுதான் வாசிப்பனுபவத்தின் பாலபாடமாகும். அவ்வளவு யதார்த்தமான கொங்கு மொழியிலும், நம் ஊரிலும் நம் வீட்டிலும் நடப்பது போன்ற நம்பகத்தன்மையோடும், மிகை என்று எதையுமே சொல்ல முடியாத இயல்புணர்வோடும் இந்நாவல் புனையப்பட்டிருக்கிறது.

ஆளண்டாப் பட்சியின் மையப்பொருளாக, வேளாண்மை வாழ்க்கை அமைகிறது. வேளாண்மை சார்ந்து நடக்கக்கூடிய ஒவ்வொரு செயலும் சொல்லும் நுட்பமாகப் பெருமாள்முருகனால் எடுத்தாளப்பட்டுள்ளன. மனித உறவுகளின் கசப்புகளையும் சிடுக்குகளையும் உணர்வுமோதல்களையும் மனமுறிவுகளையும் கொங்கு வட்டார மொழியில் சிறப்பாகப் பெருமாள்முருகன் படம்பிடித்துள்ளார். இந்நாவலில் மனிதர்கள் மட்டும் பேசப்படவில்லை; இயற்கையோடு பின்னிப் பிணைந்த விலங்குகள் மற்றும் பறவைகளின் ஒலிகள் – நடமாட்டங்கள் உட்படப் பிற உயிர்களின் இயக்கமும் சேர்ந்தே பேசப்பட்டுள்ளது. பெருமாள்முருகன் எழுத்தின் தனிச்சிறப்பான பண்புகளில் ஒன்று, புனைவுப்பாத்திரங்களின் மன இயக்கத்தோடு, அவற்றின் புறச்சூழல் குறித்த துல்லியமான விவரிப்பிற்கும் அவர் இடமளிப்பதாகும்.

தூங்க முடியாத பெருமா, பயமூட்டும் பாம்பு, துணிவளிக்கும் நாய் என்ற இந்த மூன்று உயிர்களையும் தம் எழுத்துமொழி வன்மையால் எப்படிப் பெருமாள்முருகன் ஒன்றுபடுத்தியும் வேறாக்கியும் நேர்க்கோட்டில் இணைக்கிறார் என்பதைப் பின்வரும் விவரிப்பால் அறியலாம். 'பாம்பை எதிர்கொண்டு, அதற்கு எச்சரிக்கை விடுவதுபோல, 'உர்ர்' என்று மெல்ல ஒலி எழுப்பும். அப்புறம் குரைக்கும். இது மாறி மாறி நடக்கும். இந்த நாய் பாம்பைக் கண்டால் விடாது. பாம்பே தடம் மாறி ஓடிப் பிழைத்தால்தான். சாதாரணப் பாம்பென்றால், விட்டத்தைக் கவ்விச் சிதைத்துவிடும். நல்ல பாம்பு என்றாலும் விடாது. இரவொன்றில் நாய் ஒரு மாதிரி அனத்திக் குரல் எழுப்பிக் கொண்டிருந்தது. என்னவென்று தெரியவில்லை. ம்ம்ம் என்று அனத்திச் சட்டென ஒரு குரைப்புச் சத்தம். வெகுநேரம் இப்படியே கேட்டுக்கொண்டிருந்தது. பெருமா பொறுத்துப் பார்த்துவிட்டு மெல்லப் படலைத் திறந்தாள். வாசல் தாண்டிய வெளியில் அவள் கண்ட காட்சி நெஞ்சை உறையவைத்துவிட்டது. நிலா வெளிச்சத்தில் நல்ல பாம்பு

படமெடுத்து நிற்பது தெளிவாகத் தெரிந்தது. படத்துக்கு எதிரே எட்டாத தொலைவில் நாய் நின்றிருக்கிறது. வால் எழும்பி நிமிர்ந்திருந்தது. உடல் சிலிர்ப்புத் தெரிந்தது. பாம்பு படத்தை இறக்கினால் நாய் கவ்விவிடும். நாய் பாம்பு அருகே போனால் பாம்பு கடித்துவிடும். இரண்டும் ஒன்றை ஒன்று பார்த்துக் கொண்டேயிருந்தன. பாம்பு படத்தோடு சீறியபடி தலையை முன்னால் அவ்வப்போது அசைத்தது. இப்படி ஒரு காட்சியைப் பெருமா இதுவரை பார்த்ததில்லை. உடல் நடுங்கக் குறுகி அப்படியே நின்றாள்... இந்தப் போட்டி எத்தனை நேரம் தொடருமோ என்று அவள் பயந்திருந்த சமயம் ஒன்றில், எதிர்பார்க்காதபடி நாய் பாம்பின் நடுப்பகுதியைச் சட்டெனக் கவ்வி ஆகாயத்தில் தூக்கியடித்தது... அதுமுதல் நாய் இருக்கும் தைரியத்தில் பாம்பு பயம் அவளுக்குத் துளியும் இல்லை' *(பக்.92–93)* எனப் பெருமா, பாம்பு, நாய் என்ற விபரீத முக்கோணம் தீட்டப்படுகிறது.

'இடப்பெயர்வு' என்ற கதைக்களத்தில், இந்நாவல் புனையப்பட்டிருக்கிறது. உழுகுடி வாழ்க்கையில் இடப்பெயர்வு என்பது, மிகவும் சிக்கலுக்குரியதாகும். நிலைகுடியாக நெடுங்காலம் ஒரு குறிப்பிட்ட இடத்தில் வெள்ளாமை செய்து வந்தோர், தொடர்ந்து அங்கேயே பிழைக்கமுடியா ஏதேதோ சூழலால், அலைகுடியாகிப் பிறிதோரிடத்திற்குப் புலம்பெயர்தலின் கொடுமையைத் தாங்கிக்கொண்டு எதிர்நீச்சுப்போடுவது என்பது, அவ்வளவு எளிதான செயலில்லை. 'ஆளண்டாப் பட்சி'யில் நடக்கும் வலிமிகுந்த ஓர் இடப்பெயர்வுக்குக் கூட்டுக்குடும்பச் சொத்தான விவசாயமண் பாகம் பிரிக்கப்படுவதும், அதையொட்டியும் அதன்விளைவாகவும் நேரும் நிகழ்வுகளுமே காரணங்களாயுள்ளன. 'இதுதான் நம்ம இடம்' என்று மனிதன் நினைத்து வாழும் வேளாண் காடு, திடீரெனப் பறிபோகும்போது, அவன் மனதில் தோன்றும் வலி, ஒரு நிலையான வாழ்விடத்தைத் தானே தேடிக்கொள்ளும் அசாதாரண வைராக்கியத்திற்கு அவனை இட்டுச் செல்கிறது. மண்ணை மட்டும் நம்பி வாழும் மனிதர்கள், ஓரிடத்தில் மண் பறிக்கப்பட்டாலும் அல்லது மறுக்கப்பட்டாலும், அதை ஈடுசெய்யப் பிறிதோரிடத்தில் கண் துஞ்சாமலும் பசி நோக்காமலும் தீவிர முயற்சி மேற்கொள்ள வேண்டியிருக்கிறது. இப்படித்தான் ஆளண்டாப்பட்சியில் வரும் முத்தண்ணனும், அயராதும் அலுக்காதும் பாடுபடுகிறான். வாழ்ந்த ஊரிலிருந்து வெளிக்கிளம்பி, நிலந்தேடிப் பத்துநாள் எங்கெங்கோ அலைந்து திரிந்து, இறுதியில் ஓரிடத்தில் மாடுகள்

தாமாக நகர மறுத்து நிற்கும்போது, இதுவே நம்ம இடம் என்று முடிவு செய்கிறான். 'சிறிய புல்லில் கயிற்றைப் பிணைத்து விட்டால்கூடப் போதும். சத்தியத்திற்குக் கட்டுப்பட்டதுபோல் நிற்கும்... வாயில்லாச் சீவன் வவுறு காஞ்சா ஊட்டுக்கு ஆவுமா? .... வண்டியின் மேலேறி வசமாக இருந்து கொண்டு ஓட்டும் மனிதனுக்கு என்ன கஷ்டம்? வேகாத வெயிலில் வண்டியை இழுக்கும் மாட்டுக்குக் கஷ்டம் தெரியும்' (ப.15) போன்ற வரிகள்வழி, மனித மையம் என்பதிலிருந்து விலகி, உயிர் மையம் கொண்டு இந்நாவல் நிற்பதை அறியலாம். உயர்திணையோடு அஃறிணையையும் ஒப்பவைத்து நோக்கும் இக்குரல், வள்ளலாரின் ஜீவ காருண்யத்துடன் நெருங்கியொலிப்பதாகும்.

நிலத்தேடலுக்காக ஒரு சம்சாரி புறப்படும் புள்ளியிலிருந்து, இந்நாவல் தொடங்கி வளர்கிறது. மண்டூர், குறட்டூர், நங்கூர், கரட்டூர், குருவூர், ரட்டூர், கல்லூர், சேத்தூர், பொட்டூர் போன்ற பல ஊர்களைக் கடந்து செவி கண்ணாக மெய் செவியாக நெஞ்சு மூச்சாகத் திசைகளே விழிப்பாக, நிலந்தேடி முத்தண்ணன் வண்டி கட்டிப் போகிறான். முத்துவிற்கு மூன்று அண்ணன்கள்; இரண்டு அக்காக்கள்; இவன்தான் கடைக்குட்டி. கிராம வழக்கப்படி, மூத்தவனுக்கு நிலத்தில் அதிகப் பகுதியும், அடுத்தடுத்து வரும் தம்பிகளுக்குக் குறைந்த பகுதியுமாகப் பாகம் பிரிக்கப்படுகிறது. மொத்தம் பதினொரு ஏக்கர் நிலத்தில், முத்துவிற்கு மிஞ்சுவது ஓர் ஏக்கர்தான். நியாயமான அநீதி என்பது, இதுதான் போலும்! இந்நிகழ்வால் மனமுடைந்து போகும் முத்துவின் மனைவியான பெருமா, முத்துவைப் பெற்றோரும் உடன்பிறந்தோரும் சேர்ந்து ஏமாற்றிவிட்டதாகக் கடுமையாகப் பேசுகிறாள். இது முத்துவின் நிராதரவை மேலும் வளர்க்கிறது. அவன் தன்னைத் தன்னந்தனியனாய் உணர்கிறான். இது மட்டுமில்லாமல், முத்துவின் பெரிய அண்ணன் செய்த இழிசெயலும், முத்து – பெருமா இடப்பெயர்வுக்கு, ஒரு முக்கியக் காரணியாகிறது. தாங்கமுடியாத மனச்சுமையுடன், இவ்வூரில் தொடர்ந்திருந்து இனிப் பிழைக்கமுடியாது என முத்து எண்ணுகிறான். ஆனால், நம் சமூகத்தில், ஒவ்வொரு பெண்ணின் வாழ்விலும், இது அன்றாடம் நடக்கும் நிகழ்வேயாகும். பிறந்த வீட்டில் இருந்து பிடுங்கியெறியப்பட்டுப் புகுந்த வீட்டில் அவள் மீண்டும் விதைக்கப்படுகிறாள். பழகிய பழைய சூழலிலிருந்து, முற்றிலும் அந்நியமான ஒரு புதிய மண்ணுக்கும் புதிய உறவுகளுக்கும் இங்கு வாழும் ஒவ்வொரு பெண்ணும் பழகிக்கொள்கிறாள். புகுந்தவீட்டுப் பெண்களை எவ்வாறு எதிர்கொள்வது என்பதையும்

படிப்படியாகக் கற்றுக்கொள்கிறாள். இப்படித்தான் பெருமாவும், ‘ராக்காசி’ என்றும், ‘ராங்கி’ என்றும், ‘வெனகாரி’ என்றும் தன்னை ஏசும் தன் மாமியார் கிழத்தோடும் பழகிக்கொள்கிறாள். கூட்டுக்குடும்பத்தின் கடைசி மருமகளாகும் பெருமாவுக்குப் பிறர் அனைவரும் வீட்டு வேலைகளை ஏவுகின்றனர். அவளுக்குக் குடும்பத்தாரின் பரிவும் அன்பும் போதுமான அளவுக்குக் கிடைப்பதில்லை. இறுக்கமான மனத்துடன் இருப்பவளாகவும், அதேநேரம் வலிமையான கதாபாத்திரமாகவும் பெருமாவைப் பெருமாள்முருகன் புனைந்துள்ளார். தன் பின்னால் பெருமா இருக்கிறாள் என்ற நினைப்புத் தரும் வலிமையாலேயே, பழகிய ஊர்விட்டுப் புதிய ஊர் தேடி முத்து புறப்படுகிறான். இதுபோல் எத்தனையோ சம்பவங்களை அன்றாட வாழ்வில் கண்டிருக்கிறோம். இன்றும் பார்த்து வருகிறோம் என்பதை நாம் மறுப்பதற்கில்லை. இடப்பெயர்வுக்குக் கணவன் மனைவி இருவரும் சேர்ந்து இசைவதுதான் முக்கியம். இந்நாவலில் வரும் முத்துவும் பெருமாவும், இதில் முழுமையாக ஒன்றுபட்டுப் புலம்பெயர்வதில் முனைப்புக் காட்டுகின்றனர். கணவன் மனைவிக்குள் நிலவும் இந்த அந்நியோன்யம், இடப்பெயர்வின் பெருவலியைச் சிறிது தணிவிப்பதற்குப் புனைவில் பயன்படுகிறது.

பெருமாவின் தந்தையின் பண்ணையில் வேலை செய்யும் குப்பனைத் துணைக்கு அழைத்துக்கொண்டு, பிழைப்புக்கும் வாழ்வுக்கும் புதிய ஊர் தேடிப் புறப்படுகிறான் முத்து. குப்பன் முத்துவைவிட வயதில் மூத்தவர் என்பதால், ‘குப்பண்ணா’ என்றே, அவரை முத்து அழைக்கிறான். அண்ணா என்ற அழைப்பில், அப்படியே அவர் உருகிப் போய்விடுகிறார். குப்பன் வேறு சமூகத்தைச் சார்ந்தவர் என்பதையும் தாண்டி, அவரை அண்ணா என்று முத்து அழைப்பதால், ஒரு பெரும் மனித இணக்கம் அவர்களுக்குள் கூடிக் குப்பனுக்கு முத்துமீது தனிப்பிரியம் வளர்ந்துவிடுகிறது. தன் சொந்தத் தம்பிக்கு நிலம் தேடிப்போனால் எப்படி முழுமுனைப்புடன் தேடலில் இறங்குவாரோ, அப்படியே முத்துவுடனும் தன்னைப் பிணைத்துக்கொள்கிறார். முத்து மிகப்பெரும் உழைப்பாளி: உள்ளத்தளவில் பூப்போன்றவராகவும் பெருமாள்முருகனால் காட்டப்படுகிறார். ஊர் தேடிப்போகையில், இரு பக்கமும் அடர்ந்த புளிய மரங்களைப் பார்க்கும்போது, அவை பேய் மரங்களாகக் குப்பனுக்குத் தென்படுகின்றன. அதற்கு முத்து, ‘மனுஷனைவிடப் பேய் பெருசா குப்பண்ணா?’ எனக் கேட்பதாகப் பெருமாள்முருகன் எழுதுகிறார். ‘மனுஷனே பெரிய

பேய்தானே!' என்ற உட்குறிப்பை, இக்கேள்வி தூண்டிவிடுகிறது. சொந்தச் சகோதரர்களால் கைவிடப்படும் முத்துவுக்குப் பேய்கள் அஞ்சத் தேவையற்ற சாதாரணமானவையாகத் தோன்றுவதிலுள்ள நியாயத்தை, இப்படிப் பெருமாள்முருகன் குறிப்புணர்த்திவிடுகிறார்.

முத்துவின் தாய், பெரியண்ணி (தன்னாயி), பெருமா ஆகிய மூன்று பெண்களின் வேறுபட்ட மனோபாவங்களையும் முடிவெடுக்கும் அவர்களின் சுய ஆற்றலையும் பெருமாள்முருகன் காட்டுகிறார். அவரவரின் கணவர்களிடம், இந்த மனைவிமார்கள் எடுக்கும் முடிவுகளே இறுதியானவை என்பதையும் இந்நாவல் அறியத் தருகிறது. முத்துவின் ஓர் ஏக்கர் நிலத்தை விற்றுவிட்டுப் பெற்றோருக்கு பிறகு முத்துவுக்குச் சேரவேண்டிய ஓர் ஏக்கர் நிலத்தையும் ஏதாவது செய்தாக வேண்டுமென வீரண்ணனும் பெருமாவின் தந்தையும் முத்துவின் ஊருக்கு வருகிறார்கள். அப்போதும் முத்துவின் தாய், 'நாதேரி முண்ட' என்றும், 'சனம் சேரா முண்ட' என்றும் கடுஞ்சொற்களால் பெருமாவை ஏசுகிறாள். பெருமாவுக்காகப் பொங்கிப் பேசப் போனவர்களிடம், சட்டென முடிவெடுத்து, பெற்றோருக்குப் பின்னளிப்பதாகப் பங்குபிரித்தபோது வாக்களிக்கப்பட்ட ஐந்நூறு ரூபாயையும் எடுத்துக் கொடுத்துவிடுகிறாள் முத்துவின் தாய். இதை முத்து தந்தை, பெரியண்ணன், பொங்கியண்ணன், காளியண்ணன் எனப் பிறர் யாருமே எதிர்பார்க்கவில்லை. அம்மா முடிவெடுத்தால் அதை யாராலும் தடுக்கமுடியாது எனத் தன் மனதுக்குள் பொங்கியண்ணன் நினைத்துக்கொள்கிறான். அவ்வளவு வலிமையான ஒருத்தியாகக் குடும்பத்தின் ஆணிவேராக, முத்துவின் தாயைப் பெருமாள்முருகன் புனைந்துள்ளார். எவ்வளவுதான் முத்து மனைவியான தன் மருமகள் பெருமாவை அவள் திட்டினாலும், மகனிடம் அவளுக்குள்ள பாசம் சிறிதும் குறைவதில்லை. இதை முத்து உணராமலுமில்லை. அனைவரும் ஐந்நூறு ரூபாய் கொடுத்திருக்கிறாள் என்றே நினைக்கிறார்கள். ஆனால், அவள் கொடுத்ததில், அறுநூற்றுச் சொச்சம் ரூபாய்க்கும் மேலிருக்கிறது. இதுவே தாய்ப்பாசம் என்பதை முத்து புரிந்துகொள்கிறான். தன் தாயின் பாசம் கண்டு, முத்து சற்றே மனம் கலங்குகிறான். இவ்வளவு அருமையான தாயைப் பிரிந்துசெல்ல வேண்டியிருக்கிறதே எனத் துக்கப்படுகிறான். ஆனால், அவன் மனைவி பெருமாவிடம் அவள் நடக்கும் முறை, முத்துவின் மனத்தை நோகச் செய்கிறது. பெரியண்ணன் மனைவி, தன் கணவன் தவறாகப் பெருமாவிடம் நடக்க

முயன்றதை அறிந்தபின்னும், கணவனை விட்டுத்தராமல் அவனுக்கு ஆதரவாகவே பேசுகிறாள். பெண்ணே பெண்ணுக்கு எதிரியாக இருக்கிறாள் என்ற ஆண் முதன்மைச் சமூகச் சதிக்கு, முத்துவின் தாயும் பெரிய அண்ணியும் உதாரணமாகின்றனர்.

பிறந்தவீடு வசதியானதாயிருந்தபோதிலும், புகுந்தவீடு நீங்கிப் பிறந்த வீட்டுக்குப் போய்த் தங்குவதைப் பெரும் அவமானமாகப் பெருமா கருதுகிறாள். பிள்ளைகளுக்கும் குடும்பத்துக்குமான செலவுகளைச் சமாளிக்கச் சிறுசிறு வேலைகளுக்குப் பெருமா செல்கிறாள். எந்த ஓரிடத்திலும், தன்மானம் இழக்காத பெண்ணாகவே பெருமாவைப் பெருமாள்முருகன் படைத்துள்ளார். மாமியார் பேசும் சாடைப் பேச்சுகளுக்கும் பதிலடி தருகிறாள். ஒருவகையில், முத்துவின் இடப்பெயர்வுக்குப் பெருமாவின் தன்மானமே காரணம் என்றுகூடக் கூறிவிடலாம். பெரியண்ணனின் பிழைநடத்தை முதற்காரணம் என்றாலும், தன்னை அவமானப்படுத்திய யாவரும் நாணும் வகையில் ஒரு சிறந்த வாழ்வைக் கணவனுடனும் பிள்ளைகளுடனும் சேர்ந்து தான் வாழ்ந்துகாட்டவேண்டும் என்ற பெருமாவின் உறுதிப்பாடே, பிறந்த ஊர்விட்டு முத்துவை விரட்டியடிக்கிறது. இதற்குப் பெரியண்ணியின் பேச்சும் ஒரு தூண்டுதலாகும். பெருமா சொல்வதைப் பெரியண்ணி நம்புவதில்லை. பெரியண்ணன் வயசானவன், ஏதும் செய்யவியலாதவன், மனைவியிடமே வராதவன், கல்யாணத்திற்குப் பிள்ளைகள் வைத்திருப்பவன் எனச் சொல்லிப் பெருமாவின் வாயடைப்பதற்குப் பெரியண்ணி முனைகிறாள். ‘வரட்டும். இங்க ஊடு நிறையச் சோறு கொட்டிக் கிடக்குதே. ரெண்டு கையிலயும் அள்ளியள்ளித் திங்காத, சட்டி காஞ்சு கெடக்கற ஊட்டுல சொரண்டிக் குடிக்கப் போயிட்டயான்னு திடுப்புல சாத்தறன்’ எனக் கத்துகிறாள் தன்னாயி. நீதி கேட்கப்போய் மேன்மேலும் புண்படுகிறாள் பெருமா. இந்தப் புண் ஆறவேண்டுமானால், இந்த ஊரை விட்டு வேறு எங்காவது அவள் போயாக வேண்டும்; புதுஇடம் தேடிப்போய்க் குடியமைத்துச் செத்துப் போகாது வாழ்ந்து காட்டிச் செழித்துச் சிறந்தால்தான், வஞ்சித்த உடன்பிறப்புகளுக்குப் புத்தி வரும் என முத்துவும் நினைக்கிறான். இதுதான் ஆளண்டாப் பட்சியின் மையம். இம்மையத்தைச் சுற்றியே, அதாவது பெருமாவின் தன்மானத்தை முன்வைத்துத்தான் இந்நாவல் சுழல்கிறது. இங்கே பெருமாள்முருகனின் பார்வைக்கோணம் இயங்கும் விதம் சுட்டிக்காட்டத்தக்கதாகும்.

தாயின் பங்களிப்புகள் வீட்டுக்குள் முடக்கப்பட்டுத் தந்தையை நோக்கி முற்றாகத் திரும்பிவிட்ட நிலவுடைமைக் காலத்தின் சீர்குலையும் கூட்டுக் குடும்பத்தின் உறவுச் சிதைவையே ஆளண்டாப் பட்சியில் பெருமாள்முருகன் ஆவணப்படுத்துகிறார். 'என்னடா நடந்திருச்சுன்னு நடுராத்திரியில ஊடேறி வந்திட்டீங்க? தம்பி பொண்டாட்டிய அண்ணன் கையப் புடுச்சு இழுக்கறது ஒரு நாயமா? எங்காலத்துல எல்லாம் தாலி தான் ஒருத்தனுக்கு. அண்ணந்தம்பி ஆரா இருந்தாலும் புருஷந்தான். ஆறு பிள்ளப் பெத்தனே, எல்லாம் உங்க அப்பனுக்கேவா பொறந்துது? அதாருக்குத் தெரியும்? மேல போறவன் கொடுத்த பொறப்பு. எதோ ஆசைப்பட்டு வந்தான்னா அமுக்கமா உள்ள கூட்டிட்டுப் போயி எல போடறத உட்டுட்டு ஏறிக்கிட்டு வந்துட்டா. எல்லாம் நாகரீகம் பெருத்துப் போன காலமாயிருச்சப்பா. அடி ஆயா, இன்னமே உம் புருஷன் எனக்கு மகனில்ல, பெரியண்ணனுக்குத் தம்பியில்ல. அப்புறம் ஆரு அந்தப் பக்கம் வரப்போறா? நிய்யே கோட்டயக் கட்டிக்கிட்டு ஆளு. பெரியவன் வரட்டும். எதாச்சும் எச்சவூடு பாத்துப் போவாத எதுக்குடா இந்த எரப்பெடுத்த முண்ட வீட்டுக்குப் போனயின்னு கேக்கறமாயா. போ, போயித் தங்கத்துல அடிச்சு வெச்சத மூடிப் பத்தரமாப் பாத்துக்காயா' (பக்.100–101) எனப் பெருமாவைக் குறைசொல்லி, மாமியார் பேசுகிறாள். இவளைத் தாய்வழிச் சமூகத்தின் பண்பாட்டு எச்சமாகப் பெருமாள்முருகன் காட்ட முனைந்திருப்பதும் அறியத்தக்கதாகும். ஆனால், இங்குத் தர்க்கரீதியாக ஒன்றைச் சுட்டலாம். பெரியண்ணனை ஏறிட்டும் பார்க்காத பெருமாவின் உடலைத் தொட்டு வல்லாதிக்கம் செய்யத் துடிக்கும் பெரியண்ணனுக்குள்ள உறவுரிமையைப் பெருமாள்முருகன் ஏன் கேள்விக்குட்படுத்தவில்லை என்ற வினா எழுகிறது. அதை அவனின் மனைவியும் தாயும்கூட ஆதரித்துப் பேசுவதாகக் காட்டுவதில், தாய்வழிச் சமூகத்தின் சுதந்திரத்தை விடவும் கூட்டுக் குடும்பச் சொத்திலிருந்து எப்படியாவது முத்துவையும் பெருமாவையும் முழுதுமாக வெளியேற்றிடவேண்டுமென நினைக்கும் நிலவுடமைத் தந்திரமே வெளிப்படுவதாகவும் இதை நாம் வாசிக்க வேண்டியுள்ளது. எப்படியாயினும், பெண்ணை வெறும் உடலாகக் கருதும் பார்வைக்கே, இங்குப் பெருமாள்முருகன், முத்துவின் தாய்வழிச் சமாதானம் செய்திருப்பதாகத் தோன்றுகிறது. உளமோதல் என்பது, வெறும் உறவுமோதலாகச் சுருக்கப்பட்டுவிட்டது!

ஒருவகையில், பெண்களின் மீது காலங்காலமாகக்

கட்டப்பட்ட கற்பிதங்களையும் புனிதங்களையும் முத்துவின் தாய் கட்டுடைத்தாலும், இன்னொரு வகையில், பெண் உடல் மீதான ஆணின் அதிகார அத்துமீறல் வலுப்படுவதற்கெதிரான விமர்சனமற்ற மௌனத்தைப் பிரதி உட்கொண்டுள்ளதாகவும் வாசிக்கலாம். என்றாலும், இந்நாவலின் பல இடங்களில், பெண்கள்மீது பெருமாள்முருகன் கொண்டுள்ள பரிவும் கரிசனமும் நன்கு புலப்படுகின்றன. அதனால்தான் அவர் புனைந்துள்ள பெண்கள், குடும்பத்தைப் பேணுவோராக, முடிவெடுக்கும் திறனுள்ளோராக, மனவலிமை படைத்தோராக, தமது பண்பாட்டு விழுமியங்களுக்கும் தம்மைச் சார்ந்தோருக்கும் நேர்மையுள்ளோராகக் காட்டப்பட்டுள்ளனர். இவர்களிடம் தாய்வழிச் சமுதாயத்தின் எச்சங்கள் உறைந்துள்ள அதே நிலையில், நிலவுடைமை ஆண் முதன்மைச் சமூகத்தின் பெண்ணை உடலாகக் கருதும் மன இறுக்கங்களும் தீவிரமாக இயங்குவதைக் காண்கிறோம். இந்நாவலில் வரும் பெண்களுக்குள் ஒருங்கிணைவைவிட, ஒருவரோடு ஒருவர் போட்டியிட்டுப் பகைத்து வெல்லும் மனவிலகல்களே அதிகமிருப்பதற்கு, ஆணைச் சார்ந்தொழுகும் இவர்களின் நிலவுடைமைப்போக்கே காரணமாகும். இக்காரணத்தால், பெண்துக்கத்தைப் பெரிதும் பேசும் எதிர்ப்புக்குரல் மங்கிய ஓர் ஆண் பிரதியாக, ஆளண்டாப் பட்சியைக் குறிப்பிடலாம். எனினும், பெருமாள்முருகனிடம் எப்போதும் முண்டிநிற்கும் மனிதநேய நோக்கு, இந்த விமர்சனத்தைச் சமன்செய்துவிடுகிறது.

பெண்கள்மீது மட்டுமல்லாது, ஒட்டுமொத்த மனிதகுலத்தின் மீதும் பரிவுள்ள ஒரு பெருங்கலைஞராகவே பெருமாள்முருகன் வெளிப்படுகிறார். மண், மரங்கள், செடிகள், ஊர்வன, பறப்பன, விலங்குகள் என்று அனைத்துயிர் மீதும் பேரன்பு கொண்டவராகப் பெருமாள்முருகனைப் பாத்திரப் பேச்சுகள்வழி அடையாளம் காணமுடிகிறது. மாட்டுச் சாணியை அள்ளும்போதுகூட முத்து சிலிர்த்துப் போகிறான். 'மாட்டத் தொரத்தாத குப்பண்ணா'; 'கவுத்த இழுக்காத'; 'எறக்கத்தல கவுத்த உடறியே' போன்ற கூற்றுவழி, முத்துவின் மெல்லிய பூங்காற்றுப் போன்ற மனத்தை அறிந்துகொள்ளலாம். புதிய ஊரில் புதிய நிலத்தை வாங்கியபின், அதோடு சேர்ந்துள்ள அறுபத்து நான்கு சென்ட் புறம்போக்கைக் குப்பன் பேருக்கு மாற்ற முத்து வாக்களிக்கிறான். இது முதலாளியச் சமூகத்தில் சிறிதும் காணமுடியாத, ஆனால் நிலவுடைமைச் சமூகத்தில் விடாமல் ஒட்டிக்கொண்டிருந்த மனிதாபிமானமாகும்.

புதுவாழ்வைச் சகோதரச் சண்டைகளால் சோர்ந்து குறுகிவிட்ட ஒரு மனநிலையிலிருந்து விலகிப் பெருந்தன்மையுடன் முத்து தொடங்குகிறான். யாரையும் தன்னருகில் அணுகவிடாத ஆளண்டாப் பட்சியாகத் தன் மாமியாரால் பார்க்கப்படும் பெருமா, புதிய ஊரில் கணவனுடனும் பிள்ளைகளுடனும் எதிர்காலத்தைக் கனவு காணும் மகிழ்ச்சியுடனும் மனவிரிவான ஒரு வாழ்விற்குத் தன்னை ஆயத்தப்படுத்திக்கொள்வாள் என யூகிக்கலாம். எனினும், தன் வாழ்வைப் பெரிய கனவுகளின்றி, சரியாகவே முத்து புரிந்து கொண்டுள்ளான். 'பிணைப்புத் தரும் சந்தோஷம் அற்பம்; அறுபடல் தரும் துயரம் ரணம்' என்கிறான் முத்து. இதுவே இந்த நாவலின் பிழிவாயுமுள்ளது.

தன்னாயிக்கு என்ன ஆனது? பெருமாவையும் குழந்தைகளையும் அழைத்து வந்தபின், முத்து எப்படி வாழ்ந்திருப்பான்? குப்பண்ணாவுக்கு வாக்களித்தபடி அரை ஏக்கர் நிலத்தைக் கொடுத்தானா? பங்காளிகளோடு அவன் உறவு மீண்டும் தொடர்ந்ததா? எல்லாவற்றையும்விட முத்துவிற்குப் புதுநிலம் நல்ல விளைச்சலைக் கொடுத்ததா? முத்துவும் பெருமாவும் ஊரார் மெச்ச வாழ்ந்தார்களா? எனப் பற்பல கேள்விகள்! இந்த நாவல் முடியும்போது, இக்கேள்விகள் எதற்கும் இறுதியான பதில் கூறப்படவில்லை. நம் கேள்விகள் அனைத்தும், பதிலற்று அப்படியே உள்ளன. தூரத்தில் தெரியும் அந்தப் பெரிய மலைக்கு அப்பால் என்னவெல்லாம் இருக்கும் எனத் தெரிந்துகொள்ளத் துடிக்கும் ஒரு சின்னக் குழந்தை மனத்தின் கேள்விகளே இவை. இவற்றுக்குப் பெருமாள்முருகன் பதிலளிப்பதில்லை; பிரதியில் கனக்கும் மௌனத்துடன் மெல்லப் புன்னகைக்கிறார். முன்னுரையில், தம் பாட்டியின் கதைகள் எப்படி முடிவில்லாமல் நீண்டுகொண்டுபோகுமோ, அப்படியே ஆளண்டாப் பட்சியும் முடிவில்லாதது என்கிறார். வாழையடி வாழையாகத் தொடரும் வாழ்க்கைச் சிக்கலை எப்படி முடிப்பது? இன்று ஒன்று; நாளை மற்றொன்று; நாளை மறுநாளும் புதியதாய் வேறொன்று எனத் தீராச் சிக்கலின் ஆடுகளமாய் வாழ்க்கை விளையாட்டுத் தொடர்கிறது. இதை அவிழ்க்கவும் தீர்க்கவும் படைப்பாளர்கள் விரும்புவதில்லை. புதிதுபுதிதாக முளைக்கும் சிக்கல்களின் வசீகரத்தைக் காண்பதிலேயே அவர்களின் புனைவுள்ளம் மகிழ்ச்சியுறுகிறது. செந்தேள் கொட்டிய ஆயா, புது ஊரில் பெருமா, முத்து பிள்ளைகள், அண்ணன்கள், குப்பண்ணா, வீரண்ணன், சுப்புக்கொடுக்கன், புறம்போக்குக்காடு... இப்படி எத்தனையோ

கேள்விகள் நாவலாசிரியரின் பதில்களை எதிர்நோக்கியுள்ளன. மானுட வாழ்வு எவ்வாறு முடிவே இல்லாததோ, அவ்வாறே இந்நாவலும், 'ஆளண்டாப் பட்சி' என்ற படிமம் குறிப்பதுபோல், அணுகியும் நுணுகியும் பிடிபடாத முடிவில்லாமையின் முடிவாகிச் சட்டென முடிந்து போய்விடுகிறது. 'ஓரிடத்தில் தானாக நாவல் நின்றுவிட்டது. அவ்விடம் இது முடிவு இல்லாத கதை என்னும் உணர்வைத் தோற்றுவித்தது. ஆகவே, அவ்விடத்திலேயே நிறுத்திவைத்தேன். ஒருவேளை தூங்காத ராத்திரி ஒன்று வாய்க்குமானால், அப்போது இன்னும் கொஞ்சம் முயன்று பார்க்கலாம்' என்கிறார். தூங்காத ஒரு நாவல் ராத்திரி மிகவிரைவில் பெருமாள்முருகனுக்கு வாய்க்கட்டும்; இந்நாவலின் தொடர்ச்சியையும் மாதொருபாகன்போல் அவர் எழுதி முடிக்கட்டும்.

11

வான்குருவியின் கூடு: அகவிரிவின் கவிமொழி

சீதாபதி ரகு

தனிப்பாடல்கள் என்பவை, தமிழின் அரிய கவிதைக் கருவூலங்கள். இரண்டாயிரம் ஆண்டுகளுக்கும் மேற்பட்ட நீண்ட நெடிய இலக்கிய வரலாற்றைக் கொண்ட தமிழ் மொழியில் எத்தனையோ நூல்கள் இருந்தாலும், தனிப்பாடல்களின் கவிதை நயமே தனி நயமாகும். ஒருவகையில் பார்த்தால், ஒரு பாடல் மட்டும் எழுதியவர்களாக அறியப்படும் சங்கப்புலவர்கள் பலரும் தனிப்பாடல்களைப் பாடியவர்களே என்றுதான் நாம் கருத வேண்டியுள்ளது. கணியன் பூங்குன்றன் தொடங்கிவைத்த ஒரு தனிமரபு இது என்றும், வாசிப்பு நயம் கருதி, நாம் விளங்கிக்கொள்ளலாம். இதன் முக்கியத்துவத்தைச் சிறுகதை எழுத்தாளரும் பழந்தமிழ்ப் புலமையாளருமான கு.அழகிரிசாமி நன்கறிந்திருந்தார். இது பற்றிய அவர் கருத்தைக் கவனமாக உள்வாங்கவேண்டும்.

'பல்வேறு புலவர்கள் பல்வேறு சமயங்களில் பாடிய தனிப்பாடல்களைத் திரட்டி ஒரே புத்தகமாக வெளியிடுவது என்பது, பல நாடுகளில் இன்றும்கூட ஒரு புதுமையாக இருக்கலாம். ஆனால், தமிழ்நாட்டுக்கு இது புதிய விஷயமில்லை. தமிழ் மொழியில் தோன்றியுள்ள ஆதி இலக்கியங்களே தனிப்பாடல்களின் திரட்டுகள்தான். புறநானூறு,

அகநானூறு, ஐங்குறுநூறு, குறுந்தொகை போன்ற பழைய நூல்களில் எதுவும் ஒரே புலவரால் இயற்றப்பட்டதில்லை. வெவ்வேறு பகுதிகளிலும் வெவ்வேறு காலங்களிலும் வாழ்ந்த வெவ்வேறு புலவர்கள் பாடிய பாடல்களைத்தான் பிற்காலத்தில் தொகுத்துப் புறநானூறு, அகநானூறு என்றெல்லாம் பெயரிட்டு வழங்கினார்கள். பாடல்கள் தோன்றிச் சில நூற்றாண்டுகளுக்குப் பின் வாழ்ந்த குறுநிலத் தலைவர்கள் கேட்டுக்கொண்டதற்கு இணங்கக் கல்வி கேள்விகளில் சிறந்த புலவர்கள் அந்தப் பாடல்களைத் திரட்டித் தனித் தனி நூல்களாக்கி நாட்டில் பரப்பினார்கள்... அவற்றை ஒரு ஒழுங்கு முறைப்படி திரட்டி ஒரு தனி நூலாக்க வேண்டும் என்ற எண்ணம் யாருக்குமே உதிக்காமல் இருந்தது... இந்த நிலையில், எத்தனையோ பல பாடல்கள் மறைந்திருக்க வேண்டும் என்பது நிச்சயம். பெருங்காப்பியங்களே மறைந்துவிட்ட ஒரு நாட்டில், தனிப்பாடல்கள் மறைவதைப் பற்றிக் கேட்பானேன்?' என்று வருந்துகிறார் கு.அழகிரிசாமி. இதே கவலையோடுதான், 'வான்குருவியின் கூடு' நூலைப் பெருமாள்முருகனும் எழுதியுள்ளார். தனிப்பாடல்களைச் ரசிப்பதற்குக் கவிமனம் வேண்டும். இயல்பில் ஒரு கவிஞரான பெருமாள்முருகனுக்குக் கவிநயம் காண்பது எளிதாக வசப்பட்டிருப்பதை இந்நூல் காட்டுகிறது.

தனிப்பாடல்களின் பதிப்பு வரலாறும் உரை வரலாறும் தனிப்பாடல்களைப் போலவே சுவையானவை என்பதை ஆய்வாளர்கள் அனைவரும் அறிவர். ராமநாதபுரம் சமஸ்தான மேனேஜரும் பாலவநத்தம் ஜமீன்தாரும் மதுரைத் தமிழ்ச் சங்கம் கண்ட பெரும் புகழ் படைத்த பாண்டித்துரைத்தேவரின் தந்தையுமான பொன்னுசாமித்தேவரே, தமிழில் முதன் முதலாகத் தனிப்பாடல்களைத் தொகுத்துத் தனிநூலாக வெளியிட்ட தனிப்பெருமைக்கு உரியவராவார். சந்திரசேகரக் கவிராஜ பண்டிதரின் உதவியுடன், தனிப்பாடல்களைத் தொகுத்துத் 'தனிப்பாடல் திரட்டு' என்ற பெயரில், பொன்னுசாமித் தேவர் முதன்முதலில் நூல் வெளியிட்டார். இந்நூலிலுள்ள அரிய குறிப்புகளின் உதவியுடனேயே, தொகுக்கப்பட்ட பாடல்களின் பொருளைப் பலரும் விளங்கிக்கொள்ள முடிந்தது என்பர். இத்தனிப்பாடல் திரட்டுக்குக் காஞ்சிபுரம் வித்வான் ராமசாமி நாயுடு உரையெழுதித் தம் பதவுரையை இரு பாகங்களாகப் பிரித்துத் தனித்தனி நூல்களாக வெளியிட்டார். பின் கா.சுப்பிரமணியப் பிள்ளை, 800க்கும் மேற்பட்ட பாடல்களுக்கு உரையெழுதி ஒரு தனிநூலாக வெளியிட்டார். இவருக்கு முன்

வேறொரு புலவரும் சிறந்ததொரு உரை எழுதியிருந்தார் என்கிறார் கு.அழகிரிசாமி.

பொன்னுசாமித் தேவரின் தனிப்பாடல் திரட்டு வெளிவந்தபிறகு, தனிப்பாடல்களுக்கு ஒரு தனிமதிப்பு ஏற்பட்டது. இதன் தொடர்ச்சியாக வேறு சிலரும் தனிப்பாடல்களைப் பதிப்பிக்கும் முயற்சியில் ஈடுபட்டனர். இவர்களில் மிகவும் குறிப்பிடத்தக்கவர், மதுரை முறையூர் சி.சண்முகம் செட்டியார் ஆவார். இவர், மதுரை மேலூர் கொட்டாம்பட்டி கருப்பையாப் பாவலரின் உதவியுடன் தனிப்பாடல்களைத் தொகுத்தார். திடீரெனக் கருப்பையாப் பாவலர் காலமாகிவிட்டார். அதனால் தனிப்பாடல் திரட்டைச் சரிபார்த்து வெளியிடும் பொறுப்பு, பெரும்புலவரான கந்தசாமிக் கவிராயர் வசம் ஒப்படைக்கப்பட்டது. கந்தசாமிக் கவிராயரின் அரிய முயற்சியினால், 182 புலவர்கள் இயற்றிய 3,815 செய்யுள் கொண்ட 'தனிச்செய்யுள் சிந்தாமணி' என்ற பெரிய நூல், 1908ஆம் ஆண்டில் வெளிவந்தது.

'தனிச்செய்யுள் சிந்தாமணி' என்ற இப்பெருநூலுக்கு, மு.இராகவையங்கார் முகவுரை எழுதினார் என்பதும் இங்குக் குறிப்பிடத்தக்கதாகும். இந்த முகவுரையால், தமிழ் இலக்கிய உலகிற்கு ஒரு பெரும் பயன் நிகழ்ந்தது. பொன்னுசாமித்தேவரின் திரட்டு, தமிழ் நாவலர் சரிதை, தண்டியலங்காரம், அச்சில் வராத பழைய சுவடிகள், சாசனங்கள் முதலியவற்றில் காணப்படும் 2200க்கும் மேற்பட்ட தனிப்பாடல்களைத் திரட்டி, முடிந்தவரையில் அவற்றை ஏட்டுப் பிரதிகளுடன் ஒப்பிட்டுப் பழைய பாடங்களுடன் 'பெருந்தொகை' என்ற பெயரில், தனிப்பெரும் தனிப்பாடல் திரட்டு ஒன்றைப் பதிப்பித்தார் மு.இராகவையங்கார். இவ்வாறு முகவுரை எழுதப்போனவரைப் பதிப்பாசிரியராகவே மாற்றிவிட்ட பெருமை தனிப்பாடல் திரட்டுக்குண்டு. 'தனிப்பாடல் திரட்டு நூல்களைப் படிப்பவர்களின் தொகை குறைந்து கொண்டே வருகிறது. இன்று ஆர்வத்துடனும் ஈடுபாட்டுடனும் அந்த நூல்களைப் படிப்பவர்களை விரல்விட்டு எண்ணிவிடலாம்... நம் முன்னோர்கள் நமக்காகத் தேடி வைத்திருக்கும் இலக்கியச் செல்வத்தை அனுபவிக்கக்கூட விருப்பமில்லாதவர்களாக நாம் வாழ்கிறோம். பாரதியார் கூறியதுபோல், 'ஊமையராய், செவிடராய், குருடர்களாய்' இன்னும் வாழ்ந்துகொண்டிருக்கிறோம் என்பதுதான் உண்மை. அவர் கூறியிருப்பது போலவே, நாம் சேமமுற வேண்டுமெனில், தெருவெல்லாம் தமிழ் முழக்கம் செய்தல் வேண்டும். அது போலி

முழக்கமாகவோ, கட்சிக் காரணங்களை முன்னிட்டுப் போடும் கூச்சலாகவோ இல்லாமல், உண்மையான தமிழ் முழக்கமாக இருத்தல் வேண்டும். நம் தாய்மொழியாகிய தமிழ் வளர்வதற்கு, தமிழர்களாகிய நாம் அறிவும் பண்பாடும் மிகுந்தவர்களாகத் திகழ்வதற்குத் தமிழ் நூல்களைப் படிப்பது ஒன்றே வழி; வேறு குறுக்கு வழி கிடையாது. படிக்கவில்லை என்றால் நாமும் வளரமுடியாது; நமது மொழியும் வளரமுடியாது' என்கிறார் கு.அழகிரிசாமி. இவ்வாறு நாம் வளர்வதற்கு வழிகாட்டும் ஒளிவிளக்குகளாகத் திகழும் தனிப்பாடல்களைப் படிக்கத் தூண்டும் ஆர்வத்தைப் புதிய வாசகர்களிடம் இந்நூல்வழிப் பெருமாள்முருகன் ஏற்படுத்துகிறார். தமிழ்ச் சுவையைப் பாமரரும் படித்தவரும் அறிவதற்குத் 'தனிப்பாடல் கல்வி' இன்றியமையாதது என்பதைப் பொருத்தமான பாடல்களுடன் கூடிய அருமையான விளக்கம்வழி எடுத்துக்காட்டுகிறார். இதுவே இந்நூலின் நூற்பயனாகும்.

கவிதை சிறுகதை நாவல் விமர்சனம் என்ற நவீனப் படைப்பிலக்கியத் துறையில் குறிப்பிடத்தகுந்த முத்திரை பதித்த பெருமாள்முருகன், 'வான்குருவியின் கூடு' என்ற இந்நூலின் மூலம் தனிப்பாடல் ஆய்வுக்கும் புரிதலுக்கும் முக்கியப் பங்களித்துள்ளார். மரபார்ந்த தமிழிலக்கியம் அறிந்த தமிழ்ப் பேராசிரியர் நிலையிலிருந்தும், அதேவேளை, நவீனப் படைப்பிலக்கியவாதியாக நின்றும் இந்நூலை எழுதியுள்ளார். தனிப்பாடல்களைத் தேடிப் படித்து அவற்றின் சுவையில் ஈடுபடும் ஆர்வத்தை யாவருக்கும் ஊட்டும் நூலாக இது திகழ்கிறது. தனிப்பாடல்களால் கவரப்பட்ட புதுமைப்பித்தன், டி.கே.சி., கு.அழகிரிசாமி, கண்ணதாசன், ஈரோடு தமிழன்பன் போன்ற சில எழுத்தாளர்களின் வரிசையில் பெருமாள்முருகனும் இணைவதை இந்நூலால் அறிகிறோம்.

சென்னைக் கிறித்துவக் கல்லூரி தமிழ்த்துறையில் பயின்றபொழுது, ஓரிரு தனிப் பாடல்களை மட்டுமே நான் அறிந்திருந்தேன். சங்க இலக்கியம், திருக்குறள், நாலடியார், சிலப்பதிகாரம், மணிமேகலை, பக்தி இலக்கியம் முதலியவற்றையே பாடத்திட்டத்தில் வைத்திருந்தனர். அவற்றில் சில பாடல்களை மட்டும் தேர்ந்தெடுத்து, மனனம் செய்து படித்தவன் நான். 'ஆனை துரத்த' என்ற சூளாமணிப் பாடல், 'ஊரிலேன் காணியில்லை உறவு மற்றொருவரில்லை' என்ற தொண்டரடிப்பொடியாழ்வார் பாசுரம், நிலையாமையை வலியுறுத்தும் சித்தர் பாடல்கள் போன்றவற்றை வாழ்வில் வெறுப்பும் வேதனைகளும்

வரும்பொழுது திரும்பத் திரும்பப் படித்தும் நினைத்தும் வந்தேன். ஈரோடு தமிழன்பனின் ‘தனிப்பாடல் திரட்டு – ஓர் ஆய்வு’ என்ற நூலை பார்த்தபின், தனிப்பாடல்களைத் தேடிப் படிக்கும் ஆர்வத்தை வளர்த்துக்கொள்ளத் தொடங்கினேன். அதில் ஒன்றுதான், இங்குச் சிறப்பாகப் பெருமாள்முருகன் விளக்கியுள்ள இராமச்சந்திரக் கவிராயரின் பாடல். துன்பம் அனைத்தும் ஒரே சமயத்தில் அடுக்கடுக்காய்த் தொடர்ந்து வந்தால் ஒருவன் என்னதான் செய்வான்? ‘இயங்குதல் ஒழிந்து கல்லாய் நிற்க வேண்டியதுதான்... வெறுமை மன நிலையின் உச்சத்தொனி பாடலுக்குள் இருக்கிறது’ என்கிறார். சொந்த வாழ்வில் நேரும் கசப்புகளை எதிர்கொள்ள, என்போல் பலருக்கும் இந்நூல் நிச்சயம் பயன்படும். இந்த அம்சமே, இந்த நூலின்பால் என்னைப் பெரிதும் ஈர்க்கிறது. ‘துன்பத்தின் அடுக்கு’ என்ற கட்டுரையில், தாம் துயரடைந்தபோது, சுயமுன்னேற்ற நூல்கள் தம்மைத் தேற்றவில்லை; இராமச்சந்திரக்கவிராயர் பாடிய தனிப்பாடல்களை நினைத்து நினைத்தே தேறினேன் என நூலாசிரியர் பதிவிட்டுள்ளார். இத்தகைய நூதனமான தனிப்பாடல்களைப் பெருமாள்முருகன்போல் நாமும் தேடிப் படித்து நமது வாழ்வின் வெறுமைக்கு மருந்தாகிக்கொள்ள முடியும் என்ற ஒரு நம்பிக்கையை, இந்நூல் எனக்குத் தருகிறது.

‘விருத்தம் என்னும் ஒண்பாவிற்கு உயர்கம்பன்’ எனப்படும் கம்பர், எண்சீர் விருத்தம் மிகக்குறைவாகவே இயற்றியுள்ளார் என்றும், விருத்தப்பாவின் பல்வேறு சந்தங்களை இயல்பாகப் பயன்படுத்தியுள்ள கம்பருக்கு எண்சீர் விருத்தத்தின் தேவை குறைவாய் இருந்திருக்கலாம் என்றும், இடத்திற்கேற்பவும் தேவைக்கேற்பவும் விருத்தப்பாக்களைப் பாடுவதில் சமர்த்தர் கம்பர் என்றும் பெருமாள்முருகன் கருத்துரைத்துள்ளார். அவருடைய இம்மதிப்பீடு மிகச் சரியானதாகும். இருபதாம் நூற்றாண்டில் எண்சீர்விருத்தம் பாடுவதில் பாரதிதாசன் மிகச்சிறப்பானவர் என்கிறார். கம்பருக்கும் பாவேந்தருக்கும் இடைப்பட்ட காலத்தில் எண்சீர் விருத்தத்திற்கு மிகமுக்கியக் கவிஞர் இராமச்சந்திர கவிராயர்தான் என்கிறார் பெருமாள்முருகன்.

> கல்லாத ஒருவனைநான் கற்றாய் என்றேன்
> காடெறியும் மறவனை நாடாள்வாய் என்றேன்
> பொல்லாத ஒருவனைநான் நல்லாய் என்றேன்
> போர்முகத்தை அறியானைப் புலியேறு என்றேன்

மல்லாரும் புயமென்றேன் சூம்பல் தோளை
வழங்காத கையனைநான் வள்ளல் என்றேன்
இல்லாத சொன்னேனுக் கில்லை யென்றான்
யானுமென்றன் குற்றத்தால் ஏகின் றேனே

அக்காலப் புலவர்களுடைய மாபெரும் பிரச்சனை கவிதை உணர்வும் கவிஞர் பற்றிய அறிவும் இன்றி இழிவுபடுத்தும் செல்வர்கள் முன்சென்று பாடவேண்டி நேர்ந்ததுதான். அத்தகையோரைச் சந்தித்து வயிற்றுப்பிழைப்புக்காக என்னென்ன செய்யவேண்டியுள்ளது என்று பட்டியலிட்டுப் புலம்புகின்றார். பதினைந்தாம் நூற்றாண்டுக்குப் பின்வந்த புலவர் வாழ்வு, மிகவும் அவலமானதாகும். கவிதை உணர்வற்ற குறுநிலமன்னர், ஜமீன்தார்கள், செல்வர்கள் ஆகியோரைப் பலபடப் புகழ்ந்து பாடி யாசகம் பெற்றுப் புலவர்கள் வாழ வேண்டியிருந்ததை அக்காலத் தனிப்பாடல்கள் தெரிவிக்கின்றன. மகாவித்வான் மீனாட்சி சுந்தரம்பிள்ளை போன்ற பெரும்புலவரும் காவியங்கள் பாடாமல் தலபுராணங்களையே அன்று பாடிக்கொண்டிருந்ததற்கும் வள்ளல்களின் ஆதரவின்மையே காரணமாகும். இதை உ.வே. சா.வின் என் சரித்திரமும் சுட்டிக்காட்டுகிறது. தமிழ்நாட்டின் கல்விப்புலத்திலும் பொதுவெளியிலும் இச்சூழல் இன்றும் நிலவவே செய்கிறது. அரசியல் தலைவர்களின் பெயர்களில் பெருகியுள்ள பிள்ளைத்தமிழ் நூல்கள் இதைத்தானே காட்டுகின்றன? இந்தச் சூழலில்தான், இராமச்சந்திரக் கவிராயரின் பாடல் எவ்வளவு காலப் பொருத்தமானது என்பதைப் பெருமாள்முருகன்வழி அறிந்து நாமும் வியக்கிறோம்.

கல்வி என்றால் இன்னதென்று தெரியாத ஒருவனைக் கல்விக்கடல் என்றும், காட்டிலே திரிந்துகொண்டிருக்கும் ஒருவனைப் பெரிய ராஜ்யமாளும் அரசன் என்றும், பொல்லாத குணங்கள் கொண்ட ஒருவனை மிக நல்லவன் என்றும், போர் என்றால் என்னவென்றே அறியாதவனைப் புலி போன்றவன் என்றும், சூம்பிய தோள்கள் கொண்ட நோஞ்சானை மற்போர் புரிவதற்கேற்ற தோளுடையவன் என்றும், கருமியை வள்ளல் என்றும் மிகைப் படப் பாடியும்கூட ஒன்றும் கிடைக்கவில்லையாம். ‘அவனிடமில்லாத இயல்புகளை நான் இருப்பதாகச் சொல்லிப் பாடினேன்; ஆயினும் அவன் இல்லையென்று சொல்லி அனுப்பி விட்டான்; அவன் செய்ததும் சரிதான்; இல்லாத குணங்களை இருப்பதாகப் பாடியது என் குற்றம்தானே!’ என்கிறார். தமிழ்ப்புலவர்களின் நிலைமை

அன்றும் இன்றும் இப்படித்தான் இருக்கிறது. நாளையும் இது இப்படியே இருந்துவிடக்கூடாது என்பதற்காகவே, மண்ணின் மரபும் மாண்புமறிந்த பெருமாள்முருகன் போன்றோர் எழுதிக்கொண்டிருக்கிறார்கள். துயர் கூடி, வருத்தத்தின் எல்லையில் நின்று கலங்கிக் கொண்டிருந்தபோது, தாம் மீள மீளவும் நினைத்துத் தேறிய பாடலாக, இராமச்சந்திரக் கவிராயரின் இன்னொரு பாடலையும் நூலில் குறிப்பிட்டுள்ளார்.

ஆவீன மழைபொழிய இல்லம் வீழ
அகத்தடியாள் மெய்நோவ அடிமை சாக
மாவீரம் போகுதென்று விதைகொண் டோட
வழியிலே கடன்காரர் மறித்துக் கொள்ளச்
சாவோலை கொண்டொருவன் எதிரே செல்லத்
தள்ளவொண்ணா விருந்துவரச் சர்ப்பம் தீண்டக்
கோவேந்தர் உழுதுண்ட கடமை கேட்கக்
குருக்களோ தட்சணைகள் கொடுவென் றாரே

இப்பாடலைப் படிக்கும் ஒவ்வொருவரும், தம் வாழ்வின் எத்தகைய துன்பச் சூழலிலும், இப்பாடலைப் பொருத்திப் பார்த்துக்கொள்ளலாம். ‘காட்டை அறியச் செடியிலிருந்து தொடங்குவோம்’ என்கிறார். இலை, செடி, பூ, பிஞ்சு, காய், கனி, மரம் எனப் பெருந்தோட்டம் ஒன்றைத் தனிப்பாடல் விமர்சனவெளியாகப் பெருமாள்முருகன் உருவாக்கியுள்ளார். இந்நூலில் மொத்தமாகப் பதினான்கு கட்டுரைகள் உள்ளன. இவற்றில் அம்பிகாபதி, கவி ராஜ பண்டிதர், வரதுங்கராம பாண்டியன் மனைவி, மதுரகவிராயர், ஔவையார், இராமக் கவிராயர், இரட்டைப்புலவர்கள், கம்பர், சத்திமுற்றப் புலவர், காளமேகம், மங்கைபாகக் கவிராயர், உத்தரநல்லூர் மங்கை, இராமச்சந்திரக் கவிராயர், பாரதியார் எனப் பதினைந்து புலவரின் தனிப்பாடல்களைப் பெருமாள்முருகன் ஆராய்ந்துள்ளார். இவ்வாறு ஆராயும்போது, வெறும் பாராட்டுரையாக மட்டுமல்லாமல், வாய்ப்புள்ள இடங்களில், பாடலுக்குத் தொடர்புடைய பிற பல செய்திகளையும் பயன்கொண்டு கூரிய விமர்சன நோக்குடனும் செயல்பட்டுள்ளார். இவை ஒரு தமிழ்ப் பேராசிரியரின் கட்டுரைகள் மட்டுமல்ல; ஒரு நவீனப் படைப்பாளியின் விமர்சனக்கண் பட்டவையுமாகும். உதாரணமாக,

சோமன் புறப்படத் தென்றலும் வீசத் துயிலொழிய
யாமங்கள் தோறும் குயில்வந்து கூவிடுமந் நேரத்திலே

நாமும் பிழைத்து மனிதர்முன் பேசிட நாவுமுண்டாய்
காமக் கலகம் தெளிந்தபின் யானும் கதை சொல்வேனே

என்ற காளமேகம் பாட்டை விளக்கும்போது, அதில் வரும் ‘குயில் வந்து கூவிடும்’ என்ற தொடர், மா.கிருஷ்ணனின் ‘மழைக்காலமும் குயிலோசையும்’ நூற்தலைப்பைப் பெருமாள்முருகனுக்கு நினைவுபடுத்துகிறது. ‘நூலின் தலைப்பு: ‘மழைக்காலமும் குயிலோசையும்’ என்றிருக்கிறது. ‘மழைக்காலம்’, ‘குயிலோசை’ ஆகிய தலைப்புகளில் கட்டுரைகள் இருப்பதால், இரண்டையும் இணைத்து நூலின் பெயராக்கம் நிகழ்ந்திருக்கலாம். மற்றபடி அதிலிருக்கும் முரண் கவனிக்கப்பட்டதா என்று தெரியவில்லை. மழைக்காலத்திற்கும் குயிலோசைக்கும் எந்தச் சம்பந்தமுமில்லை. கிருஷ்ணனே எழுதியிருப்பது மாதிரி, வேனிற்காலமே குயிலோசை கேட்கும் காலம். மழைக்காலத்தில் காதை எவ்வளவு உன்னிப்பாக வைத்துக்கொண்டிருந்தாலும் குயிலோசை கேட்காது. ஆனால், மழைக் காலத்தில் குயில் கூவுவதில்லை என்னும் செய்தி பலருக்குத் தெரியாது. சிலப்பதிகாரப் பாடல் ஒன்றில் இளங்கோவடிகள், ‘பூவார் சோலை மயிலால புரிந்து குயில்கள் இசைபாட’ என்றெழுதுகிறார். மழைக்கு மேகம் திரண்டிருக்கும்போது மயில் தோகை விரித்து ஆடும் என்பார்கள். அந்தச் சமயத்தில் குயில் பாடாது. இரண்டும் ஒன்றாக நிகழ்வதாக இளங்கோ அடிகள் பாடுவது பொருத்தமில்லை’ எனக் கறாராகப் பிழை காண்கிறார். இந்நக்கீரவிழியே, பெருமாள்முருகன் எழுத்துக்குப் பெருமை சேர்க்கிறதெனலாம். இதேபோல், பாராட்டும்போதும் பெருமாள்முருகன் கருமியாயிருப்பதில்லை. மதுரகவிராயர் என்னும் புலவர், தம் வறுமையை நினைத்துக் கலங்கிப் பாடிய துயரப்பாடல், தம் மனத்துக்கு மிகவும் நெருக்கமான பாடல் எனக் குறிப்பிடுகிறார்.

நீளத் திரிந்துழன்றாய் நீங்கா நிழல்போல
நாளைக் கிருப்பாயோ நல்குரவே – காளத்தி
நின்றைக்கே சென்றக்கால் நீயெங்கோ நானெங்கோ
இன்றைக்கே சற்றே இரு

தம்முடனுறையும் வறுமைக்கு உருவமளித்துத் தம் தோழன்போல் வறுமையுடன் இயல்பான உரையாடல் நிகழ்த்தும் கவிராயரின் உள்ளம் விசாலமானது. வறுமையோடு எப்படிப் பேசுகிறார் கவிராயர்! கிராமத்திலிருந்து கல்விசார்ந்த பின்னணி எதுவுமின்றி, முதல் தலைமுறையாகக் கல்வி கற்க வரும் மாணவனுக்கு ஏற்படும் தாழ்வுணர்ச்சி நிறைந்திருந்தபொழுது,

ஔவையார் பாடல் ஒன்றைப் படித்தேன் என்கிறார். அப்பாடலின் கடைசி அடி, தமது மனத்தில் ஒட்டிக்கொண்டது என்கிறார். மையிருட்டில் தடுமாறிக் கொண்டிருப்பவனுக்கு வெளிச்சம் பெய்து வழிகாட்டும் மின்னலென, அந்தப் பாடல் தொடர்ந்தும் தம்மை முன்னிழுத்துச் சென்றது என்கிறார். அதன் கடைசி அடி, மிக மிக எளிமையாய்ப் புனையப்பட்டுள்ளது. ('எல்லார்க்கும் ஒவ்வொன்று எளிது'). ஔவையின் புகழ் பொறுக்காத ஒரு புலவர், இகழ்ந்துபேசி வாதுக்கழைத்தபோது, மிகவும் அடக்கமாக அவர் சொன்ன மொழி இதுவெனக் கூறும் கதையைச் சுட்டுகிறார். தென்னங்கீற்றின் ஒரு தோகையில் தொங்கும் தூக்கணாங்குருவிக்கூடு பார்த்திருக்கிறீர்களா? மிக நுட்பமான பின்னல் வேலை; முத்திரை பதிப்பதற்கு அரக்குப் பயன்படுத்துகிறோமே அந்த அரக்கை உருவாக்குவது சிறுபூச்சிதான். அழகான புற்றுகளைக் கட்டியமைப்பது சின்னஞ் சிறு கறையான். தேன்கூடு, சிலந்திவலை இவற்றின் நுணுக்கம் வேறு யாருக்குக் கைவரும்? 'நான்தான் திறமையுடையவன் என்று பெருமை பீற்றித் திரியவேண்டாம், மனிதர்களே! எல்லார்க்கும் ஒவ்வொன்றும் எளிது' என்கிறார் ஔவையார்.

> வான்குருவியின் கூடு வல்லரக்குத் தொல்கறையான்
> தேன்சிலம்பி யாவர்க்கும் செய்யரிதால் – யாம்பெரிதும்
> வல்லோமே என்று வலிமைசொல வேண்டாங்காண்
> எல்லார்க்கும் ஒவ்வொன்(று) எளிது

கிராமத்தில் பிறந்து வளர்ந்து மண்ணோடும் மக்களோடும் இணைந்திருந்த பெருமாள்முருகன், உயர்கல்விக்காகச் சென்னைக்கு வரவேண்டியதாயிற்று. அப்படி வந்தவருக்குச் சென்னை ஒன்றும் பிடித்த நகரமாயிருக்கவில்லை. இன்றுவரையிலும், ஒரு கிராமத்து மனிதராகவே அவர், வெள்ளந்தியாய்ப் பேசிக்கொண்டும் எழுதிக்கொண்டுமிருக்கிறார். சென்னைக்கு வந்த சில ஆண்டுகள் கழித்துத் தனிப்பாடல் திரட்டில் இராமக் கவிராயரின் பாடல்களைப் படித்து நெகிழ்கிறார். இராமக்கவிராயர், சென்னையில் தாம் பட்ட பாட்டை நகைச்சுவையோடும் இரட்டுறமொழிதலோடும் எழுதியுள்ளார். சென்னைக்குச் சென்று அவர் பட்ட கஷ்டம் கொஞ்ச நஞ்சமல்ல; அவருக்கு நல்ல உணவே கிடைக்கவில்லை; சுத்தமாகக் குளிக்கமுடியாத காரணத்தால் விரலிடுக்குகளில் சிரங்குப் பற்றிக்கொண்டது; உடுத்துவதற்கு இடுப்பில் சிறு ஆடையைத் தவிர வேறில்லை; உடம்பெல்லாம் புழுதி.

சென்னபுரி மேவிச் சிவனானேன் நல்லதொரு
அன்னம் அறியா தவனாகி – மன்னுசிரங்(கு)
கைக்கொண்(டு) அரைச்சோமன் கட்டிச் சடைமுறுக்கி
மெய்கொண்ட நீறணிந்து மே

வளம் நிறைந்த சென்னாபுரி மேவி என்ன பயன்? சிவன்போல் பிச்சாண்டியாக அல்லவா நானும் அலைய நேர்ந்துவிட்டது! என்கிறார் இராமக் கவிராயர். இவருடைய மேற்காணும் 'சென்னாபுரி மேவிச் சிவனானேன்' என்ற தொடருக்கு, 'உயர்பொருளைத் தான் உவமையாகச் சொல்லவேண்டும் என்பது இலக்கண விதி. தன்நிலை இழிவாக இருப்பினும் சிவபெருமானை உவமையாக்கித் தன்னை உயர்த்திக்கொண்ட இராமக் கவிராயரின் தர்க்கமும் சாதுரியமும் ரசிக்கத்தக்கன' என்கிறார் பெருமாள்முருகன். இவரைப் பற்றியும், இதையே சொல்லிவிடலாம். தனிப்பாடல்களை நயமாய் விளக்கும் பெருமாள்முருகனின் தர்க்கமும் சாதுர்யமும் ரசிக்கத்தக்கன.

கல்லூரியிலும் சமுதாயத்திலும் தமிழ் கற்கும் மாணவருக்கு உரிய அங்கீகாரம் கிடைப்பதில்லை. பழைய மூத்தமொழி என்று பெருமை பேசிக் கொண்டிருப்போருக்குத் தமிழ் கற்றோரையும் கற்போரையும் மதிக்கத் தெரியாதிருப்பது என்பது, மிகவும் வருத்தம் தருவதாயுள்ளது. பெருமாள்முருகனும் இப்படிப்பட்ட எளிய தமிழிலக்கிய மாணவராகக் கற்றபோது, இரட்டைப் புலவர்களின் பாடலொன்றைப் படிக்க நேர்கிறது. 'என் நிலைக்கு உகந்த பாடல் அது; மனதிற்கு மிகுந்த ஆறுதலைக் கொடுத்த பாடல் அது' என்கிறார். முதுசூரியர் – இளஞ்சூரியர் என்னும் பெயர்களைக் கொண்ட இரட்டைப்புலவர்கள், தம் வறுமை தீர, வள்ளல்களை நோக்கி நடையாய் நடந்தும் பரிசு கிடைக்காத வருத்தத்தில் பாடிய ஒரு பாடலைப் படித்துப் பெருமாள்முருகன் ஆறுதல் காண்கிறார்.

மூடர்முனே பாடல் மொழிந்தால் அறிவரோ
ஆடெடுத்த தென்புலியூர் அம்பலவா – ஆடகப்பொன்
செந்திருவைப் போலணங்கைச் சிங்காரித் தென்னபயன்
அந்தகனே நாயகனா னால்

இப்பாடலில் வரும் 'அந்தகனே' என்ற ஏகாரத்தைத் தன்னிரக்கப் பொருள் தருவதாக, விழியற்றவரின் மனக்குரலாகப் பெருமாள்முருகன் யூகிக்கின்றார். அகவிழி படைத்த புலவருக்கிருந்த நிறைவேறாத திருமண ஆசையைச்

'செந்திருவைப்போல் அணங்கைச் சிங்காரித்தென்ன பயன்?' என்ற எதிர்மறைத் தொடர்வழிப் புலவர் புலப்படுத்துவதாகவும் பொருளுரைக்கிறார். ஆழ்ந்திருக்கும் கவியுளம் காணும் நுண்பார்வை இது. ஒரு பாடல் எவ்வாறு பல்குரல் கொண்டுள்ளதென்பதை, இதன்வழி அறியலாம். இதுபோல், எந்த ஒரு தனிப்பாடலையும், அது உணர்த்தும் உட்கருத்தின் நிலப்பின்னணியறியாது, எடுத்தேன் கவிழ்த்தேன் என ஒரு வெறும் மேலோட்ட மனநிலையில் நின்றே விமர்சிக்கக் கூடாது என்றும் அறிவுறுத்துகின்றார். தாம் பிறந்து வளர்ந்த தம் சிற்றூருடனும், அதை ஒட்டிய நகரத்துடனும் ஒன்றி வாழ்வதில் நிறைவு காண்பவர் பெருமாள்முருகன். 'கொங்கு நாடு' எனக் குறிக்கப்பெறும் இப்பகுதியைப் பற்றிக் கம்பர் பாடியதாகக் கூறப்படும் ஒரு தனிப் பாடலைக் கண்டு அதிர்ந்துபோகிறார்.

நீரெலாம் சேற்று நாற்றம் நிலமெல்லாம் கல்லும் முள்ளும்
ஊரெல்லாம் பட்டிதொட்டி உண்பதோ கம்மஞ்சோறு
பேரெலாம் பொம்மன் திம்மன் பெண்களோ நாயும் பேயும்
காருலாம் கொங்கு நாட்டைக் கனவிலும் நினைக்கொ ணாதே

'கனவில்கூடக் கொங்கு நாட்டைப் பற்றி நினைக்கக்கூடாது என இகழ்ந்து பாடுவதை, என் பகுதியின் மீது பற்றுள்ள மனம் எப்படி ஏற்றுக்கொள்ளும்?' எனக் கேட்டாலும், அதற்கும் பொருத்தமான சமாதானத்தைப் பெருமாள்முருகனே கண்டுபிடித்து விடுகிறார். 'வெள்ளப்பெருக்கு நீரினால் உருவாகும் இயற்கையின் அற்புதத்தை, நேரிலே கண்டு வாழ்ந்த கம்பருக்கு, வறண்ட கொங்குநாடு எரிச்சலைக் கொடுத்திருக்கக்கூடும்... நன்செய் நிலங்களோடு உறவாடும் கம்பர் மனம், கொங்கு நிலங்களை, 'நிலமெல்லாம் கல்லும் முள்ளும்' என்று சொல்வதில் வியப்பில்லை... நெல்லஞ் சோறு உண்டு ருசி கண்ட கம்பர் வாய், கொங்கு மக்களைப் பற்றி, 'உண்பதோ கம்மஞ் சோறு' என்று பாடுகிறது... வளம் கொழிக்கும் சோழ நாட்டுப் பெண்களோடு ஒப்பிட்டால், எங்கள் பெண்கள், 'நாயும் பேயும்' போலத்தான் இருப்பார்கள்... கடைசியாகக் 'காருலாம் கொங்கு நாடு' என்று நல்ல வார்த்தை சொல்கிறார்... கொங்கு நாட்டை இயல்பாக உணர்ந்து சித்திரித்த இப்பாடலைக் கண்டு ஏன் கோபம் வரவேண்டும்?' எனச் சாந்தசொரூபியாய்க் கேட்கிறார். இங்குத் தம் கொங்குச்சார்பு மனநிலையுடன் கம்பர் பாடலை அணுகும்போதும், கவிச்சக்கரவர்த்தியின் மாண்பையும் விட்டுக்கொடுக்காமலேயே நயமாக விமர்சித்தும் விடுகிறார்.

கம்பனிடம் செயல்படும் 'மருதமயமாதல்' பற்றிய குறிப்பான சுட்டிக்காட்டல் இது என்றும் உணரலாம்.

'நீ யாரைப்போல் வாழ விரும்புகிறாய்? என்று யாரேனும் கேட்டால், யோசனையோ தயக்கமோ இன்றிக் காளமேகப் புலவரைப்போல என்று சொல்லிவிடுவேன். எனக்கு ரொம்பவும் ஆதர்சமான வாழ்க்கை காளமேகப் புலவருடையது. எந்தப் பற்றிலும் அகப்பட்டுக்கொள்ளாத நாடோடி வாழ்க்கை. பற்றுகள் இல்லாமையால் கட்டுகள் இல்லை. ஆகவே யாரையும் சார்ந்திருக்க வேண்டிய தேவையோ எதையாவது காப்பாற்றிக்கொள்ள வேண்டிய அச்சமோ கிடையாது... வரையறைகளை வைத்துக்கொண்டு காளமேகத்தை நெருங்கவே முடியாது. கொஞ்சநஞ்சமல்ல, மிகப்பரந்த வெகுசுதந்திரமான மனநிலை சித்திக்கும்போதே காளமேகத்தை அணுக இயலும். காளமேகம் காற்றைப் போன்றவன். எதனுள்ளும் அடைபட மறுக்கும் விஸ்தாரச் சிந்தை அவனுடையது. அதேசமயம் மிகுந்த திறமையும் புலமையும் உடையவன்... அவன் ஒரு மகாகவியாகப் பரிணமித்து இருக்க வேண்டியவன். அவனுடைய காலச்சூழல் அல்லது அவனுடைய அலட்சிய இயல்பு குறிப்பிட்ட எல்லையோடு நிறுத்திவிட்டது' எனக் காளமேகக்கவியைப் பெருமாள்முருகன் வியந்தெழுதும்போது, அவரது பாடல்களைத் தேடிப் படிக்கவேண்டும் என்ற உணர்வைப் பெறுகிறோம். இதேபோல்தான் பாரதியாரைக் குறித்தும் வியந்தெழுதுகிறார்.

பாரதியாரின் 'விட்டு விடுதலையாகி நிற்பாய், இந்தச் சிட்டுக்குருவியைப் போலே' என்ற பாடலைச் சிறப்பாக விளக்கும் பெருமாள்முருகன், 'விடுதலை என்னும் சொல்லை உருவாக்கியவர் பாரதியாகத்தான் இருக்கமுடியும்' என்கிறார். பாரதியைப்போல் விட்டு விடுதலையாகும் ஒரு விரிந்த மனநிலையைப் பெருமாள்முருகனின் தனிப்பாடல் பற்றிய கட்டுரைகளிலும் காண்கிறோம். தனிப்பாடல்கள் பற்றி, இன்னும் ஐம்பது கட்டுரைகளாவது எழுத நினைத்ததாகத் தம் முன்னுரையில் குறிப்பிட்டுள்ளார். அக்கட்டுரைகளையும் அவர் விரைந்து எழுத வேண்டுமெனக் கேட்டுக்கொள்கிறேன். ஏனெனில், அவர் எழுத்தில், ஒரு கவிநயம் இருக்கிறது. தென்னங்கீற்றின் ஒரு தோகையில் தொங்கும் தூக்கணாங்குருவிக் கூட்டின் நுண்பின்னல் வேலையை, 'வான்குருவியின் கூடு' என்று ஔவையார் பேசக் கண்டோம். இப்படி வான்குருவிக்கூடாகத் தனிப்பாடல் நயங்களைப் பெருமாள்முருகன் விண்டுரைக்கிறார்.

புலமை மரபின் பெருமிதமாக இல்லாமல், பொதுமக்களின் அன்றாட வாழ்வியலோடு ஒன்றிக்கலந்த கவிதானுபவமாகத் தனிப்பாடல் பற்றிய கட்டுரைகளைப் பெருமாள்முருகன் எழுதியுள்ளார். இதுவே இந்நூலின் வாசிப்பனுபவத்தைக் கூட்டுகிறது. அதிகமாய் யாரும் பேசாத ஒரு பொருள் பற்றிப் பேசியுள்ளதால், இந்நூல் முக்கியத்துவம் பெறுகிறது. இது அகவிரிவின் கவிமொழிக்குக் கிடைக்கும் முக்கியத்துவமாகும்.

12

அனுபவங்களை மொழிப்படுத்துதல் 'சாதியும் நானும்' நூல் குறித்த ஒரு வாசிப்பு

சீனிவாச ராமாநுஜம்

'சாதியும் நானும்' என்னும் இந்தத் தொகுப்பு சாதி சார்ந்த 32 வாழ்வனுபவக் கட்டுரைகளைக் கொண்டுள்ளது. இதில் மூன்றில் ஒரு பங்கு தலித் சாதி சமூகங்களைச் சேர்ந்தவர்கள் எழுதியவை. சாதி அனுபவத்தை எழுதுவதென்பது, அதுவும் ஆதிக்க சாதியைச் சேர்ந்தவராக இருந்து எழுதுவதென்பது அவ்வளவு சுலபமில்லை. புனைவிலக்கியத்திலும்கூட தலித் எழுத்தாளர்கள் தங்களுடைய வாழ்வனுபவத்தை இலக்கியமாக முன்வைக்கத் தொடங்கிய பின்னரே, சமூக யதார்த்தமான சாதிகளை நம்மால் இலக்கியத்தில் காண முடிகிறது. தலித் அல்லாத எழுத்தாளர்கள் அவர்களுடைய சாதிய அனுபவத்தை முன்வைப்பது தன்னையும் தன் குடும்பத்தாரையும் நிர்வாணமாக்குவதற்குச் சமம். பெருமாள்முருகன் முன்னுரையில் குறிப்பிட்டிருப்பதுபோல், இத்தொகுப்பில் உள்ள 32 கட்டுரையாளர்களுக்கும் இருந்திருக்கக்கூடிய நியாயமான மனத்தடைகளைக் கடந்து இந்தத் தொகுப்பு சாத்தியப்பட்டிருப்பது மிகப் பெரிய சாதனை என்றுதான் சொல்ல வேண்டும். 'சாதி ஒழிப்பில் முன்னின்று இயங்குவோருக்கும் பொது வெளியில் சாதி பற்றி இதுவரை இந்த அளவுக்கு வெளிப்படையாகப் பேசப்பட்டதில்லை என்னும்

வகையில் இது முக்கியமான தரவு நூலாக அமையும் என நினைக்கிறேன்' என்று பெருமாள்முருகன் முன்வைப்பது ஏற்றுக் கொள்ளக்கூடியதாக இருக்கிறது. இந்த நூலில் முக்கியத்துவமும் இதுவேதான். எல்லாவற்றையும்விட இத்தொகுப்பில் தங்களது வாழ்வனுபவங்களைக் கொடுத்திருப்பவர்களில் பெரும்பாலானோர் முனைவர் பட்டம் பெற்றவர்கள். கல்லூரி ஆசிரியர்களாகப் பணியாற்றுகிறவர்கள். குடும்பப் பெருமையைப் பேசுவது எளிது. ஆனால், தன் குடும்பம் எத்தகைய சாதிய மனநிலை கொண்டு மனிதர்களை ஒதுக்கிவைத்தது என்று எழுதுவது அவ்வளவு சுலபமில்லை. இதையெல்லாம் நாம் கணக்கில் எடுத்துக்கொண்டால், இந்த நூல் எவ்வளவு முக்கியத்துவம் வாய்ந்தது என்றும், எத்தகு உழைப்பு தேவைப்பட்டிருக்கும் என்றும் நம்மால் உணர்ந்துகொள்ள முடிகிறது.

இந்தத் தொகுப்பின் பெரிய பலம் இது தனித்த (discrete) சாதிகளை அடிப்படையாகக் கொண்டு வாழ்வனுபவங்களை நம்மோடு பகிர்ந்துகொள்கின்றன. இரண்டு சாதிகளைச் சேர்ந்தவர்களுக்கு இடையேயான உறவு அதன் தளத்தில் மேல், கீழ் என்று விவரிக்கப்படுகிறதே தவிர, வர்ணங்கள் சார்ந்தோ, அரசியல் வகைமைகள் சார்ந்தோ விவரிக்கப்படவில்லை. தலித் அல்லாத ஒருவர் அவரது அனுபவத்தைப் பகிர்ந்துகொள்ளும்போது, தன்னைப் பார்ப்பனரல்லாதார் என்றோ, சூத்திரர் என்றோ அடையாளப்படுத்திக்கொள்ளாமல் அவரது தனித்த சாதியை முன்னிறுத்தி அவரது அனுபவத்தைப் பகிர்ந்துகொள்கிறார். அதுபோலவே, ஒரு தலித் அவருடைய அனுபவத்தைச் சொல்லும்போது, தனித்த சாதியை முன்னிறுத்தியே அவரது அனுபவத்தைப் பகிர்ந்துகொள்கிறார். தன்னைத் தீண்டப்படாதவர் என்று விளித்துக்கொள்ளவில்லை. இந்த அனுபவக் கட்டுரைகள் பார்ப்பனர், சூத்திரர், பார்ப்பனரல்லாதார், தீண்டப்படாதார், தலித் போன்ற வகைமைகளுக்குள் சிக்கிக்கொள்ளாமல், தனித்த சாதிகளின் சமூக வெளிப்பாட்டை முன்வைக்கின்றன. இவ்விதத்தில் நாம் கட்டுரையாளர்களையும், பதிப்பாசிரியரான பெருமாள்முருகனையும் பாராட்ட வேண்டும். அன்றாட அனுபவங்களை உள்ளடக்கிய இத்தகைய மொழி, இதே அனுபவங்களை சில வகைமைகள் கொண்டு அணுகும்போது சாத்தியப்படுவதில்லை. இந்த அனுபவங்களை கருத்தியல் தளத்தில் எவ்வாறு அணுகுவது என்ற கேள்வி எழுகிறது. நாம் இந்த வாழ்வனுபவங்களை ஒரு புனைவாக வாசிக்கலாம். புனைவும் வாழ்வனுபவங்களை அடிப்படையாகக் கொண்டதுதானே!

ஆனால், ஒரு புனைவை வாசிக்கும்போது அதில் காணப்படும் இடைவெளிகளை நாம் இட்டுநிரப்பிக்கொள்வதுபோல் தன் அனுபவங்களின் மொழிப்படுத்துதல் கொண்டிருக்கும் இடைவெளிகளை நிரப்பிக்கொண்டு வாசிக்க முடியாது. அது தார்மீகரீதியாக சரியான ஒன்றாகவும் இருக்காது. அப்படியென்றால், இந்த வாழ்வனுபவங்களை எத்தகைய தளத்திலிருந்து வாசிப்பது என்ற கேள்வி எழுகிறது. இந்த அனுபவங்கள் தனிமனித இயலாமையை மொழிப்படுத்துகின்றன. ஒரு தனிநபருக்கும் அவரது குடும்பத்துக்கும் அவரது சாதிக்கும் இடையேயான உறவையும் பிளவையும் முன்வைக்கின்றன. நாம் அதற்கான மதிப்பைக் கொடுத்து, தனிமனிதருக்கும் அவரது குடும்பத்துக்கும் அவரது சாதிக்கும் இடையேயான உறவின் பண்பை நம்முடைய வாசிப்புக்கு எடுத்துக்கொள்ளலாம் என்று நினைக்கிறேன்.

இந்த நூல் வெளிவந்தவுடன் நான் பெருமாள்முருகனிடம், 'சாதி, நான் – இவ்விரண்டு சொற்களும் ஒன்றுசேர்வதற்கு இத்தனை யுகங்கள் தேவைப்பட்டிருக்கிறது' என்றேன். ஆனால், தொடர்ந்து யோசிக்கையில் இந்தச் சேர்க்கை சரியானதுதானா என்றும் கேட்டுக்கொண்டேன். இந்த நூலின் தலைப்பில் உள்ள 'நான்' என்பது தன்னாட்சி கொண்ட ஓர் எழுவாயைக் குறிக்கிறது. இந்தத் தொகுப்பில் அப்படியான எழுவாய்களே அவர்களது அனுபவங்களை, குறிப்பாக சாதி சார்ந்த அனுபவங்களை நம்மோடு பகிர்ந்துகொள்கிறார்கள். ஆனால், சாதிய உறவு என்பது ஒரு தனிநபர் ஸ்தூலமான ஒன்றோடு கொள்ளும் உறவு அடிப்படையிலானதல்ல, சாதிய உறவு என்பது அடிப்படையில் 'அன்றாடான சமூகத்துவங்களுக்கு' இடையேயானது. இரண்டு சமூகத்துவங்களுக்கு இடையேயான உறவையே சாதியம் அடிப்படையாகக் கொண்டிருக்கிறது என்றால், இதில் தனிநபரின், தன்னாட்சி கொண்ட 'நான்' என்பதின் பாத்திரம் என்ன என்று கேட்டுக்கொள்ள வேண்டியுள்ளது. உதாரணத்துக்கு, நாம் குடும்பத்தை எடுத்துக்கொள்வோம். ஒரு தனிநபர் அவருக்கும் அவரது குடும்பத்துக்கும் இடையேயான உறவை எவ்வாறு வெளிப்படுத்த முடிகிறது என்பது முக்கியமாகிறது. ஒரு தனிநபர் 'நானும் குடும்பமும்' என்று முன்வைப்பதில்லை; 'நானும் என் குடும்பமும்' என்றே முன்வைக்க வேண்டியுள்ளது. அதுபோலவே 'நானும் என் வாழ்க்கையும்', 'நானும் என் அனுபவங்களும்' என்றுதான் சொல்கிறோமே தவிர 'நானும் வாழ்க்கையும்', 'நானும் அனுபவங்களும்' என்று சொல்வதில்லை. ஏன்? இவ்விரண்டு

சொற்களுமே அதாவது 'நான்', 'என்' இரண்டுமே தன்னிலை சார்ந்த ஒன்றைத்தான் குறிக்கின்றன. ஆனால், இவ்விரண்டும் ஒரே அர்த்தத் தளத்தில் இயங்குவதில்லை என்பது வெளிப்படையாகத் தெரிகிறது. அதாவது ஒரு தன்னிலை, 'நான்' என்றும், 'என்' என்றும் அதை எவ்வாறு வேறுபடுத்திக்கொள்கிறது? இந்த வேறுபாடு எத்தகைய பண்பைச் சார்ந்திருக்கிறது? இதற்கான நமது புரிதலை அடிப்படையாகக் கொண்டே, 'சாதியும் நானும்' என்கிற இந்த அனுபவத் தொகுப்பு நூலை வாசிக்க முயல்கிறேன். என்னுடைய கேள்வி, 'சாதியும் நானும்' என்ற தலைப்பு 'நானும் என் சாதியும்' என்று இருந்திருக்குமானால் எத்தகைய வேறுபட்ட அர்த்தங்களை அது உருவாக்கியிருக்கும் என்பதை அறிந்துகொள்ளவதும் என் நோக்கம்.

குடும்பம் எத்தகைய உறவை அடிப்படையாகக் கொண்டுள்ளது என்கிற கேள்வி மிக முக்கியமானதாகிறது. குடும்பம் என்பது அதன் உறுப்பினர்களுக்கு இடையேயான உறவை அடிப்படையாக கொண்டிருக்கவில்லை. அதாவது, குடும்ப உறுப்பினர்களுக்கு இடையே முரண்பட்ட, மோதல் கொண்ட உறவு நிலைத்திருந்தாலும், அது குடும்பம் என்ற கட்டமைப்பைத் தக்கவைத்துக்கொள்கிறது. மேலும், உயிரியல்ரீதியானது என்ற அடிப்படையிலும் குடும்பம் நிலைநிறுத்தப்படுவதில்லை. குடும்ப உறுப்பினர்களில் ஒருவரை ஏதோ காரணத்திற்காக 'தலைமுழுகி'விட்டாலும், குடும்பம் அதை நிலைநிறுத்திக்கொள்கிறது. இதுபோலவே ஒரு குழந்தையைத் தத்தெடுத்துக்கொண்டும் குடும்பம் அதை நிலைநிறுத்திக்கொள்கிறது. ஆக, உயிரியல் அடிப்படை முக்கியமானது என்றாலும், அதுவே குடும்பத்தை விளக்குவதற்குப் போதுமானதாக இல்லை. அப்படியென்றால் குடும்பம் என்றால் என்ன?

குடும்பம் என்பது ஒரு கருத்து. ஒவ்வொரு குடும்ப உறுப்பினர்களும் குடும்பம் என்ற கருத்தோடு கொள்ளும் உறவே குடும்பத்தை விவரிப்பதாக இருக்கிறது. 'உனக்கு ஏதாவது குடும்பப் பொறுப்பு இருக்கா?' என்று ஒரு தந்தை அவரது மகனைப் பார்த்துக் கேட்கும்போது, அவர் தனக்கு மகன் பொறுப்பாக இல்லை என்கிற அர்த்தத்தில் கேட்கவில்லை. குடும்பம் என்ற கருத்தோடு மகன் கொண்டிருக்கும் உறவையே விமர்சிக்கிறார். 'கால்கட்டு போட்டா எல்லாம் சரியாயிடும்' என்பது, குடும்பம் என்ற கருத்தோடு ஒருவர் கொண்டிருக்கும்

உறவை ஒழுங்குபடுத்தும் நோக்கத்தையே வெளிப்படுத்துகிறது. அதாவது, குடும்பத்தில் உள்ள ஒவ்வொரு தனிநபரும் குடும்பம் என்ற கருத்தோடு கொள்ளும் உறவின் மொத்த அனுபவமே குடும்பத்தின் பண்பாக இருக்கிறது. இந்தக் குடும்பம் என்ற கருத்தைச் சிதைக்க முற்படும் குடும்ப உறுப்பினர் அதிலிருந்து வெளியேற்றப்படுகிறார். அதாவது, குடும்பம் என்ற கருத்தைச் சிதைத்து, தன்னைத் தன்னாட்சி கொண்ட தனிநபராக நிலைநிறுத்திக்கொள்ள ஒருவர் முற்படும்போது, அவர் குடும்பம் என்ற கருத்தோடு கொள்ளும் உறவு சிக்கலுக்குரியதாகிறது. இதன் காரணமாகவே, குடும்பம் என்ற கருத்து தன்னாட்சி கொண்ட ஒரு தனிநபருக்கு உட்பட்டது என்பதாக முன்வைக்கும்போது அது மற்ற எல்லா உறுப்பினர்களுக்கும் இடையேயான முரணாக வெளிப்படுகிறது. ஒவ்வொரு உறுப்பினரும் குடும்பம் என்ற கருத்தை வெவ்வேறு விதமாகவும் அர்த்தப்படுத்திக்கொள்ளலாம். ஆனாலும், குடும்பம் என்ற கருத்தோடு அவர்கள் கொண்டிருக்கும் உறவே முக்கியமானதாகிறது. நாம் குடும்பம் என்ற கருத்தின் உருவமாக இருப்பதனாலேயே,'நானும் என் குடும்பமும்' என்று முன்வைக்க வேண்டியுள்ளது. குடும்பம் புறவயப்படுத்தப்பட்ட நிலையில், அதாவது 'நான்', 'குடும்பம்' என்று தனித்து இயங்குவதில்லை. சுருக்கமாகச் சொல்வதென்றால், குடும்பம் ஒரு தனிநபருக்கு வெளியே இயங்குவதில்லை. ஒரு தனிநபர் குடும்பமாக அவரை வெளிப்படுத்திக்கொள்கிறார். குடும்பம் என்ற கருத்துக்கு குடும்ப உறுப்பினர்கள் உருவம் கொடுக்கிறார்கள். இது சாத்தியப்பட குடும்பத்தில் உள்ள ஒவ்வொரு தனிநபரும் குடும்பம் என்ற கருத்தின் ஊடாகவே அவரது 'நான்' என்பதை வடிவமைத்துக்கொள்ள வேண்டியுள்ளது. அதேசமயத்தில், குடும்பம் என்பது அதன் உறுப்பினர்களுக்கு அப்பால் இருக்கும் ஒன்றாகிறது. இவ்விரண்டுக்கும் இடையேயான இயக்கமே 'என்' என்பதற்கான அர்த்தத்தைக் கொடுக்கிறது. எல்லாவற்றிலும் முக்கியமானது, குடும்பம் என்ற கருத்து இயற்கையான ஒன்றாக முன்வைக்கப்படுகிறது. அதேசமயத்தில், அது பருண்மையான ஒன்றாகவும் முன்வைக்கப்படுகிறது. குடும்பம் பருண்மையானதும் அல்ல; இயற்கையானதும் அல்ல. அதனாலேயே குடும்பம் என்பது முகவர் அற்ற ஒரு சமூகத்துவ அதிகாரமாகத் திகழ்கிறது. தந்தையின் அதிகாரம், தாயின் அதிகாரம், கணவனின் அதிகாரம் ஆகியவற்றை முற்றிலுமாக நிராகரித்தும் குடும்பம் என்ற முகவர் அற்ற சமூகத்துவ அதிகாரத்துக்கு ஒருவர் கட்டுப்பட்டு இயங்க முடியும்.

இத்தகைய புரிதலிலிருந்து நாம் சாதியத்தை அணுகுவோம் என்றால், சாதியமும் அதன் அடிப்படைப் பண்பில் முகவர் அற்ற சமூகத்துவ அதிகாரமாகவே செயலாற்றுகிறது. குடும்பம் என்ற கருத்தின் ஊடாகவே சாதிரீதியான சமூகத்துவங்களோடு ஒரு தனிநபர் உறவுகொள்கிறார். அது எப்போதும் 'என்' அடிப்படையிலானதாகவே இருக்க முடியும். சாதியும் குடும்பமும் பல ஒத்த தன்மைகளை கொண்டிருக்கின்றன. இரண்டுமே முகவர் அற்ற சமூகத்துவங்களுக்கான அதிகாரத்தை அடிப்படையாகக் கொண்டவை. மேலும், இரண்டுமே பிரதிகள் சார்ந்து கட்டமைக்கப்பட்டவை அல்ல. அதாவது, நவீன அரசு எவ்வாறு அரசியல் சாசனம் என்ற பிரதியின் அதிகாரத்துக்குக் கட்டுப்பட்டு இருக்க வேண்டியுள்ளதோ அதுபோல் எத்தகைய பிரதி சார்ந்த அதிகாரத்துக்கும் குடும்பமும் சாதியும் கட்டுப்பட்டதல்ல. இரண்டுமே உயிரியல்ரீதியாகப் பார்க்கப்படுகின்றன. ஒருவர் ஒரு குடும்பத்தில் எவ்வாறு பிறக்கிறாரோ அதுபோலவே ஒரு சாதியில் பிறக்கிறார். குடும்பத்தில் ஒரு தனிநபர் எவ்வாறு ஓர் அலகாக இருக்கிறாரோ அதுபோலவே சாதிய குழுமத்தில் குடும்பம் ஓர் அலகாகிறது. ஒவ்வொரு குடும்பமும் சாதி என்ற கருத்தோடு கொள்ளும் உறவே குறிப்பிட்ட சாதியை நிலைநிறுத்துகிறது. ஒரு தனிநபருக்கும் சாதிக்கும் இடையேயான உறவு குடும்பத்தின் ஊடாகவே சாத்தியப்படுகிறது. ஏனெனில், சாதி ரீதியான உறவு என்பது இரண்டு தனிநபர்களுக்கு இடையேயான உறவில்லை, இரண்டு குடும்பங்களுக்கு இடையேயான உறவில்லை; அது இரண்டு சாதிய சமூகத்துவங்களுக்கு இடையேயான உறவாகிறது. ஒரு குடும்பம் சாதிய சமூகத்துவத்தோடு கொள்ளும் உறவும், ஒரு தனிநபர் அவரது குடும்பத்தோடு கொள்ளும் உறவுமே சாதிகளுக்கு இடையேயான உறவாகத் தனிமனிதத் தளத்தில் வெளிப்படுகின்றன. ஆகவே, சாதிகளுக்கு இடையேயான உறவு என்பது எப்போதும் இரண்டு சமூகத்துவங்களுக்கு இடையேயானதாகவே இருக்க முடியும். ஒவ்வொரு தனிநபரும் குடும்பம் என்ற கருத்தோடு கொள்ளும் உறவின் அனுபவமே குடும்பத்தை வரையறுப்பதுபோலவே, ஒவ்வொரு குடும்பமும் அவர்களது சாதியோடு கொள்ளும் உறவே சாதியை வரையறுப்பதாக இருக்கிறது. ஆகவேதான், 'சாதியும் நானும்' எனும்போது ஒரு தனிநபர் அவரைத் தன்னாட்சி கொண்ட தனிநபராக நிலைநிறுத்திக்கொண்டு மற்றவர்களைச் சாதிய சமூகத்துவமாக விவரிக்க வேண்டியுள்ளது. தன்னாட்சி கொண்ட ஒரு தனிநபராக நம்மை நாம் பாவித்துக்கொள்வோம் என்றால்,

நம்மோடு உறவுகொள்ளும் மற்றொரு தனிநபரையும் நாம் தன்னாட்சி கொண்ட தனிநபராகப் பாவிப்பதே அறம் சார்ந்த ஒன்றாக இருக்கும். ஆகவேதான், நாம் சாதியச் சமூகத்துவங்களுக்கு இடையே உரையாடல் நடத்த வேண்டும் என்றால், 'நானும் என் சாதியும்' எனும் தளத்திலிருந்து உரையாட வேண்டியுள்ளது. ஏனெனில், நாம் நம்மை மட்டும் தன்னாட்சி கொண்ட நபராக அர்த்தப்படுத்திக்கொண்டு, நம்மோடு உறவுகொள்ளும் மற்றொருவரைச் சாதியச் சமூகத்துவமாக முன்நிறுத்தும்போது, நாம் அவரை சாரம்சப்படுத்த வேண்டியுள்ளது (வரலாற்று ரீதியாகவோ அல்லது பண்பாட்டுரீதியாகவோ). இங்கு நம்முடைய அனுபவங்கள், குறிப்பாக சாதிரீதியான அனுபவங்கள் வேறான அர்த்தத்தைக் கொண்டிருப்பதாக மாறிவிடுகின்றன.

இந்த நூலில் உள்ள அனுபவங்களை நாம் கருத்தாக்கத் தளத்துக்கு எவ்வாறு கொண்டுசெல்லப்போகிறோம்? இங்கு நம்மோடு பகிர்ந்துகொள்ளப்படும் அனுபவங்கள் எல்லாமே 'நான்' என்ற தன்னாட்சி கொண்ட தனிமனிதர்களை அடிப்படையாகக் கொண்டிருக்கின்றன. அதாவது, 'நான்' என்ற தன்னாட்சி கொண்ட ஒரு நபர், அவரது குடும்பத்தோடும் சாதியச் சமூகத்துவங்களோடு அவர்களுக்கு ஏற்பட்ட அனுபவங்களை நம்மோடு பகிர்ந்துகொள்கிறார்கள். இவர்களில் பெரும்பாலானோர் கல்விப்புலத்தோடு தொடர்புகொண்டவர்களாக இருக்கிறார்கள். இங்கு விசித்திரம் என்னவென்றால், சாதி எப்போதும் ஓர் எழுவாய்க்கு வெளியே இருப்பதாகவே நவீனத்துவத் தளத்தில் மொழிப்படுத்தப்படுகிறது. 'என்' அடிப்படையில், நாம் இன்னும் சாதியச் சமூகத்தை நவீனத்துவத் தளத்தில் எதிர்கொள்ள முடியவில்லை. 'என்' என்பது பழமைவாத சாதிய மொழியாகப் பார்க்கப்படுகிறது. 'என்' என்பதைப் பழமைவாதத்திலிருந்து மீட்டெடுக்காமல் சாதியத்துக்கு எதிரான மொழியை நம்மால் உருவாக்க முடியாது. நம்முடைய பகுதியாக இருக்கும் பழமைவாதத்தோடு உரையாடுவதற்கு இந்த 'என்' மிக அவசியமாகிறது. மேலும், 'என்' என்பது வரலாற்றுரீதியான பொறுப்பையும் வெளிப்படுத்துகிறது. நாம் இதைச் சுமக்கத்தான் வேண்டும். 'என்' என்பதை உதறித்தள்ளி, 'நான்' ஆவது மேலானதாகத் தோன்றினாலும், அது நிலைத்திருக்கும் சாதியத்தோடு உரையாடல் நடத்துவதற்குப் பெரும் தடையாக உள்ளது. நம்மோடு நாம் உரையாடல் நடத்துவதற்கும் பெரும் தடையாக உள்ளது. வேறுவார்த்தைகளில் சொல்வதென்றால், 'நான்' என்கிற இறையாண்மை கொண்ட

தனிநபர், 'என்' என்பதற்கான தார்மீகப் பொறுப்பை எடுத்துக்கொள்ள வேண்டியுள்ளது.

இத்தொகுப்பில் தலித், தலித் அல்லாத-பார்ப்பனரல்லாத, சாதியைச் சேர்ந்தவர்களின் அனுபவங்கள் பகிர்ந்து கொள்ளப்படுகின்றன. சில அனுபவங்கள் தலித்துகளும் தலித் அல்லாதவர்களும் சமூகச் செயல்பாட்டின் பகுதியாக, ஒன்றாகச் செல்லப்பட வேண்டிய சூழ்நிலைகளையும் அதில் காணப்படும் சிக்கல்களையும் விவரிக்கின்றன. தலித் சாதியைச் சார்ந்த ஒருவர் தலித் அல்லாத சாதியோடு அல்லது அத்தகைய தனிநபரோடு கொள்ளும் உறவை நம்மால் எளிதாகப் புரிந்துகொள்ள முடிகிறது. அதாவது தலித், தலித் அல்லாதவர் என்ற சட்டகத்துக்குள் பொருத்தி நம்மால் அதை அர்த்தப்படுத்திக்கொள்ள முடிகிறது. ஆனால், தலித் அல்லாத, பார்ப்பனரல்லாத சாதிகளுக்கும் இடையேயும், அத்தகைய தனிமனிதர்களுக்கு இடையே முன்வைக்கப்படும் உறவையும், சாதிய வெளிப்பாடுகளையும் நம்மால் அவ்வளவு எளிதாகப் புரிந்துகொள்ள முடியவில்லை. அது வெறுமனே தனிநபர் சார்ந்த குற்றவுணர்ச்சியாகவோ அல்லது அவ்வாறு செயல்பட வேண்டிய சூழ்நிலைகளை விவரிப்பதாகவோ இருக்கிறது. ஒரு வாழ்வனுபவமாக இத்தகைய மொழிப்படுத்தலோடு தொடர்புகொள்ள முடிகிறது என்றாலும், அந்த அனுபவத்தை நம்மால் கோட்பாட்டு ரீதியாகவோ கருத்தாக்க ரீதியாகவோ உள்வாங்கிக்கொள்ள முடியவில்லை. இவற்றை உள்வாங்கிக்கொள்வதற்கான கோட்பாட்டு ரீதியான சட்டகமும் நம்மிடையே இல்லை. அதாவது, யதார்த்தமாக இருக்கும் சாதிகளுக்கு இடையேயான இடைவெளியையும், அது குடும்பத்தின் ஊடாகவும், தனிமனிதர்கள் ஊடாகவும் எவ்வாறு சமூகத்துவ யதார்த்தமாகிறது என்பதை நம்மால் கருத்தாக்கம் செய்ய முடியவில்லை. இந்தப் போதாமை என்பது தங்களுடைய அனுபவங்களைப் பகிர்ந்துகொள்பவர்களின் போதாமையல்ல; இது சாதிகளுக்கு இடையேயான உறவை மொழிப்படுத்துவதற்கான வழிமுறைகள் அற்ற பெரும் வெறுமையையே வெளிப்படுத்துகிறது. நம்மிடம் சாத்தியப்படும் மொழி சமூக வகைமைகளுக்கு இடையேயான மொழியாக இருக்கிறதே ஒழிய, தனித்த சாதிய சமூகத்துவங்களுக்கு இடையேயான உறவை வெளிப்படுத்துவதற்கான மொழியாக இன்னும் உருப்பெறவில்லை.

சாதியத் தன்னிலையாக ஒரு தனிநபர் அவரது குடும்பம்

என்ற கருத்தின் ஊடாக அவரைத் தக்கவைத்துக்கொள்கிறார். இதனாலேயே, ஒரு தனிநபர், சாதியப் பண்பைக் குடும்பத்துக்குள் இருந்துகொண்டு விமர்சிப்பதற்கான சாத்தியம் உருவாகவில்லை. நம் நண்பனின் சாதியைத் தெரிந்துகொள்ள நம் தாயோ தந்தையோ முயல்வதை நாம் மறுக்கலாம். அவர்களது செயல்களுக்காக நாம் வெட்கித் தலைகுனியலாம். அது பழமைவாத சாதிய மனநிலை என்று விமர்சிக்கலாம். அந்த நண்பரை அல்லது தோழியை நம் வீட்டுக்கு அழைத்துவருவதைத் தவிர்க்கலாம். நாமே சாதிய மனநிலை கொண்டு நண்பனை அணுகியதற்காகக் குற்றவுணர்வுகொள்ளலாம். ஆனால், நாம் குடும்பம் என்ற கருத்தோடு எத்தகைய முறையில் உறவு வைத்துக்கொள்ளப்போகிறோம் என்பது முக்கியக் கேள்வியாகிறது. நம் தாய், தந்தையை, சகோதர, சகோதரிகளை, பிற உறவுகளை விமர்சனத்தோடு ஏற்றுக்கொள்கிறோம். முற்றிலுமாக அவர்களை உதறித்தள்ளுவதில்லை. ஏனெனில், குடும்பம் என்ற கருத்துக்கு உட்பட்டுதான் நாம் வாழ்கிறோம். அதனால், இந்த விமர்சனங்கள் தனிமனிதத் தளத்துக்குள் சுருங்கிவிடுகின்றன. இதை நாம் எவ்வாறு குடும்பமயப்படுத்தப்போகிறோம் அல்லது சமூகமயப்படுத்தப்போகிறோம்? அவர்கள் எல்லோரும் ஒரு சாதியச் சமூகத்துவமாகவே உறவுகொள்கிறார்கள். அதை அவர்கள் தன்னாட்சி கொண்ட தனிமனித வெளிப்பாடாக முன்வைக்கவில்லை; அவ்வாறு கோரவுமில்லை. அப்படியிருக்க, நாம் அவர்களைத் தனிமனிதத் தளத்தில் விமர்சிப்பது எவ்வாறு சரியாக இருக்கும் என்ற கேள்வியை நாம் கேட்டுக்கொள்ள வேண்டியுள்ளது. ஆக, தனிமனிதர்கள் அவர்களை சாதியச் சமூகத்துவமாக வெளிப்படுத்திக்கொள்ளும்போது, அவர்களது வெளிப்பாட்டை நாம் குடும்பத்தின் வெளிப்பாடாக மாற்ற வேண்டியுள்ளது. அதாவது, ஒரு குடும்பத்தில் அதன் உறுப்பினர் எவ்வாறு அவரது 'நான்' என்பதற்கு அப்பால் எதையே கொண்டு குடும்பம் என்ற கருத்தோடு உறவுகொள்கிறாரோ, அதுபோலவே ஒரு குடும்பம், அதன் இருப்புக்கு அப்பால் எதையோ கொண்டே சாதியச் சமூகமாக அதை வெளிப்படுத்திக்கொள்கிறது. ஆக, குடும்பம் என்ற கருத்தினுடைய இடையீட்டின் ஊடாகவே சாதியத் தன்னிலையாக ஒரு தனிமனிதர் வடிவமைக்கப்படுகிறார். ஆக, சாதியம் குறித்துப் பேசும்போது நாம் குடும்பத்தைத் தனித்த பண்புகொண்ட ஒன்றாகப் பார்க்க முடியாது. அதுபோலவே, நாம் குடும்பத்திலிருந்து முற்றிலுமாகத் துண்டித்துக்கொண்ட தனிநபராக இருப்பது நம்மளவில் நியாயமான ஒன்றாக

இருக்கலாம். அது தீர்வாகுமா என்று எனக்குத் தெரியவில்லை. மேலும், இச்சிக்கலுக்கான தீர்வை முன்வைப்பது என் நோக்கமில்லை. அது சாத்தியமும் இல்லை. நாம் இங்கு சொல்லவருவதை இப்படியாகத் தொகுத்துச் சொல்லலாம்: நாம் சாதியம் குறித்தும், அதை ஒழிப்பது குறித்தும் சிந்திப்போம் என்றால், நாம் இந்த லட்சியங்களிலிருந்து குடும்பத்தை ஒதுக்கிவைக்க முடியாது. சாதியத் தன்னிலையில் குடும்பத்தின் இடையீட்டை நாம் அங்கீகரிக்க வேண்டியுள்ளது. நான் குடும்பம் என்று சொல்லும்போது, அதை நாம் பிறந்த குடும்பமாக மட்டுமே சுருக்க வேண்டியதில்லை. குடும்பம் என்பது ஒரு கருத்து. அந்தக் கருத்து நவீன நிறுவனங்களிலும்கூட தாக்கம் செலுத்தக்கூடியதாக ஒன்றாக இருக்கிறது (எடுத்துகாட்டாக, 'எனக்குக் கீழாக வேலைப்பார்ப்பவர்களை நான் என் குடும்பம்போல் நடத்துகிறேன்', 'என் வீட்டில் வேலைசெய்யும் தலித்தை என் குடும்ப உறுப்பினராகவே நடத்துகிறேன்' போன்ற அபத்தங்களைச் சொல்லலாம்).

குடும்பம் என்ற கருத்தை நாம் வேறுவிதமாக வரையறுக்காமல் சாதியை நாம் எதிர்கொள்ள முடியாது. நாம் குடும்பத்தை உயிரியல்ரீதியானதாகப் பார்க்கிறோம். இயற்கையானதாகவும் பார்க்கிறோம். மேலும், அதைத் தனி வெளி சார்ந்த ஒன்றாகவும் முன்வைக்கிறோம். இத்தகைய அடிப்படைகளைக் கொண்டே குடும்பம் என்ற கருத்து நிலைநிறுத்தப்படுகிறது. எடுத்துக்காட்டாக, ஆண்/பெண் உடல் என்பதை எடுத்துக்கொள்வோம். பௌதிக உடல்களுக்கு இடையேயான வேறுபாட்டை அடிப்படையாகக் கொண்டே ஆண் உடல், பெண் உடல் என்ற சமூக உடல்கள் கட்டமைக்கப்படுகின்றன. இதை இயற்கையானதாக மாற்றாமல் நம்மால் அவற்றை நிலைநிறுத்த முடியாது. மொத்தத்தில், ஆண்/பெண் உடல் என்ற கருத்தாக்கங்களை இயற்கையானதாக முன்வைக்காமல், நாம் பாலின ஒடுக்குதலை நடைமுறைப்படுத்த முடியாது. ஆகவே, குடும்பத்தை இயற்கையானதாக முன்வைக்காமல், ஒவ்வொரு உறுப்பினரும் குடும்பம் என்ற கருத்தோடு கொள்ளும் உறவைச் சார்ந்ததாகப் பார்க்க வேண்டியுள்ளது. குடும்பம் என்பதன் சாரத்தை நாம் மாற்றி உருவாக்க வேண்டியுள்ளது. அதாவது, குடும்பத்தை 'இயற்கை'யானதாகப் பார்க்கும் பார்வையை மறுதலிக்க வேண்டியுள்ளது. அதை ஒரு சமூகத்துவமாகப் பார்க்க வேண்டியுள்ளது. மேலும், குடும்பம் என்பது தனி வெளியை அடிப்படையாகக் கொண்டதல்ல. பொது வெளியிலிருந்து

நாம் குடும்பத்தைப் பிரிக்க முடியாது. குடும்பத்தைத் தனி வெளிக்கானதாக மாற்றுவதன் ஊடாகவே நாம் சாதியைத் தனி வெளிக்கானதாக முன்வைக்கிறோம். நம் சமூகத்தில் பொது வெளி, தனி வெளி போன்றவை அவ்வளவு தெளிவாக இல்லை. எடுத்துக்காட்டாக, கோயில்களுக்குள் தலித்துகள் நுழையக் கூடாது என்ற சமூக நிலைப்பாட்டை எடுத்துக்கொள்வோம். கோயில்களைத் தனி வெளிகளாக மாற்றாமல் நம்மால் தலித்துகளைத் தடுத்துவைத்திருக்க முடியாது. இங்கு விசித்திரம் என்னவென்றால், குடும்பமும் தனி வெளியாகிறது, கோயிலும் தனி வெளியாகிறது. நம்முடைய பௌதிக உடல்களே ஆண், பெண் உடல்களாகச் சமூகமயப்பட்டு இருக்கும்போது, குடும்பமும் சமூகமயப்பட்டதாகவே இருக்க முடியும். குடும்பம் என்ற கருத்தோடு இறையாண்மை கொண்ட தனிநபர் கொள்ளும் உறவின் அனுபவத் தொகுப்பே ஒருவரை 'நான்' ஆக்குகிறது. இந்த 'நான்' இயற்கையானது அல்ல; உயிரியல்ரீதியானதும் அல்ல. இதனாலேயே தனிநபருக்கும் குடும்பம் என்ற கருத்துக்கும் இடையேயான இயங்கியல் உறவை நாம் அங்கீகரிக்க வேண்டியுள்ளது. ஒன்று மற்றொன்றைத் தொடர்ந்து மறுவுருவாக்கம் செய்துகொண்டே இருக்கிறது. குடும்பத்தின் அடிப்படைப் பண்பை தக்கவைத்துக்கொண்டு (இயற்கையானது, உயிரியல்ரீதியானது, தனி வெளிக்கானது என்பதுபோல), சாதிய வெளிப்பாடுகளைத் தனிநபர் போதாமைகளாக நாம் முன்வைக்கும்போது, நாம் நம்முடைய நோக்கத்தைக் கடந்து, நாம் சாதியைப் புறவயப்படுத்துகிறோம். இந்தத் தொகுப்பில் உள்ள வாழ்வனுபவங்களும் அதன் தலைப்பும் சாதியைப் புறவயப்படுத்தும் பண்பைக் கொண்டிருக்கின்றன. தன்னையே விமர்சனரீதியாக ஒருவர் முன்வைக்கும்போதும், அந்தக் கட்டுரையாளர் அவரையே புறவயப்படுத்திக் கொள்கிறார். சாதி எதிர்ப்புக் குறித்தான அரசியல் சொல்லாடல்களும் சாதியைப் புறவயப்படுத்தியே மொழிப்படுகின்றன. இந்தப் போதாமையை இந்தத் தொகுப்பு மிக உண்மையாகவும் வெளிப்படையாகவும் பிரதிபலிக்கிறது.

குடும்பத்தை நாம் 'இயற்கை'யான ஒன்றாகப் பார்க்கும் வரையில் நம்மால் அதைப் புறவயப்படுத்த முடியாது, ஒரு தனிநபருக்கும் சமூகங்களுக்கும் இடையேயான உறவு 'இயற்கை' (எடுத்துக்காட்டாக ஆண், பெண் உடல்கள்) என்ற கருத்தாக்கத்தை அடிப்படையாகக் கொண்டிருக்கிறது என்றால், நம் சமூகத்தில் அது இயற்கையானதாக்கப்பட்டிருக்கும்

குடும்பத்தைச் சார்ந்த ஒன்றாகிறது. இத்தொகுப்பில் தலித்துகள் அவர்களது அனுபவங்களை நம்மோடு பகிர்ந்துகொள்ளும்போது, அது சமூகங்களின் தளத்திலும் குடும்பத் தளத்திலும் தனிநபர் தளத்திலும் ஒன்றிணைந்து வெளிப்படுகின்றன. ஒரு தலித் தனிநபர் அவரை தலித் சமுகத்துவமாகவே வெளிப்படுத்திக்கொள்கிறார். இதில் ஒரு முழுமையை உணர முடிகிறது. ஆனால், தலித் அல்லாத சாதிகளைச் சேர்ந்தவர்கள் அவர்களது அனுபவத்தை மொழிப்படுத்தும்போது, சமூகங்களிலிருந்தும் குடும்பத்திடமிருந்து தங்களை வேறுபடுத்தி, தன்னாட்சி கொண்ட தனிநபராகத் தங்களை முன்னிறுத்திக்கொள்ள வேண்டியுள்ளது. தலித்துகளின் அனுபவ மொழிப்படுத்தலில் உள்ள முழுமை இவர்களது மொழிப்படுதலில் கிடைக்காமல்போகிறது. இதை நான் தங்களுடைய அனுபவங்களை நேர்மையாகப் பகிர்ந்துகொண்ட தலித் அல்லாதவர்களின் போதாமையாகப் பார்க்கவில்லை. பிற சமூகங்களை ஒதுக்கிவைக்கும் சமூகங்களின் பகுதியாக இருக்கும்போது, மொழிப்படுதலில் ஒரு முழுமை சாத்தியப்படாமல்போகிறது. அவை தனிமனித போதாமைகளாகவே வெளிப்படுகின்றன. சாதிகளுக்கு இடையேயான உறவில் ஒடுக்கப்பட்டவர் நிலையிலிருந்து ஒருங்கிணைந்த மொழியை நம்மால் உருவாக்க முடிவதுபோல், ஒடுக்குபவர் நிலையிலிருந்து ஓர் ஒருங்கிணைந்த மொழியை நம்மால் உருவாக்க முடியவில்லை. அதனாலேயே, நாம் சாதி சமூகத்துவத்தைப் புறவயப்படுத்த வேண்டியுள்ளது.

சாதியம் ஒரு நிறுவனப்பட்ட ஒன்றல்ல. அதன் அதிகாரம், மேலாண்மை எல்லாம் அதன் அன்றாடச் சமூகத்துவத்தில் அடங்கியுள்ளது. அவை நம்முடைய உடலாக வெளிப்படுகின்றன. நம்முடைய ஐம்புலன்களின் ஊடாக வெளிப்படுகின்றன. நம்முடைய குடும்பமாக வெளிப்படுகின்றன. சாதி, குடும்பம், உடல், புலன்கள் போன்றவற்றை நாம் இயற்கையானது என்பதாக அர்த்தப்படுத்துகிறோம். இவை எவையுமே இயற்கையானவை அல்ல என்றும், அவை அன்றாடச் சமூகத்துவங்களால் கட்டமைக்கப்படுகின்றன என்ற தளத்திலிருந்து நாம் இவற்றை மாற்றி வரையறுக்க வேண்டியுள்ளது. உடல்களும் புலன்களும் சமூகமயப்பட்டதே என்று நாம் ஏற்றுக்கொள்ள வேண்டியுள்ளது. அதன் நீட்சியாக, குடும்பமும் சமூகமயப்பட்டதே தவிர அது தனி வெளியைச் சார்ந்ததல்ல. அதுவும் ஒரு பொது வெளியைச் சார்ந்ததே; சமூகவயப்பட்டதே.

இந்த அனுபவத் தொகுப்பிலிருந்து நான் என்ன எடுத்துக்கொள்ளப்போகிறேன் என்பதை அடிப்படையாகக் கொண்டே என் கருத்துகளைப் பகிர்ந்துகொள்கிறேன். தங்களுடைய அனுபவங்களை மிக நேர்மையாகப் பகிர்ந்துகொண்டவர்களை விமர்சனரீதியாக அணுகுவது என் நோக்கமல்ல. அதேசமயத்தில், ஒரு முக்கியமான விடுபடல் குறித்து நான் முன்வைக்க வேண்டியுள்ளது. தலித் அல்லாத சாதிகளுக்கும், தலித் சாதிகளுக்கும், தலித் சாதிகளுக்கிடையேயும், தலித் அல்லாத சாதிகளுக்கிடையேயும் காணப்படும் தீண்டாமையானது பக்கத்துக்குப் பக்கம் அன்றாட அனுபவங்களாக விவரிக்கப்படுகின்றன. ஆனால், அது தீண்டாமையாக அடையாளம் காணப்படவில்லை. 'தீட்டும் தீண்டாமையும்' என்ற கட்டுரை தீட்டு குறித்து மட்டுமே பேசுகிறது. தீண்டாமை என்ற சொல் உபயோகிக்கப்பட்டிருந்தாலும் அது குறித்து எதையும் அது கொண்டிருக்கவில்லை. அதேசமயத்தில், சாதிகளுக்கிடையே காணப்படும் தீண்டாமை ஒவ்வொரு கட்டுரையிலும் அனுபவமாக விவரிக்கப்பட்டிருந்தாலும், அந்தச் சொல் உபயோகிக்கப்படவில்லை. இது மிக 'இயல்பாக' விடுபட்டுள்ளது. அவர்கள் அனுபவத்தை உள்வாங்கிய விதத்திலும், அதை மொழிப்படுத்திய விதத்திலும் அந்தச் சொல்லை உபயோகிப்பதற்கான அவசியம் உருவாகவில்லை என்றே நான் எடுத்துக்கொள்கிறேன். ஆனால், கருத்தாக்கத் தளத்தில் காணப்படும் தீண்டாமை வாழ்பனுபவமாக முன்வைக்கப்படும்போது எப்படிக் காணாமல்போகிறது என்பது மிக முக்கியமான கேள்வியாகிறது. இந்த நூல் கருத்தாக்கத் தளத்தில் செயல்படுகிறவர்களுக்குக் கொடுத்திருக்கும் மிகப் பெரிய கேள்வியாக இதைப் பார்க்கிறேன்.

13

நிழல்முற்றத்து நினைவுகள்: பின்னிழுக்கும் நினைவுச்சுழல்

சுப்பிரமணி இரமேஷ்

பொதுவாக இலக்கியம் படிப்பவர்களைவிடத் திரைப்படம் பார்ப்பவர்களின் எண்ணிக்கை அதிகம். ஆனால் திரைப்பட ரசனை சார்ந்த நூல்கள் தமிழில் அதிகம் எழுதப்படுவதில்லை. திரைப்படங்கள் வெளிப்படுத்தும் திரைமொழியைப் புரிந்துகொள்ள அடிப்படையான நூல்கள் தேவைப்படுகின்றன. சினிமா தொடர்பாக எழுதப்படும் நூல்களெல்லாம் அறிவுத்தளத்தில் செயல்படும் சரக்காக இருப்பதால் என்னைப் போன்ற எளிய வாசகனுக்கு அந்நூல்கள் அந்நியமாகவே நிற்கின்றன. உலக சினிமா குறித்துத் தலையணை அளவில் பலர் நூல்களை எழுதியுள்ளனர். பார்க்கவே மிரட்சியாக இருக்கிறது. ஆனால், தமிழ் சினிமா வரலாறு குறித்த நூலைத் தேடினால், தினத்தந்தி வெளியிட்ட ஒரே நூலைத்தான் (தமிழ் சினிமா வரலாறு) திரும்பத் திரும்ப இணையம் காட்டுகிறது. அதுவும் முதல் பாகத்துடன் நிற்கிறது. உலக சினிமா தொடர்பான நூல்களைப் படித்துவிட்டுத் தமிழ் சினிமா எடுப்பவர்களின் எண்ணிக்கை அதிகரித்ததைத்தான், 'உலக சினிமா' தொடர்பான நூல்களின் பெருக்கம் காட்டுகிறது.

திரைக்கதை எழுதுவது எப்படி? அல்லது வெற்றிபெற்ற திரைப்படங்களின் திரைக்கதை சார்ந்த நூல்களே, தமிழில் அதிகமாகக் காணக்

கிடைக்கின்றன. நவீன இலக்கியங்களான கவிதை, சிறுகதை, நாவல் குறித்து விமர்சனமாகவும் ரசனையாகவும் எழுதப்படும் அளவுக்குத் திரைப்படம் குறித்து ஏன் எழுதப்படுவதில்லை? எனினும், கா. சிவத்தம்பி, அசோகமித்திரன், தியோடர் பாஸ்கரன், எஸ். ராமகிருஷ்ணன், அஜயன் பாலா, அ.ராமசாமி, அம்ஷன் குமார், சாரு நிவேதிதா, ந. முருகேச பாண்டியன், செழியன், சுரேஷ் கண்ணன், ஜா. தீபா உள்ளிட்டோர் திரைப்படம் சார்ந்து சிரத்தையான சில நூல்களை எழுதியிருக்கின்றனர். இந்த வரிசையில், பெருமாள்முருகன் திரைத்துறை சார்ந்து இரண்டு நூல்களை எழுதியுள்ளார். இந்நூல்கள் முற்றிலும் அப்பட்டியலில் இருந்து வேறுபட்டவை. இதில் 'நிழல் முற்றத்து நினைவுகள் (2012)' என்ற நூல் முழுக்க முழுக்கத் திரையரங்கம் சார்ந்தது. 'நிலமும் நிழலும் (2018)' நூல் திரைப்படம் பார்க்க நேர்ந்த அனுபவம் சார்ந்தது.

சினிமா தொடர்பான சிற்றிதழ்களும் நூல்களின் அளவுக்குக் குறைவுதான். *'நிழல்', 'திரை', 'காட்சிப்பிழை திரை', 'படப்பெட்டி', 'படச்சுருள்', 'அயல் சினிமா'* போன்ற சில இதழ்கள் நினைவுக்கு வருகின்றன. இதில் பல இதழ்கள் தற்போது வருவதில்லை என்பது வருத்தத்திற்குரிய தகவல். சிரத்தையான சினிமாவின் வளர்ச்சிக்கு இவ்விதழ்கள் செய்த பங்களிப்பு மகத்தானது. அறிவுத் தளத்தில் மட்டுமே இவ்விதழ்கள் இயங்கின. தமிழ் சினிமாக்களைவிட அயல்மொழிப் படங்களுக்குத்தான் இவை முக்கியத்துவம் கொடுத்தன. வங்கமொழிப் படங்களையும் ஈரானியமொழிப் படங்களையும் இவர்கள் கொண்டாடினர். சடங்கிற்கு ஓரிரு தமிழ்ப் படங்களும் அவ்வப்போது இதழ்களை அலங்கரித்தன. குழு சார்ந்து இயங்கிய இந்த இதழ்களுக்கு வெகுசன சினிமா அந்நியமானது. வெகுசன சினிமா சார்ந்து வெளிவந்த *'சினிமா எக்ஸ்பிரஸ்', 'பிலிமாலயா'* போன்ற இதழ்கள் நடிகைகளின் உருவத்திற்கே முக்கியத்துவம் கொடுத்தன. இந்தத் தமிழ் சினிமாப் பத்திரிகை கலாச்சாரத்தை நுட்பமாகப் பெருமாள்முருகன் அறிந்துள்ளார்.

தொண்ணூறுகளுக்கு முன்பு கிராமங்களில் பிறந்து வளர்ந்தவர்களுக்கு இந்த இரு நூல்களும் மிக நெருக்கமான உணர்வை ஏற்படுத்தும். சினிமா என்ற முதன்மைத் தொழில் சார்ந்து, அடிமட்டத்திலிருந்து மேல்மட்டம்வரை நடைபெறக்கூடிய உபதொழில்கள் ஏராளம். இத்தொழில்கள் சார்ந்து தனித்தனி நூல்கள் அதிகம் எழுதப்படவேண்டும்.

நகரத்தில் பிறந்தவர்களுக்கும் இரண்டாயிரத்திற்குப் பிறகு கிராமத்தில் பிறந்தவர்களுக்கும் இந்நூல்கள் சுவாரசியம் தரக்கூடும். இந்நூல்கள்வழிக் காலத்தைப் பின்னோக்கி அசைபோடும் மனநிலையை எவரும் தவிர்க்கவியலாது. பழைய ஆவணங்களைத் தேடும்போது காலம் உங்களைக் கட்டிப்போடும் தருணத்தை இந்நூல்களும் வாசிப்பவர்களுக்கு அளிக்கும். திரைப்படம் சார்ந்து மனிதர்களின் நிழல்களும் சமகால அரசியலும்கூட இவைவழி அலசப்படுகின்றன. பார்த்துக்கொண்டிருக்கும்போதே கிராமங்களிலும் சிறுநகரங்களிலும் இருந்த பல திரையரங்குகள் காணாமலாகிவிட்டன. பெருநகரங்களில் இருந்த திரையரங்குகள் தம் முகத்தை வணிக வளாகங்களாகவும் திருமண மண்டபங்களாகவும் மாற்றிக்கொண்டன. இது போன்ற பல நினைவுகளை இந்நூல்கள் மேற்கிளப்புகின்றன.

திரைப்படம் பார்ப்பதற்கான வாய்ப்புகள் குறைவாக இருந்த காலத்தில் அதன்மீதிருந்த ஈர்ப்பு தற்போது இல்லை. என் உள்ளங்கையில் பல திரைப்படங்கள் ரேகைகளாக ஓடிக்கொண்டிருக்கின்றன. பைசா செலவில்லாமல் அவற்றைப் பார்க்கமுடியும். ஆனாலும் பார்க்கத் தோன்றவில்லை. எவ்வளவு பணம் கொடுத்தும் டிக்கெட் வாங்கக்கூடிய அளவுக்குப் பொருளாதாரம் உயர்ந்திருந்தாலும் ஒரு ரூபாய் எண்பது பைசா கொடுத்துப் பார்க்கும்போது இருந்த பரபரப்பு இப்போது குறைந்துவிட்டது. இந்தச் சூழலில்தான், இந்நூல்கள், என் பழைய நினைவுகளைக் கிளறிக் கடந்த கால வாழ்வை நான் திரும்பவும் வாழத் தூண்டுகின்றன.

திரையரங்கை மையமிட்டு அமைந்த பல தமிழ்க் குடும்பங்களில் ஒன்றுதான், பெருமாள்முருகனின் குடும்பமும். பெருமாள்முருகனுக்கு வாழ்க்கையைத் திரையரங்கம்தான் கற்றுத் தந்திருக்கிறது. 'எந்தவிதமான கோட்பாட்டுப் புரிதலும் இல்லாத என் பள்ளி வயதிலேயே சாதியைக் கடக்கும் பார்வையை எனக்குக் கொடுத்தது திரையரங்கமே' (ப.181) என அவர் எழுதியதனூடாகவே இந்நூல்கள் முக்கியத்துவம் பெறுகின்றன. 'இந்தத் தொப்பையன் படத்துக்கு வந்தா எழவு ஊட்டுக்குப் போயிட்டு வந்தாப்பல ஆயிருது போ' என்ற விமர்சனத்தைச் சிவாஜி படத்தின்மீது பெண்கள் முன்வைத்தனர் எனப் பெருமாள்முருகன் எழுதியிருக்கிறார். இந்த விமர்சனத்தை டி.ராஜேந்தர் படங்கள்மீது வைப்பதை என் காலத்தில் நான் கண்டிருக்கிறேன்.

பெருமாள்முருகன் தரும் வாசிப்பனுவம், ஒவ்வொரு கட்டுரையைப் படித்து முடிக்கும்போதும், அக்காலத்தில் இயங்கிய திரையரங்குகளுக்கே நம்மை அழைத்துச் சென்றுவிடுகிறது. எம்ஜிஆர்–சிவாஜி திரைப்படங்களின் ரசனை குறித்த பல தகவல்களைப் பெருமாள்முருகன் இந்நூல்கள்வழி அறியத் தருகிறார். ரசிகர்களை அழவைத்து ஆதரவு திரட்ட முயன்றவர் சிவாஜி. அன்பு காட்டும் பாவனை செய்து அரியணை ஏறியவர் எம்ஜிஆர். எம்ஜிஆர் உருவாக்கிக்கொண்ட சினிமா பிம்பம்தான் அவருக்குப் பிற்காலத்தில் வாக்காக மாறியது. ஏழைகளின் கனவுத் தலைவனாக அவர் தன்னைத் தகவமைத்துக் கொண்டார். சிவாஜி இந்த இடத்தில்தான் பொதுமக்களின் மனநிலையைப் படிக்கத் தவறிவிட்டார். ஏழை எளியவர்களுக்குச் சிவாஜியின் படங்கள் எதுவும் கொடுக்கவில்லை; ஆனால் எம்ஜிஆரின் படங்கள், அவர்களுக்கு ஒளிமயமான எதிர்காலத்தைப் பொய்யாக வாக்களித்தன. இதன் விளைவாக ஒடுக்கப்பட்ட மக்கள் எம்ஜிஆர்பால் பெரிதும் ஈர்க்கப்பட்டனர்.

எம்ஜிஆர் பெயரையும் படத்தையும் கட்சிக் கொடியையும் தம் கைகளிலும் மார்புகளிலும் பச்சை குத்திக்கொண்ட பல்வேறு சாதியினரை எங்களூரில் நான் பார்த்திருக்கிறேன். பச்சை குத்திக்கொண்டதுடன் மட்டும் நில்லாமல், தங்களை வாழ்விக்க வந்த கடவுளாகவே, எங்கள் ஊருக்கு வெளியில் வாழ்ந்த நரிக்குறவர் மக்கள் எம்ஜிஆரைக் கருதினர். இவர்களுக்கென்று ஒரு குடியிருப்பை எம்ஜிஆர் முதல்வராக இருந்தபோது அமைத்துக் கொடுத்தார். தியேட்டர்கள் இவர்களை நம்பியே எம்ஜிஆர் படங்களைத் தொடர்ந்து திரையிட்டன. திரையரங்கிற்கு வெளியே சாதியத்தின் அடையாளமாகத் தொங்கிக்கொண்டிருந்த ஈயக் குவளைகளே திரையரங்கில் அவர்களை ஒன்றிணைத்தன. இந்தச் சமூக அசைவைப் பெருமாள்முருகன் உற்றுக்கவனித்திருக்கிறார். ஒடுக்கப்பட்டவர்களை வாசலுக்கு வெளியே நிற்கவைத்துச் சாதிப் பெருமையைத் தக்கவைத்துக்கொண்டிருக்கும் சமூகக் கட்டமைப்பைத் திரையரங்குகள்தாம் முதன்முதலில் உடைத்தன என்ற பெருமாள்முருகனின் கருத்தை இப்படித்தான் நான் புரிந்துகொள்கிறேன்.

எம்ஜிஆரும் சிவாஜியும் தீவிரச் சினிமாவிலிருந்து விலகியிருந்த காலத்தில் படம் பார்க்கத் தொடங்கியவன் நான். அதனால் விஜயகாந்தின் தீவிர ரசிகனாக இருந்தேன். ‘பூந்தோட்டக் காவல்காரன்’ (1988) என்ற படத்தைப் பார்த்ததிலிருந்து

விஜயகாந்த் என்னை முழுமையாக ஆட்கொண்டுவிட்டார். இவருக்காக ரஜினிகாந்த் ரசிகர்களுடன் சண்டை பிடித்துப் புழுதியில் உருண்டிருக்கிறேன். பெருமாள்முருகன் யாருடைய ரசிகரென்று இந்த நூல்கள்வழி அறிய முடியவில்லை. அக்காலத்தில் வெளிவந்த அனைத்துப் படங்களையும் பாரபட்சமில்லாமல் பார்த்திருக்கிறார். அதனால்தான் காலத்தின் சாட்சியமாக நின்று, வெகுசன மக்களின் சினிமா ரசனையை, அவரால் எழுத முடிந்திருக்கிறது.

'சோடா கலரே' என்று ஒரு கட்டுரை (நிழல்முற்றத்து நினைவுகள்) எழுதியுள்ளார். இக்கட்டுரையில் வெளிப்படும் பெருநகரங்களின் திரையரங்கக் கேண்டீன் குறித்த விமர்சனம் நிதர்சனமானது. தமிழக அரசும் அவ்வப்போது கேண்டீன் கொள்ளைகளைத் தடுக்க அறிவிப்புகளை வெளியிட்டுவருகிறது. தீவிரவாதிகளைப் போன்று செய்யப்படும் சோதனைகள், எரியவும் புகையவும் கூடிய பொருள்களுக்கானது மட்டுமல்ல. திருப்பதியில் செய்யப்படும் நான்கு கட்ட சோதனைகளுக்கு நிகரானது திரையரங்குகளில் செய்யப்படும் சோதனை. இணையத்தில் திரைப்படங்களைப் பதிவிறக்கம் செய்து பார்ப்பதற்கு இந்தச் சபாரி அணிந்தவர்களும் காரணம். 'இடைவேளையில் எந்தப் பொருளையும் வாங்கித்தர அப்பாவைக் கேட்கக்கூடாது' என்ற முன்நிபந்தனையுடன்தான் என் மகனைத் திரையரங்கிற்கு அழைத்துச்செல்வேன். திரையரங்கில் ஒரு பாப்கார்ன் வாங்கும் பணத்திற்கு மூன்றுபேர் ஹோட்டலில் டிபன் சாப்பிடலாம். இடைவேளைக்காக ஒலிக்கும் மணி, ஏதாவது வாங்கிச் சாப்பிட வேண்டும் என்ற மனநிலைக்கு அழைத்துச் செல்கிறது. மணி ஒலிக்கவில்லையெனில், தெனாலிராமனின் குதிரையைப் போன்று, மனம் அமைதியாகக் கிடக்கிறது. திரையரங்க இடைவேளை அரசியலைப் பற்றிப் பெருமாள்முருகன் விரிவாக எழுதியுள்ளார். தன் தந்தையின் செயலுக்கும் அவர் சலுகை காட்டவில்லை.

பெருமாள்முருகனின் நகைச்சுவை உணர்வு அபாரமானது. நேர்ப்பேச்சில் வெளிப்படும் நகைச்சுவை உணர்வை இக்கட்டுரைகளில் அறிந்தேன். அவரது புனைவுகளில் அதிகமும் காணக்கிடைக்காத அபூர்வத்தன்மை இது. இந்நூல்களை எழுதுவதற்கு அவர் உருவாக்கிக்கொண்ட சுதந்திரவெளி, அதற்கு இடமளித்திருக்கிறது. இவை ஆய்வுக் கட்டுரைகள் கிடையாது. அதனால் சான்றாதாரங்கள் தேவையில்லை. எட்டு வருடங்கள் பெருமாள்முருகனின் தந்தை சினிமா தியேட்டரில் சோடா

கடை நடத்தியிருக்கிறார். இவருடைய அப்பா பேசியதாகவும் திரைப்படம் பார்க்க வந்த மக்கள் பேசியதாகவும் உடன் வேலை செய்த நண்பர்கள் பேசியதாகவும் பல இடங்களில் நினைத்து நினைத்துச் சிரிக்கும் தன்மையிலான கதையாடல்கள் இடம்பெற்றுள்ளன. அக்கதையாடல்கள் வாசிப்பவர்களை அதற்கு நிகரான அனுபவத்திற்கு அழைத்துச்செல்வதுதான், இந்நூல்களின் சிறப்பு.

திரையரங்கில் சிறுநீர் கழிக்கும் பிரச்சனை குறித்தும் விரிவாக எழுதியிருக்கிறார். எத்தனைமுறை வாசித்தாலும் அக்கட்டுரை நகைச்சுவையின் உச்சமாக இருக்கிறது. ‘இனி மீளவே முடியாது என்று தோன்றும் இக்கட்டான தருணங்கள் சிலவற்றில் என்னைச் சாதி காப்பாற்றி இருக்கிறது’ என்று எழுதும் நேர்மைதான், மெய்நிகராக இக்கட்டுரைகளை நிறுத்துகிறது. இடைவேளைகளில் சோடா பாட்டிலைக் கழுவாமல் மீண்டும் பயன்படுத்தியதையும் உரிமை கோராத சைக்கிளைக் கொண்டுபோய் வீட்டில் மறைத்துவைத்துப் பயன்படுத்தியதையும் தந்தையைப் பற்றிய நினைவுகூரலில் அவர் மறைக்கவில்லை. தந்தையின் மீதான விமர்சனங்களுடன் சேர்த்துத்தான் அவரின் உழைப்பை நினைவுகூர்கிறார். ‘தன் கையைத்தான் எதிர்பார்த்திருக்க வேண்டும் என்பதால், அம்மாவுக்கு அதிகாரத் தோரணையும் வந்துவிட்டது. அதை அவரால் (தந்தை) சகித்துக்கொள்ள முடியவில்லை (ப.172)’ என்கிறார். ஆண்–பெண் இருப்பைப் புரிந்துகொள்ள இந்த இடம் போதும். அதிகாரம், பொருள் சார்ந்தே தன் இடத்தை உறுதிபடுத்திக்கொள்கிறது. குடும்பம் தனிச்சொத்து அரசு ஆகியவற்றின் தோற்றமெல்லாம் நினைவுக்கு வருகிறது.

இடைவேளைகளில் பீடியோ சிகரெட்டோ தீரும் நிலையில் அவற்றின் விலை இருமடங்காகிவிடும்; போண்டாவின் அளவு சுருங்கும்; பாலில் தண்ணீர் மிகுவது போன்ற மீறல்கள் எல்லாம் நடைபெறும் என்றும் பெருமாள்முருகன் எழுதியிருக்கிறார். இதுபோன்ற இடங்களில் இவர் வெறும் பார்வையாளர் மட்டும்தான். பள்ளிப் பருவச் சிறுவனால் இவற்றைப் பார்க்க மட்டும்தான் முடியும்; இவற்றை எல்லாம் தட்டிக்கேட்டிருக்கவேண்டும் என்ற அறவுணர்வின் முன்னகர்த்தல்தான் இவை போன்ற பதிவுகள். சோடாத்தொழில் தற்போது இல்லை. பன்னாட்டுக் குளிர்பானங்கள் அந்த இடத்தை அபகரித்துக்கொண்டன. இந்த ஏக்கத்தைப் பெருமாள்முருகன் இந்நூல்களில் பல இடங்களில் வெளிப்படுத்தியிருக்கிறார்.

எண்பதுகளுக்குப் பிறகான காலத்தின் ஒருபகுதியை இந்நூல்களில் இவர் பிடித்து வைத்திருக்கிறார்.

கேபிள் தொலைக்காட்சிகளின் வருகை நேரிடையாகத் திரையரங்கைப் பாதித்தது. கிராமங்களில் இயங்கிய டென்ட் கொட்டகைகள்தாம் அதிகமும் இதனால் பாதிக்கப்பட்டன. நான்கு கொட்டகைகளில் நான் படம் பார்த்திருக்கிறேன். அடுத்த பத்து கிலோமீட்டரில் புதுப்புதுப் படங்களாகத் திரையிடப்படும். ஆனால், அந்தப் படப்பெட்டிகள், இந்தத் தொலைவைக் கடப்பதற்கு ஆறு மாதங்கள்கூட ஆகும். ஆனாலும், மக்கள் காத்திருந்து இப்படங்களைக் கொட்டகைகளில் பார்த்தனர். 'அன்றைய மக்கள் வாழ்க்கையில் இத்தனை அவசரம் கிடையாது. காத்திருப்பதற்குச் சலிக்க மாட்டார்கள்' எனப் பெருமாள்முருகனும் உறுதிப்படுத்துகிறார். மதுரையில் 425 நாட்கள் ஓடியதாகச் சொல்லப்படும் 'கரகாட்டக்காரன்' (1989) படத்தைப் பொதிகைத் தொலைக்காட்சியில்தான் பார்த்தேன். அதுவரை வேறு வழியற்றுக் காத்திருந்தேன்.

சினிமா தொடர்பான செய்திகளைப் படிக்கும் ஆர்வம் இல்லையெனில், செய்தித்தாள் வாசிக்கும் எனது பழக்கம் தாமதமாகியிருக்கும். தினத்தந்தியில் 'வெள்ளிமலர்' என்று ஓர் இணைப்பு வரும். அதில்தான் புதுப்படம், நடிகர் நடிகைகள் தொடர்பான செய்திகள் இடம்பெற்றிருக்கும். திரைப்பட அறிவை வளர்த்துக்கொண்டதில் தந்தியின் பங்கு முக்கியமானது. வாழ்க்கையின் இறுக்கத்தைப் போக்கிக்கொள்ளும் இடமாகத் திரையரங்குகள் இருக்கின்றன. மகிழ்ச்சியாக இருந்தாலும் சோர்வாக இருந்தாலும் படத்திற்குச் செல்லலாம் என்ற எண்ணம்தான் தோன்றுகிறது. என்னை அடித்துவிட்ட அம்மாவுக்குப் புத்ரசோகத்தைப் புரியவைக்க ஒருநாள் வீட்டைவிட்டு வெளியேறிவிட்டேன். அப்போதும் மனம் அந்தத் துக்கத்தை மறக்கத் திரைப்படத்தைத்தான் நாடியது. நவரச நாயகன் நடித்த 'உள்ளத்தை அள்ளித்தா' (1996) படம்தான், என் துக்கத்தைப் போக்கியது. இரண்டரை மணிநேரமும் போதிய இடைவெளியில் சிரித்துக்கொண்டே இருந்தேன். 'தியேட்டர் என்பது சுதந்திரவெளி. கத்தலாம். கூச்சலிடலாம். ஆரவாரம் செய்யலாம். சீழ்க்கை அடிக்கலாம். கலாய்க்கலாம். சிரிக்கலாம்' என்று பெருமாள்முருகன் எழுதியிருக்கிறார்.

'ரோசாப்பூ ரவிக்கைக்காரி' திரைப்படத்தில் கங்கை அமரன் எழுதிய 'மாமன் ஒரு நாள் மல்லியப்பூ கொடுத்தான்'

என்ற சிருங்காரப் பாடலை அண்ணனும் தங்கையுமாகிய எஸ்.பி. பாலசுப்பிரமணியமும் எஸ்.பி. ஷைலஜாவும் எப்படிப் பாடினார்கள் என்று வியந்ததாகப் பெருமாள்முருகன் எழுதியிருக்கிறார். பிற்காலத்தில் எனக்கும் இப்படியொரு சந்தேகம் ஒரு பாடலைக் கேட்டு வந்தது. எஸ்.ஏ. சந்திரசேகர் இயக்கி, மகன் நடித்த 'விஷ்ணு' (1995) என்ற படத்தில் வாலியும் புலமைப்பித்தனும் எழுதிய கலைத்தரமான பாடல், 'தொட்டபெட்டா ரோட்டு மேல முட்ட பரோட்டா.' இதனைப் பாடியவர்கள் இயக்குநரின் மகனும் மனைவியும். பாடல் வரிகளைப் புரிந்துதான் இவர்கள் பாடினார்களா என்ற சந்தேகம் எனக்கு இன்றும் உண்டு.

'நிழல்முற்றத்து நினைவுகள்' நூலில் பலரைப் பற்றி எழுதியிருந்தாலும் ஆப்பரேட்டர் ராஜேந்திரனும் சோடாக் கடையில் வேலைசெய்த பர்மாக்காரனும் மனதை நிறைக்கிறார்கள். 'எச்சக்கல நாயி' என்று திட்டு வாங்கிக்கொண்டும் 'முதலாளிதான அடிக்கறாரு' என்று அடி வாங்கிக்கொண்டும் அவர்களிருவரும் வாழநேர்ந்ததற்கு யாரைக் குற்றம் சொல்வது? 'சாமி' படம் பற்றிய இந்நூலின் பதிவுகளும் கவனிக்கவேண்டியவை. தொலைத்தொடர்பு வசதிகள் இல்லாத காலத்திலும், சாமி படம் என்ற குழூக்குறி சொல் எப்படி ஒரே பொருளைத் தந்தது என்பது ஆச்சரியமாக உள்ளது. ஒரு திரையரங்கின் அழிவு என்பது இதுபோன்ற படங்களைத் திரையிடுவதிலிருந்துதான் தொடங்குகிறது என்பதைக் கண்முன்னே கண்டிருக்கிறேன்.

அன்றிலிருந்து இன்றுவரை சினிமா எனும் வணிகத்தைத் தீர்மானிக்கும் சக்திகளாகக் கதாநாயகர்களே இருந்துவருகிறார்கள். படத்திற்குத் துணைப்பாத்திரங்களைப் போன்றவர்களே நாயகியர். சில விதிவிலக்கான படங்கள் உண்டு. 'எம்.ஜி.ஆர். சிவாஜி படப் போஸ்டர்களில் அவர்களுக்கே முக்கியத்துவம் அதிகமாக இருக்கும். ஜெமினி, முத்துராமன் போன்றவர்களின் படப் போஸ்டர்களில் அவர்களோடு இணையாகக் கதாநாயகி படமும் பெரிதாகக் காணப்படும். இத்தகைய நடிகர்களின் படப் போஸ்டர்களில் பத்மினி, கே.ஆர். விஜயா போன்ற பிரபல நடிகைகள் இருந்தால் அவர்கள் படம் பெரியதாகவும் கதாநாயகன் படம் சிறியதாகவும் அமைவது உண்டு' (ப.58) எனக் கதாநாயக அரசியல் குறித்துப் பெருமாள்முருகன் எழுதியுள்ள இடங்களும் நூலில் கவனிக்கவேண்டியவை.

இரண்டு நூல்களிலும் முப்பத்தெட்டுக் கட்டுரைகள் இடம்பெற்றுள்ளன. ஒவ்வொன்றும் வாசிப்பவரின் நினைவுகளைப் பின்னோக்கி இழுத்துச் செல்பவை. சில கட்டுரைகளை எளிதில் கடந்துவிடலாம்; சில கட்டுரைகளில் நினைவுகள் தேங்கி நிற்கலாம். வாசிப்பவருக்கான அனுபவத்தைப் பொறுத்துக் கட்டுரைகள் முக்கியத்துவம் பெறும். 'தங்க மீன்கள்', 'கிருஷ்ணவேணி பஞ்சாலை' ஆகிய இரு படங்கள் குறித்தும் விரிவாக எழுதியுள்ளார். அந்த இரண்டு கட்டுரைகள் மட்டும் கறாரான விமர்சனமாக உருப்பெற்றுள்ளன. தரமான சினிமாவின் எதிர்பார்ப்புகளை நிறைவு செய்யாமல் தட்டையான படங்களாகச் சுருங்கிப்போனதில் ஏற்பட்ட அவரின் கொதிப்பை நன்றாக உணரமுடிகிறது. விரிவாக எழுத நினைத்தால் தமிழ்த் திரைப்படங்கள் பலவும் இப்படித்தான் போகும். 'அவள் அப்படித்தான்' படம் குறித்தும் எழுதியிருக்கிறார். வண்ணநிலவனைப் பற்றி வகுப்பில் பாடம் நடத்தும்போது, இந்தப் படத்தின் பெயரும் அடிபடும். பெருமாள்முருகனின் எழுத்து அந்தப் படத்தை உடனடியாகப் பார்க்கத் தூண்டியது.

சினிமா என்பது ஒரு கலை. அது தமிழில் வெறும் கேளிக்கையாக மட்டுமே அறியப்பட்டு இருக்கிறது. கேளிக்கை என்ற நிலையிலிருந்து கலை என்ற நிலையை நோக்கித் தமிழ் சினிமாவை இழுத்துவரக் காத்திரமான நூல்கள் வேண்டும். இத்தகைய நிலைமையை உணர்ந்தவர் பெருமாள்முருகன். இதை மாற்றும் நோக்கிலேயே சினிமா பற்றிய கட்டுரைகளை அவ்வப்போது தனக்கு கிடைக்கும் இடைவெளிகளில் அவர் எழுதிவருகிறார். இந்த எழுத்துகள் மே மாதத்தில் பெய்த மழையாக நமக்குப் பெரும் உற்சாகம் ஊட்டுகின்றன. திரையரங்கம் சார்ந்த அக்கால மக்களின் வாழ்க்கையைப் புரிந்துகொள்ளவும் நல்ல திரைப்படத்தை அடையாளம் காணவும் இதுபோன்ற நூல்கள் உதவும்.

14

கங்கணம்: உரையாடலின் பெருவெளி

இரா. தமிழ்ச்செல்வன்

சமூகத்தை எதிரொலிக்கிற கூறுகளாகத் திகழ்வன இலக்கியங்கள். புனைகதை என்றளவில் அறியப்பெற்றாலும் அவற்றுள் புதைந்திருக்கிற பதிவுகள், அவை அந்தரங்கமாக நிகழ்த்தும் தரிசனங்கள் ஆராயத்தக்கன. இந்த ஆய்வுகளைச் சமூகவாழ்வியல், தனிமனிதச் சிக்கல்கள் குறித்து எழுதப்பெற்ற புதினங்கள் மூலம் மேற்கொண்டால் அவை காத்திரமானவையாக அமையும். அப்படியொரு வகையைச் சார்ந்த பெருமாள் முருகனின் 'கங்கணம்'[1] புதினம் இங்கு ஆய்விற்குட்படுத்தப்பெற்று அதன்வழிப் பெறப்படும் கருத்துகள் இக்கட்டுரையில் தொகுக்கப்பெறுகின்றன.

ஊரில் வசதிபடைத்த, சாதிய செல்வாக்குள்ள குடும்பப் பின்னணியில் இருக்கும் மாரிமுத்துதான் கங்கணம் புதினத்தின் மையம். மாரிமுத்துவின் பின்னணியிலேயே புதினம் நகர்கிறது. முப்பது வயதைக் கடந்தும் திருமணமாகாமல் இருக்கிறான் மாரிமுத்து. தன்னையொத்த பலருக்கும் ஊரில் திருமணமாகிவிட்ட நிலையில் தனது குடும்ப உறவுகளாலும் வேறுபல சமூகக் காரணங்களாலும் திருமணம் தடைபட்டுக் கொண்டேயிருக்கிறது. இதனால் மனத்துயரத்திற்கு உள்ளாகும் மாரிமுத்து, திருமணத்தைச் சாத்தியமாக்க என்ன வழியெல்லாம்

இருக்கிறதோ அனைத்தையும் முயன்று பார்க்கிறான். திருமணம் சார்ந்து தன்னை நோக்கிச் சமூகம் நிகழ்த்தும் அவமானங்களால் மிகுந்த தலைகுனிவுக்குள்ளாகிறான். தன்னை நோக்கியதாக இல்லாத தருணங்களில்கூட அதைத் தனக்கானதாகப் பொருத்திப் பார்த்து மன உளைச்சலுக்கு உள்ளாகிறான். திருமணத்தின் சிக்கல்கள் சார்ந்து தனக்குக் கிடைக்கும் வாய்ப்புகளைப் பயன்படுத்தி அவ்வப்போது ஏளனங்களை எதிர்திசையில் வீசிப் பழிதீர்த்து ஆறுதல்படுத்திக்கொள்வான். தீரா ஏக்கமாக இருக்கும் திருமணத்தை ஆறு மாதத்தில் முடித்துவிட வேண்டும். இல்லையென்றால் தன்னை மாய்த்துக்கொள்ள வேண்டுமென்று கங்கணம் கட்டிக்கொள்கிறான் மாரிமுத்து.

இதற்கிடையே தன் பண்ணையில் முன்னர் வேலை பார்த்த ராமன் மூலம் ஒரு வரன் ஏற்பாடு ஆகிறது. அந்தப் பெண் மாரிமுத்து முதன்முதலாகப் பார்த்த ரோசாமணி என்ற அதே பெயருடையவளாக இருந்தாள். பெண்ணின் அப்பா பற்றியும் அவரின் சாதியப் பின்புலம் குறித்தும் ஊருக்குள் பல வதந்திகள்; சொத்து ஏதுமில்லை; மாரிமுத்துவின் வயதில் பாதிவயதுதான் அந்தப் பெண்ணுக்கு எனப் பெண்ணின் பின்புலம் இருந்தாலும் மாரிமுத்துவிற்கு அவை பெரிதாகப்படவில்லை. தனக்கு நீண்ட நாட்களாகப் பெண் பார்த்து முடித்துவிட வேண்டுமென விரும்பும் தானாவதி தாத்தாவுடன் சென்று ராமன் சொன்ன அந்தப் பெண்ணைப் பேசித் தீர்மானித்துவிட்டுத் தகவலை அப்பா, அம்மாவிடம் தெரிவிக்கிறான். அம்மாவிடம் வந்த எதிர்வினையால் மாரிமுத்து தற்கொலைக்கு முயல, அம்மாவுடனான முரண் முடிவுக்கு வருகிறது. திருமணத்தையொட்டிவரும் எல்லாச் சிக்கல்களையும் சிரத்தையுடன் தீர்த்துத் திருமணத்திற்கான கங்கணத்தைக் கட்டிக்கொள்கிறான். திருமணத்திற்கு முன்னிரவில், தனது கல்யாணத்தைப் பார்த்துவிடப் பெரிதும் விரும்பிய பாட்டியைப் பார்த்து ஆசிபெறச் செல்கிறான் மாரிமுத்து. உடல் முதிர்வால் தனது இறுதிநாட்களில் இருந்துகொண்டிருக்கும் பாட்டியைக் காண்பதற்கு ராமனுடன் செல்லும் மாரிமுத்துவிற்குச் சற்றுமுன்னர்ப் பாட்டி மரணமெய்திய செய்தி வேலைக்காரன் குப்பன் மூலம் தெரிய வருகிறது. திருமணம் முடிவதற்காக இச்செய்தியை யாரிடமும் பகிர்ந்து கொள்ளாத குப்பன், பாட்டியைப் பார்க்க மாரிமுத்துவையும் தடுக்கிறான். செய்வதறியாது ராமன்மேல் சாய்ந்து அழுகிறான் மாரிமுத்து. கண்ணீர் உதடுகளை நனைக்க அதை ரோசாமணியின்

தொடுதலாக உணர்வுவயப்பட முற்றுப்பெறுகிறது கங்கணம் புதினம்.

சமூக அமைப்பில் திருமணம் பெறும் இடத்தையும் அதனையொட்டிய தனிமனித உளச்சிக்கல்களையும் மைய இழையாகக்கொண்டு ஆக்கப்பட்டிருக்கிற இப்படைப்புக் கொங்கு வட்டாரப் பகுதியைக் களமாகக்கொண்டு புனையப்பட்டிருக்கிறது. ஆசிரியர் கதைசொல்லும் போக்கிலும் உரையாடலின் வழியாகவும் புதினம் விரிகிறது. கதை எடுத்துரைப்பு முறையும் கொங்கு வட்டார வழக்குச் சொற்களை மண்வாசனையுடன் அழுத்தமாக, இயல்பாகப் பதிவு செய்துள்ள விதமும் பொதுவாக இப்புதினத்தில் கவனம்பெறத்தக்கன. ஆனால் புதினத்தின் மையப் பொருண்மை திருமணத்தைச் சுற்றிச் சுழல்வதால் திருமணம் குறித்த பதிவுகளை ஒழுங்குப்படுத்தி அதன்வழிப் புதைக்கருத்துகளைப் பெறமுனைகிறது இக்கட்டுரை.

திருமண அமைப்பு முறை மீதான புதினத்தின் விவாதத்தைப் புரிந்துகொள்ள இங்கு நிலவிய/நிலவுகின்ற திருமண அமைப்பு முறையைப் பற்றி அறிந்து கொள்தல் இன்றியமையாதது.[2] திருமணம், ஆண் - பெண் உறவுகள் ஆகியன எல்லையற்ற காலத்திலிருந்து தொடர்ந்து வந்து கொண்டிருக்கின்றன என்பதைத் தவறான கருத்தாகவே அறிய முடிகிறது. தாய்வழிச் சமூகமாக இருந்த பழங்காலப் பொதுவுடைமைச் சமூகத்தில் குழுத்திருமணமும் (Group marriage) நிச்சயிக்கப்படாத திருமண அமைப்பு முறையும் இருந்தன. தொடக்கக்கால இந்தியச் சமூகத்தில் திருமண அமைப்பு என்பது மிகப்பலவீனமாக இருந்து வந்துள்ளதை மகாபாரதக் கதைகள்[3] எடுத்துக் காட்டுகின்றன. பழங்காலப் பொதுவுடைமைச் சமூகத்திற்கான அடுத்த காலத்தில் இனக்குழுத் திருமணத்தில் மாற்றம் ஏற்படுகிறது. அதனைத் தொடர்ந்து தன்னலத்தின்மீது நிறுவப்பட்ட நாகரிக மனிதச் சமூகத்தில் ஆண் தலைவனாக, ஆதிக்கம் மிகுந்தவனாக நிலைபெறுகிறான். இதன் தொடர்ச்சியாகக் குடும்பத்தில் ஆண் குழந்தையின் மதிப்பு உயரத் தொடங்குகிறது. பெண் குழந்தையை அவமதிப்புக்குரிய பொருளாக நடத்துவதும் அரங்கேறுகிறது. பெண் சிசுவைக் கொலை செய்யும் அளவிற்கு அதன் நீட்சி செல்கிறது. பின்னர்ப் பெண் ஆணின் அசையும் சொத்தாக, போகப்பொருளாக ஆக்கப்படுகிறாள். இதே நிலை இன்றைய முதலாளித்துவ அமைப்பிலும் ஒழுக்கம், மரபு எனப் பல வடிவங்களில் தொடர்கிறது. இப்படியாகத் திருமண அமைப்புமுறை இன்று வலுப்பெற்றுள்ளது.

கங்கணம் புதினத்தில் இடம்பெற்றுள்ள திருமணத்தின் அவசியம் குறித்த பதிவுகள், திருமணத் தடைகளுக்கான காரணங்களாகச் சுட்டிக்காட்டப்பட்டவை, திருமணத்தின் நெகிழ்வுத்தன்மை குறித்த செய்திகளைத் தொகுத்துப் பார்க்கும்போது குறிப்பிடத்தக்க கருத்துகளைப் பெறமுடிகின்றன. திருமணத்தின் அவசியம் குறித்த பதிவுகளாகப் புதினத்தில் இடம்பெற்றுள்ளவை;

- திருமணம் முடியவில்லையென்றால் தன் உயிரையும் மாய்த்துக்கொள்ள முடிவு செய்கிறான் மாரிமுத்து.

- இறுதியாகத் திருமணம் செய்துகொள்ள தீர்மானித்த பெண்ணுக்குத் தன் அம்மா எதிர்ப்புத் தெரிவித்த பொழுது தற்கொலைக்கு முயன்று சம்மதம் பெறுகிறான்.

- 'தண்டுவன்[4] உனக்கு என்ன தெரியும்' என்ற பாட்டியின் பழிச்சொல்லுக்கு ஆளாகிறான்.

- திருமணம் நடந்தேற பரிந்துரைக்கப்படும் வேண்டுதல் களைச் செய்வது.

இவ்வாறாகப் புதினம் நெடுகிலும் திருமணத்தின் அவசியத்தை வலியுறுத்தும் சாட்சியாக இருக்கிறான் மாரிமுத்து. அவன் சந்திக்கும் அவமானங்கள், மனத்துயரங்களை அகற்ற திருமணமே அவசியமானதாக இருப்பதை மாரிமுத்துவின் வலிகள் மூலம் புதினம் விளக்குகிறது.

இப்புதினத்தின் மையக்கதாப்பாத்திரமான மாரிமுத்துவிற்குத் திருமணம் தொடர்ந்து தடைபடுகிறது. மாரிமுத்துவின் திருமணம் தடைபடுவதற்குச் சிக்கல்களாகப் புதினத்தில் வருபவை:

- தான் ஆசையாய் வாங்கி வைத்திருந்த புல்லட், ஒரு முறை மாரிமுத்துவின் திருமணத்திற்குத் தடையாக மாறுகிறது. தனது ஆண்மையின் அடையாளமாக அந்த வண்டியைக் கருதியிருந்தான் மாரிமுத்து. ஒருமுறை தான் பார்க்கச்சென்ற பெண், அவனை 'எருமைக்கடா' போன்ற ஒரு வண்டியில் வருவதாகவும் அது பயத்தைத் தருவதாகவும் கூறி மாரிமுத்துவை நிராகரிக்கிறாள் (பக். 28–29).

- திருமணத் தரகர் தானாவதி தாத்தா ஏற்பாடு செய்த திருமண முயற்சி விருந்து உபசரிப்பால் தடைபட்டுப்போகிறது. பெண்ணின் அப்பாவைத் திடீரென்று மாரிமுத்துவின் வீட்டிற்கு அழைத்து வந்துவிடுகிறார் தாத்தா. வந்தவர்கள் குடிக்க மோர்

கேட்க, வந்தவர்கள் பற்றி அறியாத மாரிமுத்துவின் பாட்டி (அம்மா வழி) மோர் இல்லையெனத் தண்ணீர் தருகிறாள். விளைவு, பெண் வீட்டாருக்கு மாரிமுத்து வீட்டின் மீதான பிம்பம் வேறாகமாறத் திருமணம் கைகூடாது போகிறது (ப.45).

- பூவளாயி என்ற பெண் காட்டில் வேலை செய்த வேகத்தைப் பார்த்து அப்பெண்ணை மாரிமுத்துவிற்குத் திருமணம் செய்துவிட எண்ணுகிறாள் மாரிமுத்துவின் பாட்டி (அப்பா வழி). பூவளாயி அப்போது மாரிமுத்துவைவிட இரண்டு வயது மூத்துவளாக இருக்கிறாள். வீட்டுக்கு வந்த உறவுக்காரப் பெண், மூத்தவயதை ஏளனமாகச் சுட்டிக்காட்ட திருமணம் தடைபடுகிறது (பக். 48–49).

- மாரிமுத்து முதன் முதலாகப் பார்த்த பெண் ரோசாமணி. கருப்பு நிறுமுடையவள் என்பதால் ஐம்பது பவுன் நகையும் ஐம்பதாயிரம் பணம் தருவதாகவும் பெண்ணின் அப்பா கூறுகிறார். மாரிமுத்துவின் அம்மா வண்டி ஒன்று திருமண நாளன்றே வேண்டுமெனக் கேட்கிறாள். ஒரு வருடத்திற்குள் வாங்கித் தருவதாகப் பெண் வீட்டார் சொன்னபோதும் அம்மா ஒப்புக்கொள்ளாததால் கல்யாணம் நின்று போகிறது. ரோசாமணியை இழந்தது அவனால் தாங்கிக்கொள்ள முடியவில்லை. கற்பனைகளுடன் காத்திருந்த மாரிமுத்து உடைந்து போய்விடுகிறான் (ப.54).

- ஜாதகப் பொருத்தமில்லாததால் கல்யாணம் தடைபடுகிறது (ப.73).

- பாட்டி (அப்பா வழி) தனது உறவுக்காரப் பெண்ணை மாரிமுத்துவிற்குத் திருமணம் செய்ய முயற்சி செய்தபோது, பெண்ணின் அம்மாவிற்கிருந்த வெண்படலத்தைக் காரணம்காட்டித் திருமணத்திற்குத் தடைபோட்டுத் தட்டிக்கழித்துவிடுகிறாள் அம்மா (பக்.92–93).

- பெரிய தறிப்பட்டறைக்காரரின் பெண்ணை மாரிமுத்துவிற்குப் பார்த்திருந்த நேரத்தில் அவனுக்கிருந்த கள் அருந்தும் பழக்கத்தால் அந்தத் திருமணம் தடைபடுகிறது. ஊரில் யாரோ மாரிமுத்துவிடமிருந்த மது பழக்கத்தை மிகைப்படுத்திக் கூறியதால் ஏற்பட்ட தடங்கல் அது (பக்.130–131).

- நீண்டநாளாகத் திருமணம் தடைபட்டுக் கொண்டிருந்த நிலையில் கணவனை இழந்த கைம்பெண்ணை முடிக்க மாரிமுத்துவைக் கேட்கிறாள் கல்யாணத் தரகுப்பெண். மாரிமுத்து

மனப்பூர்வமாகத் திருமணம் செய்துகொள்ள முடிவெடுத்த நிலையில் அப்பாவின் கடும் எதிர்ப்பால் அதுவும் நடக்காமல் போகிறது (பக் 144—145).

திருமணத்திற்குத் தடைகளாக இருக்கும் காரணங்களைக் கீழ்க்கண்டவாறு தொகுத்துக் காணலாம்; வரதட்சிணை (வண்டியை வரதட்சிணையாகக் கேட்டதால்), மனதிற்குப் பிடிக்காதது(பெரிய வண்டி வைத்திருப்பது பெண்ணிற்குப் பிடிக்காமல் போகிறது), தனிமனித ஒழுக்கமின்மை (கள் பழக்கம்), உறவுகளுக்கிடையேயான கோபமும் பழிதீர்த்தலும் (பாட்டி பார்த்த பெண்ணை அம்மா நிராகரிப்பது), ஜாதகம், வயது வேறுபாடு, கைம்பெண் பற்றி மரபாகப் படிந்திருக்கக்கூடிய நம்பிக்கைகள் ஆகியன திருமணத் தடைகளாகப் புதினத்தில் வருகின்றன.

ஆறு மாதத்தில் திருமணத்தை முடித்தாக வேண்டும் என்று கங்கணம் கட்டியிருந்த மாரிமுத்துவிற்கு ரோசாமணி என்ற பெண்ணுடன் திருமணம் இறுதியாகிறது. இந்தத் திருமணத்தில் முன்னர்த் தடையாக இருந்த சில கூறுகளெல்லாம் நெகிழ்வுத் தன்மை பெறுகின்றன.

- பெண் வீட்டாருக்குத் திருமணச் செலவுக்குப் பணம் தருகிறான் மாரிமுத்து — முன்னர் வண்டியை வரதட்சிணை கேட்டதால் திருமணம் நின்று போயிருந்தது.

- மாரிமுத்துவின் வயதில் பாதிதான் பெண்ணின் வயது — முன்னர் வயது வேறுபட்டால் திருமணம் நின்றிருந்தது.

- ஜாதகப் பொருத்தமில்லாததாலும் குழூத்திருமணப் பேதத்தாலும் திருமணம் தடையானது — பெண்ணின் அப்பா பற்றிய சாதியப் பின்புலமும் அறியாது, ஜாதகம் பாராது திருமணம் தீர்மானிக்கப்படுகிறது.

குடும்ப அமைப்பில் பெண்ணுக்கேற்பட்ட தாழ்நிலை, ஆணுக்கான மதிப்பு, குறிப்பிட்ட காலத்தில் நிகழ்ந்த பெண் சிசுக்கொலை (பெண் சிசுக்கொலை பற்றிய செய்தி கங்கணம் புதினத்தில் இடம் பெற்றுள்ளது[5]) ஆகிய காரணங்களால் ஆண் — பெண் விகிதம் சமநிலையற்ற நிலை உருவாகிறது. இந்த நிலையில் திருமண நடைமுறையில் பெண் பற்றாக்குறை ஏற்படுகிறது. இந்தச் சிக்கலைச் சுற்றியே புதினம் நகர்கிறது. இவ்வாறாகப் புதினத்தில் திருமணத்தைச் சுற்றிப் பதிவு

செய்யப்பெற்றுள்ளவற்றை இணைத்து அவதானிக்கும்போது கூறத்தக்க கருத்துகள் பலவற்றைப் பெறமுடிகின்றன.

சமூக வாழ்வியலுடன் தன்னை இணைத்துக்கொண்ட தனிமனிதனின் துயர மனநிலையைப் பதிவு செய்துள்ள கங்கணம் வாசகனிடம் நெருங்கி உரையாடி ஒரு நம்பகத்தன்மையை உருவாக்குகிறது. பெரும் மோதல்களின்றிப் புதிய சாத்தியங்களை முன்வைக்காமல் கடந்து சென்றதன்வழி இதைச் சாத்தியமாக்கியிருக்கிறது. மனிதனைச் சமூகத்துடன் இணைக்கிற கூறுகளில் திருமணம் ஒரு முக்கியமான இடத்தைப் பெற்றிருக்கிறது. வலுப்பெற்ற ஒரு நடைமுறையாகத் திருமணம் மாறிவிட்ட நிலையில் இதிலிருந்து விலகவோ, விடுபடவோ சமூகம் அனுமதிப்பதில்லை. இதில் சிக்கல் நேருகிற பொழுதெல்லாம் நெகிழ்வுத் தன்மை அளிக்கப்பட்டு அது மீண்டும் தன்னை நிலைநிறுத்திக் கொள்கிறது. இந்த நடப்பியல் செயல்முறையை இப்புதினம் பதிவு செய்துள்ளது.

தந்தைவழிச் சமூகத்தின் நிலைபேற்றால் குடும்பத்தில் ஆண் குழந்தைகள் மதிப்புக்குரியவர்களாகிவிடப் பெண் குழந்தைகள் பிறப்பென்பது கவலைக்குரியதாக மாறிவிடுகிறது. இதன் தொடர்ச்சியில் பெண் பிறப்பு விழுக்காடு சமூகத்தில் குறையத் தொடங்குகிறது. கடந்த ஆண்டுகளில் தமிழ்நாட்டில் *1000 ஆண்களுக்கு 1007(1951), 992(1961), 978(1971), 977(1981), 974(1991), 987(2001), 995(2011)* என்ற அளவில் பெண்கள் இருந்ததைப் புள்ளிவிவரம் எடுத்துக்காட்டுகிறது.[6] 1951 ஆம் ஆண்டுக்குப் பிறகு பெண்களின் விழுக்காடு தொடர்ந்து குறைந்து வருவதைப் புள்ளிவிவரங்கள் மூலம் அறியமுடிகிறது. கொங்கு வட்டாரப் பகுதியாக அறியப்படக்கூடிய திண்டுக்கல், கரூர், கிருஷ்ணகிரி, கோவை, திருப்பூர், ஈரோடு, நாமக்கல், சேலம், தருமபுரி மாவட்டங்களில் ஆயிரம் ஆண்களுக்கான பெண்களின் எண்ணிக்கை இணைநிலையில் இல்லாததைப் புள்ளிவிவரங்கள் சுட்டிக்காட்டுகின்றன.[7] 2001 ஆம் ஆண்டு புள்ளிவிவரக் கணக்கெடுப்புப்படி அன்றிருந்த முப்பத்திரண்டு மாவட்டங்களில் குறைவான பெண் விழுக்காடு உள்ள மாவட்டங்களை மேலிருந்து பட்டியலிடும்போது சேலம் *(32 ஆவது இடம்)*, தருமபுரி *(31)*, கிருஷ்ணகிரி *(30)*, திருப்பூர் *(28)*, நாமக்கல் *(27)*, கோவை *(26)*, ஈரோடு *(25)* ஆகிய கொங்கு வட்டாரப் பகுதிகளே கடைசி நிலையில் இருந்துள்ளன. ஆண் — பெண் விழுக்காடு இணையாக இல்லாத சூழ்நிலையில் திருமண நடைமுறையில் ஆணுக்குப்

பெண் கிடைப்பது ஒரு குறிப்பிட்ட காலக்கட்டத்தில் கொங்குப் பகுதியில் பெரும்சிக்கலாக இருந்திருக்கும். இந்த வரலாற்றுப் பின்னணியின் அடிப்படையில் புதினத்தை அணுகும்போது இப்புதினம் ஒரு வரலாற்றுச் சான்றாகத் திகழ்வதை எவரும் எளிதில் அவதானிக்கலாம். சமுதாய நிலையைச் சுட்டிக்காட்டும் ஆவணமாக மட்டுமின்றிச் சமுதாய மாற்றத்தையும் (திருமணத்தில் நெகிழ்வுத் தன்மை) விளக்குகிறது புதினம். இந்த வரலாற்றுத் தன்மையினூடாகச் சில விவாதங்களைக் கங்கணம் எழுப்பியிருப்பது இங்கு உற்றுநோக்கத்தக்கது.

ஆணாதிக்கக் கூறுகள் மேலோங்கி இருக்கிற திருமண அமைப்பு முறையில் ஓர் ஆணின் துயரைப் பேசுகிறது கங்கணம். இங்குக் கதையில் வரும் மாரிமுத்து (ஆண்) தன்னளவில் எந்த இடத்திலும் திருமணத்திற்குத் தடையாக இருப்பதாகப் பதிவு இல்லை. தொடர் அவமானங்களால் சிதைக்கப்படும் மாரிமுத்து, சமரசங்கள் செய்துகொண்டு திருமண இலக்கை நோக்கிச் செல்கிறான். மாரிமுத்துவின் மனத்துயரத்தின்வழியே ஆணாதிக்கத்தின் மேல் கல்லெரிகிறார் பெருமாள் முருகன். பெண்களின்மீது நிகழ்த்தப்படும் வன்முறைகள், அவர்களின் வலிகள் மூலம் ஆணாதிக்கத்தைப் பேசும் பிரதியிலிருந்து வேறுபட்டு ஆணின் வலி, அவமானங்கள் மூலம் அவனின் ஆதிக்கத்தைக் கேள்விக்குட்படுத்தியிருக்கிறது. ஆணாதிக்கத்தின் மூலம் பெண்மீது நிறுவப்பட்ட பார்வைகளை அசைத்துப் பார்க்கிறது இப்பிரதி. வாசகனுடன் நெருங்கி உரையாடும் இப்புதினம், இறுகிப்போகியிருக்கிற ஆதிக்கச் சிந்தனையிலிருந்து, கட்டுப்பாடுகளிலிருந்து தன்னை அறியாமலேயே விடுவித்துக்கொள்ள வாசகனைத் தயார்படுத்தும் வேலையை அந்தரங்கமாக நிகழ்த்தியிருக்கிறது. நீண்ட பெருங்கனவுக்கான உரையாடலாக இதைப் புதினத்தில் தரிசிக்கலாம்.

பொருளாதாரம், சமூகம் சார்ந்து வேரூன்றியிருக்கிற ஆதிக்க மனோபாவத்தை, ஆண்—பெண் பற்றிய கற்பிதங்களை, அதனையொட்டிய நம்பிக்கைகளைத் திருமணம் என்னும் நம்பிக்கையினூடாகப் பலவீனப்படுத்துகிறது இப்புதினம். திருமணத் தடைகளாக இருந்த வரதட்சிணை, ஜாதகம், வயது வேறுபாடு, சாதி, ஆண்மையின் அடையாளமாக வண்டி வைத்திருத்தல், மது அருந்துதல் ஆகியவற்றின் மீது முன்வைத்திருக்கும் சவால்களின்வழி இதை நிகழ்த்திக்காட்டியிருக்கிறார் பெருமாள் முருகன். முதலாளித்துவ அமைப்பில் மரபுகளாலும் விதிமுறைகளாலும் இறுகி நன்கு நிலைபெற்ற திருமண அமைப்பின்பக்கம் நின்று,

அதன் அவசியத்தை வலியுறுத்திக்கொண்டே முதலாளித்துவ அமைப்பின் அடிநாதமான ஆதிக்கத்தை, மேலாண்மையைப் பலவீனப்படுத்தியிருக்கிறது புதினம். புனைகதை, வாசகனிடம் ஏற்படுத்தியிருக்கிற நம்பகத்தன்மை இதற்கு உதவியிருக்கிறது. கதைக்குள் கதையாக நழுவிப் போயிருக்கும் இச்சிந்தனையை 'உள்ளிருந்து ஓர் அடி முன்னே' என்கிற கருத்தாக்கமாக உள்வாங்கலாம். ஆதிக்கம் தளர்ந்து போவதன் அடுத்த நிலையில் ஆணாதிக்கம் மீண்டும், மீண்டும் ஆக்கம் பெறுவதற்கான ஆபத்தும் உள்ளது. திருமணத்திற்காகத் தன்னைத் தளர்த்திக்கொள்ளும் மாரிமுத்து, பெண்ணை நுகர்பொருளாகக் கருதி வெளிப்படுத்தும் புதின உரையாடல்கள் மூலம் இதை அறியலாம். இந்த நிகழ் இயங்கியலையும் வாசகனுக்குக் கடத்திக்கொண்டே முன்னகர்கிறது புதினம்.

"... சாதி மட்டுமின்றி ஆணாதிக்கம், சமய நம்பிக்கைகள், மூட நம்பிக்கைகள் முதலியன ஆளும், ஒடுக்க சக்திகள், வர்க்கங்கள் ஆகியவற்றால் மட்டுமின்றி ஒடுக்கப்படும் சாதிகள் — வர்க்கங்களாலும் மரபுகள் என்னும் பெயரால் ஏற்றுக்கொள்ளப்படுகின்றன. அந்த மரபுகள் என்றும் மாறாத இயல்பான, முழுமுற்றான விஷயங்களாகக் கருதப்படுகின்றன. அவை என்றும் மாறாத நிரந்தரமான விஷயங்களல்ல. அவற்றுக்கு வரலாற்றுத்தன்மை உண்டு. கடந்தகால வரலாற்றில் தோன்றிய அவை, எதிர்காலத்தில் மறைந்தொழியும், மறைந்தொழிந்தே தீரவேண்டும் என்னும் வாதங்களை வெகுமக்கள் ஏற்றுக்கொள்ளும்படி செய்வது கடினமானதாக உள்ளது" (ராஜதுரை, கீதா 2010: 584) என்பார். இங்கு வேரூன்றியிருக்கிற கடினமான மரபுகள் மீதான இறுக்கத்தைத் தளர்த்துவதற்கு இலக்கியத் தளத்தில் ஓர் ஆக்கப்பூர்வமான உரையாடலை நிகழ்த்தியிருப்பதன் வகையில் கங்கணம் முக்கியமான இடத்தைப்பெறுகிறது.

மேலதிகமாக, இப்புதினத்தில் மரபார்ந்த சில நடைமுறைகளைத் தளர்த்தித் திருமணத்தை முடித்துவிடுவதற்கு நெகிழ்வுத்தன்மை அளிக்கும் கதாப்பாத்திரங்களாக ராமன், குப்பன், திருமணத் தரகுப்பெண், மாரிமுத்துவின் பாட்டி ஆகியோர் வருகிறார்கள். இதில் ராமன் மாரிமுத்துவின் பண்ணையில் முன்னர் வேலை செய்த கூலியாள். முடிவில் இறுதியாகிற திருமண முயற்சி ராமன் மூலம்தான் நடக்கிறது. மாரிமுத்துவின் திருமணம் நடந்துவிட வேண்டுமெனப் பாட்டி இறந்த செய்தியைப் பகிர்ந்து கொள்ளாமல் இருக்கிறான்

பண்ணையில் வேலைசெய்யும் குப்பன். மரணச் செய்தியைப் பல மணிநேரம் மறைத்துவைப்பதைக் குப்பன் தவறாகக் கருதவில்லை. கைம்பெண் ஒருத்தியை மாரிமுத்துவிற்குத் திருமணம் முடிக்க ஒருமுறை கேட்டுவருவாள் கல்யாணத் தரகுப்பெண். அத்திருமணம் மாரிமுத்துவின் அப்பாவால் தடைபடுகிறது. மாரிமுத்துவைவிட வயதில் மூத்த பெண்ணைத் திருமணம்செய்ய பாட்டி சம்மதம் தெரிவித்திருப்பாள். இங்கு மரபார்ந்த கூறுகளை நெகிழ்வுறச் செய்யும் அனைவரையும் ஒரே நேர்கோட்டில் நிறுத்திப்பார்க்கலாம். ராமன், குப்பன், திருமணத் தரகுப்பெண் மூவரும் விளிம்புநிலையைச் சார்ந்தவர்கள். தன்னை இறுதிவரை ஆளுமையாக நிறுவிக்கொள்ளும் பாட்டியைத் தாய்வழிச் சமூக எச்சத்தின் குறியீடாகப் பார்க்கலாம். இந்தக் கதாப்பாத்திரங்களின் செயல்பாடுகளைப் புதினத்தின் கதைப்போக்கில் இயல்பாகக் கடந்துவிட முடியாது. மேலாண்மையை அடியொற்றிப் புதினத்தை அணுகுவோமானால் இக்கதாப்பாத்திரங்கள் மேலதிகப் புரிதல்களை அளிக்கும். இது தொடர்பான போக்கிலும் இப்புதினத்தை உற்றுநோக்கலாம்.

குறிப்புகள்

1. கங்கணம் புதினத்தின் முதல் பதிப்பு 2007 ஆம் ஆண்டில் வெளிவந்ததாக அறியமுடிகிறது. அதன் திருத்தப்பட்ட நான்காம் பதிப்பு 2019இல் வெளியிடப்பெற்றது. இந்தத் திருத்தப்பட்ட நான்காம் பதிப்பே (காலச்சுவடு வெளியீடு) இக்கட்டுரைக்கு அடிப்படையாக எடுத்துக்கொள்ளப்பெற்றுள்ளது.

2. திருமண அமைப்புமுறை பற்றிக் கூறப்பெற்றுள்ள கருத்துகள் ராகுல் சாங்கிருத்யாயனின் மனித சமுதாயம் (தமிழில் ஏ.ஜி. எத்திராஜு-லு) என்ற நூலிலிருந்து எடுத்தாளப்பெற்றதாகும்.

3. ஐந்து கணவர்களைக் கொண்டிருந்த திரவுபதி இதற்கு ஓர் எடுத்துக்காட்டு.

4. திருமணமாகாதவனைக் குறிக்கும் ஏளனச்சொல்.

5. பாலில் நெல்லைச் சேர்த்திக் குழந்தைக்குத் தருவது, பச்சிளங் குழந்தையைத் திரும்பிப் போட்டுப் படுக்க வைப்பது எனப் பெண் சிசுக்கொலைகள் நடப்பதைப் புதினம் பதிவு செய்துள்ளது, ப.180.

6. 2011ஆம் ஆண்டு மக்கள் தொகைக் கணக்கெடுப்புப் புள்ளி விவரங்களிலிருந்து எடுக்கப்பெற்ற தகவல்கள்.

7. திண்டுக்கல் (1000/986(2001)—998(2011), கரூர் (1000/1010(2001)—1015(2011), கிருஷ்ணகிரி (1000/944(2001)—956(2011), கோவை (1000/968(2001)—1001(2011), திருப்பூர் 1000/963(2001)—988(2011), ஈரோடு (1000/968(2001)—992(2011), நாமக்கல் (1000/966(2001)—986(2011), சேலம் (1000/929(2001)—954(2011), தருமபுரி (1000/932(2001)—946(2011). இத்தகவல்கள் 2011ஆம் ஆண்டு மக்கள்தொகைக் கணக்கெடுப்புப் புள்ளிவிவரங்களிலிருந்து எடுக்கப்பெற்றவை.

பயன்பட்ட சான்றாதாரங்கள்

1. பெருமாள் முருகன், கங்கணம், காலச்சுவடு, நாகர்கோவில், நான்காம் பதிப்பு, 2019.

2. ராகுல் சாங்கிருத்யாயன், (தமிழில் ஏ.ஜி. எத்திராஜுலு), மனித சமுதாயம், நியூ செஞ்சுரி புக் ஹவுஸ் (பி) லிட், சென்னை, இரண்டாம் பதிப்பு, 2007.

3. ராஜதுரை எஸ்.வி., கீதா வ., கிராம்ஷி: புரட்சியின் இலக்கணம், விடியல், கோயம்புத்தூர், பதிப்பு, 2010.

4. http://censusindia.gov.in/2011-prov-results/data_files/tamilnadu/3.Tamil%20Nadu_PPT_2011-BOOK%20FINAL.pdf

15

தோன்றாத்துணை:
ஒரு கீழை மனத்தின் தகவமைவு

கு. பத்மநாபன்

மனிதர்கள் சூழலை மாற்றி அமைக்கிறார்களா அல்லது சூழலே மனிதர்களை வடிவமைக்கிறதா? என்ற விவாதம் காலந்தோறும் நிகழ்ந்து கொண்டேயிருக்க, தத்துவவாதிகளும் சமயச் சான்றோர்களும் இது குறித்துத் தங்கள் விளக்கங்களை விரிவாக முன்வைத்திருக்கிறார்கள். தனிப்பட்ட வாழ்வில் எல்லாம் எனக்கு உகந்த தாயிருக்கும் நிலையில் நானே அனைத்தையும் இயற்றுவதாகவும் என் கைநழுவும் கணங்களில் ஊழே என்னைக் கொண்டு செலுத்துவதாகவும் தோன்றுவதுண்டு. காலம் செல்லச் செல்ல நம்மால் சூழலும், சூழலால் நாமும் முயங்கி முன்னகர்வதே வாழ்க்கை என்று அறியும்போது நாற்பது வயதாகிவிட்டது. சில பெரியவர்களுக்கு மிக இளம்வயதில் வாய்க்கப் பெற்றிருக்கும் விவேகத்தால், தங்களின் இருப்பு, செயல்பாடு, வாழ்வு இவற்றால் மரம் நிறைக்கும் பறவைபோல் சூழலை மேம்படுத்துகிறார்கள்.

நகரப்பகுதியில் வளர்ந்தவர்தான் எனினும் ஒரு கிராமத்தில் வாழ்க்கைப்பட்டுப் புன்செய் விவசாயக் குடும்பத்துடன் தன்னைப் பொருத்திக் கொள்கிறார் பெருமாயி. மண்ணுடனும் மனிதர்களுடனும் அவர் கொண்ட உறவு 'தோன்றாத்துணை' என்ற பெயரில், அவர் பிள்ளையால் நூல்வடிவம் கொள்கிறது.

பரஸ்பரம் பிரியம்கொண்ட இரு உயர்ந்த உள்ளங்களின் உணர்வுக்களமாக எழுத்தாளர் பெருமாள்முருகன் தம் தாயார் குறித்தெழுதியுள்ளார். தோன்றாத்துணை நூலில் தெரிவது ஒரு விவசாயக் குடும்பத்தின் ஒரு தலைமுறை வாழ்வு மட்டுமில்லை. அது நம்மையும், நம்முடைய அன்னையரையும் மங்கலான ஒளியில் முன்வைக்கிறது. வாசிப்பு அனுபவத்தில் நான் என்னையும், என் தாயாரையும் ஒன்றுக்கு மேற்பட்ட இடங்களில் இந்நூலில் கண்டடைந்தேன், அவற்றை எழுதியும் இருக்கிறேன். நூலின் தொடக்கத்தில் அமைந்த ஒரு சித்திரிப்பே, முழுவாழ்வின் சாரமாக உணரத்தக்கதாயுள்ளது.

எழுத்தாளரின் பெற்றோர் ஊரிலிருந்த வளவு ஒன்றில் குடியமர்த்தப்படுகிறார்கள். ஒரு குடும்பம் மலர்கிறது. கூடவே, ஒரு புதிய வாய்ப்பும் எழுகிறது. வயலில் வளர்ந்த கம்பம்பயிர், அறுவடைக்குப் பிறகு முற்றாக அகற்றப்படாத நிலையில், மற்ற பயிர்களின் வளர்ச்சிக்குத் தடையாக இருக்கும். தன் ஊர் மக்களின் எதிர்பார்ப்பின் முன், தன்னை ஒரு வலுவான மனுஷியாக நிரூபிக்கவேண்டிய தேவையும் கடமையும் பெருமாயிக்கு இருக்கிறது. இது அவளின் பதின்பருவம். மனிதத் தன்னிலை, சமுதாயத்தில் தன்னை நிறுவ முயலும் பருவம். நள்ளிரவு நேரத்தில் கருவேல முட்கள் நிறைந்த பகுதியைத் தோளில் தூங்கும் பத்துமாதக் குழந்தையுடனும், ஐந்து வயது மகனின் கையைப் பிடித்துக்கொண்டும் அந்த இளந்தாய் கடக்கிறாள். பாம்புகளும் பூச்சிகளும் அடிக்கடி தென்படும் வயல்வரப்பில் கூடைக்குள் குழந்தையைத் தூங்கச் செய்துவிட்டு மூத்த மகனுடன் வளர்ப்பு நாயையும் காவலுக்கு இருத்திவிட்டு அந்த விவசாயப் பெண் எஞ்சியிருந்த கம்பம் பயிர்களைப் பிடுங்கிவிடுகிறாள். மறுநாள் மாமனார் பார்த்து வியக்க, மாமியார் போற்ற, மௌனமாய் அவள் இருக்கும்போது குடும்பத்தில் தன் இருப்பை நிறுவிவிட்ட பெருமிதம் அவளுக்கு. இந்த நிகழ்ச்சியை வாசிக்கும்போது, எஸ்.எஸ்.எல்.சி.யில் தமிழ்ப் பாடத்தில் முதல் மதிப்பெண் பெற்று, அக்கால மரபிற்கேற்பத் திருமணத்திற்காக உயர்கல்வியைத் தவிர்த்து, நிறைய கனவுகளுடன் பதினேழு வயது பெண்ணாக என் அப்பாவின் கரம் பிடித்து, என் தந்தையாரின் அகம் புகுந்த தாயாரின் நினைவு வருகிறது.

நின்று எரியும் விறகையே எப்போதும் தெரிந்தெடுத்துச் சமையல் செய்யும் பெருமாயி அம்மா, எது முதன்மையான பணி, எது துணைப்பணி என்று பிறரால் வேறுபாடு கண்டடைய இயலாத அளவிற்கு அனைத்துப் பணிகளிலும் நேர்த்தியாக

வளரும் அம்மாவின் ஆளுமை தோன்றாத்துணை நெடுகிலும் விரிகிறது. மதுப்பழக்கத்தால் பாதிக்கப்பட்டுத் தன்விருப்பத்தில் விலகிச்செல்லும் தந்தைக்கு எதிராகக் குஞ்சுகளைக் காக்கும் தாய்ப்பறவை பெருமாயி. இந்த இயல்பு, அழுதுகொண்டே சமைத்துக்கொண்டும் துவைத்துக்கொண்டும் என் அப்பாவிடம் பூசலிட்டுக்கொண்டே என்னைச் சமையலறையிலும் கிணற்றடியிலும் இருத்திப் பாடங்களைக் கற்பித்த அம்மாவின் சித்திரத்தை நினைவில் எழுப்புகிறது. பெயர்கள் வேறுபடலாம், பெண்மை ஒன்றல்லவா!

வேர்க்கடலையில் தோலுரித்து விதைகளைப் பாதுகாக்கவேண்டும். எஞ்சியவற்றைப் பக்கத்து ஊருக்குத் தலைச்சுமையாகத் தூக்கிச்சென்று செக்கில் எண்ணெய் பிழிந்து அதைத் தலைச்சுமையாகவே மிகக் கவனமாக ஊருக்குக் கொண்டு வரவேண்டும். ஒரு வெள்ளிக்கிழமையில் ஊர்த்தெய்வமாகிய மாரியம்மனுக்குப் புதிய எண்ணெயில் விளக்கேற்றுவதோடு, குலதெய்வமாகிய கருங்காளியம்மனையும் வழிபடவேண்டும். பிள்ளைகள் அறியாமல் முறுக்குச் சுட்டு, புதிய எண்ணெயில் சுடப்பட்ட பண்டங்களைப் பிள்ளைகள் மகிழ்ந்து தின்பதைப் பார்த்திருக்கவேண்டும். பின் அடுத்த வருட வாழ்வுக்குரிய தவத்தைப் பசிநோக்காது கண்துஞ்சாது மெய் வருத்தம் பாராது இயற்றவேண்டும். இவ்வாறு நீள்கிறது ஓர் அன்னையின் வாழ்வு. எல்லோரும் ஒரே நேரத்தில் இரண்டு கடலைகளிலிருந்து தோலுரிக்கும்போது, மூன்று கடலைகளிலிருந்து தோலுரிக்கும் லாவகம், தலைச்சுமையை நலுங்காமல் தூக்கிக்கொண்டு பிள்ளைகளை அழைத்துக் கால்நடையாகவே நடந்துசெல்லும் நேர்த்தி, பிள்ளைகள் கடை உணவிற்கு அடிமையாகிவிடக்கூடாது என்பதில் வெளிப்படும் அனுபவ ஞானம், குழந்தைகள் அறியாது முறுக்குச் சுடும் வைபவத்துக்குத் திட்டமிடும் நிர்வாகத்திறம், குழந்தைகளின் மகிழ்வையே நோக்கி நோக்கி அடையும் பெருமிதம் என அன்னையின் வாழ்வு அமைகிறது. இவ்வாறு, சில தலைமுறைக்கு முன்பு திகழ்ந்த அன்னையருள் ஒருத்தியே குலதெய்வமாகக் கருங்காளியம்மன் என்ற பெயர் பூண்டு அருள்பாலித்து அமர்ந்திருப்பாள் என்று எண்ணத் தோன்றுகிறது.

ஊர் என்பது ஒரு சின்னஞ்சிறு உலகம். அங்கு எவரும் தனித்திருப்பதில்லை. மனிதர்கள் தம்மைத் தனித்தனி அலகுகளாக உணராதவாறு உறவுகளும் உணர்வுகளும் ஒன்றுபடுத்துகின்றன. ஒருவர் இல்ல நிகழ்வுக்குப் பிறிதொருவர் உதவுவது கடமை என

நம்பும் கிராமத்துச் சமூகத்தில் எழுத்தாளர் பிறந்திருக்கிறார்; வளர்ந்திருக்கிறார். பெருமாள்முருகனின் அண்ணனுடைய காது குத்து நிகழ்விற்குக் கந்தாயி என்ற தூரத்து உறவுப்பெண் சார்பில் ஒரு ரூபாய் வழங்கப்படுகிறது. அது பரிசோ கொடையோ இல்லை; உழைத்துப் பிழைக்கும் ஏழைகள் பிறிதொருவரின் சுமையைப் பகிர்ந்துகொள்ளும் உயர்ந்த செயலாகும். உதவி பெற்றவர்கள் உதவுவார்கள் என்ற நம்பிக்கையே அதன் ஆதாரம். கந்தாயி கொடுத்த ஒரு ரூபாயை இருபது வருடம் கழித்து ஐந்து ரூபாயாகப் பெருமாயி அம்மா திருப்பிக் கொடுத்ததும், அவள் அதை ஏற்காமல் தான் கொடுத்த ஒரு ரூபாயை மட்டும் திரும்பப் பெற்றுக் கொண்டதும் எனத் தொடரும் நிகழ்வுகள் ஒரு தலைமுறையின் விழுமியங்களை ஒரு காலகட்டத்தின் மதிப்பீடுகளை நமக்குரைக்கும் வாயில்கள்

எப்போதும் உள்ளடங்கியவராக நுண்ணோக்குள்ளவராகத் தம்மை தகவமைத்துக் கொண்டுள்ள பெருமாள்முருகன், தாம் பிறந்த ஊரில் தனித்தடையாளம் கொள்ளத் தொடங்குகிறார். இத்தகைய வேறுபட்ட பண்புகளின் காரணமாகத் தந்தையின் பிரியத்தை அவரால் மிகுதியாகப் பெற இயலவில்லை. அன்னைமீது இவருக்கு இருக்கும் அளவுக்கு அதிகமான ஈடுபாடு தந்தை மீதில்லை. ஆனால், அது வெறுப்பாக மாறுவதில்லை. தந்தையின் கடுமைக்குரிய காரணங்களை ஆராயத் தொடங்குமிடத்தில் ஓர் எழுத்தாளராக மனித உள்ளத்தைப் புரிந்துகொள்ளும் மிகுநலம் இவருக்கு அமையப்பெற்றிருக்கிறது.

எழுத்தாளரின் பதின்பருவம், தன்னிலை அடையாளம் காணப்பட்ட பருவம். அப்போது ஏற்படும் உடல் மன மாற்றங்கள் ஒவ்வொரு மனிதருக்கும் மிகுந்த வியப்பளிப்பவை. எவரிடமும் இல்லாத நூதனச்சட்டை அணிந்து பள்ளிக்குச் சென்று உடன்பயிலும் மாணவர்களின் உள்ளத்தில் தனித்த இடம்பெற விழையும் பெருமாள்முருகனுக்குப் பெண்கள் அணியும் துணியால் தைக்கப்பட்ட சட்டையை அறியாமை காரணமாக அணிந்து பள்ளிக்குச் செல்ல நேரிட்ட அனுபவம் மிகுந்த ஏமாற்றத்தைத் தருகிறது. புதிய சட்டை அணிந்து பள்ளிக்குச் சென்ற மகன் பெருமையுடன் திரும்பிவருவான் என்று எதிர்பார்த்துக் காத்திருந்த அன்னை, தான் ஒரு துணிக்கடைக்காரரால் ஏமாற்றப்பட்டதை அறிந்து வருத்தமும் கோபமும் கொள்கிறார். பின் ஏமாற்றியவரின் உறவை நிரந்தரமாகவே துண்டித்துக்கொள்கிறார். ஒரு வாரம் கழித்துப் பெருமாள்முருகன் பள்ளிக்குச் செல்ல விழைந்தபோது, தானும்

உடன் வரவா என்றும் கேட்கிறார். அம்மாவின் இந்த அன்பில், அவளுடைய கனிவில், நேர்மையில், வெளிப்படைத்தன்மையில் பெருமாள்முருகனின் மனக்காயங்கள் யாவும் ஆறிவிடுகின்றன என்பதை, வெவ்வேறு அனுபவங்கள் வாயிலாக இந்நூல் உணர்த்திக் கொண்டேயிருக்கிறது.

பின்காலனியச்சூழலில் வாழநேர்ந்த நம் அனைவருடைய வாழ்வைப் போலவே பெருமாள்முருகனின் வாழ்வும், அடையாளம் சார்ந்த இரட்டைச் சிக்கல்களுக்கு விதிவிலக்கானதில்லை. எழுத்தாளருக்கு ஏற்பட்டிருந்த சின்னஞ்சிறு மனப்பிணிகளும் அவற்றுக்கு அளிக்கப்பெற்ற மந்திரத்தீர்வுகளும் பின்காலனியச் சூழலை நன்குணர்த்துகின்றன.

பின்காலனியக் கிராமங்கள், இரண்டு உலகங்களில் ஒருசேர வாழ்கின்றன. பள்ளிக்கூடங்கள், மருத்துவமனைகள் என்ற நிலையில் திகழும் பொருள்நிலை உலகம் ஒன்று; ஆவிகள், பேய்கள், தேவதைகள், பூசாரிகள், சடங்குகள், மந்திரங்கள் எனக் காலனியத்துக்கு முற்பட்ட வாழ்வைக் குறியீடுகளாக எடுத்துரைக்கும் கருத்து நிலை உலகம் பிறிதொன்று. நம்மிடம் இரு உலகங்களுமே திகழ்கின்றன. உறவுகள் எவ்வாறு வளர்கின்றன ? மனிதர்கள் தெய்வங்களாக எப்படிப் பரிமளிக்கிறார்கள்? என்ற வினாவிற்குப் பேரிலக்கியங்கள் கூறும் ஒற்றை மறுமொழி 'அன்பு'. மகனுக்கும் அன்னைக்கும் இடைப்பட்ட உறவு மகனின் வளர்ச்சியால் மட்டுமா? அன்னையின் பரிமாணத்தாலுமே பொலிவுறுகிறது. குழந்தையாய், சிறுவனாய், இளையோனாய், இளைஞனாய் வளர்ந்த ஒரு மகன் அரசுப்பணி பெற்றுக் கல்லூரி ஆசிரியராக ஊரில் தலைநிமிர, உடன் ஒரு குடும்பமே கரைசேர்கிறது. ஒரு நம்பிக்கை ஈடேறுகிறது, ஒரு தவம் நிறைவுறுகிறது. இந்த உண்மை பெருமாள்முருகனின் புத்தக அடுக்கு வளர்வதில் மட்டுமல்லாது, அதற்கமைந்த அன்னையின் மறுவினை வாயிலாகவும் துலங்குகிறது. வாரப்பத்திரிகைகள், கவிதை நூல்கள், இரவல் நூல்கள் என எழுத்தாளரின் வாசிப்பு வளர்கிறது. அரசு நூலகத்திலிருந்து இரவலாக வாங்கிவரும் நூல்களோடு, மாதந்தோறும் வீட்டிற்கு வரும் நூல்களின் தொகுதிகள் எனத் தொடரும் நூல்களின் வருகையால் அவருடைய புத்தகச் சேகரமும் வளர்கிறது. அன்றாடப் பிழைப்புக்கே பெரும் சாகசங்களை நிகழ்த்திச் சிறுகச்சிறுக முன்னேறும் அன்னையின் நோக்கில், பெருமாள்முருகனின் ஆசைகள், தொடக்கத்தில் ஆடம்பரங்களாகத் தோன்றுகின்றன. முதலில் சினம், பிறகு ஆட்சேபம், அப்புறம் சில வசைச்

சொற்கள், பிறகு கேலி, இறுதியில் மௌனப் பெருமிதம் என அன்னையின் மறுவினை அமைகிறது. பெருமாள்முருகன் ஆலாய் வளர்ந்திருக்க, அதன் வேராய்ப் பெருமாயி அம்மா திகழ்கிறார்.

ஒரு சிலேட்டுப் பலகையில் பார்வையற்ற என் கரத்தைப் பிடித்து எழுதக் கற்றுக் கொடுத்தாள்; பிறகு நான் கேட்க நூல்களை வாசித்து ஒலிப்பதிவு செய்தாள்; இளங்கோவையும் கம்பனையும் சரளமாக வாசிப்பாள்; எழுத்துக்கூட்டி ஆங்கிலமும் படிப்பாள்.குப்பத்தில் பணிக்குச் சேர்ந்தவுடன் மொழிபெயர்க்கவேண்டும் என்பதற்காகக் கன்னட மொழியும் எனக்காக வாசிக்கக் கற்றுக்கொண்டாள். இவ்வாறு ஒரு தாய் இடந்தோறும் காலந்தோறும் நிகழ்ந்துகொண்டேயிருக்கிறார். இரு பெண் குழந்தைகளின் தந்தை, மனைவி இறந்தபிறகு மறுமண நினைவின்றி வாழ்ந்தவரான பெருமாள்முருகனின் தாய்வழிப் பாட்டனார், ஊர்தோறும் அலைந்துவிட்டு இறுதியில் தன் இளைய மகள் பெருமாயி வீட்டிற்கே வந்து சேர்கிறார். தன் தந்தையின் வருகை குடும்பத்தில் எவ்வித விளைவுகளை ஏற்படுத்துமோ என்ற அச்சம் காரணமாக, மிக நுட்பமாகச் சிந்தித்து ஒரு செயலைத் திட்டமிடுகிறார். தான் பொய்யாக அவமதிக்க அவமதிக்கக் கணவரின் அன்பைத் தன் தகப்பனார் மிகுதியாகப் பெறக்கூடும் எனக் கணவர்முன் பொய்யாகக் கடிந்துகொள்கிறார். அவர் எதிர்பார்த்ததே நடக்கிறது. எது எப்படியிருந்தால் என்ன? பெருமாள்முருகனின் பாட்டனாருக்கு வாழ்வின் அந்திமக் காலத்தில் ஒரு புகலிடம் கிட்டிவிட்டது. பெரிய சேதமின்றிக் குடும்பத்தில் ஓர் இனிய மாற்றத்தை நிகழ்த்திவிட்ட வெற்றிப் பெருமிதம், பெருமாள்முருகனின் தாயாருக்கு! தந்தையாருக்கும் தன் ஆளுமை இறுதியில் நிறுவப்பட்டதில் மகிழ்வு!

வாழ்வின் தரிசனத்திலும் சத்தியத்தின் ஆவணத்திலும் இலக்கியம் திகழ்கிறது என்ற மெய்ம்மையைக் கண்டடைய எழுத்தாளர் பெருமாள்முருகன் மிகக்கடுமையான ஓர் அனுபவத்தைப் பெறவேண்டியிருக்கிறது. ஒரு கோடைக்கால நள்ளிரவில் மிகத் தீவிரமான மழை, அவரின் குடிசையையும் ஆட்டுப்பட்டியையும் நிலைகுலையச் செய்கிறது. பட்டியில் அடைபட்ட ஆடுகளை விடுவிப்பதற்குள், பெரும் சூறைக்காற்று குடிசையைப் பெயர்த்து மேலே தூக்க, அதிர்ஷ்டவசமாகப் பெருமாள்முருகனும் அவரது அம்மாவும் தப்பிக்கிறார்கள். இது பெருமாள்முருகனின் தனிவாழ்வு, இலக்கிய வாழ்வு

இரண்டிலும் மிகப்பெரிய திருப்புமுனையாக அமைந்திருக்கிறது. இதற்குப் பின், இலக்கியம் குறித்த தன் பார்வைக்கோணமே மாறுபட்டுவிட்டது என்கிறார்.

கணவர் இறந்தபிறகு வழக்கப்படி வெள்ளைப்புடவை கட்டும் வழக்கத்தை அவ்வாறே இரும்புப்பிடியாகப் பின்பற்ற விரும்பாமை, மரபிற்கு மாறாகத் தானே முன்னின்று வயலில் சோளத்தை விதைத்தமை, முதலில் மறுத்தாலும் சாதிமறுப்புத் திருமணம் செய்த மகனின் திருமணத்தை முற்றாக ஏற்றுக்கொண்டமை, மருமகளின் தகப்பனார் உடல் நலமின்றி இருந்தபோது வெகுதூரம் பயணம்செய்து பார்த்துவிட்டு வந்தமை, தன் உடல் எங்கு அடக்கம் செய்யப்படவேண்டும் என்பதில் நெகிழ்வு காட்டியமை ஆகிய இடங்களில் பெருமாயி அம்மா சமகாலத்திற்கு உகந்தவராகிறார். தன்னை வண்ணச்சேலை கட்டிக்கொள்ளச் சொன்ன மகனிடம், இப்படிச் சொல்ல ஒரு வாய் அன்றிருந்திருந்தால், தான் வெள்ளைப்புடவையைத் தவிர்த்துச் சேலையையே அணிந்திருக்கலாம் என்பதில் துணிவும் நெகிழ்வும் வெளிப்படையாகப் புலனாகின்றன.

ஐந்து ஏக்கர் நிலத்தின் சில பகுதிகளை விற்க வேண்டியதாகிறது. வீட்டிற்கு முன்பிருந்த நிலத்தையும் விற்க நேர்கிறது. வயலிலிருந்த ஓலைக் கொட்டகைக்குள் வாழும் நிர்பந்தமும் எழுகிறது. வாசலில்லா வீட்டில் குடியிருக்க நேர்கிறது. குடிப்பழக்கத்தால் கணவரும் கடன்தொல்லையால் மூத்த மகனும் இறந்துபோவதைக் காணும்படி விதிக்கப்பட்டிருந்தது. இருந்தாலும் பகலும் இரவும் அந்த மனித உடல் உழைத்துக்கொண்டேயிருந்தது. நிலத்தில் உழைத்தது, மாடு மேய்த்தது, பால் விற்றது, மரம் வளர்த்தது, வெள்ளாடு வளர்த்தது, சீட்டுக் கட்டிச் சேமித்தது, சிக்கனமாய் இருந்தது, இறுதியில் எந்நிலம் கைவிட்டுப்போனதோ, அந்நிலத்தை வாங்கி வீட்டிற்கு முன்னால் ஒரு வாசலும் அமைத்துவிட்டது! சில மனிதர்கள், மலைகளைப்போல! அவர்களின் உறுதி மருட்டுகிறது.

இந்து, பௌத்தம் ஆகிய கீழை மதங்கள் இந்தப் பிரபஞ்சப் பேராற்றல் குறித்த விவாதங்களில் பிரம்மம், தம்மம் ஆகிய கலைச்சொற்களை ஆள்கின்றன. இத்தகைய கண்டடைதல்களை, நடைமுறைக்கணத்தின் அனுபவமாக உணரவல்ல எத்தனையோ உயர்ந்த உள்ளங்கள் இன்றும் நம்மிடையே வாழ்வதற்கு மிகச்சிறந்த எடுத்துக்காட்டே பெருமாள்முருகன் தாயாராகிய பெருமாயி அன்னையின்

வாழ்வாகும். தாய்-மகன் இடையேயான உரையாடல், இதை உணரத் துணைபுரிகிறது. பங்குனியில் வயலில் எள் விதைக்கலாம் என்பது அம்மாவின் நிலைப்பாடு. மழை வராமல் போய்விட்டால் பொருளாதார இழப்பு ஏற்படும் என்பது மகனின் அங்கலாய்ப்பு. இருவருக்குமிடையில் ஓர் விளையாட்டுப் பந்தயம் உருவாகிறது. வயலில் எள் விதைக்கப்படுகிறது, மாடு கொண்டு உழப்பட்டுக் களை பிடுங்கப்படுகிறது. வளர்ந்த எள்ளுச்செடிகள் வேருடன் பறிக்கப்பட்டுப் பாறை ஒன்றின்மீது அடுக்கப்படுகின்றன. அதிலிருந்து எள் மணிகள் உதிர்க்கப்பட்டு, எண்ணெய் பிழியப்பட்டு அண்டை அயலாருக்கு விற்கப்படுகிறது. ஒருவழியாகப் பெருமாள்முருகன் விருப்பப்படி கணக்குப் பார்க்கும் நேரம் வருகிறது. வரவு குறைவாகவும் செலவு மிகுதியாகவும் இருப்பதைத் தாயாருக்குச் சுட்டிக்காட்ட, வருவாயைப் பணமாக மட்டும் கணக்கிடக்கூடாது என்றும், எருமைக்குத் தீவனம், உணவுக்குக் கீரை, உடலுக்கு மருந்து, வேலை செய்ய இடம், வேலை செய்வதற்கு வாய்ப்பு, கண்களுக்குப் பசுமை, உள்ளத்திற்கு நிறைவு எனப் பலநிலையில் வைத்துக் கணக்கிடவேண்டும் என்றும் அறிவுறுத்துகிறார். அவ்வாறு கணக்கிடும் நிலையில், செலவாக எழுத்தாளர் எழுதியிருப்பதெல்லாம், உண்மையில் வரவாகக் குறிக்கப்பட வேண்டியவை என்கிறார். இங்கு இப்படைப்பு, தன் முழுமையை எய்திவிடுகிறது. உயிர்ப்பும் ஒளியும் தெறிக்கும் பகுதிகள் நூல் நெடுக இருந்தாலும், உழுதவன் கணக்கு என்ற இப்பகுதி, இந்நூலின் ஆன்மா துலங்கும் இடம் எனலாம்!

மரங்கள் வைப்பது, அவற்றைப் பராமரிப்பது யாவும் வாழ்வோடு இயைந்த ஒரு நிகழ்வு. அது ஒரு பார்வைமுறையின் விளைவாக ஒரு வாழ்க்கைமுறையின் பகுதியாக வாய்க்கப்பெற்றது. கைகால்களைக் கழுவும் நீர் கருவேப்பிலைக்குச் செல்லட்டும்; காரணம், கறிவேப்பிலைக்குச் சிறிது நீர் மட்டுமே தேவைப்படும். பாத்திரம் கழுவும் நீர் தென்னை மரங்களுக்குப் பாயட்டும்; பாத்திரம் கழுவுதலும் தென்னை மரத்திற்கு நீர் ஊற்றுதலும் ஒரே நேரத்தில் நிகழும். மாதுளம்பழத்தில் புழுக்கள் சேராமல் ஒரு பாலிதீன் கவரில் சுற்றிப் பாதுகாக்கமுடியும். தன்னால் முடியவில்லை என்றால், வீட்டிற்கு வருவோரிடமும் உறவினரிடமும் மரங்களுக்குத் தண்ணீர் ஊற்றச் சொல்லலாம். கொய்யாக்களைத் தன்னால் பறிக்க முடியவில்லை; அவ்வாறே நெல்லியையும் பறிக்க உடல் ஒத்துழைக்கவில்லை. அவற்றைச் சாப்பிட வரும் குழந்தைகளையே அவற்றைப் பறிக்கச்

சொல்லிக் கேட்டுக்கொள்ளலாம்; அவர்கள் கொடுப்பதைப் பெற்றுக்கொள்ளலாம். கூடுதலாகப் பழங்களைப் பறித்து ஏமாற்றிவிட்டால் என யோசித்துப் பழகாத நல்லுள்ளம் பற்றியே தோன்றாத்துணை விரித்துரைக்கிறது.

அம்மாவைப் பற்றி இப்படிச் சொல்லலாம்; வேலை, வேலையே வாழ்க்கை. வேலை நேரம், ஓய்வு நேரம் என வாழ்க்கையை வகுத்துக்கொள்வது, புன்செய் நிலங்களில் விவசாயம் செய்யும் ஏழை மக்களுக்கு விதிக்கப்பட்டிருக்கவில்லை. இளமை இவ்வாறு கழிய, முதுமையில் பார்க்கின்சன் நோயால் பீடிக்கப்பட்ட நிலையிலும் வேலையாய் அமைந்துவிட்ட தன் ஆளுமையிலிருந்து வழுவ இயலாத நிலை. தவிர்க்காமல் செய்யவேண்டிய பணிகளை அன்றாடம் தொடர்ந்து செய்வது, நீண்ட கால இலக்குகளைச் சிறிது சிறிதாகப் பகுத்துக்கொண்டு ஒவ்வொரு நாளும் இயற்றுவது எனப் பெருமாயி அம்மாள் வேலை செய்வதை வழவழப்பான தாள்களில் வண்ணத்தலைப்புகளில் மேலாண்மை நூல்கள் ஆங்கிலத்தில் விளக்கும்! கல்மண்டிக் கிடந்த தன் வயலில் ஒவ்வொரு நாளும் கற்களைச் சேகரித்துச் சுத்தப்படுத்தியது, மகன் வீட்டு மாடிச் சுவரிலிருந்த சிமெண்ட் தீற்றுகளை முதுமையையும் நோயையும் பொருட்படுத்தாமல் சிறிது சிறிதாக முயன்று அகற்றியது எனப் பெருமாயித் தாய், எதுதான் செய்யவில்லை!

மகனின் வளர்ச்சி என்பது தாயின் கருணையா அல்லது கடமையா? என்று தர்க்க மனம் விவாதிக்கலாம். அவ்வாறே தாயின் மகிழ்ச்சி, மகனின் பரிசா அல்லது கடமையா என்றும் பட்டிமன்றம் வைக்கலாம். உண்மையில் தாயால் மகனும் மகனால் தாயும் பரஸ்பரம் உளவிரிவு அடைகிறார்கள். தாய்–மகன் உறவுக்கு மட்டும் இல்லை; எந்த உறவிற்கும் இந்த வரையறை பொருந்தும். புளிய மரத்தின் பின்னால் நின்று மகன் பள்ளிக்குச் செல்வதைப் பார்க்கும் கண்கள், கிணற்றுக்கட்டையில் அமர்ந்து மகன் நீச்சல் பழகுவதைக் கவனிக்கும் விழிகள் எனத் தாயாரின் சித்திரம் நிலைத்திருக்கிறது. அவ்விழிகள், ஆசிரியரை விட்டு எங்கும் விலகுவதில்லை. முன்பு துணையாகத் திகழ்ந்தவை; தற்போது தோன்றாத்துணையாய் உடனிருக்கின்றன. பெருமாள்முருகனின் அன்பும் உடனிருப்பும் பெருமாயி அம்மாவைப் படிப்படியாக மாற்றியமைக்கின்றன. எதுவரை என்றால், கிராமத்தில் பிறந்து வளர்ந்த அவர், தன் இல்லத்திற்கு வருபவரின் சாதி குறித்து அறிய முயலக்கூடாது என்ற விழுமியத்தைக் கைக்கொள்ளும்வரை!

அன்னை - மகன் இடையிலான உறவுப் பயணம், இரண்டுள்ளம் கொள்ளும் மன விரிவாக, இருளிலிருந்து ஒளி நோக்கி, ஒளியிலிருந்து பேரொளி நோக்கிப் பண்பட்ட மனிதர்கள் மேற்கொள்ளும் பயணமாகத் தோன்றாத்துணை நூலில் விரிவடைகிறது. ஊர்தோறும் வீதிதோறும் பெருமாயிகள் நிறைந்திருக்கிறார்கள். ஆனால், அன்னையை ஆவணப்படுத்தும் பெருமாள்முருகனாக மாறக் கு.பத்மநாபன்கள் இன்னும் இன்னும் வெகுதொலைவு செல்லவேண்டியிருக்கிறது!

16

மாதொருபாகன்–அர்த்தநாரி–ஆலவாயன்: பண்பாடுகளின் நிழல்பிரதிகளைப் பரிசீலிக்கும் மூவியல் புனைவுகள்

பிரவீண் பஃறுளி

பண்பாட்டு அமைப்புகள் எப்போதுமே ஒரு மூடுண்ட அமைப்பாகத் தொடர்ந்து பிழைத்திருக்க முடியாது. அவை தம்மைத் தற்காத்துக்கொள்ள எப்போதும் மீறல்களையும், பூடகமான விடுதலை வெளிகளையும் தம்முள் திறந்தும் மூடியும் பேணிவருகின்றன. ஆனால் அந்த எதிர் வழக்காறுகள் எப்போதுமே பெரிய உடைப்புகளுக்கானவை அல்ல. அவை அழுத்தச் சமைகலன்களின் பாதுகாப்புத் திறப்பிதழ்களைப் போன்றவைதான். மனித இயல்பூக்கங்களுக்குச் சிறிய ஆசுவாசங்களை அனுமதிப்பதன் வழி தன் கண்காணிப்பையும் வரையறைகளையும் அவை மேலும் வலுப்படுத்திக்கொள்கின்றன. சமூகம், வரலாறு, பண்பாடு போன்றவற்றின் வளர்ப்புப் பிராணிகளாகிய மனிதர்கள் தங்களது உயிரியல் இயல்பூக்கங்களைத் திறந்துகொள்வதற்கான பண்பாட்டுப் புறனடைகளை ஓர் இணை மரபில் எப்போதும் ரகசியப்படுத்தி வந்திருக்கிறார்கள். அதில் புனிதங்கள் கவிழ்க்கப்படும், தலைகீழாக்கங்கள் நிகழும், விளையாட்டுக்கு இடம் உண்டு. கொண்டாட்டங்களும் தொல் இச்சைகளும் கைகோர்க்கும். காமமும் இச்சைகளும் பல்வேறு

பாவனைகள் கொண்டுவிடும் அதன் திருவிழாக்கள், சடங்குகளில் தெய்வங்கள்–மனிதர்கள் என்ற துண்டிப்புகள் கலைந்த மையமிழப்பும் பித்தமும் சாத்தியம். ஓர் இனத்திரளின் வாழ்விருப்பு, பிழைத்திருத்தல் எனத் தொடங்கி அதன் தன்மையம், நீடித்திருப்பு, எதிர்காலவியல், விஸ்தரிப்பு எனப் பெருந்திட்டங்கள் இலட்சியங்கள் நோக்கி பண்பாட்டு அமைப்புகள் பரிணாமமடைகின்றன. இப்போக்கில் அது மொத்தத்துவத்தின் நோக்கம், நன்மைகள், எதிர்காலம் என்னும் அந்தர இலக்குகளின் பெயரில் தனிமனிதர்களைத் தன் பேரமைப்பின் கருத்தியல், விழுமிய ஒழுங்குகளின் அலகுகளாக, சுயதணிக்கைக்கும் கண்காணிப்புக்குமான நுண் நிறுவனங்களாகவும், சாதிய வருண, பாலிமை அதிகாரக் குறிகளால் புனையப்பட்ட உடல்களாகவும் கட்டமைத்துவிடுகின்றன.

மனிதன் ஒரு பண்பாட்டுத் தொகுதி என்பதன் பேராலான பொறுப்புகளுக்கும் அவனது ஆதாரமான உயிரியல்புகளுக்குமான இடைவெளிகளைக் கலாச்சாரப் புறனடைக் கூறுகள் ஏதோ ஒரு வகையில் சமாதானம் செய்து மூடுகின்றன. எல்லா பண்பாடுகளுமே தனக்குள் பராமரிக்கும் எதிர்க் கூறுகளின் நிழல்பிரதிகள் பெருமாள்முருகன் புனைவுகளில் பரிசீலனைக்கு வருகின்றன. பண்பாடு சார்ந்த புனிதத்துவங்களை அதன் கட்டமைப்புக்குள்ளாகவே, வரம்புகளுக்குள்ளாகவே நின்றபடி மனிதர்கள் எப்படிக் காலங்காலமாகத் தம் வாழ்விச்சை உந்துதல்களுடன் மீறுவதற்கான சமன்பாடுகளைக் கொண்டிருக்கிறார்கள், பண்பாட்டுக் கட்டுமானங்கள் அதன் உள்முகங்களில் எத்தனைச் சுயமுரண்களும் பாவனைகளும் கொண்டவை என்பதைப் பெருமாள்முருகனின் உலகம் ஊடுருவிக் காண்கிறது.

மாதொருபாகன், அர்த்தநாரி, ஆலவாயன் ஆகிய இந்த மூவியல் புனைவுகள் புறநிலையில் இயல்புவாதப் புனைவுச் செறிவுடன் ஒரு குறிப்பிட்ட சமூகத்தின் வாழ்வியல் நெறிகள், திணைவெளி, பண்பாட்டுக் கூறுகள், தொன்மங்கள், வழக்காறுகள், ஐதீகங்கள், மெய்மைகள் முதலிவற்றின் இனவரைவியல் ஆவணம்போலவும் அகநிலையில், பண்பாட்டு மேலாண்மைக்குள் அதன் புழங்காளர்கள் உருவாக்கிக் கொள்ளும் எதிர் வழக்காறுகளையும் நேர்நிறுத்திப் பரிசீலிக்கிறது.

மாதொருபாகன், சாதியம் இறுகிய ஒரு சமூகத்தில், வாரிசு மைய அதன் நிலமானியக் கட்டமைப்பில், குழந்தைப்பேறின்மையின்

அழுத்தத்தை, அதனாலான பொன்னா–காளி என்ற தம்பதியரின் அலைக்கழிப்பை மையமிட்டுச் சுழல்கிறது. ஆங்கிலேயர் காலத்து திருச்செங்கோட்டுப் பகுதி வழக்காறுகள், கதைகள் வழியாக நாவலுக்கு ஒரு வலுவான பண்பாட்டு யதார்த்த அடித்தளத்தை அமைத்துள்ளார் பெருமாள்முருகன். பொன்னா – காளி குடும்பத்தின் வம்சாவளிக் கதைகளில், குலத்தைத் தொடர்ந்து பீடித்து வரும் சாபங்கள் சொல்லப்படுகின்றன. எல்லாப் பரிகாரங்களும் முயற்சிக்கப்பட்டு தோல்வியே நேர்கின்றது. சாபங்கள்–பரிகாரங்கள் குறித்த கதைகளிலெல்லாம் அந்தக் குடிகள் தம்மைப் பெருங்குடியாக நிறுவிக்கொள்ளும் வரலாற்றில் இயற்கை மீதும், மற்றமைத் தொல்சிறுகுடிகள் மீதும் நிகழ்த்திய அநீதிகள், ஆக்கிரமிப்புகளின் குற்றவுணர்வுகளும், பீதியும் பொதிந்துள்ளது. பலியான சக்திகள் தெய்வங்களாகி எழுகின்றன. குழந்தை என்பது ஒரு நிலமானிய சாதிய சமூகத்தில் வெறும் உயிர்த்தொடர்ச்சியாக இருப்பதில்லை. அது சாதிய நீட்சி, குல நீட்சி, அதிகார, உடைமை நீட்சி என்பதாக உள்ளது. நாவலெங்கும் உறவுகள், ஊரார்களின் ‘குழந்தை’ பற்றிய பேச்சுகளும் சொத்துரிமை குறித்த பேச்சுகளும் ஒரே முடிச்சில் இருக்கின்றன.

காளி – பொன்னா வின் குழந்தை இன்மையை மையச் சரடாகக் கொண்டு அந்தச் சமூகத்தின் சாதிய, பால்நிலை அதிகாரங்கள், உடைமை மனோபாவம், பண்பாட்டுப் பெருமிதங்களின் உள்ளான ஒடுக்குமுறைகளை ஓர் உள்ளார்ந்த அமைதியுடன் ’மாதொருபாகன்’ பேசிவிடுகிறது. ஒரு மூடுண்ட சமூகத்துக்குள் காலனிய சீர்திருத்தங்கள், நவீன மாற்றங்கள் போன்றவற்றின் மெல்லிய அதிர்வுகளைப் பரவவிட்டு அதன்வழியான உரையாடல்களையும் பரிசோதித்துப் பார்க்கிறார் பெருமாள்முருகன். அவ்வகையில் அதற்கான ஒரு பிரதிநிதியாகப் காளியின் நல்லையன் சித்தப்பா முன்வைக்கப்படுகிறார். இவர் திருமணம் –வாரிசுருவாக்கம் என்னும் சாதிய நிலவழிச் சமூகத்தின் புறனடையாக, மீறலாக இருக்கிறார். ஊரில் முதலில் குடுமி நீக்கி ‘கிராப்’ வைத்துக்கொள்பவர். சொத்துடைமைவாத திருமண அமைப்பைக் கேலி செய்யும் இவர் வாரிசுமையத்திற்கு அப்பாலான பாலியல் சாத்தியங்களைத் தேர்ந்துகொண்டவர். ‘அர்த்தநாரி’ நாவலில் சுயமரியாதை இயக்க குடும்பம் ஒன்றைச் சேர்ந்த விதவைப் பெண்ணை நல்லையன் மணந்துகொள்வதற்கான பேச்சுகளும் நடக்கின்றன. காலனியச் சூழலின் தகவமைப்புகளில் மெல்ல

உள்வாங்கப்படும் அச்சமூகத்திற்குள் வரலாறு முன்னகர்ந்து செல்லும் இயக்கத்தை நல்லானை முன்வைத்து பிரதிநிதித்துவம் செய்கிறார் பெருமாள்முருகன்.

பல்வேறு பரிகாரங்கள், வழிபாடுகள், வறடிக்கல் சுற்றி வருதல் என்ற எல்லாப் பிரயத்தனங்களும் தோல்வியுற்ற பின் பொன்னாவின் முன் திறந்திருக்கும் ஒரே வாய்ப்பு 'பெருநோம்பி' தான். கரட்டூர் மலையில் அர்த்தநாரியாக வீற்றிருக்கும் தெய்வத்திற்கான பெருநோம்பித் தேர்த்திருவிழாவில் தெய்வம் மீண்டும் கரடேறும் இறுதிநாள், கலாச்சாரம் தனக்குள் பல கலைத்துப்போடல்களை அனுமதிக்கும் நாள். குழந்தைப்பேறற்ற பெண்கள் அந்நாளில் கரட்டூர் தெய்வத்தின் பெயரால் முன்னறிமுகமில்லாத எந்த ஆணுடனும் கூடிக் கருத்தரிக்கும் வாய்ப்பை நாடுவது அதில் முக்கியமானது. அன்று அந்த சந்தர்ப்பத்தை வழங்கும் எந்த ஆணும் சாமியின் வடிவம். அப்படிப் பெறப்பட்ட பிள்ளைகள் 'சாமி குழந்த' என்பது ஒரு வழக்காறு. பொன்னா இறுதியில் அந்த வாய்ப்பை நோக்கி உந்தித் தள்ளப்படுகிறாள். பொன்னா பெருநோம்பி இரவில் தனக்கான ஆணைத் தேர்வது (அவள் எதிர்ப்பட நேரும் ஒவ்வொரு ஆணிலும் தன் பாலூக்க விழைவுகள், மனவியல்புகள் சார்ந்த அவளது தேடலும் தேர்வும்), அவளுக்கான 'சாமியை' அவள் கண்டடைவது, அந்தக் கணநேரக் காதலும் முயக்கமுமான தருணங்களில், மாதொருபாகன், ஒரு கடும் நிலமானியக் கட்டமைப்பின் ஒரு தற்காலிக விடுவிப்பில் ஒரு பெண்ணின் சுய பாலியல் தேர்வுகள், இயல்பூக்கங்கள், அவளுக்கான பாலிமை விடுதலை வெளிகளை நுட்பமாகத் திறந்து பார்க்கிறது. ஆனாலும் அதற்குத் தீர்க்கமான வரம்புகள் உண்டு; நோக்கங்கள் உண்டு. அது ஒரு பாவனை மட்டுமே. அந்த முகமற்ற ஆண் பொன்னாவை, 'செல்வி' எனப் பெயர் சொல்லி அழைப்பதன் மூலமாக அவர்கள் ஏற்கனவே மணமான தம்பதியர்தான் என்ற பாவனையை, நம்பவைத்தலை சமூகத்தின் முன் செய்ய வேண்டும். பொன்னா தான் தேடும் ஒவ்வொரு ஆணிலும் காளியின் சாயலைத் தேடுவதும், தான் தேர்ந்துகொண்ட அந்த ஆணுடனான உறவிலும் அது 'காளியின்' வடிவமே என்ற சுயவலியுறுத்தலும் பெருநோம்பியின் எதிர் வழக்காறுகளின் வரம்புகளைச் சுட்டி விடுகின்றன. (அர்த்தநாரி, ஆலவாயன் ஆகிய இரு நாவல்களிலும் பொன்னா கருத்தரிப்பதற்கு முன்பாக அவளது கனவுவெளியில் காளியின் மாயரூபத்திலான முயக்கம் நேர்வதையும் இங்குப் பொருத்திப் பார்க்கலாம். தனது கரு காளியினுடையதே

என அவள் தொடர்ந்து வலியுறுத்திக்கொள்கிறாள்). பொன்னாவின் பாலூக்கமும், சுதந்திரமும் மீண்டும் 'கற்பிலும்' 'வாரிசு' மையத்திலும் நிலைகொள்ளும் இடம் அது. வேற்று ஆணுடனான நேர்வு என்பதும், பொன்னாவின் 'கற்பை' இன்னும் தீவிரமாக முன்வைப்பதற்கான சந்தர்ப்பமாகவே உள்ளது. இந்த இடத்தை உடைத்து பொன்னாவின் பாலூக்கத் தன்னியல்புகளைக் கொஞ்சம் திறந்து பார்ப்பதற்கான வெளிகள் 'ஆலாவாயன்' நாவலில் வழங்கப்படுகின்றன. ஆலவாயன் என்பது பெருநோம்பியில் அவளோடு கூடும் அந்த வேற்று ஆண் தனது செல்லப் பெயராகப் பொன்னாவிடம் குறிப்பிடுவது. இந்த நாவலில், பொன்னா தன் குழந்தையிடம்(காளியின் மரணத்துக்குப் பிறகுதான்) அதன் தந்தையாகிய அந்த வேற்று ஆணின்(ஆலவாயனின்) சாயல்களைத் தேடுவதும் அதில் களிப்புறுவதும், அவனது நினைவுகளில் தோய்வதுமான கிளர்தல்கள் உண்டு. 'ஆலவாயனில்' காளி மெல்ல தேய்வுற்று 'ஆலவாயன்' அழுத்தம்பெறுமிடம் உண்டு. ஊரின் எல்லா பூவரசுகளிலும் அதிரும் காளியின் சாயையை, ஒவ்வொரு பூவரசாகப் படர்ந்து தொண்டுப்பட்டிக்குள் வரும் காளியை, அவளை அழுத்தமாகச் சூழ்ந்திருக்கும் காளி என்னும் நினைவை, நிலத்தில் கல்லூன்றி ஒரு சிறுதெய்வமாக, வழிபாட்டுருவாக மாற்றிக்கொள்வதின் வழி அவள் தன்னை அமைதிபடுத்திக்கொள்கிறாள்; விடுவித்துக்கொள்கிறாள். மறுபுறம் பொன்னா தனது கடந்த காலத்தின் துயரங்கள், வடுக்களை நிலத்துடனான தீவர உழைப்பின் மூலமாகவே வென்றெடுக்கிறாள். நிலமும் உழைப்பும் அவளது பாலாற்றலின் பதிலீடாகவும் இருக்கிறது.

இந்த மூன்று நாவல்களிலும் பெண்கள் சதா தீவிரமாக நிலத்தோடும் இயற்கையோடும் மூர்க்கமாக உழைத்துக்கொண்டே இருக்கிறார்கள். பெண்ணுடலின் உள்ளார்ந்த உழைப்பாற்றலும், படைப்பூக்கமும் அழகியல் நேர்த்தியும் 'ஆலவாயன்', 'அர்த்தநாரி'யின் 'பொன்னா' மூலமாக அழுத்தமாக முன்வைக்கப்பட்டுள்ளன. 'காளியை' தெய்வாகமவும் நிலத்தின் மீதான உழைப்பைத் தன் பாலிமை பதிலீடாகவும் உருவாக்கிக்கொள்ளும் பொன்னாவின் 'ஆலவாயனின்' குறித்த நினைவுகளில் சிறிய பாலூக்கத் திறப்புகள் இருக்கின்றன. இந்த மூன்று நாவல்களுமே பெண்களின் பாலூக்கம், விடுதலை சார்ந்து பல வெளிகளைத் திறந்தாலும் பெண்ணுடலின் பாலிமை ஆற்றல்கள், அதன் படைப்பூக்கங்கள் சார்ந்து தீவிரமான

தளங்களுக்குள் புகமுடியாமல் ஆண்மைய நிலமானிய இல்லற வரம்புகளின் எல்லைகளுக்குள்ளேயே அது சார்ந்த ஒரு சமூக எதார்த்தத்திற்குள்ளாகவே வரம்பிட்டுக்கொள்கிறது.

குழந்தையின்மையால் சபிக்கப்பட்ட பெண்கள் பிரபஞ்சக் கூறுகள், மீமானுட சக்திகளுடனான உறவால் கருத்தரிக்கும் கதைகள் பல புராணங்கள், ஆதிகதை மரபுகளில் உண்டு. பெண் என்னும் பாலிமை ஆற்றலை ஆணுடலின் பதிலீட்டுத் தன்மையிலிருந்து பெறாமல், ஆணுடல் என்பதிலிருந்து விடுவித்துக் கொண்ட பெண் பாலிமைச் சக்தியின் சுயமையிலிருந்தும் அதன் சுதந்திர அறிதல்களிலிருந்தும் பெற்றுக்கொள்ளும் எதிர்க்கதையாடு தன்மைகள் அக்கதைகளில் உண்டு. (பரிணாமவியல்படி ஆண் என்ற பாலுருவாக்கத்தில், தன் மரபணுக்களைப் பேரழிவுகளிலிருந்து தற்காக்கவும், ஈருடல்களில் அதைப் பகுத்துப் பெருக்குதலின் வழியான பல்வேறு மரபிணைச் சாத்தியங்களுக்காகவும் பெண்ணுடல் தனக்குள்ளேயே சில சுரப்புகளை ஊற்றெடுத்து ஆணுடல் என்ற ஒரு புதிய படைப்பை நிகழ்த்தியது என்பதான கண்டுபிடிப்புகளை இன்று உயிர்அறிவியல் கூறுகிறது). தனது உயிர் நீட்சிக்கான பெண்ணுடலின் ஒரு தற்காலிகத் தந்திரோபாயமே ‘ஆண்’பாலிமை உருவாக்கம் என்னும்போது அவளது பாலியல் என்பது ஆணுடலோடு கட்டுண்டதல்ல. ஆணுடலோடு துண்டித்துக்கொண்ட நிலையிலும் தான் என்பதை முன்னெடுத்துச் செல்லும் பெண்ணின் உயிர்வேட்கையின் வெவ்வேறு சுதந்திரச் சாத்தியங்களை நாட்டார் எதிர்வழக்காறுகள் ஏதோஒரு வகையில் பொதிந்து வைத்துள்ளன. (நட்சத்திரங்கள், மீன்கள், சூரியன், நெருப்பு எனப் பல இயற்கைக் கூறுகளோடும் அவள் சூல்கொள்ளக் கூடியவள்) மாதொருபாகனின் பெருநோம்பி அத்தகைய தளங்கள் கொண்டதா என்பது விவாதத்துக்குரியது. பெருநோம்பியின் அந்த ‘கலைத்துப்போடல்’ கணம் என்பது பெண்ணின் பாலூக்கத் தேர்வை முன்னிறுத்துவதாகவோ பண்பாட்டின் ஒடுக்குதல்களுக்கு எதிராக அதற்குள்ளேயே எழும் கலகத் தருணங்களை அதன் கச்சாத்தன்மையுடன் சொல்வதாகவோ இல்லை. மாறாக அது பண்பாட்டு ஏற்புடன் (குடும்பத்தார் அனைவராலும் விவாதிக்கப்பட்டு, ஒழுங்கமைவான திட்டமிடலுடன், கணவனுக்கும் தெரிவிக்கப்பட்டு அனுமதிபெறும்) ஒரு தெளிவான சமயச் சடங்கு போன்ற தொனியில் முன்வைக்கப்பட்டுள்ளது. குழந்தையற்ற பெண் தன் கருத்தரிப்புக்காக ஓர் அந்நிய ஆணோடும் கூடி வரும் செயலும், திருவிழாவின் மறைவெளியில்

பெண்களை நாடிச் செல்லும் ஆண்களும் என்ற ஒரு சந்தர்ப்பம், சமூக வரையறுப்புகளால் கட்டுண்டவர்கள் திருவிழாவின் மீறல்வெளிகளைப் பயன்படுத்திக் கொள்ளும் தங்கள் வேட்கைக்கும் பாலூக்க விடுதலைக்குமான சந்தர்ப்பங்களே. வாரிசு வேண்டும் என்ற ஒரு 'புனித' கற்பிதத்தில் தான் அது நிகழ வேண்டும் என்றில்லை. திருமணமான குழந்தையற்ற பெண்கள்தான் அங்குச் செல்லவேண்டும் என்பதுமில்லை. அவற்றைத் தாண்டிய, அந்த மையத்தில் சுற்றாத பல்வேறு பாலியல் சாத்தியங்கள் அங்குத் திறக்கின்றன. பண்பாடுகளால் மூடுண்ட மனித உடல்களின் இயல்பூக்கங்கள் வேட்கையுடன் பீறிட்டுக் கிளம்பும் உடைப்புகளே உண்மையில் திருவிழாக்களின் மறைபிரதிகளாக இருப்பவை. ஆனால் மாதொருபாகனின் 'பெருநோம்பி' அந்த இடங்களை மௌனப்படுத்திவிடுகிறது அல்லது அதன் மையத்தில் அவை இல்லை. புனிதத்துவமும் நாடகீயமும் கூடிய காளி–பொன்னாவின் உணர்ச்சிமிகு இல்லறக் காதல் என்பதே மூன்று நாவல்களிலும் அழுத்தம்பெறுகிறது. வாரிசு என்ற புனித நோக்கிற்காக மட்டுமே வேற்று ஆணுடன் உறவுற நேர்ந்த ஆனால் மனத்தளவில் கற்புநெறி பிறழாத (காளியை மட்டுமே நினைப்பவள்) பொன்னா. மறுபுறம் திருமணத்துக்கு முன் சில பாலியல் சாகசங்கள் இருந்தாலும், பொன்னாவுக்குப் பிறகு தீவிர 'ஏக'பத்தினியனாக, தன் உடல் உயிரில் பொன்னாவைச் சரிபாதி தரித்துக்கொண்ட மாதொருபாகனான 'காளி'. இவர்களுக்கிடையிலான உணர்ச்சிமிகு உறவுச்சித்திரம் என்பதே முப்புனைவுகளிலும் மையமாக இருக்கிறது. இதனால் பெருமாள்முருகன் தனது மூன்று நாவல்களிலும் பலவிடங்களில் பொதிந்து வைத்திருக்கும் பாலியல் எதிர்ப்பண்பாட்டுக் கதைகள் யாவும் அவற்றின் 'சாராம்சமான' எதிர்த்தன்மை கொண்டுள்ளனவா என்பதும் விவாதத்துக்குரியதாகிவிடுகிறது.

பெருமாள்முருகனின் இந்த முப்புனைவுகளிலும் பாலியல் பேசப்படும் இடம் விவாதத்துக்குரியதாகவே உள்ளது. இவற்றில் இடம்பெறும் வாய்மொழிக் கதைகளிலும் சரி, நடப்புச் சம்பவங்களிலும் சரி ஆணைப் பாலியல் சாகசவாதியாகவும் பெண் தன்னை நுகரப்படும் இடத்தில் வைத்து ஆணின் ஏற்புக்கு ஏங்குபவளாகவுமான சித்திரங்களே உள்ளன. பெண்கள் பாலியல் வேட்கைசார்ந்த திருப்தியின்மையில் தவிப்பவர்களாகவும் ஒரு 'சாகச' ஆணால் சாந்தப்படுத்தப்படுபவர்களாகவுமான பதிவுகளே உள்ளன. நல்லான் சித்தப்பாவின் சமூகப் பார்வை, மதிப்பீடுகள்

வழி ஒரு சமூக விமர்சனக் கண் உலாவினாலும், அவரது பாலியல் சாகசவாதங்கள் ஆணுடல் வல்லாண்மையின் குறிப்பீடுகளை தாங்கியவையாகவே உள்ளன. பெண் பாலிமை ஆற்றல்கள், தேர்வுகள் என்பதன் சாத்தியங்களை இப்புனைவுகள் மெல்லத் திறந்துபார்த்துவிட்டு பின் மௌனமாக மூடிக்கொள்கின்றன. நாட்டார் வழக்காறுகள் அடர்ந்து உள்வாங்கப்பட்டுள்ள இந்நாவல்களில் பெண்ணுடலின் பாலிமை ஆற்றல்களும் வீரியமும் இன்னும் ஆழ்ந்த தளங்களுக்குள்ளான சாத்தியங்கள் கொண்டதே.

நல்லையன் சித்தப்பா போகுமிடமெல்லாம் பெண்களை எளிதில் வசப்படுத்திவிடுகிறார். எல்லாப் பெண்களும் அவருக்காக ஏங்குகிறார்கள். சொத்துக்காக அவரிடம் அனுப்பப்படும் தம்பி மனைவி அவரே கதியென்றும், அவர் மேல் தீராப் பித்து கொண்டும் திரிகிறாள். பன்றி மேய்க்கும் குடியொருவர் தன்னால் இயலாத நிலையில், தன் மனைவியைத் திருப்திப்படுத்த நல்லையனை வேண்டுகிறார். அங்கும் அவரது சாகசம் தொடர்கிறது. நல்லையனைச் சுற்றிய கதைகள் அனைத்திலும் தொடர்ந்து பெண்கள் குறித்த இத்தகைய சித்திரங்களே வருகின்றன. பெண்களின் உரையாடல்களில், (உதாரணமாக காளியின் அம்மா சீராயிக்கும் பொன்னாவின் அம்மா செல்லாயிக்குமிடையிலான 'பழமை' பேச்சுகள்) ஏராளமான எதிர்ப் பண்பட்டு பாலியல் வழக்காறுகளை திறந்து போடுகிறார் பெருமாள்முருகன். இது ஒரு முக்கிய அம்சமாக உள்ளது. ஆனால் அவற்றிலும் 'சாகச' ஆண் என்ற மையம் பெரிதாகக் கலைக்கப்படவில்லை. (தந்தைகள் தன் மருமகள்களோடு கூடுவது போன்ற அக்கால குடும்பப் பண்பாடுகளில் ஒளிந்திருந்த வரம்பற்ற பாலியல் மீறல்கள் அவற்றில் சொல்லப்பட்டாலும் அவை நிலமானிய ஆண் மைய மதிப்புகள் கொண்டவை என்ற உட்குறிப்பின்றிக் கலக வழக்காறுகளாக முன்வைக்கப்படும் தொனி இருக்கிறது.)

அதே சமயம் பெண்களுக்கிடையிலான உரையாடல்களில் அவர்களது உலகம் சார்ந்தும், அவர்களது பாலூக்கங்கள், உடல்சார்ந்த உத்வேகங்கள், அவர்களது உழைப்பு, படைப்பூக்கம், பெண் தன்னிலையின் ஆண்மைய சாதிய கட்டமைப்பை மீறும் சில எத்தனங்கள், பெண்ணுலகின் தனிப்பட்ட வழக்காறுகள் குறித்தெல்லாம் ஒரு நுட்பமான அகத்தளத்தை மூன்று நாவல்களிலும் (குறிப்பாக அர்த்தநாரியும்

ஆலவாயனும்) பொதிந்துள்ளார் பெருமாள்முருகன். குறிப்பாகப் பொன்னாவுக்கும் அவளது நிலத்தில் பண்ணயக் கூலியாக வேலை பார்க்க வரும் வெங்காயிக்குமான பேச்சுகளை இங்குப் பொருத்திப் பார்க்கலாம். சாதிய வரம்புகள் கடந்த சில உத்வேகங்கள் அவர்களுக்குள் எப்போதும் திறந்துகொள்கின்றன. வெள்ளைச் சீலையுடுத்தி 'கைம்மை' பேணவேண்டிய' சாதிய மேலடுக்கில் இருக்கும் பொன்னாவுக்கு 'தீண்டத்தகா' சமூகமான வெங்காயின் சுதந்திரமும் வரம்பின்மைகளும் ஆர்வமூட்டுகின்றன. எசமான நிலையில் தன்னை அழைக்க வேண்டிய வெங்காயியை, தன்னை 'பொன்னு' எனப் பெயர் சொல்லி விளிக்க வற்புறுத்துகிறாள் பொன்னா (ஆலவாயன்). மதொருபாகனில் பெருநோம்பிக்கு மாட்டு வண்டியில் செல்லும்போது காரானின் குறுகுறுப்பான குழந்தைகள் மீது பரிவும் சிலிர்ப்புமடையும் பொன்னாவை, அக்குழந்தைகளை தொட்டு அணைத்துக்கொள்ளமுடியாதபடி சாதிய வரம்பு குறுக்கிடுகிறது. 'பொன்னா' யாரோ ஒருவனோடு கூடி வந்து பிள்ளை பெற்றால் அது 'தீண்டா' சாதி ஒருவனின் கருவாக இருக்காது என்பதற்கு உத்தரவாதமில்லை என்பது காளியை மேலும் கலவரமூட்டுகிறது. இப்படி அந்தச் சமூகத்தின் சாதிய அழுத்தங்கள், தணிக்கைகளைப் புனைவின் ஓட்டத்தோடு நுட்பமாகச் சமூக ஆவணப்படுத்தி விடுகிறார் பெருமாள்முருகன். பெரிய வீட்டுக் குடும்பங்களின் சுப காரியங்கள், கெட்ட காரியங்களை அவர்களது அயலூர் உறவுகளுக்கு, ஊரின் தாழ்த்தப்பட்டசாதி வேலையாட்கள்தான் போய் சொல்ல வேண்டியிருக்கும் 'சேதி போய் சொல்லி வருதல்' குறித்த பதிவுகளும் வருகின்றன. தமிழில், சாதி இனக்குழு வழக்காறுகள்தான், பண்பாடுகள்தான் வட்டார வாழ்வியல் புனைவுகளாக உருவாகிவருகின்றன. அந்த கட்டமைப்புக்குள் இருந்தபடிதான் அதன் மீதான விமர்சனங்களைச் செய்வதும் சாத்தியப்படுகிறது. இந்தச் சமன்பாட்டுக்குள்தான் இந்த நாவல்களும் இருக்கின்றன. நல்லையன் சித்தப்பா, பொன்னா வழியாக சில முன்னகர்வுகள் பரிசோதிக்கப்படுகின்றன.

பொன்னாவின் 'பிறழ்வை' எவ்விதத்திலும் சமாதானப்படுத்திக் கொள்ள முடியாத காளி தான் பேணி வளர்த்த பூவரசிலேயே தூக்கிட்டுக் கொண்டான் என்னும் ஒரு சாத்தியத்தில் காளிக்குப் பிறகான பொன்னாவின் வாழ்வாக ஆலவாயன் விரிகிறது என்றால், பூவரசில் தூக்கிட்டுக்கொள்ளப் போகும் காளியை அவனது அம்மா மன்றாடித் தடுத்துவிட அதற்குப்

பிறகான காளி-பொன்னா வாழ்வைச் சூழும் வெறுமையைப் பரிசீலிக்கிறது 'அர்த்தநாரி'. பொன்னாவிலிருந்து முற்றிலுமாக விலகிக் கொள்ளும் காளி தொண்டுப்பட்டியிலும் குடியிலும் தன்னைப் புதைத்துக்கொள்கிறான். பொன்னா காளியின் ஏற்புக்காக, காளியின் மானசீகக் கருவென்றே தான் தரித்து ஈன்ற அக்குழந்தைக்கான அவனது தந்தைமைக்காக விழைந்து காத்திருக்கிறாள். தன் மனத்தின் அச்சு முறிந்து பெருநோம்பிக்கு உடுத்திச் சென்ற அதேசேலையில் அவள் தூக்கிடப் போகும் தருணம் காளியின் கரங்கள் அவளைப் பற்றுகின்றன. மாதொருபாகன் – அர்த்தநாரி இரண்டிலும் காளியிலிருந்து பிரித்தறிய முடியாத பொன்னா, ஆலவாயனில் தனக்கான சுய வெளிகளைத் தேர்பவளாக இருக்கிறாள். காளியின் மரணத்துக்குப் பிறகு, பொன்னாவின் கரு காளியினுடையதுதான் என்பதை உற்றார் ஊரார்முன் அறிவித்து சமூக ஏற்பை உறுதிப்படுத்த வேண்டிய 'சேதிக்கூட்டம்' ஆலவாயனில் மிக முக்கியப் பதிவாக உள்ளது. அந்தச் சடங்கைச் சூழ்ந்த விவரணைகள், பேச்சுகளிலேயே அந்தச் சமூகத்தின் உள்ளார்ந்த ஆதிக்கங்கள், சுயமுரண்கள் அழுத்தமாகச் சொல்லப்பட்டுவிடுகின்றன.

இந்த மூன்று நாவல்களிலும் பண்பாடு என நாம் காணும் அதிகார ஒழுங்குக்குள் உள்ள சூக்கும எதிர்வெளிகள் உபகதையாடல்களாகத் தொடர்ந்து வருகின்றன. ஆனால் அதன் சாத்தியங்களையும் மீறி ஆழ்ந்த உணர்வுத்தளத்தில் பின்னப்பட்ட பொன்னா-காளி இணையின் மென்சோக இல்லறக் காதல் கதையாகவே அழுத்தம்பெறுகிறது. ஒன்றிலிருந்து ஒன்று பிரிந்தியங்க முடியாத, ஒரு முழுமையின் சரிபாதிகளாக விதிக்கப்பட்ட இரு உயிர்களின் இரு கூறுகளின் முயங்கலும் விலகலும் சலித்தலுமான ஊடாட்டங்களின் ஊழ் என்ற மையத்திலேயே 'காளி-பொன்னா' வைக்கப்படுகின்றனர். அதற்கான அபாரமான புனைவுசமத்காரமும் மொழியும், சாரமான பண்பாட்டுத்தளமும் கொண்டு வாசிப்பில் ஆழ்ந்த ஊடுருவலைச் செய்யும் வலிமைவாய்ந்தவையாக இந்தப் படைப்புகள் அமைகின்றன.

17

'ஆளண்டாப் பட்சி:' இடம்பெயர்தலின் புனைவோட்டம்

பெருந்தேவி

பெருமாள்முருகனுடைய ஆறாவது நாவல் 'ஆளண்டாப் பட்சி' [2012] 2016. இதற்குமுன் வெளியான அவரது நாவல்களில் அவரது முதல் ஆக்கமான 'ஏறுவெயில்', 'கூளமாதாரி', 'மாதொருபாகன்', 'கங்கணம்' ஆகியவற்றைப் போலவே இந்நாவலும் அவரது எழுத்துக்கேயான குறிப்பிட்ட சிலவற்றைக் காட்சிப்படுத்துகிறது. எடுத்துக்காட்டாக மேய்ச்சல் நிலம், வெள்ளாமைக்காடு, மொட்டைப்பாறை, சந்தை, மைதானம், கரடு, செழித்துக் கொழிக்கும் விளைநிலம், குடியிருப்புத் தெருக்கள் போன்றவற்றின் விவரணைகள்; நிலவுடமைச் சாதிகளுக்கும் ஒடுக்கப்பட்ட சேவைச்சாதிகளுக்கும் இடையிலான சிக்கலான உறவுச் சமன்பாடு; ஆண் - பெண் மத்தியில் இயங்கும் உள்ளிடையான பால் அதிகாரம், குடும்ப அதிகாரம்; பிணைப்பும் பிணக்கும் கூடிய சகோதர உறவு, பெற்றோர் - மகன் உறவு, ஓரகத்திகளுக்கிடையிலான உறவு முதலியவை நாவலில் காட்சிப்படுத்தப்படுகின்றன. இவற்றோடு பின்னிப்பிணைகிறது இடம்பெயர்தல் என்னும் நிகழ்வு. இந்த நிகழ்வு கதையின் அடிப்படையான சரடாகி நாவலாக விரிகிறது. முதல் பதிப்பின் (2012) முன்னுரையில் பெருமாள்முருகன் இவ்வாறு கூறுகிறார்: "இந்நாவல் என் முன்னோர் குடும்பம் ஒன்றின் இடப்பெயர்வு நிகழ்வை மையமிட்டது.

சிறுசிறு இடப்பெயர்வேனும் நடக்காத வாழ்க்கையில்லை. ஒவ்வொரு இடப்பெயர்வின் பின்னும் வலியும் துன்பமும் நிர்ப்பந்தமும் இருக்கின்றன. இடப்பெயர்வின் பின்னான நிலைகொள்ளுதலும் எளிதல்ல. இடப்பெயர்வுகள் வழங்கும் மனவிரிவும் புதுமைகளும்கூட முக்கியமானவையே."

பொதுவாக இடம்பெயர்தல் என்பது அசாதாரணச் சூழல்களில் நடந்தாலே அன்றி துயர் தரக்கூடியது. இடம்பெயர்தலின் பின்னால் புகைபோல் படிந்திருக்கும் உறவுகளின் நினைவு சார்ந்த பந்தம், என்றாலும் இடம்பெயர வேண்டிய சூழல் நிர்ப்பந்தம், இவற்றோடு கூடவே புது இடத்தில் நிலைகொள்ளும்போது ஏற்படக்கூடிய தடுமாற்றங்கள், புது இடம் வழங்கும் மனவிரிவு, அதன் சூழல் தரக்கூடிய வியப்பு போன்றவற்றை விவரித்துச் செல்கிறது 'ஆளண்டாப் பட்சி.' மேலும், சில முக்கிய கேள்விகளையும் அது வாசகரிடத்தில் எழுப்புகிறது: இடம்பெயர்தல் என்பதன் சமூகப்பண்பாட்டு அர்த்தம் என்ன? ஓரிடத்திலிருந்து இன்னொரு இடத்துக்கு மனிதர்களும் குடும்பங்களும் இனக்குழுக்களும் இடம்பெயர்கையில் எந்தச் சமூக பண்பாட்டுக்கூறுகள் தொடர்கின்றன? எவை விடுபட்டுப்போகின்றன? சொந்தபந்தங்களில் எவை தொடர்கின்றனர்? எவை விடுபட்டு அல்லது விடப்பட்டு போகின்றனர்? இடம்பெயர்தலின் உந்துசக்தி எங்கிருந்து எவ்வாறு கிடைக்கிறது? புதிய இடம் விட்டுப் போகும் இடத்தின் நீட்சியாக அல்லது பழைய இடத்தின் பதிலியாக தனிமனித, சமூக மனங்களில் எப்படி உருக்கொள்கிறது? பழைய இடத்தின் எத்தன்மைகள், எத்தகைய நினைவுகள் புது இடத்துக்குத் தக்கவாறு புத்துருவாக்கப்படுகின்றன, எவை புறந்தள்ளப்படுகின்றன? வாசிக்கின்ற போதும் வாசித்து முடித்தபின்னும் இந்தக் கேள்விகள் வாசகரிடத்தில் தொடர்ந்து பதில்கோரியவண்ணம் இருக்கின்றன. இந்த அல்லது இதுபோன்ற கேள்விகளை எழுப்பும் வலிமையை பெற்றிருப்பதே இந்த நாவல் கலையாக்கமாக நிலைத்து நிற்கிறது என்பதற்கான அடையாளமாக, அத்தாட்சியாக இருக்கிறது.

"சிறு இடம்பெயர்தல்கூட இல்லாத வாழ்க்கையில்லை" என பெருமாள்முருகன் முதல் பதிப்பின் முன்னுரையில் எழுதியிருக்கிறார். ஒரு வீட்டிலிருந்து இன்னொன்றுக்கு, கிராமத்திலிருந்து நகரத்துக்கு, ஒரு ஊரிலிருந்து இன்னொன்றுக்கு, ஒரு கண்டத்திலிருந்து இன்னொன்றுக்கு, இப்படி ஏதோ ஒரு இடம்பெயர்தல் இதைப் படிப்பவரின் வாழ்க்கையிலும்

நேர்ந்திருக்கும். நகரமயமாக்கப்பட்ட சூழலில் இடம்மாறுதல் என்பது பொதுவாக குடும்பங்களை முன்னிறுத்தி நடப்பது. ஆனால் கிராமச் சூழலில் குடும்பம் என்பது மனிதர்கள் என்பதாக மட்டுமல்லாமல் கடவுள்கள், பணி செய்பவர்கள், ஆடுமாடுகள், மரம்செடிகளையும் சேர்த்துக் குறிக்கும்போது, வீடு என்பது மூடிய கட்டிடமாக அன்றி காடு வெளி என்பதாக நெகிழ்ந்து அர்த்தப்படும்போது இடம்மாறுதல் என்பதன் பரிமாணங்களே வேறு. இத்தகைய இடம்பெயர்தலில் நிலம் என்பது இடம்பெயரும் நிகழ்வுக்கான பின்னணிப் படுதாவாக மாத்திரமில்லை, இவை கதையாடலை நகர்த்தும் இன்றியமையாத கதாபாத்திரமாகிவிடுகிறது. அதேபோல ஆடுமாடுகளும் மரம்செடிகளும் மனிதர்களுக்கான பயன்பாட்டுப் பொருள்களாக மாத்திரமல்லாமல், இடம்பெயரும் பயணத்தில், அப்பயணம் நிர்மாணிக்கும் வாழ்க்கையில் பங்குகொள்பவையாகவும் வடிவமைப்பவையாகவும் மாறிவிடுவதும் நடக்கிறது.

'ஆளண்டாப் பட்சி' நாவலில் செல்லுமிடம் எதுவென்றே முடிவெடுக்கப்படாமல், அது குறித்த திட்டமிடலுக்கு முன்னமே இடம்பெயர்தல் அவசியமாகிவிடுகிறது. பாலியல் துன்புறுத்தல் நேரும் இடத்தில் இனி தங்கக்கூடாது என ஒரு பெண் கொள்ளும் வைராக்கியம் இடம்பெயர்தலை அவசியமாக்கிவிடுகிறது. ஆட்களை அண்டவிடாதவள் என ஆளண்டாப் பட்சியை உருவகமாக்கி விவரிக்கப்படும் பெண் அவள். ஆட்களை அச்சுறுத்தக்கூடிய, அதே நேர்த்தில் தாய்மைக் கனிவோடு கூடிய ஆளண்டாப் பட்சியைப் பற்றி நாவலின் இரண்டாம் பதிப்பின் (2016) முன்னுரை சற்று விரிவாகப் பேசுகிறது. அந்தப் பறவையை அணுக்கமாக ஆக்கிக்கொண்டு அதன் இறக்கையில் ஏறி இராஜகுமாரியைத் தேடிச் செல்லும் இளவரசனின் கதையைக் கட்டியம் போலவும் அது பேசிச் செல்கிறது. நாவலின் கதையாடலுக்கான மிகுபுனைவுச் சட்டகம் இத்தொன்மக் கதை. முன்னுரையில் வரும் இக்கதையைப் போல நாவலின் கதையாடலிலும் இளவரசனைப் போல வளர்க்கப்பட்ட நான்கு சகோதரர்களின் இளையவனான முத்தண்ணன் தன் கிராமத்தை விட்டும் காட்டை விட்டும் உறவினர்களை விட்டும் கண்காணாத இடத்துக்கு அகன்று செல்கிறான். இதுவரை வாழ்ந்த ஊரைவிட்டுப் புறப்பட அவனுக்கு மனமில்லைதான். ஆனால், அவன் மனைவியின் மீதான பிரியம் அவனுக்கான இறக்கையாகிறது. இடம்பெயர்தலுக்கான உந்துசக்தியாக மாத்திரமின்றி தொன்மக் கதையில் வருவது

போல இடம்பெயர்தலுக்கு உறுதுணையாகவும் அவன் மனைவி உருக்கொள்கிறாள்.

முத்தண்ணனின் இடப்பெயர்வு சேர வேண்டிய இடம் பற்றிய தீர்மானமின்றித் தொடங்குகிறது. அவனிடம் திட்டமெதுவுமில்லை. "எங்கே என்று தீர்மானிக்காத பயணம். பிழைக்கலாம் என்னும் தைரியத்தை எந்த இடம் தருகிறதோ அங்கே நின்றுவிடலாம். வண்டி நிதானமாகவே போகும். ஒவ்வொரு ஊருக்குப் பக்கத்திலும் நின்றுவிடும். சாலையிலிருந்து பிரிந்து செல்லும் வண்டிப் பாதைகளிலும் திடுமெனத் திரும்பும். உள்ளே போய் அலைந்துவிட்டு மீண்டும் ஏதாவதொரு இடத்தில் சாலைக்கு வந்து இணைந்துகொள்ளும்" என நாவலில் கூறப்படுகிறது. சேரவேண்டிய இடத்தைக் குறித்து எதுவும் யோசிக்காத சூழ்நிலையில் அந்த இடத்தை அவனது வண்டிமாடுதான் கழிப் போட்டு படுத்துக் காட்டித்தருகிறது. வலத்துமாடு காட்டித்தந்த இடத்தில் குலதெய்வம் கூளியாயி கோயில் திருநீறு வண்டியிலிருந்து கொட்டி மண்ணில் கலக்கிறது. திருநீறு மண்ணோடு மண்ணாகக் கலப்பதை அந்த மண்ணோடு தானும் கலந்துவிட வேண்டுமென மாட்டின் ரூபத்தில் குலதெய்வம் தெரிவிப்பதாக முத்தண்ணன் அர்த்தப்படுத்திக்கொள்கிறான். ஆக, சேரவேண்டிய இடம் பற்றிய முடிவு குடும்பத்தின் பகுதியாகக் கருதப்படும் வண்டிமாட்டின் போக்கை வைத்தும் குலதெய்வம் காட்டும் அறிகுறியை வைத்தும் எடுக்கப்படுகிறது.

முத்தண்ணன் வாங்குகிற காட்டில் மனைவி மக்களோடு குடித்தனம் துவங்குமுன்னரே வெள்ளாட்டுக்குட்டிகளும் வெங்காயப்பொட்டுக் கூடைக்குள் மொழுக்குக்கல்லாக கருப்பசாமியும் வந்துவிடுகின்றனர். "கருப்பனாரை வெங்காயப் பொட்டுக்கூடை ஒன்றினுள் போட்டுக் கொடுத்திருந்தாள் பெருமா. சிறுகூடை. கோப்பா மூடி போட்டு இரண்டு படி வெங்காயம் பிடிக்கும் அளவுக்கூடை. அதற்குள் பொரி வாங்கி வந்த மழைக்காகிதத்தில் மண், கருப்பனார் கல், சூடம், ஊதுவத்தி, சாம்பிராணி, முழங்கை நீளம் உள்ள வேல் எல்லாம் இருந்தன." கருப்பசாமி மட்டும் தனியாக எப்படி வரமுடியும், அவருக்கு உகந்த பாலமரமும் நிலத்து மண்ணும் இல்லாமல்? வாங்கியிருக்கிற புது நிலத்தில் பாலமரமில்லாததால் பாலமரக் கொத்து எடுத்துவரப்படுகிறது; கூடவே பழைய நிலத்திலிருந்து கருப்பசாமிக் கோயில் மண்ணும் எடுத்துவரப்படுகிறது. மனைவியின் ஊரிலிருந்து அவர்கள் பண்ணையத்தில்

பெருமாள்முருகன் இலக்கியத்தடம்

வேலைசெய்யும் அருந்ததியரும் நாவலின் தொடக்கத்திலிருந்தே கூட வருவதும் எண்ணிப்பார்க்கத் தக்கது.

ஏன் இடம்பெயர்ந்தவர்களால் புதிய இடத்தில் அவ்விடத்தின் மண்ணோடும் சாமியோடும் மரங்களோடும் மாந்தரோடும் மாத்திரமாக இருக்கமுடியவில்லை? இந்த நாவலின் கதையாடலைப் பொறுத்தவரை, வந்து சேர்ந்த புதிய காட்டில் மாதாரிகள் இல்லாவிட்டாலும் காட்டில் உழைக்கக்கூடிய கூலியாட்கள் இல்லாமல் இல்லை. புதிய காட்டில் பாலமரமில்லாவிட்டாலும் வேப்பமரங்கள் தழைத்திருக்கின்றன. வெள்ளாடுகள் கிடைக்காவிட்டாலும் வேறுவகை ஆடுகள் கிட்டக்கூடிய இடமும்தான் அது. வந்துசேர்ந்த இடத்தின் கடவுளான மாஞ்சாமி மீது கதையின் நாயகனுக்கு ஈர்ப்பும் வந்துவிட்டிருக்கிறது. ஊர்க்கோயில் திருவிழாவில் பொங்கல் வைத்துப் பங்கேற்கும் உரிமையும் வரிசெலுத்தும் உரிமையும் கிடைத்துவிட்டிருக்கிறது; சொல்லப்போனால் அந்த ஊரின் ஆட்களின் ஒருவராக அவன் ஆவதற்கு ஒவ்வொரு அடியையும் பார்த்துப் பார்த்து முத்தண்ணன் வைக்கிறான். இருந்தபோதும் விட்டுவந்த இடத்தின் கருப்பசாமியும் மண்ணும் மரமும் வெள்ளாடுகளும் புதிய இடத்திலும் குடியேற்றப்படுகிறார்கள். பழைய இடத்தின் தொடர்ச்சியாகவும் புதிய இடம் உருவாக்கப்படுகிறது என்று இதைக் கருதலாம். ஆனால் இங்கே வேறொன்றும் நடக்கிறது.

தமிழகத்தில் ஆய்வுசெய்திருக்கும் பண்பாட்டு மானுடவியல் அறிஞர் வேலண்டைன் டேனியல், தமிழர் பண்பாட்டில் transaction of substances, அதாவது பொருட்சாரங்களின் பரிமாற்றம் என்பது பெரும்பங்கு வகிப்பதைச் சுட்டிக்காட்டுகிறார் (பார்க்க: E. Valentine Daniel. Fluid Signs: *Being a Person the Tamil way.* Berkeley: University of California Press, 1987.) அதாவது ஒருவரது உடல், வீடு, ஊர், உணவு, பாலியல் துணை போன்ற இவை எல்லாமும் குறிப்பிட்ட பொருட்சாரங்களால் ஆனவையாக உருவகிக்கப்படுகின்றன; கருதப்படுகின்றன. ஆகவே ஒரு நபருக்கும் அவர் வசிப்பிடத்துக்குமான உறவு, அவர் கொள்ளும் குடும்ப உறவுகள் அல்லது மற்ற உறவுகள் போன்றவற்றில் இந்த பொருட்சாரங்களுக்கிடையிலான பரிமாற்றம் அல்லது பரிவர்த்தனை இடையறாது நடப்பதாகக் கருதப்படுகிறது. உதாரணமாக, குளிர்ச்சியான இளநீரைக் குடித்தால் உடல் குளிர்ந்துபோகும் என்று புழங்கும் நம்பிக்கை, உடலுக்கும் உணவுப்பொருளுக்கும் இடையில் இத்தகைய

பொருட்சாரங்களுக்கிடையிலான பரிவர்த்தனையைச் சுட்டிக்காட்டுகிறது. இத்தகைய பரிவர்த்தனை எப்போதுமே தமக்குள்ளான மற்றும் தமக்கும் உலகத்துக்குமான ஒரு இசைவுநிலையை (equilibrium) இலக்காகக் கொண்டு செயல் படுகிறது என விவரிக்கிறார் டேனியல். இந்தக் கருத்தாக்கத்தின் அடிப்படையில் பார்த்தால் நாவலின் கதையாடலில் எந்த பழக்கமும் பிணைப்பும் இல்லாத புது இடத்தில், அந்த இடத்தோடான ஒரு இசைவான உறவைப் பெற முத்தண்ணன் விழைகிறான். எனவே அத்தகைய உறவை நிர்மாணிக்கும் வகையில் ஏற்கெனவே அவர்கள் பழகிய, அவர்களோடான பரிவர்த்தனை நடந்த, விட்டுவந்த காட்டைச் சார்ந்தவைகளும் சார்ந்தவர்களும் அழைத்துவரப்படுகிறார்கள்; குடியேற்றப்படுகிறார்கள் எனலாம். மேலும் இத்தகைய குடியேற்றத்தின்மூலம் குடியேறும் காடும் குடியேறுபவர்களின் பண்பாட்டுக்களத்துக்குள், நடைமுறைகளுக்குள் உள்வாங்கப்படுகிறது. இதுவரையில் இயற்கையாக மாத்திரமே அர்த்தமாகிற காடு இவ்வகையில் இப்போது குடும்ப இடமாகவும் குழுப் பண்பாட்டு விழுமியமாகவும் மாற்றம் பெறுகிறது.

காட்டைத் திருத்தி விளைநிலமாக்குதல் பற்றிய விரிவான விவரணைகள் ‘ஆளண்டாப் பட்சி’யில் வருகின்றன. பதிவு ஆவணப்படி எந்தக் காடுமே ஆணின் பெயரில் பதிவு செய்யப்பட்டிருக்கும் சொத்துதான். நாவலில் அது உறுதிப்படுத்தப்படுகிறது. காட்டைப் பிரிக்கும்போது முத்தண்ணனின் சகோதரிகளுக்குப் பங்குதரப்படுவதில்லை. முத்தண்ணன் வாங்கியிருக்கும் புதிய காட்டில் சோறாக்கிப் போடவருகிற சிறுமியான தனது மகள் ரோசம்மாளிடம் கருஞ்சாமியிடம் வேண்டிக்கொள்ளச் சொல்லும்போது, ஆடுமாடு பெருக்கி அவள் கழுத்து நிறைய நகை போட்டு தந்தை அனுப்பவேண்டுமென்றுதான் அவளை வேண்டிக்கொள்ளக் கேட்கிறான். நகை போட்டு அனுப்புவதைத் தவிர மகள்களுக்கு சொத்தில் உரிமை என்பது அவன் கருத்திலேயே இல்லை. என்றாலும்கூட காட்டில் பெண்களும் பண்ணையவேலை செய்யும் அருந்ததி இனத்தவரும் பஞ்சமில்லாமல் உழைக்கிறார்கள். பெண்ணானவள் “பிடுங்கி வந்து நட்டுவைத்த செடி” என்றும் அவளுக்குப் “(புகுந்தவீட்டின்) ஊரும் மண்ணும் கசக்கும்” என்றும் மைய ஆண்கதாபாத்திரம் நாவலில் ஓரிடத்தில் குறைகூறுகிறது. என்றாலும் இக்கூற்றுகளைக் கதையில் வரும் பெண் கதாபாத்திரங்களின் வாழ்க்கைமுறையைச்

சுட்டிக்காட்டியே நிராகரிக்கமுடியும். தன் கணவன் வீட்டு மோட்டாங்காட்டை ஒண்டியாளாக நின்று திருத்திய ஒரு பெண்ணை (தன்னாயா) நாவலில் எதிர்கொள்கிறோம். தனக்குப் பிரியமான பேத்தியை மணம் முடித்திருக்கும் முத்தண்ணன் வாங்கியிருக்கும் காட்டைத் திருத்தும் பணியில் ஈடுபடுகிறாள் அவள். வெள்ளாமைக்காகப் பனம்பட்டையால் காட்டைக் கூட்டிப் பெருக்கும் கடினமான பணி. எனினும், செத்தாலும் வெள்ளாமைக்கு எருவாகி வருடம்தோறும் பயிராக, செடிகொடியாக முளைத்து வருவேன் என்று ஒலிக்கிறது முதியவளான அவள் குரல். தனக்கு அணுக்கமானவர்களைக் கடைசிவரையில் காப்பாற்றும், அவர்களுக்குச் சகாயம் செய்யும் ஆளண்டாப் பட்சியின் வடிவமாகவே தன்னாயாவையும் இந்த நாவலில் காண்கிறோம். நாவலின் கதையாடலில் இத்தகைய கதாபாத்திரங்களின் பெறுமதியைக் கூர்ந்து நோக்கும்போது பொருண்மையான சொத்துபத்து ஆணுக்கு, தொன்மச்சிறப்பு மட்டும் பெண்ணுக்கா என்ற விமர்சனத்தை முன்வைக்கத் தோன்றலாம். யதார்த்தத்தைச் சித்தரிக்கும் நாவல் என்பதால் அப்படியொரு விமர்சனம் வாசகர் மனதில் எழுந்தாலும் அது நியாயமாகவே இருக்கும்.

18

கவிதை மாமருந்து:
ஒரு சொல், ஒரு தொடர், ஓர் அனுபவம்

ராணிதிலக்

மின்னம்பலம் மின்னிதழில் கடந்த ஓராண்டாகத் தான் வாசித்த கவிதைகள், அவை தரும் நினைவுகள், அதையொட்டி அவை தரும் கிளர்ச்சிகள் எனக் கவிதைகள் வாசிப்பில், நிகழும் மாற்றங்களைப் பெருமாள்முருகன் எழுதி வருகிறார். இசை முதல் ஸ்ரீபதி பத்மநாபா வரையிலான பதினைந்துக்கும் மேற்பட்ட கவிஞர்களின் கவிதைகளை விவாதிக்கிறார்.

எப்படித் தேர்ந்தெடுக்கிறார்?

தன் வாசிப்புக்கென்று அவர் பெரிதும் மெனக்கெடவில்லை. ஒரு கிளி தேர்ந்தெடுக்கும் ஜோசிய சீட்டைப்போன்று தேர்ந்தெடுக்கிறார்; ஒரு புத்தகத்தை, அதில் இருந்து ஒரு கவிதையை. எப்படி?

> "கவிதை வாசிப்பு என் மனநிலை சார்ந்தது. அது கொஞ்சம் மூட நம்பிக்கைகளையும் கொண்டது. கவிதைத் தொகுப்புகள் அடுக்கப் பட்ட அலமாரித் தட்டில் கண்களை மூடிக் கொண்டு கையால் தடவி ஏதேனும் ஒரு நூலை உருவி வாசிப்பதுண்டு. அதில் சட்டெனப் பிரியும் ஏதாவது பக்கத்தை வாசிப்பதும் பலன் தரும்."

என்று குறிப்பிடுகிறார் ஆசிரியர். படைப்பாளர் இசையின் ஒரு கவிதைத் தேர்ந்தெடுத்தலில் நிகழ்ந்த

செயல்முறையைத்தான் குறிப்பிடுகிறார். ஒரு கட்டத்தில், இந்த விதிமுறையைத் தளர்த்திக்கொள்கிறார். காரணம், மரணம். வே.பாபு, ஸ்ரீபதிபத்மநாபா இருவரின் மரணத்திற்குப் பிறகு அவர்களின் கவிதைகளை நினைவாகவும் நெருடலாகவும் வாசிக்கிறார், எழுதுகிறார். ஆக, மனப்போக்கில் தேர்ந்தெடுப்பது, திட்டமிட்டுத் தேர்ந்தெடுப்பது என்று இரண்டு வகையில் தேர்ந்தெடுப்பது நிகழ்ந்துவிடுகிறது.

நினைவுகள் தாங்கி நகரும் ஓடை

பெரும்பாலான கவிதைகளை வாசிக்கும்போது, அக்கவிதைகளில் வரும் நிகழ்வுடன் ஒத்துப்போகும் தன் வாழ்வனுபவங்களை நினைவுபடுத்தி எழுதுகிறார், ரசனையின் ஊடே. யூமா வாஸுகி எழுதியுள்ள அம்மா பற்றிய கவிதை, ரசனையாளரின் அம்மாவை நினைவூட்டிவிடுகிறது.

> "அம்மாவைப் பற்றி எழுதப்பட்ட கவிதை எத்தகையதாக இருப்பினும் வாசிக்க ஈர்க்கிறது. ஒரு சொல், ஒரு சம்பவம் மனதை நெகிழ்த்தவே செய்கிறது. இலக்கிய நிகழ்வுகளில் மாணவர்கள் கவிதை வாசிப்பார்கள். பத்துப் பேர் வாசித்தால் சரிபாதி அம்மாவைப் பற்றிய கவிதையாகவே இருக்கும். வற்றாத கருப்பொருளாகத் தாய் இருக்கிறார். எத்தனையோ தாய்க் கவிதைகளை வாசித்திருக்கிறேன்; கேட்டுமிருக்கிறேன். நானும் எழுதியிருக்கிறேன். ஏதாவது ஒரு தாய்க் கவிதையைச் சொல்லுங்கள் என்று யாராவது கேட்டால் என் நினைவில் தங்கிச் சட்டென மேலெழுந்து வருவது ஒரே ஒரு கவிதைதான். அதை எழுதியவர் யூமா. வாசுகி."

என்று நினைவுகூர்வதைக் காணலாம். அதில் பெருத்த சோகத்தின் வெளிப்பாடு இல்லாமல் இல்லை. ஒரு கவிதை தரும் அனுபவம், தன் அனுபவத்தின் வலிமையால் இன்னும் வலிமையாவதை யூமாவின் கவிதையின் வழியே தெரிகிறது. இங்கு ரசனை என்பது அன்பாகவும் பாசமாகவும் அழுகையாகவும் மாறிவிடுவதை நாம் காணவே செய்வோம். இந்தத் தன்மை ஸ்ரீநேசனின் ஏரியைப் பற்றிய கவிதையைப் பற்றி விரிவாகப் பேசும்போது, நகர் மயமாதலில் ஏரி என்ற இயற்கை காணாமல்போகும் துயரத்தை மிக விரிவாக எழுதி இருக்கிறார், அவர். ஏரி சுருங்கிக் காணாமல்போன கதை நம்முடையதாக இருப்பதை நாம் அக்கட்டுரையில் உணரவே செய்கிறோம்.

சில கணங்களில் கவிதையைப் பற்றி எழுதுவதற்குமுன், கவிதையின் பொருண்மைசார் கருத்துகளை எழுதித் தொடங்குகிறார். அவ்விவரணையில், ஒன்றைப் பற்றி மிகவும் விரிவாகவும் ஆழமாகவும் தெளிவாகவும் கருத்தியல்சார் எழுத்தை முன்வைப்பவராகிறார், ஆசிரியர். ஜி.எஸ்.தயாளனின் 'பூனை' பற்றிய கவிதையைப் பற்றிப் பேசுவதற்குமுன், பூனையின் குணாம்சங்களை, பூனை நல்லிதயத்தை, அதன் அன்பை, அதன் தந்திரத்தை மிக விரிவாகவே பேசுகிறார். அது எவ்வாறு தமிழ்க்கவிதைகளில், முக்கியமாகச் சுந்தர ராமசாமி, சுகுமாரன், குவளைக்கண்ணன், க.மோகனரங்கன் கவிதைகளில் உள்ள பூனைகளை நினைவு படுத்துகிறார். அவற்றின் குணாம்சங்கள், அவர் வரையறுக்கும் பூனைகளின் பண்புகளுடன் ஒத்துப்போவதை நாம் உணரத்தான் செய்கிறோம்.

"சுந்தர ராமசாமி இரண்டு கவிதைகள் எழுதியுள்ளார். 'வித்தியாசமான மியாவ்', 'பூனைகள் பற்றிய ஒரு குறிப்பு' ஆகியவை. பூனையின் இயல்புகளைப் பற்றி விவரிக்கையில் 'அவை ரகசியம் சுமந்து வெளிவரும்' என்று எழுதியிருப்பார். சுகுமாரன் 'பூனை' என்றொரு கவிதை எழுதியுள்ளார். அதில் பூனையைப் புகழக் காரணங்களாக 'உடல் சுத்தம், சூழ்நிலைப் பராமரிப்பு, ரசனையுள்ள திருட்டு, காதற்காலக் கதறல், பொது இடங்களில் நாசூக்கு' எனப் பட்டியல் தருவார். குவளைக்கண்ணன் எழுதிய கவிதை 'பூனைப் பெருமாட்டி.' மோகனரங்கன் எழுதியது 'பூனை கடாட்சம்.' நானும் 'என் வீட்டுப் பூனை' என்றொரு கவிதை எழுதியுள்ளதை இங்கே அடக்கத்தோடு சொல்லிக்கொள்கிறேன். இவ்விதம் இன்னும் பல."

என்று தமிழ்க்கவிதைப் பரப்பில் அலைவுறும் பூனைகளை, ஜி.எஸ். தயாளன் பூனையுடன் அலையவிடுகிறார், வெகு ரசனையாக.

அன்றாட வாழ்வை, அதன் முன்பின் காலமாற்றத்தை அசைபோடுவதாகவும் விமர்சனம் அமைகிறது. போகன்சங்கரின் தொலைக்காட்சி கவிதையைச் சொல்லும்போது, "தொலைக்காட்சிக்கு முன், பின்" என்று காலத்தை வரையறுத்துக்கொள்கிறார். இன்று? அதையும் "செல்பேசிக்கு முன்/ பின்" என்றும் காலத்தை, தமிழ் நவீன இலக்கியக் காலத்தைத் தன் விமர்சனத்திற்காகப் பிரித்துப் பார்க்கவும் செய்கிறார்.

கவிஞன் என்னும் படைப்பாளன்

ஒரு கவிதையைப் பற்றிப் பேசுமுன், அக்கவிதையை எழுதியவரைப் பற்றி எழுதவும் செய்கிறார். சிலவேளை வரலாற்றுக் குறிப்பு, சிலவேளை படைப்புக் குறிப்பு, சிலவேளை உணர்வுக் குறிப்பு, சிலவேளை அதிகப்பட்ச அடைமொழியுடனான வரவேற்பு. இப்படித்தான் கவிஞனை அறிமுகப்படுத்துகிறார்.

"மக்கள் மொழியில் எழுத்தில் பதிவாகாத உக்கிரமான பகுதிகளைத் தேர்வு செய்து அவற்றைக் கவிதையாக்கியவர் என்.டி.ராஜ்குமார். 'என் எழுத்துகளில் நான் வாதைகளை ஏவி விட்டிருக்கிறேன்' என்று பிரகடனம் செய்தவர். 'உயிரை விழுங்கி நின்ற பேயாண்டி நான்' என்றும் 'பூமியில் பிறப்பெடுத்த நான் பிறை சூடிய பல்லொடு நின்ற கூத்தன்' என்றும் ஆவேசம் காட்டியவர். காமம் தீர்த்த மனைவியை நோக்கிச் 'சூசகமாய் ஒரு வார்த்தை சொல், சோற்றில் என் அம்மாவைக் கொன்றுவிடுகிறேன்' என்று கூறும் மகன் குரலைக் கவிதையாக்கிப் பொதுமனத்தில் அதிர்ச்சி கொடுத்தவர். மாந்திரீக மொழியும் ஆவேசமும் அதிர்ச்சியும் கொண்டு துலங்கும் அவர் கவிதையுலகம் இதுவரை பதிவாகாத தமிழ் வாழ்வின் நுட்பமான பகுதியைக் கண்டறிந்து பொதுமனத்தைக் கிழிக்கும் வல்லமை கொண்டு துலங்குவதாகும்."

என்று என்.டி. ராஜ்குமார் பற்றிக் குறிப்பிடுகிறார். இன்னொரு இடத்தில், வே.பாபு பற்றிக் குறிப்பிடும்போது,

"நட்பில் எந்த முரணையும் அவர் பகிரங்கப்படுத்தியதும் இல்லை; விரிவுபடுத்தியும் இல்லை. முரண்களைக் கடந்து அவர் கை எப்போதும் நீண்டபடியிருக்கும். முறுக்கிக்கொண்டு தலை திருப்பிச் செல்லும் மனங்களையும் ஆகர்ஷிக்கும் புன்னகை அவருடையது. எல்லாவற்றையும் கடந்த இணக்கத்திற்காக நட்பின் வெளியை விரிவாக்குவது அவர் வழக்கம். இளம்வயதில் அவருக்கு இத்தகைய மனம் வாய்த்தது பெரும்பேறு. அதனால்தான் அவரது மரணத்தை ஒவ்வொருவரும் தனிப்பட்ட இழப்பாக உணர்கின்றனர்."

உணர்வுப் பொங்கக் குறிப்பிடுகிறார். இப்படி உணர்வுப்பொங்கப் பேசுவது, வே.பாபுவை உயர்த்துவதற்காக அல்ல, கவிதையின் மெய்ம்மை தரிசனத்தைப் பெறுவதற்காகத்தான்.

இம்மெய்ம்மைகூட பாபுவின் அன்பையும் நட்பையும் புரிந்து கொள்ள ஏதுவாக அமைவதற்காகத்தான்.

விமர்சனம் என்னும் சொல், தொடர், வடிவத்தின் கிளைகள்

நினைவோடையாகவோ, ஆற்றோட்டமாகவோ எப்படி இருந்தாலும் ஒரு கவிதைமீதான விமர்சனத்திற்குமுன், அக்கவிதையின் உணர்வைப்பொறுத்துத் தலைப்பிடவும் செய்கிறார். அதற்கு உட்தலைப்பிடுகிறார். இந்த உத்தி பெரும்பாலான கவிதைகள் மீதான விமர்சனத்தில் நிகழ்கிறது. சான்றாக, ஸ்ரீநேசன் கவிதையான, 'நகரத்துக்கடியில் புதையுண்ட ஏரி' மீதான விமர்சனத்தில், புதையுண்ட பெருவாழ்வு என்று தலைப்பிட்டுத் தொடங்குகிறார். கிணறும் ஏரியும், இயற்கை சார்ந்த கவிமணம், கவிதைத் தலைப்பு என அமைத்து எழுதுகிறார்.

தன் அனுபவம், கவிதையின் பொருண்மைசார் கருத்துகள், படைப்பாளர் பற்றிய குறிப்புகள் என்ற அளவில் விமர்சனத்தின் தொடக்கம் அமைகிறது. அக் கவிதையின் மையத்தை நோக்கிய விரிவான, சுருக்கமான, ஆழமான பார்வையை முன்வைத்துத் தொடங்குகிறார். சுஜாதா செல்வராஜ் கவிதையில் வரும் உவமைகளைப் பற்றிச் சொல்லும்போது, தமிழ் மரபில் உள்ள உவமையின்தன்மை, உவமையின் பயன் எனக் கல்வித்துறைப் பேராசிரியர்போல வகுப்பு எடுக்கிறார். இது கவிதையைப் புரிந்துகொள்ள உதவும் என்று நம்பலாம். உவம உருபு வெளிப்படையாக வருவது நவீன கவிதையில் என்றால், மறைவது செவ்வியல்தன்மை எனக் கூறுகிறார். இவரின் கவிதைகளில் உவமை எவ்வாறாகவெல்லாம் வரிக்குவரி மாறுகிறது, எப்படியெல்லாம் வினையாற்றுகிறது என்று மிக விரிவாக எழுதுகிறார். இதேபோன்று உருவகம் பற்றிய செய்திகளை, சபரிநாதனின் மகத்துவ எலி கவிதைமீது விஸ்தரிக்கிறார். சான்றாக,

"ஒற்றை உருவகமே முழுக் கவிதையாகும் விதம் சிறப்பானது. சிலசமயம் கவிதைக்குள் பொருளும் உருவகப் பொருளும் என இரண்டுமே வரும். இரண்டும் வந்தால் எது எதுவாக உருவகிக்கப்படுகிறது என்பதை அறிந்துகொள்வது எளிது. சிலசமயம் உருவகப் பொருள் மட்டுமே கவிதையில் வரும். அப்போது பொருள் எது என்பது தெளிவாகாது. கவிதை உருவாக்கும் சூழல், சொற்கள், உருவகப் பொருளின் பண்புகள், செயல்கள் முதலிய ஏதேனும் ஒன்றையோ

பலவற்றையோ கொண்டு பொருத்திப் பார்த்துக் கவிதைப் பொருளை அனுமானிக்கலாம். அனுமானத்தில் கவிதைப் பொருள் ஒன்றாகத்தான் இருக்க வேண்டும் என்பதில்லை; பலவாக விரியலாம். அவரவர் அனுபவம், வாழ்க்கைப் பார்வை சார்ந்து பொருள் விரிவு உருவாகும்."

என்று எழுதிச் செல்கிறார். நவீனகவிதையில் உருவகம் எதில் மறைந்திருக்கிறது என்பதைக் கண்டறிவதே ரசனையின் கூறாகக் காண்கிறார்.

கவிதையின் வடிவத்தைச் சிலாகிப்பதும், அதுவே கவிதையை மேம்படுத்தும் வஸ்துவாக மாறிவிடுகிறது என்பதை, இசையின் கவிதையைப் பற்றிக் கூறும்போது எழுதுகிறார்.

"நவீன கவிதையின் சொல்முறைகளுள் ஒன்றான அடுக்கு அல்லது பட்டியல் முறையைப் பின்பற்றி இக்கவிதை எழுதப்பட்டுள்ளது. மளிகைக் கடைப் பட்டியல்போல நின்றுவிடும் கவிதைகளுக்கு நடுவில் இதன் ஒவ்வோர் அடுக்கும் ஒவ்வொரு சூழலை முன்னிறுத்துகிறது."

என்று கவிதை தனக்குள்ளாகச் சுழன்று சுழன்று செல்வதை விவரிக்கிறார்.

ஒரு சொல் எவ்வாறு கவிதையில் இயங்குகிறது? என்பதை ஒரு கவிதை விமர்சனத்தில் துல்லியமாக எழுதுகிறார், ஆசிரியர். குவளைக்கண்ணனின் தலையாலங்கானம் என்னும் கவிதையில் இடம்பெறும் தலையாலங்கானம் என்னும் சொல்லின் வரலாற்றை விஸ்தாரமாக வரலாற்றின் பின்னணியில், நவீன கவிதையின் அமைப்பில் பொருத்தி விவரிக்கிறார்.

'தலையாலங்கானம்' என்னும் தலைப்பு பலவித எண்ணங்களைக் கிளர்த்துவதாக இருக்கிறது. தமிழ் இலக்கிய வரலாற்றில் ஒரே ஒரு பாடல் பாடிப் புலவர் வரிசையில் இடம்பெற்றதோடு பல புலவர்களால் பாடப்பெற்ற சிறப்பும் கொண்டவன் 'தலையாலங்கானத்துச் செருவென்ற நெடுஞ்செழியன்' என்னும் பாண்டிய மன்னன். 'நகுதக் கனரே நாடுமீக் கூறுநர்' எனத் தொடங்கும் புறநானூற்றுப் பாடல் (72) வஞ்சினம் கூறும் தன்மையிலானது. அவன் பெயருக்கு அடைமொழியாக அமையும் 'தலையாலங்கானம்' ஓர் ஊர்ப்பெயர். தலையாலங்கானம் என்னும் ஊரில் நடைபெற்ற போரில் ஏழு மன்னர்களை ஒருசேர

எதிர்த்துப் போர் புரிந்து வென்றவன் இம்மன்னன். குவளைக்கண்ணனின் 'தலையாலங்கானம்' என்னும் கவிதைத் தலைப்பு முதலில் நினைவுக்குக் கொண்டு வருவது இந்த வரலாற்றுச் செய்தியைத்தான். பிரபலமான தொடர் தரும் நினைவுச் சித்திரம் இது.

ஆலங்கானம் என்றால் ஆலமரம் நிறைந்த காடு எனப் பொருள். ஆலங்காடுகளில் முதன்மையானது இவ்வூர். கவிதைத் தலைப்பு ஆலமரத்தையோ காட்டையோ முதன்மையையோ குறிக்கவில்லை. தலை என்பது மனிதத் தலையாகிய உறுப்பையே குறிக்கிறது. ஆலம் என்னும் சொல்லுக்குப் பல பொருள் உண்டு. இங்கு 'உலகம்' என்னும் பொருள் பொருந்தும். கானம் - பாடல் ஆகும். தலையாகிய உலகத்தைப் பற்றிய பாடல் என இக்கவிதைத் தலைப்பு பொருள் படுகிறது."

என்று நவீன கவிதையின் வாசிப்புப் பரப்பில், மரபு இலக்கியத்தின் சொல்லின் பயணத்தைக் குறிப்பிட்டு எழுதுகிறார். மரபின் சொல்லை நவீன கவிதையில் பயன்படுத்தப்படும்போது, அதன்மீது மிகுந்த கவனம் தேவை என்கிறார் ஆசிரியர். சி.மணியின் கவிதையைப் பற்றிக்கூறும்போது, எப்படி மரபான சொல்லொன்று, நவீன கவிதையில் நவீன மனமாக உருக்கொள்கிறது என்று விரித்துச் சொல்கிறார்.

"பழந்தமிழ் இலக்கியப் பாடுபொருள்களையும் தொடர்களையும் எடுத்துப் பகடிக்காகப் பயன்படுத்திய கவிதைகள் சிலவும் கவிஞர்கள் சிலரும் வெற்றி கண்டிருக்கிறார்கள். உடனே நினைவுக்கு வருபவர்கள் இருவர். சி.மணியின் கவிதைகளில் மரபின் செல்வாக்கு பெருமளவு உண்டு. அவர் கவிதைத் தலைப்புகளே 'தலைவன் கூற்று', 'தலைவி கூற்று', 'இரவச்சம்' என்றெல்லாம் அமையும். பழந்தமிழ் இலக்கிய மரபுகள் குறித்துக் குறைந்தபட்ச அறிவேனும் இருந்தால்தான் அவர் கவிதைகளுக்குள் நுழைய முடியும். அவர் எழுதி மேற்கோளாகவே மாறிவிட்ட மிகவும் பிரபலமான அடிகள் இவை:

அன்று மணிக்கதவை
தாயர் அடைக்கவும்
மகளிர் திறக்கவும்
செய்தார் மாறிமாறி.
என்றும்

புலவர் அடைப்ப
கவிஞர் திறப்பர்.

இக்கவிதையைப் புரிந்துகொள்ள தாயர் அடைத்தலும் மகளிர் திறத்தலும் என்னும் உலா இலக்கிய மரபை அறிந்திருத்தல் அவசியம். சி. மணியின் கவிதைகளில் இத்தன்மையைப் பலவாகக் காணலாம்."

என்று வாசிப்புக்குத் தேவையான மிகுந்த பரிட்சயமிக்க கவனத்தை எதிர்பார்க்கிறார். மரபின் சொல்லை அறியமுடியவில்லை எனில், ஒரு சொல்லின் பல்வேறு குணங்களை அறிந்துகொள்ள சிலவேளை அகராதிகளும் தேவையாகிறது என்பதையும் குறிப்பிடுகிறார், ஸ்ரீபதிபத்மநாபா கவிதையொன்றில்.

"தளை என்னும் சொல் கட்டு எனப் பொருள்படும். 'அடிமைத் தளை' என்னும் சொல்லாட்சி பாரதியாருடையது. கட்டுண்டு கிடத்தல் விரிந்து சிறை என்றும் பொருள் தரும். கயிறு, விலங்கு, சிறை ஆகிய பொருள்களையும் 'தமிழ் – தமிழ் அகரமுதலி' (தமிழ்நாட்டுப் பாடநூல் நிறுவனம், 1985) தருகிறது. இங்கு 'கிளிச்சிறை' எனக் கொள்ளலாம். ஏன் சிறை என்பதைப் பயன்படுத்தாமல் தளையைப் போட்டிருக்கிறார்? சிறை நேர்பொருள் கொடுத்து ஒற்றைக்குள் சுருங்கிவிடும். தளை அப்படியல்ல. கட்டிலிருந்து விரியும் தன்மை கொண்டது. கவிதைக்குள் கூண்டு வருகிறது. ஆனால், அது சிறையாக உணரப்படவில்லை; விடுதலையாகிறது. ஆகவே 'கிளித்தளை' என்னும் தலைப்பு செறிவுடையதாக அமைகிறது."

ஒரு சொல்லைக் கடந்து, ஒரு தொடரை அல்லது வரிக்கு வரியாகக் கவிதை அடையும் மாற்றத்தை, உரையாடலாக முன்வைக்கிறார்.

"இக்கவிதையைப் பொருள் கொள்வதில் ஒன்றும் பிரச்சினையில்லை. ஒவ்வொரு வரியும் ஒவ்வொரு தொடராக முடிகிறது. ஒவ்வொரு தொடரும் ஒவ்வொரு தகவலைத் தருகிறது. தகவல்களுக்கு இடையே இருக்கும் இயைபு ஒருவகையான மன உணர்வைத் தோற்றுவிக்கிறது."

என்று போகன்சங்கரின் கவிதையான தொலைக்காட்சிக் கவிதையைப் பற்றிக் கூறுகிறார். இக்கவிதையில் ஒன்றுடன் ஒன்று தொடர்பற்று அமையும் வரிகள், பொருண்மை அடிப்படையில் ஒன்றோடு ஒன்று இயைந்து ஒரு பொருண்மையாக எவ்வாறு உருக்கொள்கிறது என்பதை ஆசிரியர் எடுத்துரைக்கிறார்.

ஒரு கவிதையைப் பற்றிக்கூறும்போது, அதற்குத் தோதான இன்னொரு கவிதையை முன்வைத்து ஒப்பிட்டு உரையாடலாக மாற்றுகிறார். அன்பின் எல்லையை விவரிக்கும் வே.பாபுவின் கவிதையுடன், சுகுமாரன் கவிதையை ஒப்பிட்டு, உரையாடலாக மாற்றுகிறார்.

> "கவிதையில் வீடு, அறை ஆகியன கருத்துச் சார்பைக் குறித்து வருவதுண்டு. 'என் அறை' என்றால் அது என் கருத்தியல் என்பதாகப் பொருள்படுவதுண்டு. 'அவரவர் வீடு' என்னும் தலைப்பில் சுகுமாரன் எழுதிய கவிதை இப்படித் தொடங்கும்:
>
> 'ஒரே வீட்டில் வாழ்கிறோம்
> ஒரே வீட்டில் வாழ்ந்தாலும்
> ஒரே வீட்டிலும்
> ஒவ்வொரு வீட்டில் வாழ்கிறோம்'
>
> இருவரும் ஒத்த கருத்து உள்ளவர்கள் போலத் தெரிவது தோற்றம். ஒத்த கருத்துக்குள்ளும் அவரவர்க்கு என்று தனித்த அபிப்ராயங்கள் இருப்பது இயல்பு. கருத்தியல் என்று எடுத்துக் கொண்டால் 'தேவவேடம்' கவிதையில் 'இருட்டறை' என்பதுதான் ரகசியமாக வைத்திருக்கும் கருத்துக்கள் என்றாகும்."

என்ற பகுதி, வே.பாபுவின் கவிதைக்கான உரையாடலாக மாற்றப்பட்டதைக் காணமுடிகிறது. மேலும் கவிதை மீதான விமர்சனம் ஊடே, பலத்த கேள்விகள் எழுப்புகிறார், ஆசிரியர். பூனை குறித்த கவிதை மீதான விமர்சனம் ஒன்றில்,

> "இல்லை, யாரும் அறியாத நேரத்தில் புகுந்து தனக்கு வேண்டியதை எடுத்துக்கொள்வதுதான் அதன் இயல்பா? தன் சுய உரிமையை அது அப்படித்தான் நமக்கு உணர்த்துகிறதா? வீடு என்பது யாரோ ஒருவருக்கு மட்டும் உரிமையானதாக எப்படி இருக்க முடியும்? கதவும் ஜன்னலும் அமைத்துப் பூட்டுகள் போட்டு வைத்துவிட்டால் அதில் பூனைக்கு உரிமை இல்லையா? ஏன் பூனைக்கு நம்பிக்கையை ஊட்ட நம்மால் முடியவில்லை"

என்ற தன்னுடைய பல கேள்விகளை அனைத்தும் உரையாடலுக்கான பொதுவெளியின் கேள்விகளாக மாற்றிவிடுகிறார். ஒரு பக்கம் வினாக்களை எழுப்பி நமக்குள் விமர்சனம் வழியாக உரையாடலை உருவாக்குகின்றார்

எனில், இன்னொருபக்கம் வினாக்களை எழுப்பி, அதற்கான விடைகளைத் தருபவராகவும் விளங்குகிறார்.

> "அறிமுகத்திற்குப் பின் என்னவாயிற்று? அப்போது தேவவேடம் என்பது தெரியாது. ஆகவே உண்மையான தேவத்தன்மை கொண்டவர் என நம்பியதால் நட்பைக் கூர்மைப்படுத்திக் கொள்ள மனம் விழைந்திருக்கிறது. ஒரு நட்பு எப்போது கூர்மையாகிறது? தன் ரகசியங்கள் என்று இருப்பவற்றைப் பகிர்ந்து கொள்ளும்போது நட்பு கூர்மையாகிறது."

வே.பாபுவின் கவிதையைக் கடந்து, அக்கவிஞரின் நட்பைப் பற்றி விவரிக்கும்போது, கேள்வியும் நானே, பதிலும் நானே என்பதுபோல் எழுதுகிறார். நட்பின் கூர்மைக்கான வினாவும் விடையும் இதுதான்.

பெருமாள்முருகனின் விமர்சனம் உணர்வுத் தளம், அறிவுத்தளம் என மாறிமாறி, ஒரு பறவையைப்போல கிளைக்குக் கிளைக்கு, மரத்திற்கு மரம் தாவி அமர்கிறது. கவிதையின் உணர்வைவிட, அவ்வுணர்வு எழும் சூழல்கள், மாற்றங்கள், பரிமாணங்களை உள்ளடக்கியதாகவே விமர்சனம் திகழ்கிறது. கவிதைகள் மீதான அறிவார்ந்த விமர்சனங்களைக் கடந்து, ஒரு வாசகன் அக்கவிதையுடன் தன்னை அடையாளப்படுத்திக்கொள்ளவும் இயலும் என்பது பெருமாள்முருகனின் நம்பிக்கை.

> "யோசிக்க யோசிக்க அந்த டம்ளரின் இடத்தில் உட்காரத்தான் எனது அலைச்சல் எல்லாம் எனப் புரிந்தது. அதுவும் நானும் ஒன்றுதான். அரசு வேலைக்கான ஆணையைப் பெற்றுச் சேர்ந்து பணியாற்றிய பிறகு பத்தாண்டுகள் கழித்துப் பார்த்தால் அந்த டம்ளரின் வாழ்க்கையைத்தான் வாழ்ந்திருப்பேன் என எண்ணிச் சோர்ந்துபோனேன். எனினும் அதில் இருக்கும் பாதுகாப்பு ஆசையைத் தூண்டிக்கொண்டே இருக்கிறது. அப்போது என்னைச் சங்கிலி பிணைத்த தண்ணீர் டம்ளராக உருவகித்து 'மனு' என்னும் தலைப்பில் கவிதை ஒன்றை எழுதினேன்."

மேற்காணும் வரிகள், சபரிநாதன் கவிதை குறித்த விமர்சனத்தில், விமர்சகரின் சொந்த அனுபவத்தின் பதிவு. இந்த உணர்வை ஏற்படுத்துவதுதான் கவிதையின் விளைவாக இருக்கமுடியும்.

சொல்லிலிருந்து தொடருக்கு, தொடரிலிருந்து வடிவத்திற்கு, வடிவத்திலிருந்து பொருண்மைக்கு, பொருண்மையிலிருந்து உரையாடலுக்கென கவிதை விமர்சனம் மாறி மாறி ஒளிர்கிறது. நவீன கவிதையை மரபான கண்ணுடன் பார்க்கவும் செய்யவேண்டும் என்ற அறிவுறுத்தல், அகராதியிடம் போய் சென்றடைகிறது. கவிதையின் ஆன்மாவைக் கட்டமைக்கும் சொல்லையும் தொடரையும் அவ்வளவு சாதாரணமாக எடுத்துக்கொள்ளக்கூடாது என்பதே பெருமாள்முருகனின் விமர்சனக் குரல்.

இன்று, நவீன கவிதைத் தொகுப்புகள்மீதோ, ஒற்றைக் கவிதைமீதோ ஆக்கப்பூர்வமான விமர்சனங்கள் எழுதப்படுவது அரிதாகிவிட்டது. ஒரு கவிஞனே தன் கவிதை எழுதுபவராகவும், விற்பனையாளராகவும், விளம்பரதாரராகவும், தன் தொகுப்புக்குத் தானே குடைபிடித்து விருது பெறுபவராகவும் மாறிவிட்ட துர்பாக்கியம் இன்று நிகழ்கிறது. ஒரு கவிஞர், இன்னொரு கவிஞரின் கவிதையைப் பாராட்டவோ, குறைந்தபட்சம் தூற்றவோ செய்ய விரும்பாததின் கவனம், படுதோல்விக்கானது.

இந்நிலையில் பெருமாள்முருகன் கவிஞரின் தரம் பார்க்காமல், கவிதையின் தரம் பார்த்தே எழுதி வருவது, குறைந்தபட்ச ஆரோக்கியமானது. ஒரு கவிதையைக் குறித்து பெருத்த உரையாடலை முன்வைப்பவர்கள் என்று யாராவது இருக்கிறார்களா? சொல்லுங்கள்.

நவீன கவிதைகள் மீதான விமர்சனம் ரசனை அடிப்படையில் மிகச் சுருக்கமாக எழுதி வருபவர் விக்கிரமாதித்யன் என்றால், அதை விரிவாகவும் ஆதாரத்துடனும் அறிவார்த்தமாகவும் உணர்வுப்பூர்வமாகவும் பெருமாள்முருகன் எழுதி வருகிறார். ரசனையின் பலவீனம், குறைகளைக் காணாது. அதுவே அதன் தோல்வியும்கூட. இத்தோல்வியை உரையாடலாக மாற்றுவதன்வழி உயிர்ப்பாக வைத்திருக்கிறார் பெருமாள்முருகன்.

தமிழ் நவீன கவிதையில் பலமானவர்கள் சில பலவீனமான கவிதைகள் எழுதிவிடுவதுண்டு. அதுபோல்தான், பலவீனமானவர்களும் சில பலமான கவிதைகள் எழுதிவிடுவதுண்டு. பெருமாள்முருகன் பலமான, பலவீனமான கவிஞர்களின் அருகில் இருப்பதில்லை. கவிதைகளின் பலத்தின் அருகில் அமர்ந்து, அதன் சொல்லை, வரியை, வடிவத்தை அவதானிப்பவராக இருக்கிறார்.

‘ஒரு கவிதையை வாசிக்கும்போது நினைவுகள் எழும்; அனுபவங்கள் ஓர் அலையைப்போல வந்து அடங்கும்; வார்த்தைகள் தனக்கான மெய்ம்மையைக் கண்டடையும்; ஒரு சொல் உன்னை அடர்ந்த காட்டிற்குப் பாதையாக மாற்றும்; வடிவங்கள் பாறையாகத் தோன்றும்; ஆனால் எதனிலும் நீ பயணிக்கலாம். பயணம் செய்யமுடியும்’ என்பதே பெருமாள்முருகனின் விமர்சனக் குரல்.

இன்றைய ஆரம்ப வாசகன் ஒரு கவிதையை எவ்வாறெல்லாம் வாசிக்கலாம் என்பதைக் கற்றுத்தரும் ஆசிரியராக, ஒரு கவிதையைக் குறித்துத் தன் அனுபவத்தைச் சகக் கவிஞரிடம் உரையாடுபவராக, இத்தொடர் மூலமாக உருவெடுத்திருக்கிறார் பெருமாள்முருகன்.

காற்று நின்றுவிடும்போது, செடியின் நடனம் காணாமல் போகிறது. அந்த நடனத்தைச் சூட்சுமமாகவும் தூலமாகவும் காண்பிப்பவரே விமர்சகர். அத்தகைய விமர்சகர்கள் ரசனைமிக்கவர்களாகவே இருப்பார்கள். செடியை மட்டுமல்லாது, செடியின் நடனத்தையும் காணச்செய்பவராக இருக்கிறார் பெருமாள்முருகன்.

19

எங்கள் ஐயா: பெருமாள்முருகன் எனும் பேராளுமைச் சித்திரம்

மா. வெங்கடேசன்

கல்வி சமூக மாற்றத்தை ஏற்படுத்தக்கூடியது; இம்மாற்றத்தை முன்னெடுப்பவர்கள் கல்வியாளர்களும் ஆசிரியர்களும் எழுத்தாளர்களும். இவர்கள், சமூகப் பண்பாட்டுப் பொருளாதார நிலைகளில் புறக்கணிக்கப்பட்ட பெருவாரியான மக்களின் குரலை நாளும் வெளிப்படுத்தி வருகின்றனர். இவர்களால், உடல் உழைப்பை மட்டுமே நம்பியிருக்கும் விவசாயிகள், பெருந்திரள் நிலமற்ற விவசாயக்கூலி மக்களின் வாழ்வில் கணிசமான மாற்றங்கள் ஏற்பட்டன.

எழுத்தாளர், ஆசிரியர், கல்வியாளர் ஆகிய முப்பரிமாணம் கொண்டு சமூக மாற்றத்தை முன்னெடுப்பவர் பெருமாள்முருகன். இவர், தம் படைப்புகளின் மூலம் நவீன இலக்கிய உலகில் பல சாதனைகளை நிகழ்த்தி வருபவர். மாதொருபாகன் நாவல் மூலம் உலகக் கவனம் பெற்றவர். இந்நாவலை முன்னிறுத்தி இவர் எதிர்கொண்டவை ஏராளம்.

'எங்கள் ஐயா' பெருமாள்முருகன் என்னும் இந்நூல் தமிழ்க் கல்விப்புலம் சார்ந்த இவரின் மாணவர்கள் எழுதியது; 42 கட்டுரைகளை உள்ளடக்கியது. இந்நூல் பெருமாள்முருகனின் ஆளுமைத்திறன், கற்பித்தல்திறன், தனித்தன்மைகள், பண்பு நலன்கள், ஆசிரியர்-மாணவர் உறவு ஆகிய பொருண்மைகளைக் கொண்டது.

இத்தன்மைகளைப் பெற்ற பெருமாள்முருகன் மாணவர் மத்தியில் கொண்டாடப்படுவதற்கான காரணிகள் மற்றும் பேராளுமை எத்தகையது என்பதை எடுத்துரைத்தல் இக்கட்டுரையின் நோக்கமாகும்.

‘எங்கள் ஐயா’ - நூல் உருவான காலச்சூழல்:

தமிழ்ச்சூழலில் மாதொருபாகன் நாவலை முன்னிறுத்தி நிகழ்த்தப்பட்ட கருத்துச் சுதந்திரத்திற்கு ஏற்பட்ட நெருக்கடி கால (2015–16) கட்டத்தைத் தொடர்ந்து, காலச்சுவடு பதிப்பகத்தால் 2016இல் ‘எங்கள் ஐயா’ வெளியிடப்பட்டது. சமூக மாற்றத்திற்கும் வளர்ச்சிக்கும் குரல் கொடுக்கும் படைப்பாளிக்கு ஏற்பட்ட நெருக்கடியே இந்நூல் வெளி வருவதற்கான அடிப்படைக் காரணமாகும். இந்நூல் அணிந்துரையில் இடம் பெற்றுள்ள, ‘தமிழ்க்கல்வி’மீது படிந்து கிடக்கும் பரிகாசத்துக்குச் சவால் விட்டுப் பிறந்த நூல். ஆசிரியர்–மாணவர் உறவின் விசாலங்களை அறியவும் நுணுக்கங்களைக் கற்றுக்கொள்ளவும் வடிவமைக்கப்பட்ட ஒரு வகைச் சிறப்ப நூலும்கூட’ என்னும் ச.மாடசாமியின் கூற்று இந்நூலுக்குக் கூடுதல் வலுச்சேர்க்கிறது. (அணிந்துரை, ப.14) இந்நூலுள் இடம் பெற்றுள்ள கட்டுரைகள் பெருமாள்முருகனின் ஆளுமைத்திறன்களை அனுபவ ரீதியில் வெளிப்படுத்தும் வகையில் அமைந்துள்ளன. கடந்த இருபதாண்டுகளில் தமிழ்க்கல்வியின் செல்நெறியை இந்நூல் விவரிக்கிறது. மேலும், இந்நூலில் எடுத்துரைக்கப்படும் கருத்துக்கள் யதார்த்தமானவை. மாணவர்களுக்கும் பெருமாள்முருகனுக்கும் உள்ள உறவினைச் சிலாகித்துக் கூறும் வகையில் இக்கட்டுரைகள் அமைந்துள்ளன. பதிப்பாசிரியர்களான பெ.முத்துசாமி, ஆ.சின்னதுரை, ரெ.மகேந்திரன், ப.குமரேசன் ஆகியோர் பெருமாள்முருகனின் மாணவர்கள். இவர்கள் ஆத்தூர், நாமக்கல் பகுதிகளைச் சார்ந்தவர்கள்.

எங்கள் ஐயா - பெருமாள்முருகன்:

நல்லாசிரியருக்குரிய இலக்கணம் குறித்துப் பவணந்தியார், ‘குலன்அருள் தெய்வம் கொள்கை மேன்மை/ கலைபயில் தெளிவு கட்டுரை வன்மை/ நிலம் மலை நிறைகோல் மலர்நிகர் மாட்சியும்/ உலகியல் அறிவோடு உயர்குணம் இனையவும்/ அமைபவன் நூலுரை ஆசிரி யன்னே’ (நன்னூல்: பொதுப்பாயிரம், நூ.26) என்கிறார். மரபான ஆசிரியருக்குக் கூறப்பட்டுள்ள குலம்

என்பதை விடுத்து அமையும் இவ்விதிகள் அனைத்தும் தற்கால நவீன ஆசிரியரான பெருமாள்முருகனுக்குப் பொருந்துகிறது.

பெருமாள்முருகனின் மாணவர்கள்:

அரசு கல்லூரிகளில் பயிலும் பெரும்பான்மையான மாணவர்கள் கிராமியச் சூழலில் பொருளாதாரத்தில் பின்தங்கிய குடும்பங்களில் வாழ்பவர்கள்; இவர்கள் வறுமை, அறியாமையில் உழல்பவர்கள்; தங்கள் தேவைகளைத் தாங்களாகவே பூர்த்தி செய்து கொள்ள பகுதி நேரப்பணிகளைத் தினந்தோறும் செய்துகொண்டு கல்லூரியில் பயில்பவர்கள்; இம்மாணவர்கள் முதல் தலைமுறையினர். கட்டுரை ஆசிரியர்களாக இம்மாணவர்களே இந்நூலில் இடம் பெறுகின்றனர். எடுத்துக்காட்டாக தார்ச்சாலை வேலை, கட்டட வேலை செய்த அய்.அம்பேத்கார்; பெட்ரோல் பங்க் வேலை – த.அர்ச்சுனன்; மளிகைக் கடை வேலை – பெ.பாலசுப்பிரமணியன்; மும்பையில் தமிழும் இந்தியும் பேசிக் காய்கறி வியாபாரம் செய்த பொ. அருள்; பெயிண்டிங் வேலை – மா.இராமன்; பாட்டி வீட்டில் மாடு மேய்த்த நா.பொ.செந்தில்குமார்; விசைத்தறி வேலை – த.பாலன்; கர்நாடகம் போய்க் கல்லுடைத்தது முதல் பல வேலைகள் செய்த வீ.இராஜீவ்காந்தி; எஸ்.டி.டி பூத் வேலை – இரா.வெங்கடேசன்; கம்ப்யூட்டர் ஆபரேட்டர் வேலை என நம்பிப்போன இடத்தில், தண்ணீர்த்தொட்டிகளைத் துடைத்த வேலை – செ.கோபி; கூலி வேலை செய்த பெ.முத்துசாமி ஆகியோர். இவர்களின் முன்னேற்றத்திற்கு ஏணியாக இருந்தவர் பெருமாள்முருகன்.

நன்னூல், ‘அன்னம் ஆவே மண்ணொடு கிளியே/ இல்லிக்குடம் ஆடு எருமை நெய்யரி/ அன்னர் தலை இடை கடை மாணாக்கர்’ (பொதுப்பாயிரம், நூற்பா: 38) என்று மாணவர்களை மூவகைப்படுத்துகிறது. நன்னூல் குறிப்பிடும் மூவகை மாணாக்கர்களுள் பெருமாள்முருகனிடம் பயின்றவர்கள் பெரும்பான்மை இடை, கடை மாணவர்களே. இதை, ‘ஐயா என்று சொன்னாலே அறிவுவாதி என்கிற பெருத்த மரியாதையுடன் என்னைப் போன்ற கடை மாணாக்கர்களுக்குப் பயமும் தொற்றிக் கொள்ளும்’ (ஆ. முத்தையன் ப.306) எனும் கூற்றின்வழி அறிய முடிகிறது.

தமிழ் மாணவர் நிலையும் பெருமாள்முருகனும்:

கல்லூரிகளில் தமிழ் பயிலும் மாணவர்கள் யாரும் சொந்த

விருப்பத்துடன் சேருவதில்லை; மேனிலை வகுப்பில் மதிப்பெண் மிகக் குறைவாகப் பெற்றவர்கள் சேரும் படிப்பாக தமிழ்ப் படிப்பு உள்ளது. ஏதாவது படிக்க வேண்டும் எனும் நிலையில் சேரும் மாணவர்களே அதிகம். நெறிப்படுத்துவர் இன்றியும், சுயவிருப்பம் இல்லாமலும் சேரும் இன்றைய யதார்த்த நிலையை 'எங்கள் ஐயா' நேர்த்தியாகப் பதிவு செய்துள்ளது. காலத்தின் விதி எனத் தமிழ் எடுத்த மாணவர் – கை.சிவக்குமார்; எதற்கும் ஆகாத தமிழ் எடுத்திருக்கிறேன் எனும் மாணவர் – இரா. பிரபாகர்; திருமண அழைப்பிதழில் பெயருக்குப் பின்னால் டிகிரி போடுவதற்குச் சேர்ந்த மாணவர் – வை.தர்மலிங்கம்; இலக்கின்றி எய்யப்படும் அம்பாகச் சேர்ந்த மாணவர் – அய்.அம்பேத்கார்; ஒன்பதாம் வகுப்புவரை தன் ரேங்க் கார்டில் சிவப்பு அடிக்கோடு பெற்ற மாணவர் – ரெ.மகேந்திரன். இத்தகைய சராசரி மாணவர்கள்தாம் பெருமாள்முருகனிடம் பயின்றவர்கள். தொடக்க நிலையில் இடை, கடை மாணவர்களாக இவர்கள் இருந்தாலும் பெருமாள்முருகனிடம் இலக்கியக்கல்வி, இலக்கணப்பயிற்சி, படைப்புமுயற்சி ஆகிய திறன்களைப் பெற்று இன்று ஆசிரியர்களாக, படைப்பாளர்களாக, செம்மொழி இளம் அறிஞர் விருது பெற்றவர்களாக, அரசுப் பணியாளர்களாக, கல்வி உயர் அதிகாரிகளாக, பள்ளிக்கல்விப் புதிய பாடத்திட்ட நூல் ஆசிரியர்களாக, ஊடகவியலாளர்களாக விளங்கி வருகின்றனர். எங்கள் ஐயா – கட்டுரைகள் இதை உணர்த்துகின்றன. பெருமாள்முருகன், சராசரி மாணவர்களைத் தனித்திறன் மிக்கவர்களாக அடையாளப்படுத்தி உள்ளார்.

பெருமாள்முருகனின் கற்பித்தல் ஆளுமைத்திறம்:

பெருமாள்முருகன், மாணவர்களிடம் தன்னைப் புகழ் பெற்ற எழுத்தாளராக அறிமுகம் செய்து கொள்ளமாட்டார்; ஓர் ஆசிரியராகவே தன்னை'அடையாளப்படுத்திக் கொள்கிறார். இதுதான் அவருடைய உன்னதமான ஆளுமைத்திறன். இம்முடிபினை, 'தான் எழுத்தாளர் என்னும் பிம்பத்தை முன்னிறுத்திக்கொண்டு என்போன்ற மாணவர்களை அவர் அணுகியது இல்லை' (ப.குமரேசன், ப.135), 'தன் எழுத்து குறித்து ஓயாமல் பேசித் தன் மாணவர்களை அவர் துன்புறுத்தவில்லை' (நா.அருள்முருகன், ப.60), 'படைப்பாளுமை மிக்க மனிதராக அவர் எப்பொழுதும் மாணவர்களாகிய எங்களிடம் செருக்கு கொண்டதில்லை' (ந.கவிதா, ப.116) ஆகிய கூற்றுக்கள் மெய்ப்பிக்கின்றன. மேலும், அவரது வகுப்பறை

குறித்துத் ‘திணிப்பில்லாமல் தர்க்க ரீதியாக சுய சிந்தனையைக் கிளர்த்தும் ஆளுமையாக அணுகியது அவரது குரல்’ என்கிறார் க.பலராமன் (ப.255). தன் கனத்தை மாணவர் தலையில் ஏற்றாத ஆசிரியர் இவர். எளிய திறமைகள் மீதும் நம்பிக்கை வைத்தவர். மாணவர்கள் விவரம் குறைந்தவர்கள் என்ற நினைப்பில் தயாரிப்பில்லாமல் வகுப்பறைக்குள் நுழைந்ததில்லை. ‘அன்றைய பாடத்திற்கான முன் தயாரிப்புகளின்றி ஒரு நாளும் அவர் வந்ததில்லை’ என்கிறார் இரா.மணிகண்டன் (ப.286). இவர் இளங்கலை மாணவர்களுக்கு யாப்பு, நன்னூல், தண்டி ஆகிய மரபிலக்கணங்களையும் சங்க இலக்கியம், காப்பியங்களையும் கற்பித்துள்ளார். இலக்கண வகுப்பினைக் கற்பிக்கும்பொழுது தமக்கென்று ஒரு தனி பாணியைப் பின்பற்றுவார். இதை இரா. மணிகண்டனின் விவரிப்பு நன்கு உணர்த்துகிறது. “இலக்கணம் நடத்துவதில் ஐயாவிற்கெனத் தனித்துவமான திறன்கள் பலவுண்டு. நூற்பாக்களைச் சுலபமாகப் பொருள் பிரித்து நடத்துவது, நூற்பாக்களைத் தொடர்புபடுத்திக் கூறுவது, மாணவர்களின் மன நிலையும் அறிதிறனும் உணர்ந்து அதற்கு ஏற்ற வகையில் எளிதாகப் புரிய வைப்பது, நூற்பாக்களுக்கு மிகச் சுலபமான திருக்குறள் பகுதிகளையோ நடைமுறை உதாரணங்களையோ மிகச் சாதாரணமாகச் சான்றுகளாக்கிக் காட்டுவார். எளிமையான, பொருத்தமானச் சான்றுகளை எங்களையும் தேடவைப்பார். நூற்பா மனப்பாடம் முக்கியம் என்றால் அதைவிட முக்கியம் நூற்பாவுக்கான பொருள் என்று கூறுவார். வெண்பாவில் எனக்கு ஈர்ப்பு ஏற்பட ஐயாவே காரணியாக இருந்தார்.” (பக். 286, 287, 289)

சங்க இலக்கிய வகுப்பு எடுக்கும் முறை குறித்து அவர் மாணவர் பொ.அருள் கூறும் பின்வரும் விவரணை குறிப்பிடத்தகுந்தது. “வகுப்பு தொடங்குவது முதல் முடியும் வரை நின்று கொண்டுதான் நடத்துவார். மூன்றாண்டுகளில் அவர் அமர்ந்து பாடம் நடத்தி நான் பார்த்ததில்லை. குறுந்தொகைப் பாடலை நடத்தும்போது அவர் பாடலை மட்டும் நடத்திப் பொருள் கூறுபவர் அல்ல; முதலில் பாடலை இரண்டு முறை வாசிப்பார். மாணவர் ஒருவர் மாணவி ஒருவர் என வாசிக்கச் சொல்வார். அவர்கள் வாசித்த பிறகுதான் பாடலுக்கான் பொருள் சொல்வார். மீண்டும் பாடலை வாசித்துக் காட்டுவார்; பின்னர் இருவரை வாசிக்கச் சொல்வார். பத்துப்பாடல்களை மனப்பாடம் செய்யச் சொல்லி அடுத்தடுத்த வகுப்புகளில்

ஒப்பிக்கச் சொன்னார். ஒப்பித்தோம்; ஒவ்வொருவரும் பாடலைச் சொல்லி அதற்கான பொருளையும் சொல்லச் சொன்னார். அத்துடன் அவர் எங்களை விடவில்லை; பார்க்காமல் பத்துப் பாடல்களையும் எழுத வைத்தார். உடனே திருத்திக் கொடுத்து அதில் நேர்ந்துள்ள பிழைகளைச் சரி செய்து கொள்ளுங்கள் என்று அறிவுறுத்தினார். கற்பித்தலில் இருக்கும் நிறை குறைகளை மாணவரிடம் கேட்டு அவர்கள் சொல்வதை மனத்தில் கொண்டு அதற்கேற்பக் கற்பிப்பார்" (பக்.50, 51). ஐயாவின் பாடம் கற்பிக்கும் திறன்–நடைமுறை சார்ந்தும் யாப்பு அணி இலக்கணம் முதலிய பாடங்களுக்குத் திரைப்படப் பாடல்களைச் சான்று காட்டியும் கவனம் கொள்ள வைப்பார். யாப்பருங்கலக்காரிகை பாடமெடுத்தபோது வகுப்பறையே செய்யுள் இயற்றும் பட்டறையாக விளங்கியது. ஐயாவின் பாடம் எடுக்கும் திறன் எனக்கு வெகுவாகப் பிடிக்கும் என்கிறார் ச்ந்திரன். (ப.157).

முதுகலை மாணவர்களுக்கு நவீன இலக்கியத்தைக் கற்பித்துள்ளார். 'நவீன இலக்கியம் குறித்த அவருடைய உரைகள் இன்னும் பசுமையாக இருந்தன; நவீன இலக்கியத்தில் அவருடைய பார்வை சமுதாயத்திற்கு என்றிருந்தது' என நினைவு கூறுகிறார் ராணிதிலக் (ப.312). மொழிப்பாடத்தின் அடிப்படைத் திறன்களான பேசுதல், எழுதுதல், படித்தல், படைப்பாற்றல் போன்ற திறன்களை எல்லாம் கல்லூரி அளவில்தான் ஐயாவின் வழிகாட்டுதல்களால் என்னால் பெற முடிந்தது என்கிறார் பி.ராஜேஸ் கண்ணன் (ப.82). மேலும், 'அனைத்து மாணவர்களிடம் இயல்பாகப் பழகுதல், நகைச்சுவையும் கோமாளித்தனமும் இல்லாத துல்லியமான விளக்கம், மாணவர்களின் படைப்பாற்றலைக் கண்டறிந்து பாராட்டி ஊக்குவிப்பது, நூல்களை அறிமுகப்படுத்தி நூலகம் செல்லும் வழக்கத்தை ஏற்படுத்துவது, ஆராய்ச்சிப் போக்கிலான பாட விளக்கம் போன்ற செயல்களால் அனைத்து மாணவர்களும் விரும்பக்கூடியவரானார் பெருமாள்முருகன்' என்று மதிப்பிடுகிறார் ராஜேஸ் கண்ணன் (ப.80).

இவரின் கல்விப்பயணம் வகுப்பறை தாண்டி, நாட்டுப்புறக் கலைகளான தெருக்கூத்து நிகழ்வுகளிலும் மாணவர்களுடன் தொடர்கிறது. 'வகுப்பறைக்கு வெளியே நடைமுறை வாழ்வைப் போதிக்கும் கல்வியையும் ஐயா வழங்கினார்' என்கிறார் சந்திரன் (ப.160). 'எல்லையற்ற கற்பித்தலுக்குச் சான்றானவர் ஐயா' என்று பாராட்டுகிறார் த.இலட்சுமன் (ப.93). நடைமுறை

இலக்கணத்திற்காக நாமக்கல்லில் உரைநடைப் பயிலரங்கம் நடத்தினார்.

ஆய்வு மாணவர்களும் பெருமாள்முருகனும்:

ஆய்வில் பலருடன் கலந்து ஆலோசிப்பதன் வழியாக நல்ல முடிவை எட்ட முடியும் என்ற கருத்துடையவர் பெருமாள்முருகன். ஆய்வேடுகளைச் செம்மைப்படுத்தும் பணிக்குத் தன் நண்பர்களைப் பயன்படுத்திக் கொள்வார். கூடு இலக்கியக் கூட்டத்திலும் அவர்களை உரையாற்ற வைப்பார் (ப.162). ஆய்வு நெறியாளருக்குரிய தனித்தன்மைகளைச் சிறப்பாகப் பின்பற்றி வருபவர் பெருமாள்முருகன். கீழ்க்காணும் அருள் முருகனின் விவரிப்பு இதை விளக்குகிறது.

'தமிழ் ஆய்வு மாணவர்களைத் தேர்வு செய்வதில் கறாராக இருப்பார். காலத்தை நீட்டித்தாலும் ஆய்வாளரிடம் குறைந்தபட்ச கற்றலாவது நிகழ வேண்டும். அதுவரை விடமாட்டார். நான்கைந்து ஆய்வேடுகளைப் பிய்த்துப் போட்டுப் புதிய ஆய்வேடு தயாரிக்கும் வித்தையில் அவருக்கு உடன்பாடில்லை. பெருமைக்காகவும் பெயரின் முன்னொட்டு பின்னொட்டுகளுக்காகவும் பட்டம் பெற ஆசைப்படுவோரை நளினமாகப் பேசித் தவிர்த்து விடுவார். ஆய்வாளர்களின் முன்னேற்றத்திற்காகத் தன்னால் முடிந்தவற்றைச் செய்தவர். தன் மாணவர்களை வயது வித்தியாசம் பார்க்காமல் தோழமை உணர்வோடு நடத்துவார். இந்த மாணவனுக்கு எது வரும் எது வராது என்பதை உணர்ந்தவர். தனது சாயலில் தன் மாணவர்களை உருவாக்குவது அவர் நோக்கமில்லை. அவரவர் சாயலில் அவரவர் வளர ஆரோக்கியமாக உரிய வழிகாட்டுதல்கள் அவரிடமிருந்து கிடைத்தன. மற்றவரைப் போலத் தானே தலைப்புகளைக் கொடுத்து என் சுயத்தைக் கேள்விக்கு உள்ளாக்கவில்லை. என் விருப்பம் எதுவோ அதையே நிறைவேற்றித் தந்தார். தன் மாணவனின் பலத்தை யானை பலம் ஆக்கினார் பெருமாள்முருகன். எனது ஆய்வேட்டைத் தகுதி வாய்ந்த பேராசிரியர்கள் மதிப்பீடு செய்ய வேண்டும் என்பது அவரது விருப்பம்' என்று குறிப்பிடுகிறார் (பக்.58–60).

இவர், ஆய்வு அறம் மீறாதவர்; நேர்மைக்குணம் மிக்கவர் என்பதை, 'என்னுடைய நெறியாளர் பொருள் எதையும் என்னிடம் கேட்கவில்லை; மாறாக என்னை அதிகமாகப் புத்தகங்கள் வாங்கும்படி கேட்டுக்கொண்டார். கிட்டத்தட்ட ஒரு லட்சம்

ரூபாய்க்கு மேல் புத்தகங்களை வாங்கிக் குவித்திருக்கிறேன். அவர் சொன்னதைச் செய்திருக்கிறேன் என்பதில் எனக்குப் பெருமை' என்கிறார் இவரிடம் முனைவர் பட்டம் பெற்ற இரா. வெங்கடாசலம் (ப.335). ஒவ்வொரு மாணவர் பற்றியும் ஐயாவுக்கு ஒரு சித்திரம் உண்டு. இம்மாணவர் எத்துறையில் சென்றால் சிறப்பாகச் செயல்படுவார் என்று தீர்க்கமாக யோசித்து மாணவர்களை நெறிப்படுத்துவார் என்கிறார் த.சாவித்திரி (ப.175). இத்தகைய சிறந்த நெறியாளராகப் பெருமாள்முருகன் விளங்கி வருகிறார்.

பெருமாள்முருகனின் பண்பு நலன்களும் ஆளுமையும்:

எளிமையானவர்:

பெருமாள்முருகன் ஐயா, எளிமையான தோற்றமுடையவர் (பொ.அருள், ப.50). அவரைப்போலவே அவருடைய எழுத்துக்களும் மிக எளிமையானவை (வெ.உமா மகேஸ்வரி ப.94). இனிமையுடன் பழகக் கூடியவர்; சுறுசுறுப்பு தன்மை கொண்டவர்; தேனீ போன்று இயங்கிக் கொண்டிருப்பவர்; தமிழ் இலக்கிய உலகில் பலரை இயங்க வைத்துக் கொண்டிருப்பவர்; சமகால வாசிப்பில் தீவிரம் கொண்டவர்; முற்போக்குச் சிந்தனையாளர்.

கண்டிப்பானவர்:

வகுப்பில் தொந்தரவு செய்யும் மாணவர்களைக் கடிந்து கொள்வார். 'பாடம் நடத்தும்போது தொந்தரவு செய்தால் சட்டெனக் கோபம் கொள்வார். கோபத்தில் அர்த்தம் பொதிந்திருக்கும். அனைவரிடமும் பாடலுக்கான நூலோ நகலோ இருக்க வேண்டும். நோட்டில் எழுதியாவது வைத்திருக்க வேண்டும்; இல்லையெனில் கோபப்படுவார்' என்கிறார் பொ. அருள் (ப.51). 'அன்று முதல் அவருடைய வகுப்பில் எவ்விதத் தொந்தரவும் தந்ததேயில்லை. என்மீது வகுப்பில் அவர் காட்டிய கோபம் சிறிதுமின்றிப் பின்னர் நண்பர்களிடம் பழகுவதுபோல் எளிமையாகப் பேசியது அவர்மீது ஈர்ப்பு கொள்ளச் செய்தது' என்று மனம் திறக்கிறார் செ.மகாலிங்கம் (ப.274). 'ஐயா இயல்பில் மிகுந்த கோபம் கொண்டவர். அவருடன் அன்னியோன்யமாகப் பழகுவோருக்கு அவரது கோபம் தெரியும்' என்கிறார் இரா. மணிகண்டன் (ப.284). 'எனக்கு ஐயா மீது மரியாதை கலந்த பயம் உண்டு' என்று கூறுகிறார் வை.தர்மலிங்கம் (ப.229). இப்பதிவுகள் பெருமாள்முருகன் கண்டிப்பானவர் என்பதைக் காட்டுகிறது.

விருந்தோம்பல் குணமும் உதவும் மனமும்:

வகுப்பறைக்கு அப்பாற்பட்ட அவரது பழக்க வழக்கம், கொங்கு மணம் மாறா உபசரிப்பு, கொங்கு உணவு (பருப்பு சோறு) வழங்குவது அவரது தனிக்கலை (வை.தர்மலிங்கம், ப.226). அவர் வீட்டிற்குச் சென்றால் இருப்பதைச் சமமாகப் பகிர்ந்து உண்ணலாம் (ப.60). இப்பதிவுகள் பெருமாள்முருகனின் விருந்தோம்பல் குணத்தை விவரிக்கிறது. உதவும் மனப்பாங்கு கொண்டவர் இவர். 'எனக்கு வழிகாட்டியாக மட்டும் இல்லாமல் தேவைப்பட்டபோது பண உதவியும் வழங்கினார்; இன்று வரையிலும்கூட நான் அவருக்கு ஆயிரக்கணக்கில் கொடுக்க வேண்டியிருக்கிறது என்கிறார் து.கலைச்செல்வன் (ப.106). மிக எளிய மனிதராக, எதிர்காலத்தில் மதிப்பு மிக்கவர்களாக, இச்சமூகத்தில் வாழத் தகுதியுள்ளவர்களாக, மாணவர்கள் தங்களை வளர்த்தெடுக்க வேண்டும் என்பதில் அக்கறை கொண்டவர் (ப.115). 'நம்ம இடத்தத் தக்க வைக்கணும்னா நம்மை நாம் தினமும் புதுப்பிச்சிக்கிட்டே இருக்கணும்' என்ற கொள்கை உடையவர் (ப.159). இதுதான் அவருடைய வெற்றிக்கான அடிப்படை.

திட்டமிடலும் சேமிப்புக் குணமும்:

குறித்த நேரத்தில் குறித்த பணியினைச் செய்து முடிக்க வேண்டும் எனத் திட்டமிட்டு அதை நிறைவேற்றுபவர்; பெரியார் போன்று சிக்கனத்தைக் கடைபிடிப்பவர்; சேமிப்புப் பழக்கத்தினை வலியுறுத்துபவர்; ஆடம்பரத்தில் தம்மை பொருத்திக் கொள்ளாதவர்; தகவல் மற்றும் நவீனத் தொழில் நுட்பங்களைப் பயன்படுத்தி மாணவர்களுக்குப் பாடம் கற்பிப்பதில் ஆர்வம் கொண்டவர். பா புனைவதில் வல்லவர்; புதுக்கவிதை மட்டுமின்றி மரபுக்கவிதை எழுதுவதிலும் சிறந்து விளங்குபவர். காதியில் துணி எடுப்பது, சித்த வைத்தியரிடம் மருந்து பெறுவது என மரபை, வரலாற்றை அறியச் செய்தவர் பெருமாள்முருகன் (சி.சந்திரன், ப.157).

கடவுள் நம்பிக்கையும் இயற்கையும்:

கடவுளை அவர் வெறுக்கவில்லை; போலித்தனமான அடையாளங்களையும் வெளிப்பாடுகளையும் நிராகரித்தார். 'சாமிக்கு எல்லாம் எதுவும் தர முடியாது. ஏதாவது உங்க பிள்ளைங்க படிப்புக்குத் தேவைன்னா சொல்லுங்க. எவ்வளவுனாலும் தாரன்' (ப.107) எனும் கொள்கை உடையவர் இவர். 'ஜீவகாருண்யத்தின்

மீதும் வள்ளலாரின் அருட்பா மீதும் பற்றுடையவராக இருந்தார்; அவர் புதிதாகக் கட்டிய வீட்டில் குடி புகுவதற்கு முந்தைய நாள் இரவில் சமரச சன்மார்க்கச் சபையைச் சேர்ந்த இருவரை அழைத்து வந்து போற்றித் திரு அகவலை இரவு முழுவதும் ஓதச் செய்தார். எந்த ஒரு நிகழ்வாக இருந்தாலும் புதுமையையும் மாற்றத்தையும் விரும்புவார்; அதே சமயம் யார்மீதும் தன் கருத்தைத் திணிப்பதோ அதிகாரத்தைச் செலுத்துவதோ இல்லை; மாற்று மருத்துவமான ஹோமியோபதிமீது அதீத நம்பிக்கை கொண்டவர். சுற்றுச்சூழலிலும் ஆர்வம் கொண்டிருந்தார். அவரின் வீட்டைச் சுற்றி மருத்துவச் செடிகள் கொண்ட பசுமைத் தோட்டம் இருந்தது. அவர் பெரும்பாலும் நாட்டுக் காய்கறிகளையே வாங்குவார் (வீ.ராஜீவ்காந்தி, ப.318). இயற்கையை மிகவும் நேசிப்பார். இதனால்தான் சவ்வாது மலை, கல்வராயன் மலை, கொல்லிமலை அருவி, மேகமலை அருவி ஆகிய இயற்கைச் சூழல் வெளிகள் பெருமாள்முருகனின் மாணவர்களுக்குப் புதிய வகுப்பறைகளாக மாறுகின்றன.

சிறந்த நிர்வாகி:

கல்லூரியில் நூலகர், செஞ்சிலுவைச் சங்கப் பொறுப்பாளராக நேர்மையுடன் பணியாற்றினார். பொது நூலகப் பொறுப்பில் இருந்தபொழுது அக்கறையுடன் செயல்பட்டு மாணவர்களுக்குப் புத்தகங்களை வழங்கினார். அத்துடன், புத்தகத்தைத் திருப்பிச் செலுத்தத் தவறியதற்கான கட்டணத்தை ஒவ்வொருவரிடமும் வசூல் செய்து நிர்வாகத்திடம் ஒப்படைக்கச் செய்தார் (ப.134). கல்லூரி மாணவர்களுக்கு நண்பராக, ஆசிரியராக, சகோதரராக, மனித நேயம் மிக்கவராக, கண்டிப்பதில் தந்தையாக விளங்கினார். மாணவர் நலனில் அதிக அக்கறை கொண்டவர்.

தன் நூல்களை வாங்கச் சொல்லியும், விற்கச் சொல்லியும் மாணவர்களை வற்புறுத்தியதில்லை. தன் மாணவரின் உடல்நலம், குடும்ப உறவுகள், வேலைவாய்ப்பு சார்ந்த சிக்கல்களுக்குத் தீர்வு சொல்லக்கூடியவராக விளங்கினார். சுயமரியாதை, செயல்நேர்மை, அற எளிமை கொண்டவர் (ப.61).

மாணவர்களைப் பாராட்டல்:

ஒருவரின் திறமையை அங்கீகரித்துப் பாராட்டுவதில் குறை வைக்க மாட்டார். அதே நேரத்தில் குறைகளையும் சுட்டிக் காட்டுவார் (ப.156). நம் கல்லூரிச் சார்பாகப் பாட்டுப்

போட்டியில் முதல் பரிசு பெற்ற இலட்சுமனைப் பாராட்டுவோம் என்று பாராட்டியதோடு ஆய்வரங்கிலும் மேடையேற்றி அப்பாடலையும் பாட வைத்துவிட்டார். மாணவர்களை எப்போதும் வைக்க வேண்டிய இடத்திற்கு மேலாகவும் தூக்கி வைப்பார் (ப. 91). மாணவர்களைத் தலைமை தாங்க வைத்துச் சில இலக்கிய நிகழ்வுகளை நடத்தியுள்ளார். செய்த வேலைக்குரிய அங்கீகாரத்தையும் மாணவருக்கு வழங்குவது இவர் இயல்பாகும். காலச்சுவடில் வெளிவந்த சுகுமாரன் நேர்காணலின் இறுதியில் 'படியெடுத்தல்: த.இலட்சுமன்' என்று இடம் பெறச் செய்தார் (ப.90). து.கலைச்செல்வனை, கு.ப.ரா. சிறுகதைகள் நூலின் நன்றியுரையில் சமையல் வேலை செய்ததற்கு இடம் பெறச் செய்தார் (ப.108).

காதி செருப்பும் துணிப்பையும் கதராடையும் தன் அடையாளமாகக் கொண்டவர். உரிமையுடன் அணுகும் சுதந்திரத்தைத் தந்தவர். மாணவர்களைப் படித்து நடத்தியவர். சுய மரியாதையைக் கற்றுத்தந்த மனிதர். மாணவர் முன்னேற்றத்தில் மனம் மகிழ்பவர். சான்று: 'காலச்சுவடு இதழின் அட்டையில் என் மாணவர் ஒருவர் (ந. இரஞ்சன், ப. 71) இடம் பெற்றதை எனக்குக் கிடைத்த கௌரவமாக நினைக்கிறேன்' என்று சொல்லிப் பெரிதும் மகிழ்ந்தார்.

இலக்கியப் பயிற்சியும் வேலை வாய்ப்பும்:

கூடு, தூவல், இலக்கிய ஆய்வு மேடை, புதன் வட்டக் கருத்தரங்கு, ஆய்வரங்கம், பயிலரங்கம் ஆகிய பயிற்சிக் களங்கள் மாணவர்களுக்காக உருவாக்கப்பட்டவை. காலச்சுவடு இதழுடன் பெருமாள்முருகனுக்கு இருந்த தொடர்பினால் இவரிடம் பயின்ற மாணவர்களுக்கு (பெ. குணசேகரன்) மெய்ப்புத் திருத்தும் பணியினைப் பெற்றுத் தந்தார் (ப. 128). பெ. பாலசுப்பிரமணியன் உதவியாசிரியராகவும், பெ. முத்துசாமி ஆசிரியர் குழுவிலும், இரா. மணிகண்டன், ந. கவிதா ஆகியோர் இதழ்குழுவிலும் சில காலம் பணியாற்றியுள்ளனர். 'காலச்சுவடு இதழிலும் செம்மொழித் தமிழாய்வு மத்திய நிறுவனத்திலும் வேலை கிடைக்க வாய்ப்பை ஏற்படுத்திக் கொடுத்தார்' என்கிறார் பெ.முத்துசாமி (ப. 295). ஒரு தனியார் கல்லூரியில் வேலை பார்த்துக் கொண்டிருந்தேன். இந்த வேலையும் ஐயாவின் முயற்சியில்தான் கிட்டியது என்கிறார் து. கலைச்செல்வன் (ப.107).

பெண்ணுரிமையும் பெண்கல்வியும்:

பெருமாள்முருகன், பெண்கள்மீது உயர்வான மதிப்புடையவர். பெண் விடுதலையை நடைமுறை வாழ்விலும் செயல்படுத்தியவர். 'பெண் உரிமை, பெண் சுதந்திரம் எல்லாம் வெறும் பேச்சாக இல்லாமல் நடைமுறையில் இருக்க எனக்கு நம்பிக்கை கொடுத்தார். இலக்கிய மன்றச் செயலாளராக முதன் முதலில் பெண் போட்டியிட்டு வெற்றி பெற ஊக்கம் அளித்தார். சக மாணவர்களுடன் நட்போடும் சகோதரத்துவத்தோடும் பெண்கள் பழகுவதற்கு ஆரோக்கியமான சுதந்திரத்தைக் கொடுத்தவர் ஐயா' என்று சான்று தருகிறார் உமா மகேஸ்வரி (ப.95). குடும்பம், நண்பர்கள், உறவினர்கள் என எல்லாத் தரப்பிலும் யாரையும் யாருக்காகவும் விட்டுக் கொடுக்காத சமநிலை இவரிடம் உண்டு (ப.103). பெண் கல்வியை வலியுறுத்தியவர் பெருமாள்முருகன். 'எந்தச் சூழலிலும் கற்க வேண்டும் என்பதை எனக்கு உணர்த்தியவர். அந்த வகையில் நான் அவருக்கு மனைவி மட்டுமல்ல; மாணவியும் கூட. என் படிப்பு, என் பணி, என் வாழ்க்கை எல்லாவற்றிலும் நான் கண்டடைந்த பெரும் பொருள் அவர்' என்று மதிப்பிடுகிறார் பி.எழிலரசி (ப.104).

படைப்பும் படைப்பாளரும்:

'நாம் அனுபவிக்காத சில தருணங்களையும் அந்த இடத்தில் வாழ்ந்தது போலக் கொடுக்கும் அனுபவமே சிறந்த படைப்பு' (ப.138) என்று மாணவர்களுக்கு உணர்த்தியவர். படைப்பு மனம் கொண்ட மாணவர்களைக் கைவிடாது அவர்களைப் படைப்பாளர்களாகப் பட்டைத் தீட்டியவர். சிறுகதைப் படைப்பாளர்களாக பெ.சுரேஷ் (செஞ்சடையன்), இரா.பிரபாகர் (தீரன்) ஆகியோரை உருவாக்கியவர். தன்னைப் பற்றி எதிர்மறையாக விமர்சித்தவர்களின் நற்பண்புகளை மறைக்காமல் வெளிப்படையாகப் பேசக்கூடியவர். ஒரு படைப்பை அணுகுவது எப்படி, புரிந்துகொண்டு படிப்பது எப்படி, மெய்ப்புப் பார்ப்பது எப்படி, சந்திப்பிழை, எழுத்துப் பிழை, தொடர்ப் பிழை ஆகியவற்றை நீக்குவது எப்படி என்பதை மாணவர்களுக்குக் கற்றுக் கொடுத்தார்.

நான் கண்ட பெருமாள்முருகன்:

பெருமாள்முருகனுடனான நட்பு, 1998 முதல் இன்று வரை இருபத்தொரு ஆண்டுகளாகத் தொடர்கிறது. நான் கண்ட

பெருமாள்முருகனும் 'எங்கள் ஐயா'வில் சித்திரிக்கப்படும் பெருமாள்முருகனின் பண்பு நலன்களும் ஆளுமையும் ஒத்திசைந்து காணப்படுகின்றன. உண்மையை உரத்தக் குரலில் பேசும் இக்கட்டுரைகள் யதார்த்தமானவை; மாணவர்கள் மட்டும் அல்லாது என்னைப் போன்ற நண்பர்களுக்கும் கிரியா ஊக்கியாக இருந்து வாழ்வியல், கல்வி, இலக்கியம் தொடர்பான ஐயங்களைத் தீர்த்து வருபவர்; தொடர்ந்து ஊக்கம் கொடுப்பவர்; மரபில் ஆழ்ந்த வாசிப்பும் புதுமையில் பெரு விருப்பமும் கொண்டவர்.

ஆத்தூர் கல்லூரியில் பணிபுரிந்த மூன்றாண்டு காலத்தை மறக்க முடியாது. நான், காசி மாரியப்பன், மஞ்சுளாதேவி ஆகியோர் பணி புரிந்த நேரம் அது. பெருமாள்முருகன் துறைத்தலைவர். காட்டுக்கோட்டை கல்லூரியில் தமிழ் படிக்கும் மாணவர்களின் திறமைகளை வெளிக்கொணர வாரந்தோறும் இலக்கிய மன்ற நிகழ்வினை மாணவர்களைக் கொண்டு ஒருங்கிணைத்தவர் அவர். நாங்கள், அவருக்கு உறுதுணையாக இருந்தோம். அவரிடமிருந்து பல விசயங்களைக் கற்றுக் கொண்டோம்.

ஆத்தூர் காந்தி நகரில் மாடி வீட்டில் தங்கியிருந்த பொழுது, நாங்கள் 'வேறு வேறு' என்ற சிற்றிதழ் தொடங்கினோம். ஆசிரியர் குழுவில் பெருமாள்முருகன், கொம்ப மாடசாமி எனும் காசி மாரியப்பன் ஆகியோருடன் நானும் இருந்தேன். கெயில் ஓம்வெத்தின் 'தலித் தற்கொலைகள்' எனும் ஆங்கிலத்தில் வெளிவந்த கட்டுரையை 'வேறு வேறு'க்காக மொழிபெயர்க்கச் சொல்லி என்னிடம் ஊக்கப்படுத்தினார் பெமு. நானும் அதை மொழிபெயர்த்தேன். 'கட்டுரை நன்றாக வந்துள்ளது' என்று உற்சாகப்படுத்தினார். அவ்விதழில் எனது மொழிபெயர்ப்புக் கட்டுரை இடம் பிடித்தது. தரமானக் கட்டுரைகளைக் கேட்டுப் பெறுவதில் உள்ள சிக்கலாலும் குடும்பச்சூழல் காரணமாக மூவரும் பணி மாறுதல் பெற்றுச் சொந்த ஊர்களுக்குச் சென்றதாலும் ஒரே இதழுடன் 'வேறு வேறு' நின்று போனது. முதலில் பணி மாறுதலாகிச் சென்ற பெருமாள்முருகனுக்கு ஆத்தூர் கல்லூரியில் பிரிவு விழா ஏற்பாடு செய்யப்பட்டது. அவ்விழாவில் மாணவர்கள் கண்ணீருடன் பேசி அவரை வழி அனுப்பி வைத்தனர். மாணவர்கள் அவர்மீது வைத்திருந்த மதிப்பினைக் கண்டு வியந்து போனேன்.

சித்திரிப்பு:

பெருமாள்முருகன் மாணவர்கள் எங்கள் ஐயா நூலில், நற்றாமரைக் கயமாகவும் (அ. ஜெயக்குமார்) சொல்லேருழவராகவும் (கு. சீனிவாசன்) அம்மையப்பனாகவும் (பெ. முத்துசாமி) உடன் வரும் நிலாவாகவும் (ஆ. சின்னதுரை) கடவுளாகவும் (து. கலைச்செல்வன்) பயன் கருதாப் பழு மரமாகவும் (ந. கவிதா) இவரைச் சித்திரித்துள்ளனர். மாணவர்கள் உருவாக்கிய இச்சித்திரம் பெருமாள்முருகன் எனும் பேராளுமையின் தனித்தன்மைகளை வெளிச்சம் போட்டுக் காட்டுகின்றன.

எங்கள் ஐயாவில் இடம் பெற்றுள்ள பெரும்பான்மைக் கட்டுரைகள் பெருமாள்முருகனின் ஆளுமை குறித்துப் பாராட்டிப் பேசுகின்றன. ஆனால், ப. குமரேசனின் கட்டுரை, பெருமாள்முருகனை உரிமையுடன் விமர்சிக்கிறது. 'எந்தத் தயக்கமும் இல்லாமல் பல்வேறு விமர்சனங்களை அவர்மீது வைத்துள்ளேன். 'நீங்கள் எழுதுவதுபோல், உங்கள் செயல்பாடு இல்லை!' என்று வெளிப்படையாகக் கூறியிருக்கிறேன். விவாதம் சூடேறும். அவரிடம் நேரடியாக அவரைப்பற்றி விமர்சனம் செய்ய உரிமை கொடுத்தவர். சில நேரங்களில் விவாதத்தின்போது என்மீது கோபப்படுவார். சிறிது நேரம் கழித்து மீண்டும் எப்பொழுதும் போல இயல்பாகப் பேசுவார். அப்பொழுது எல்லாம் நினைப்பேன், இவர்தான் ஐயா என்று' (பக்.132, 133) எனும் குமரேசனின் கூற்று விமர்சனத்தை ஏற்கும் பெருமாள்முருகனின் மனோபாவத்தை நன்கு வெளிப்படுத்துகிறது.

மேலும், 'எழுதுவதே தடுமாற்றம் என்ற நிலையில் இருந்தவன் நான். எனக்குப் படிப்பதற்குப் பண உதவி செய்தவர்; அரசுப்பள்ளியில் ஆசிரியராக இருப்பதற்கு இவர்தான் காரணம்; இவரைப்போல் ஒரு ஆளுமை இல்லையென்றால் இலக்கிய வாசமே இல்லாமல் போயிருக்கும். அத்துடன் என் வாழ்வும் கேள்விக்குறியாயிருக்கும்' (ப.135) என்ற குமரேசனின் கூற்று பெருமாள்முருகனின் ஆளுமையை உணர்த்துகிறது.

தமிழ்க்கல்வி மரபில் உ.வே.சா., தெ.பொ.மீ., மு.வ., தமிழண்ணல், க.ப. அறவாணன் ஆகிய ஆளுமை ஆசிரியர்களின் பாரம்பரியம் தொடர்கிறது. அவ்வரிசையில் பெருமாள்முருகன் இடம் பெறுகிறார். நாமக்கல் தெய்வங்கள், சாதியும் நானும், எங்கள் ஐயா ஆகிய நூல்கள் ஐயாவின் பரம்பரையைத் தமிழுக்கு அறிமுகப்படுத்தியவை.

மரபான ஆசிரியர் பாரம்பரியத்திலிருந்து பெருமாள்முருகன் வேறுபடும் புள்ளிகள் உள. ஆசிரியர் பரம்பரையிடம் பயின்ற அன்றைய மாணவர்களின் சூழலும் பயனும் வேறு; அது சாதியம், பொருளாதாரம், ஆதிக்கம், இன்ன பிற காரணிகளைக் கொண்டது; ஆனால், பெருமாள்முருகனிடம் படித்தவர்கள் ஒடுக்கப்பட்ட விளிம்புநிலை சாதியைச் சார்ந்த மாணவர்கள். விளிம்பு நிலையில் இருக்கும் இவர்களை மைய நீரோட்டத்தில் பயணிக்கச் செய்தவர் பெருமாள்முருகன். இவ்வேறுபாடுதான் இவருடைய தனித்துவத்தை அடையாளப்படுத்துகிறது.

கல்வி வணிகமயமாக்கப்பட்ட நடப்புச் சூழலில், ஆசிரியர்-மாணவர் உறவு வகுப்பறையைத் தாண்டி நீட்டிப்பதைச் சாத்தியமாக்கியவர் பெருமாள்முருகன். மேலும், ஒடுக்கப்பட்ட சாதிகளைச் சார்ந்த மாணவர்களையும் பொருளாதாரத்தில் நலிவடைந்த மாணவர்களையும் கைதூக்கி விடும் முயற்சிகளைச் செய்யும் அரசு கல்லூரி ஆசிரியர்களுக்கு உதாரணம் பெருமாள்முருகன்.

பயன்பட்ட நூல்கள்:

1. 'எங்கள் ஐயா' பெருமாள்முருகன் பற்றி மாணவர்கள், பதிப்பாசிரியர்கள்: பெ.முத்துசாமி, ஆ.சின்னதுரை, ரெ.மகேந்திரன், ப.குமரேசன், காலச்சுவடு பதிப்பகம், மு.ப. 2016.

2. நன்னூல் எழுத்ததிகாரம், சோம இளவரசு, மணிவாசகர் பதிப்பகம், சென்னை, மூன்.ப. 2007.

20

காலத்தின் எல்லை கடக்கும் பெருமாள்முருகனின் தொகுப்புகள்

பா. ஜெய்கணேஷ்

தமிழ்த் தொகுப்பு மரபு தொன்மையும் தொடர்ச்சியும் கொண்டது. சங்க இலக்கியம், நீதி இலக்கியம், காப்பியம், பக்தி இலக்கியம் என யாவும் தொகுப்பு உருவாக்கத்தின் பின்புலத்திலேயே காலம் கடந்து நிலைபேறடைந்துள்ளன. பத்தொன்பதாம் நூற்றாண்டு வரை பாடல் தொகுப்புகளாக நிலைபெற்றிருந்த தமிழ்த் தொகுப்பு வரலாறு, இருபதாம் நூற்றாண்டில் இன்னும் சில பகுப்புகளைத் தன்னுள் இணைத்துக் கொண்டது. நூலாசிரியர் எழுதியவற்றை அவரே தொகுத்தல் அல்லது அவர் வாழும்போதோ மறைந்தபிறகோ வேறொருவர் தேர்ந்தெடுத்த படைப்புகளின் தொகுப்பாகவோ, முழுத் தொகுப்பாகவோ வெளிக்கொணர்தல் என்னும் தன்மைகளில் தொகுப்பு உருவாக்கம் விரிவுபெற்றது.

கவிதை, சிறுகதை, கட்டுரை முதலான இலக்கிய வகைமைகளின் தொகுப்பு உருவாக்கங்கள் இருபதாம் நூற்றாண்டிலும் இருபத்தோராம் நூற்றாண்டின் தொடக்கத்திலும் தொடர்ந்து செயல்பட்டு வருகின்றன. இத்தொகுப்புகள் ஒரு படைப்பாளியை முழுமையாக அறிந்துகொள்ளவோ, படைப்பின் நுட்பங்களை ஆழத் தெரிந்துகொள்ளவோ அதிகம் பயன்படுவதாக அமைவதால் தமிழ்த் தொகுப்பு மரபு பல பரிமாணங்களை அடைந்தது.

தொகுப்பாசிரியர் என்பவர் வெறுமனே தொகுப்பாசிரியராக மட்டும் அல்லாமல் அவர் படைப்பாளியாகவும் ஆய்வாளனாகவும் இருக்கும்போது அந்தத் தொகுப்புகள் கூடுதல் கவனம் பெறுகின்றன. இந்தப் பின்புலத்திலேயே எழுத்தாளர் பெருமாள்முருகன் உருவாக்கிய தொகுப்புகளைப் புரிந்து கொள்ளமுடிகிறது. நாவலாசிரியர், சிறுகதையாசிரியர், கவிஞர், அகராதியியலாளர், ஆய்வாளர், ஆசிரியர், பதிப்பாசிரியர் எனப் பலதளங்களில் பரவலான வாசக கவனத்தைப் பெற்ற நூல்களை உருவாக்கிய பெருமாள்முருகன், தொகுப்பாசிரியர் என்பதிலும் அத்தகைய தன்மையிலேயே இயங்கியிருக்கிறார். சிறுகதைகள், கட்டுரைகள் என இரண்டு தளங்களில் பெருமாள்முருகன் உருவாக்கிய தொகுப்புகள், தமிழ்த் தொகுப்பு மரபில் குறிப்பிடத்தக்கவையாகவும் தொகுப்பாசிரியர்கள் பெரிதும் உள்நுழையாத களமாகவும் காணப்படுகின்றது.

கொங்குச் சிறுகதைகள், தலித் பற்றிய கொங்குச் சிறுகதைகள், சித்தன்போக்கு, தீட்டுத்துணி ஆகிய சிறுகதைத் தொகுப்புகளும், பிரம்மாண்டமும் ஒச்சமும், உடைந்த மனோரதங்கள், உ.வே. சா. பன்முக ஆளுமையின் பேருருவம் ஆகிய கட்டுரைத் தொகுப்புகளும் பெருமாள்முருகனைத் தமிழ்த்தொகுப்பு மரபில் எவ்வாறு முன்னிறுத்தியுள்ளது என்பதை விளக்குவதாக இக்கட்டுரை அமைகிறது.

பெருமாள் முருகனின் சிறுகதைத் தொகுப்புகள்:

தாம் வாழும் கொங்கு மக்களின் மண்ணையும் வாழ்வையும் தன் படைப்புகளில் உலவவிடும் பெருமாள்முருகனின் முதல் இரண்டு தொகுப்புகள் அது சார்ந்தே அமைந்திருப்பது குறிப்பிடத்தக்கது. கொங்குச் சிறுகதைகள், தலித் பற்றிய கொங்குச் சிறுகதைகள் என்னும் இவ்விரண்டு தொகுப்புகளும் சிறுகதை மரபிலும் குறிப்பிடத்தக்கவையாக அமைகின்றன.

தமிழ்ச் சூழலில் குறிப்பிட்ட வட்டாரம் சார்ந்து சில சிறுகதைத் தொகுப்புகள் முன்னமேயே உருவாக்கப்பட்டிருந்தாலும் கொங்கு வட்டாரம் சார்ந்து பெருமாள்முருகன் உருவாக்கிய தொகுப்புகளே முன்னோடியானவை. ஒரு தொகுப்பை உருவாக்கும்போது தொகுப்பாசிரியர் பல்வேறு நெறிமுறைகளைப் பின்பற்றவேண்டியிருக்கும். பல தொகுப்பாசிரியர்கள் இத்தகைய நெறிமுறைகளைப் பெரிதும் பின்பற்றுவதில்லை; முன்னுரையில் தாம் உருவாக்கிய தொகுப்பிற்கான காரணப் பின்புலங்களைக்கூட

விளக்குவதில்லை. ஆனால் பெருமாள்முருகன் தொகுப்பிற்கான பல நெறிமுறைகளைப் பின்பற்றுவதோடு தொகுப்பு உருவாக்கத்தின் காரண, காரியங்களை முன்னுரையில் விரிவாகவே குறிப்பிடுகிறார். இந்த முன்னுரைகள் அவரது தொகுப்பு உருவாக்க முறையை அறிந்துகொள்ள உதவுவதோடு, வாசகன் படைப்பின் பல வாசல்களைத் திறந்து உள்நுழையும் வழிப்பாதைகளாகவும் காணப்படுகின்றன.

கொங்குச் சிறுகதைகள்

2001ஆம் ஆண்டு வெளிவந்த தொகுப்பு இது. 32 கதைகளை உள்ளடக்கிய இத்தொகுப்பு, கதை வெளிவந்த காலத்தின் அடிப்படையில் தொகுக்கப்பட்டுள்ளது. வட்டாரம் சார்ந்த இத்தொகுப்பு, சமூகத்தில் என்ன வகையான விளைவுகளை ஏற்படுத்தும் என்பது குறித்து முன்னுரையில் ஒரு தெளிவான விளக்கத்தை முன்வைக்கிறார். இதுமாதிரியான தொகுப்புகள் பல உருவாக்கப்படவேண்டும் என்பதிலும் தெளிவுடன் இருக்கிறார்.

"தம்முடைய ஊரைப் பற்றியும் மக்களைப் பற்றியுமான எதுவாக இருப்பினும் அவர்களுக்குத் தீனிபோடும் ஒரு வணிக முயற்சியாக இத்தகைய தொகுப்புகளைக் கருதலாமா? முடிவாக என்னால் எதையும் சொல்ல இயலவில்லை. எனினும் பல நோக்குகளில் சிந்திப்பதற்கான களமாக இத்தொகுப்புகள் அமையும் என்று தோன்றுகிறது" (கொங்குச் சிறுகதைகள், முன்னுரை, ப. 6). பெருமாள்முருகனின் இந்தக் கூற்று இத்தொகுப்பின் தேவையை நியாயப்படுத்துகிறது. தொகுப்பாசிரியனுக்கு இருக்கவேண்டிய இந்தத் தெளிவுதான் தொகுப்பின் மையம். பெருமாள்முருகனின் தொகுப்பு உருவாக்கம் பொதுப்பார்வையிலிருந்து விலகியே இருக்கக்கூடிய ஒன்று. வட்டாரம் சார்ந்த தொகுப்பை உருவாக்கும் தொகுப்பாசிரியர், அந்தக் கிராமத்தையும் அதன் மொழியையும் முன்னிறுத்தக்கூடிய கதைகளையே முன்வைக்க வேண்டும் என்று எண்ணுவார். ஆனால் பெருமாள்முருகன் இதிலிருந்து மாறுபடுகிறார்.

கதைத்தேர்வு குறித்து, "கதைத்தேர்வு, எனக்குப் பிடித்த கதைகளை எடுத்துக் கொள்வது என்பது ஒரு தொகுப்புக்குப் பொருந்தாது என்று பட்டது. 'கொங்குச் சிறுகதைகள்' என்னும் தலைப்பைக் கேட்டதுமே 'கிராம வாழ்க்கையைப் பற்றி வட்டார மொழியில் எழுதப்பட்டிருக்க வேண்டும்' என்று கருதிக் கருத்துக் கூறியோர் பலர். ஆனால் நான் அதை ஏற்கவில்லை.

தொகுப்பு நூலுக்குரிய பன்முகத்தன்மையைக் கொண்டதாக இது அமைய வேண்டும். அதற்குக் கொங்குச் சமூக வாழ்வின் பலவிதத் தோற்றங்களும் கதைகளில் வந்து சேர வேண்டும் என்பதை நோக்கமாகக் கொண்டேன். அந்நோக்கிலேயே கதைகளைத் தேர்வு செய்தேன்" (ப.4) என்று முன்னுரையில் குறிப்பிடுகின்றார். இவ்வாறு தேர்ந்தெடுக்கப்பட்ட கதைகளில் 20 கதைகள் சிறந்த கதைகள் என்று அவரே குறிப்பிடுகிறார். தேர்வு செய்யப்பட்ட கதைகளில் தனக்குப் பிடித்த கதைகள் உள்ளது போன்று பரவாயில்லை என்று கருதும் கதைகளும் இருப்பதாகக் கூறுகிறார்.

தொகுப்பாசிரியர் ஒரு தொகுப்பை உருவாக்கும்போது எதிர்கொள்ள வேண்டிய சிக்கல்களையும் எதிர்கொண்டுள்ளார். சிலர் அனுப்பிவைத்த கதைகளை, அதன் தன்மை கருதி தொகுப்பில் சேர்க்காமல் விட்டுள்ளார். தொகுப்பில் சேர்க்கப்பட்ட ஒரு கதையை அந்த எழுத்தாளர் நீக்கும்படியும் கூறியுள்ளார். இவ்வாறு எல்லாவிதத் தன்மைகளோடும் கொங்குச் சிறுகதைகள் உருவாக்கம் பெற்றுத் தமிழ்ச்சூழலில் கவனம்பெற்ற ஒரு தொகுப்பாக நிலை பெற்றுள்ளது.

ஒரு தொகுப்பிற்கு அதன் முன்னுரை எத்தகைய இன்றியமையாதது என்பதைக் கொங்குச் சிறுகதைகள் முன்னுரை வலியுறுத்தி நிற்கிறது. கொங்கு மண்டலத்தின் புலமை வரலாற்றில் தொடங்கி கதைத் தேர்வு, தொகுப்பு உருவாக்கத்தின் அவசியம், எதிர்கொண்ட சிக்கல்கள், தொகுப்பு உருவாக்கத்தின் இன்றியமையாமை என எல்லாவற்றையும் விளக்கி நிற்கிறது. வாசகன் உள்நுழைய முன்னுரை ஒருவழிகாட்டி என்றாலும் அந்தக் கதைகளே வாசிப்பின் ஆன்மாவாக நின்று கொங்கு வட்டாரத்தை எல்லா நிலைகளிலும் முன்னிறுத்தி நிற்கிறது.

தலித் பற்றிய கொங்குச் சிறுகதைகள்

பேராசிரியர் அ.மார்க்ஸின் கோரிக்கையை அடிப்படை யாகக் கொண்டு பெருமாள்முருகன் 2001ஆம் ஆண்டு உருவாக்கிய தொகுப்பு இது. கொங்குப் பகுதியில் வாழும் எழுத்தாளர்கள் தலித்துகள் குறித்து எழுதிய கதைகளின் தொகுப்பாகவே இத்தொகுப்பு உள்ளதே தவிர, தலித்துகளால் எழுதப்பட்டு உருவாக்கப்பட்ட தொகுப்பாக இது இல்லை என்று தொகுப்பாசிரியரே முன்னுரையில் குறிப்பிடுகின்றார். இத்தொகுப்பில் உள்ள கதைகளை எழுதியவர்களில் ஒருவர்கூட

தலித் இல்லை என்பதையும் பதிவுசெய்கிறார். இதனை, "தலித்துகள் பற்றிய சிறுகதைகள் எனும் தொடர் தலித் எழுத்தாளர்களைக் குறிக்கும் விதமாக இங்கே பயன்படுத்தப்படவில்லை. கொங்குப் பகுதியைச் சேர்ந்த எழுத்தாளர்களால் தலித் மக்களைப் பாத்திரங்களாகக் கொண்டு எழுதப்பட்ட கதைகளின் தொகுப்பு இது... இந்தக் கதைகளை எழுதிய எழுத்தாளர்களில் எவரும் தலித் இல்லை. இத்தகவல் பெரும் வியப்பை ஏற்படுத்தினாலும் இதுதான் யதார்த்தமாக இருக்கிறது" (தலித் பற்றிய கொங்குச் சிறுகதைகள், ப.9) என்று குறிப்பிடுகின்றார். 1990களில்தான் தலித்தியம் ஒரு கோட்பாடாகத் தமிழ்ச்சூழலில் முன்னெடுக்கப்பட்டு தொடர்ந்து தலித் படைப்பாளிகள் பலர் தமது படைப்புகளை உருவாக்கத் தொடங்கினர். இத்தொகுப்பு வெளிவந்தது 2001ஆம் ஆண்டு. கொங்கு வட்டாரத்தில் சிறுகதைகள் உருவாக்கமே 1970களுக்குப் பிறகுதான் தீவிரத்தன்மை அடைந்ததாக கொங்குச் சிறுகதைகள் தொகுப்பில் பெருமாள்முருகன் குறிப்பிடுகின்றார். இந்தப் பின்புலத்தில் தலித் படைப்பாளிகள் சிறுகதைகளை உருவாக்குவதற்கான சூழல் இல்லாமல் இருந்திருப்பதை அறியமுடிகிறது. தலித் மக்களுக்கான கல்வியும் படைப்பாக்கத் திறனும் சமூகத்தில் எப்போதிருந்து பரவலாக்கம் பெற்றிருந்தது என்பதற்கு இந்தத் தொகுப்பே சான்றாதாரமாக உள்ளது. தொகுப்பாசிரியர் திட்டமிட்டு இதை உருவாக்கவில்லை. காலத்தின் சூழலே தொகுப்பை உருவாக்குவதில் சில நேரங்களில் செயல்படுகிறது என்பதையும் அறியமுடிகிறது.

எழுத்தாள பிம்பமும் பிரபஞ்சன் கதைத்தொகுப்பும்

பெருமாள்முருகன் 2004ஆம் ஆண்டு தொகுத்தளித்த நூல் பிரபஞ்சனின் சித்தன் போக்கு. பிரபஞ்சனின் நூற்றுக்கும் மேற்பட்ட கதைகளை வாசித்து அதிலிருந்து இருபது கதைகளைக் கொண்டு இத்தொகுப்பு உருவாக்கப்பட்டுள்ளது. படைப்பாளி வாழும் காலத்திலேயே அவர் எழுதிய கதைகளைத் தொகுப்பது எளிதான காரியமல்ல. பிரபஞ்சன் வாழும் காலத்தில் பெருமாள்முருகன் தொகுப்புச் செயல்பாடு எவ்வாறு அமைந்தது என்பதைப் பிரபஞ்சனே குறிப்பிடுகிறார். "நண்பர் பெருமாள்முருகன், கதைகளைப் படித்துத் தேர்ந்தெடுக்கிறார் என்று கண்ணன் சொன்னபோதும் எனக்குள் படபடப்பு ஏற்பட்டது. என் மனசுக்குள் இருக்கும் கதைகள் அவர் பட்டியலில் இருக்கவேண்டும் எனும் கவலையும் ஏற்பட்டது. பெருமாள்முருகனின் பட்டியலைப் பார்த்ததும் எனக்கு மகிழ்ச்சி

ஏற்பட்டது. என் தேர்வும் அவர் தேர்வும் முழுமையாக ஒத்துப் போயிருந்தன" (சித்தன்போக்கு, முன்னுரை, ப.13) என்ற கூற்று பெருமாள்முருகனின் தொகுப்பு நேர்த்தியைக் காட்டுகிறது. படைப்பாளிக்கும் தொகுப்பாளனுக்கும் இடையில் உள்ள படைப்பின் வழியான இந்தப் புரிதல், வாசகப் பரப்பின் வழித்தடங்களைக் கட்டமைக்கப் பெரிதும் உதவுகிறது. பிரபஞ்சனின் சிந்தனைச் சரடின் வழியேதான் பெருமாள்முருகன் இருபது கதைகளையும் தொகுத்திருக்கிறார். தொகுப்பாசிரியர் தான் உருவாக்கும் தொகுப்பிற்கு ஒரு நியாயப்பாட்டை கற்பிப்பார். அந்த நியாயப்பாடு என்பது வாசகனுக்கானதே தவிர எழுத்தாளனுக்கு அல்ல. பெருமாள்முருகன் இந்தத் தொகுப்பில் அதை சிரத்தையோடு பின்பற்றி இருக்கிறார்.

பிரபஞ்சனின் கதைகள் கீழ்மைகளைப் பேசாமல் உயர்வுகளையே பேசுகின்றன என்பதைக் கண்டறிந்த பெருமாள்முருகன், அத்தகைய கதைகளையே இத்தொகுப்பில் சேர்த்திருக்கிறார். பொதுவாகக் கீழ்மைகளின் வழியாகப் படைப்புகள் உயர்வுகளைப் பேசும். ஆனால் பிரபஞ்சனின் படைப்புகள் உயர்வுகளை முன்னிறுத்தி கீழ்மைகளை அதனுள்ளாகப் புதைத்தும் மறைத்தும் செல்கிறது என்று கூறுகிறார். "உயர்வுகளை முன்னிறுத்தி வெற்றிகரமான கதைகளை எழுதியவர் பிரபஞ்சன். இது மிகவும் கடினமான காரியம். உயர்வுகளைப் பேசும்போது கீழ்மைகளை முற்றிலுமாகப் புறக்கணித்துவிட முடியாது. கீழ்மை x உயர்வு என்னும் முரணைக் கதையில் கட்டமைப்பதுதான் நிகழக்கூடியது. பிரபஞ்சனும் இந்த முரணையே கையாள்கிறார். ஆனால் உயர்வின் சிறப்புக்கு ஒரு பின்புலமாகக் கீழ்மைகள் அமைகின்றன. மனிதனிடம் இத்தனை உயர்வுகள் புதைந்து கிடக்கின்றனவா என்று வியப்புறும் வகையில் பிரபஞ்சன் கதைகள் இருக்கின்றன". (ப. 19) என்று குறிப்பிடுகின்றார். வெகுசனப் பத்திரிகைகளில் பிரபஞ்சன் எழுதியதாலேயே அவரின் கதைகளைத் தொடக்கக் காலங்களில் வாசிப்பதைப் புறக்கணித்திருக்கிறேன். பிற்காலங்களில் அவர் அப்படி எழுதக் காரணம் அவர் அல்ல, இந்தச் சமூகமே என்பதை உணர்ந்து மீண்டும் அவரின் கதைகளைத் தீவிரமாக வாசிக்கத் தொடங்கினேன் என்று பெருமாள்முருகன் கூறுகிறார். பிரபஞ்சனின் எழுத்து நேர்த்தியைப் பெருமாள்முருகன் கண்டடைந்த விதத்தை இது உணர்த்துகிறது.

ஓர் எழுத்தாளனைத் தொகுப்பாசிரியர் எவ்வாறு புரிந்துகொள்கிறார் என்பதைப் பெருமாள்முருகனின்

சித்தன்போக்கு முன்னுரை தெளிவாக முன்வைக்கிறது. பிரபஞ்சனின் மொத்தக் கதைகளையும் புரிந்துகொள்ள இந்த இருபது கதைகள் கொண்ட தொகுப்பு ஒரு முன்னத்தி ஏராக நின்று வழிகாட்டுகிறது. எழுத்தாளனிலிருந்து விலகி ஓடாத, எழுத்தாளனை பெருமைப்படுத்தக்கூடிய, எழுத்தாளனின் எழுத்து நுட்பங்களை வெளிப்படுத்தக்கூடிய பெருமாள்முருகனின் தொகுப்பு நுட்பங்கள் அவரின் தொகுப்பு நெறிகளைப் புரிந்துகொள்ள வழிவகைசெய்கிறது.

அண்ணாவின் தீட்டுத்துணி

காலத்தின் நேர்செய்யப்படாத கோடுகளில் எத்தனையோ எழுத்தாளுமைகள் உதிர்ந்து விடுகின்றனர்; அவர்களின் எழுத்து வடிவங்கள் எதனாலேயோ தொலைந்து விடுகின்றன. சிலநேரங்களில் அவர்களின் எழுத்துகள் காலத்தின் தேவை கருதி மீட்டுருவாக்கம் செய்யப்படுகின்றன. சிறந்த பேச்சாளர், எழுத்தாளர், அரசியல் வித்தகர் என எல்லோராலும் கொண்டாடப்பட்டு வரும் அறிஞர் அண்ணாவின் சிறுகதைகள் இன்றைய தலைமுறையினர்க்கு எத்தனையோ தொலைவில் இருந்துவந்தது. அந்த இடைவெளியைக் குறைக்க அவரின் நூற்றாண்டையொட்டி பெருமாள்முருகன் உருவாக்கிய தொகுப்பு தீட்டுத்துணி.

அண்ணாவின் நூற்றுக்கும் மேற்பட்ட கதைகளில் இருந்து இன்றைய வாசகனுக்கு இயைந்த வாசிப்பனுவத்தின் பன்முகத்தைத் தரக்கூடிய பதினான்கு கதைகளைத் தொகுத்தளித்திருக்கிறார் பெருமாள்முருகன். அண்ணாவின் ஒரு சிறுகதையின் பெயர் தீட்டுத்துணி. அதுதான் இத்தொகுப்பின் தலைப்பு. அண்ணாவின் சிறுகதைகள் குறித்த விரிவான மதிப்பீட்டைத் தனது முன்னுரையில் முன்வைக்கும் பெருமாள்முருகன், அக்கதைகளை எந்தெந்த அடிப்படையில் தொகுப்பிற்குள்ளாகக் கொண்டுவந்துள்ளார் என்பதையும் தெளிவுபடுத்துகிறார். நூற்றாண்டு கால சிறுகதை வரலாற்றில் அண்ணாவின் சிறுகதைகள் எத்தகைய தன்மை கொண்டவை என்பதைப் பின்வருமாறு விளக்குகிறார். "அண்ணா தமிழ்ச் சிறுகதையை உன்னத நிலையில் வைக்க வேண்டும் என்பதற்காகக் கதை எழுதியவர் அல்ல. அவருடைய நோக்கம் கருத்துப் பிரச்சாரம் என்பது தெளிவு. பிரச்சாரம் என்று வந்துவிட்டால் இரண்டு விஷயங்கள் கவனத்தில் கொள்ளப்படும். முதலாவது பிரச்சாரத்திற்குரிய தொகுப்பு. இரண்டாவது அந்தக் கருத்துக்களைக் கொண்டு சேர்க்க வேண்டிய மக்கள் திரள்.

இரண்டிலும் அண்ணா மிகத் தெளிவாக இருந்திருக்கிறார் என்பது கதைகள் காட்டும் செய்தி" (தீட்டுத்துணி, முன்னுரை, பக்.15,16).

அண்ணாவின் இத்தகைய கதைகளின் உருவாக்கப் பின்புலத்தை வரையறுத்துக்கொண்டு அக்கதைகளிலிருந்து வகைமாதிரி, வடிவம், வரலாற்று முக்கியத்துவம் ஆகியவற்றின் அடிப்படையில் தேர்ந்தெடுத்து இத்தொகுப்பை உருவாக்கியிருக்கிறார். அண்ணா கதைகளின் பொதுவான செல்நெறியும் கதையின் முடிவுகளும் எவ்வாறு அமைகின்றன என்பதை மதிப்பிட்டுக் கூறுகிறார். பிரச்சாரக் கதைகளாக இருக்கும் அவை பொதுவாக கருத்துவிளக்கக் கதைகளாகவும் பூடகத்தன்மையற்றதாகவும் கதைச் சுருக்கத்தோடும் எவ்வாறு தொழிற்பட்டுள்ளன என்பதையும் விளக்கிக் கூறுகிறார். அதேசமயம் இந்தப் பிரச்சாரக் கதைகள் சமூகத்தின் விழுமியங்களில் உண்டாக்கிய மாற்றங்களையும் மதிப்பிடுகிறார். சமகாலத் தன்மை, பரவலான வாசக கவனம், கருத்துப் பரப்பலின் அடித்தளம் ஆகியவற்றின் அடிப்படையில் அண்ணாவின் கதைகள் உருவாக்கிய விளைவுகளையும் எடுத்துரைத்துச் செல்கின்றார்.

பெருமாள்முருகனின் இந்தப் புரிதல் பின்புலமே அவரது தொகுப்பின் பலமாக அமைகிறது. வாசகனை முன்கூட்டியே தயார்செய்து தொகுப்பினுள்ளாக உலவவிடுகிறது அவரது தொகுப்பு முன்னுரை. பெருமாள்முருகனின் முன்னுரையை வாசிக்காமல், தெரிவுசெய்யப்பட்ட கதைகளை வாசித்துமுடித்து, முன்னுரைக்கு வந்தால் அவர் என்ன மதிப்பீடுகளைக் கொண்டிருந்தாரோ அதே முடிவிற்குத்தான் அந்த வாசகனும் வந்து சேர்ந்திருப்பான்.

கட்டுரைத் தொகுப்புகளில் உலவும் ஆளுமைகள்:

பெருமாள்முருகன் உருவாக்கிய மூன்று கட்டுரைத் தொகுப்புகளும் உ.வே.சாமிநாதையர், கு.ப.ராஜகோபாலன், சி.சு.செல்லப்பா ஆகிய மூன்று ஆளுமைகளை முன்னிறுத்துகின்றன. உ.வே.சாமிநாதையரின் நூற்றைம்பதாவது ஆண்டினையொட்டி, காலச்சுவடு உ.வே.சா.வுக்குச் சிறப்பிதழ் ஒன்றை வெளியிட்டது. அதில் வெளிவந்த கட்டுரைகளோடு உ.வே.சா. குறித்துப் பலரும் பல தருணங்களில் எழுதிய கட்டுரைகளையும் இணைத்து உருவாக்கப்பட்ட தொகுப்புதான் உ.வே.சா. பன்முக ஆளுமையின் பேருருவம்.

காலச்சுவடு, சேலம் வயல் அமைப்புடன் இணைந்து நடத்திய இரண்டுநாள் கருத்தரங்கில் முதல் நாள் கு.ப.ரா.குறித்தும், இரண்டாம் நாள் சி.சு.செல்லப்பா குறித்தும் வாசிக்கப்பட்ட கட்டுரைகளைத் தொகுத்து முறையே உடைந்த மனோரதங்கள், பிரம்மாண்டமும் ஒச்சமும் என்னும் இரண்டு தொகுப்புகள் பெருமாள்முருகனால் உருவாக்கப்பட்டன.

தமிழ்த்தாத்தா என்று சொன்னவுடன் எல்லோராலும் பரவலாக அறியப்பட்ட உ.வே.சா.வை ஒரு நூற்றாண்டு கால அறிஞர்களின் சிந்தனையின் வழியாகப் புரிந்துகொள்ள மேற்கொள்ளப்பட்ட முயற்சியே உ.வே.சா. பன்முக ஆளுமையின் பேருருவம். வையாபுரிப்பிள்ளை தொடங்கி பொ.வேல்சாமி கட்டுரை வரை பதினைந்து கட்டுரைகள் இத்தொகுப்பில் இடம்பெற்றுள்ளன. தமிழின் தொன்மை வரலாற்றை அறிந்துகொள்ள தம் பதிப்புகளின் வழி துணைநின்ற உ.வே.சா.வைப் புரிந்துகொள்ள இத்தொகுப்பு முன்னுதாரணமாகத் திகழ்கின்றது. உ.வே.சா.வின் பதிப்புகள் மட்டுமல்லாது அவருடைய கட்டுரைகள், என் சரித்திரம் ஆகியவையும் இக்கட்டுரைகளின் தரவுகளாகத் திகழ்கின்றன. உ.வே.சா.வைத் தமிழ்ச்சமூகம் எவ்வாறு எதிர்கொண்டது என்பதன் பன்முகத்தன்மையை இத்தொகுப்பு பலநிலைகளில் எடுத்துவைக்கிறது.

இத்தொகுப்பிற்குப் பெருமாள்முருகன் எழுதிய முன்னுரை, உ.வே.சா. உருவான பின்புலத்தையும் அவரது உரையோடு கூடிய பதிப்புகளின் முயற்சியையும் பிரபந்தங்களின் பதிப்புத் தேவைகளையும் விளக்கி நிற்கிறது. பிறர் பதிப்பித்தவற்றை உ.வே.சா. பதிப்பிக்காமல் போன காரணங்களையும் ரசனை மரபிலிருந்து தன் பதிப்புகளுக்குப் புலமை மரபை எவ்வாறு கைக்கொண்டார் என்பதையும் பாடவேறுபாடுகளில் அவர் காட்டிய சிலவற்றைத் தமிழுலகம் எவ்வாறு திரித்துக்கொண்டது என்பதையும் வையாபுரிப்பிள்ளை சுட்டும் பாடவேறுபாடுகளைப் பின்வருவோர் எவ்வாறு கவனத்தில்கொண்டு மேம்பட்ட பதிப்புகளை உருவாக்கவேண்டும் என்பதையும் எடுத்துரைத்துச் செல்கிறது.

ஒரு பேராளுமையின் பிம்பம் எத்தகையது என்பதும் தமிழ்ச்சமூகம் அந்தப் பிம்பத்தை எவ்வாறெல்லாம் பிரதிபலித்திருக்கிறது என்பதையும் உ.வே.சா.பன்முக ஆளுமையின் பேருருவம் தொகுப்பு அடையாளப்படுத்தி நிற்கிறது.

கு.ப.ராவும் சி.சு.செல்லப்பாவும்

சிறுகதையாசிரியராக மட்டுமே தமிழ் இலக்கிய வரலாறுகளால் திரும்பத் திரும்ப முன்வைக்கப்பட்ட கு.ப.ரா.வின் ஒட்டுமொத்த படைப்புகள் குறித்தும் எழுதப்பட்ட கட்டுரைகளின் தொகுப்பு உடைந்த மனோரதங்கள். ஞானக்கூத்தன், சூத்திரதாரி, பாலைநிலவன், வெளிரங்கராஜன் முதலான ஏழு பேர்களின் எட்டுக் கட்டுரைகள் அடங்கிய தொகுப்பு. ஞானக்கூத்தனின் இரண்டு கட்டுரைகள் இதில் உள்ளன. கு.ப.ரா. சிறுகதைகள் மட்டுமல்லாது கவிதை, மொழிபெயர்ப்பு, நாடகம், கட்டுரை எனத் தமிழின் அனைத்து வடிவங்களையும் எவ்வாறு உள்வாங்கிச் செயல்பட்டார் என்று இக்கட்டுரைகள் பல தளங்களில் விளக்கிநிற்கின்றன. கு.ப.ரா.வின் வாழ்வியல் உலகத்திற்கும் அவரது படைப்புலகத்திற்கும் உள்ள இணைப்பு நிலையும் எதிர்ப்பு நிலையும் எவ்வாறு செயல்பட்டுள்ளது என்பதை இக்கட்டுரைகள் எடுத்துரைக்கின்றன. பெருமாள்முருகன் இதன் தொகுப்பாசிரியராக மட்டுமல்லாமல், கட்டுரை ஆசிரியராகவும் நின்று கு.ப.ரா.வின் கட்டுரைகளை அறிமுகப்படுத்தி ஒரு கட்டுரை எழுதியுள்ளார்.

கு.ப.ரா.வின் புகழ்பெற்ற கதையான விடியுமா? குறித்துத் தமிழ் இலக்கிய உலகம் எத்தகைய மதிப்பீட்டினைக் கொண்டிருந்தது என்பதை விளக்கி, பின்னர் அவரது படைப்பின்மீது பலராலும் வைக்கப்பட்ட பாராட்டுகள் மற்றும் விமர்சனங்கள் குறித்தும் எழுதியிருக்கிறார். "விமர்சனங்களைப் பொருட்படுத்தாமல் எல்லாவற்றுக்கும் சமாதானம் சொல்லிக் கொண்டேயிருத்தல் தேவையில்லை. கு.ப.ரா.வை அங்கீகரித்து அவருக்குரிய மரியாதையை வழங்கும் என் மனம், சாதி மனோபாவம் கொண்ட படைப்புகளும் அவரிடமிருந்து வந்துள்ளன என்பதையும் ஏற்றுக்கொள்கிறது. எனக்கு இதில் எந்தப் பிரச்சினையும் இல்லை. கு.ப.ரா.வைக் காப்பாற்றிப் புனிதராக்க வேண்டும் என்று நான் கருதவில்லை" (உடைந்த மனோரதங்கள், முன்னுரை, ப.15). பெருமாள்முருகனின் இந்தக் கூற்று ஒரு படைப்பாளி குறித்த தெளிவினை ஒரு தொகுப்பாசிரியர் எவ்வாறு கொண்டிருக்கவேண்டும் என்பதைத் தெளிவுபடுத்துகிறது. தற்சார்பற்ற, வெளிப்படையான, யதார்த்தத்தை உள்வாங்கிய, வாசக மனநிலையைப் புரிந்துகொள்கிற ஒரு தொகுப்பாசிரியராகப் பெருமாள்முருகன் செயல்பட்டுள்ளார் என்பதை இத்தொகுப்பும் தொகுப்பின் முன்னுரையும் விளக்கிவிடுகிறது.

பிரம்மாண்டமும் ஒச்சமும்

1960களில் எழுத்து என்னும் பத்திரிகையின் வழியாக அறியப்பட்ட சி.சு.செல்லப்பா, 19ஆம் நூற்றாண்டுத் தமிழ் கவிதை வரலாற்றில் இலக்கிய வரலாறுகள் பகுக்கும் மூன்று காலகட்டங்களில் ஒரு காலகட்டத்தின் அடையாளமாகவே பார்க்கப்பட்டார். அதுமட்டுமல்லாது ஜல்லிக்கட்டு குறித்து அவர் எழுதிய வாடிவாசலும் அவருக்குரிய இடத்தை வழங்கியிருந்தது. ஆனாலும் அவரது முழு படைப்பாளுமை குறித்து அறிய வேறு எந்த நூலும் அவருக்காக உருவாக்கப்பட்டதாகத் தெரியவில்லை. அதைப் போக்கும் விதமாக இத்தொகுப்பு அமைகிறது.

21ஆம் நூற்றாண்டின் தொடக்ககாலத்தில் சி.சு.செல்லப்பாவை மீள்நினைவு கொள்ளும் நோக்கிலும் எதிர்காலத் தலைமுறைகள் அவரை உள்வாங்கிக் கொள்ளும் முகமாகவும் இத்தொகுப்பு அமைந்துள்ளது. "நவீன இலக்கிய வரலாற்றில் பெரும் முக்கியத்துவம் பெறுபவராக, வரலாற்றின் திருப்புமுனையாக விளங்கும் சி.சு.செல்லப்பாவை இன்றைய வாசகர்களுக்கு விரிவாக அறிமுகப்படுத்தும் நூல் எதுவும் இல்லை. அவருடைய சாதனைகளை மதிப்பிடும் நோக்கிலான நூல்களும் இல்லை" (பிரம்மாண்டமும் ஒச்சமும், முன்னுரை, ப.12) என்னும் பெருமாள்முருகன் கூற்று இதனைத் தெளிவுபடுத்துகிறது. தேவிபாரதி, க.வை.பழனிசாமி, க.மோகனரங்கன், பாவண்ணன், த.பார்த்திபன் ஆகியோரின் கட்டுரைகளின் வழியாகச் சி.சு.செல்லப்பாவின் படைப்புத்தளங்கள் எல்லா நிலைகளிலும் விவாதத்திற்கு உட்படுத்தி எழுதப்பட்டுள்ளன. இக்கட்டுரைகள்தான் அவரைத் தமிழ்ச்சமூகத்தில் தனித்ததோர் ஆளுமையாகக் கட்டமைத்துள்ளது.

பெருமாள்முருகனின் இத்தொகுப்பிற்கான முன்னுரை, சி.சு.செல்லப்பாவைத் தன் பார்வையிலிருந்து விளக்குவதோடு சுந்தர ராமசாமியின் நினைவோடையிலிருந்தும் விளக்கிச் செல்கிறது. சி.சு.செல்லப்பாவின் கோட்பாடுகள் அவரது படைப்புகளை எவ்வாறு வழிநடத்திச் செல்கின்றன என்பதையும் பெருமாள்முருகன் தனது முன்னுரையின் வழி விளக்கிச் செல்கின்றார். ஒரு படைப்பாளியை அவர் காலத்திய பின்புலங்களிலிருந்து புரிந்துகொள்வதோடு, சமகாலத் தளத்திலும் அவர் தேவை என்ன என்பதையும் அறிந்துகொள்ள இந்தத் தொகுப்பு பயன்படுவது குறிப்பிடத்தக்கது.

நிறைவாக, நான்கு சிறுகதைத் தொகுப்புகள், மூன்று கட்டுரைத் தொகுப்புகள் எனப் பெருமாள்முருகன் உருவாக்கிய இந்தத் தொகுப்புகள், தமிழ்த் தொகுப்பு மரபில் தனித்துவம் வாய்ந்தவைகளாகத் திகழ்கின்றன. கவனம் பெறாத, காலத்தின் தேவை கருதிய, மீள் வரலாற்றைக் கட்டமைக்க உதவுகின்ற, நவீன வாசகப் பரப்பு உள்நுழைய ஏதுவான தொகுப்புகளைப் பெருமாள்முருகன் சிரத்தையோடு உருவாக்கியுள்ளார். வட்டார இலக்கியத் தொகுப்புகள் சார்ந்து பெரிதும் கவனத்தில் கொள்ளப்படாத காலத்தில் கொங்குச் சிறுகதைகளையும், தலித் பற்றிய கொங்குச் சிறுகதைகளையும் தொகுத்து வட்டாரத் தொகுப்பு உருவாக்கத்தில் தனது பங்களிப்பை நிலைநிறுத்தியதோடு அத்தொகுப்பு உருவாக்கத்தில் சில தனித்தன்மைகளையும் அடையாளப்படுத்திக்கொண்டார்.

உ.வே.சா., கு.ப.ரா., அண்ணா, சி.சு.செல்லப்பா, பிரபஞ்சன் ஆகிய ஆளுமைகளைப் பல்வேறு தருணங்களில் கவனத்தில் கொண்டு பெருமாள்முருகன் உருவாக்கிய தொகுப்புகள், அவர்களின் படைப்புகளுக்கு நேர்செய்வனவாக அமைந்திருப்பது குறிப்பிடத்தக்கது. தொகுப்பு மட்டுமல்லாது தொகுப்புகளுக்குப் பெருமாள்முருகன் எழுதிய முன்னுரைகளும் தனித்துவம் வாய்ந்தவையாக உள்ளன. ஒவ்வொரு தொகுப்பும் ஏன் உருவாக்கப்பட்டது என்பது குறித்து விரிவான காரண, காரியங்களை விவாதித்து அத்தொகுப்பை உருவாக்கிய விதம் விதந்துரைக்கத்தக்கது.

படைப்பாளிகள் குறித்த பெருமாள்முருகனின் மதிப்பீடுகள் பெரிதும் பொதுப்பார்வையிலிருந்து விலகியே நிற்கிறது. எதற்காக அந்தப் படைப்பாளி இங்குத் தொகுக்கப்பட்டுள்ளார் என்பதைப் பல்நிலைப்பட்ட தளங்களில் இருந்தும் பெருமாள்முருகன் விளக்கிச் செல்லும் விதம் தொகுப்பின் ஆழத்தை மேலும் வலுப்படுத்தி நிற்கிறது. தொகுப்பு முறைமைகள் எதுவும் இல்லாமல் உருவாக்கப்பட்டு அச்சடிக்கப்பட்ட நூல்களாக மட்டுமே வெளிவரும் பல தொகுப்புகளுக்கு மத்தியில், பெருமாள்முருகனின் தொகுப்புகள் சில வரையறைகளைப் பின்பற்றித் தொகுக்கப்பட்டிருப்பது கூடுதல் சிறப்பு. உண்மைகளை எவ்விதத் தயக்கமும் இல்லாமல் போட்டு உடைத்துவிடும் பெருமாள்முருகனின் தொகுப்புகள் நம்பகத்தன்மை கொண்டதாகவும் போலித்தன்மை அற்றதாகவும் தொகுப்பு வரலாற்றில் நிலைபெறுகின்றன.

பெருமாள் முருகன் தொகுப்புகள்

1. பெருமாள்முருகன்(தொ.ர்.), கொங்குச் சிறுகதைகள், காவ்யா வெளியீடு, 2001.

2. பெருமாள்முருகன் (தொ.ர்.), தலித் பற்றிய கொங்குச் சிறுகதைகள், புதுமலர் பதிப்பகம், 2001.

3. பெருமாள்முருகன்(தொ.ர்.), உடைந்த மனோரதங்கள், காலச்சுவடு, 2004

4. பெருமாள்முருகன்(தொ.ர்.), பிரம்மாண்டமும் ஒச்சமும், காலச்சுவடு, 2004

5. பெருமாள்முருகன் (தொ.ர்.), சித்தன் போக்கு – பிரபஞ்சன் சிறுகதைகள், காலச்சுவடு, 2004.

6. பெருமாள்முருகன்(தொ.ர்.), உ.வே.சா. பன்முக ஆளுமையின் பேருருவம், காலச்சுவடு, 2005

7. பெருமாள்முருகன்(தொ.ர்.), தீட்டுத்துணி – அண்ணா சிறுகதைகள், காலச்சுவடு, 2008.

21

பசுமை வாசிப்பில், பூனாச்சி அல்லது ஒரு வெள்ளாட்டின் கதை

இரா. ஸ்ரீவித்யா

பருவநிலை மாற்றங்கள், உயிரினங்களின் வாழ்வுரிமை, புவி வெப்பமயமாதல், இயற்கை வளங்களின் சுரண்டல் முதலிய சிக்கல்களை மையமிட்ட எழுத்துக்களைப் பசுமை இலக்கியங்கள் (Green Literature) என்றால், அந்நோக்கிலான வாசிப்பைப் பசுமைவாசிப்பு (Green Reading) என்று கூறலாம். இக்கட்டுரை வாயிலாக, பெருமாள்முருகனின் பூனாச்சி அல்லது ஒரு வெள்ளாட்டின் கதையின் மீது அவ்வகையிலான வாசிப்பு நிகழ்த்தப்படுகிறது.

அடிலாய்டு பல்கலைக்கழகத்தின் சூழலியத்துறை முன்னெடுத்த அண்மைக்கால ஆய்வின்படி, உலகில் அதிகம் மாசுபடுத்தப்பட்ட நாடுகளின் பட்டியலில் இந்தியா ஏழாவது இடத்தை வகிக்கிறது. பெருகிவரும் மக்கள்தொகை, நகரங்களின் வீக்கம், தொழிற்சாலைகளின் அசுர வளர்ச்சி, பன்னாட்டு முதலாளித்துவத்திற்கு ஆதரவான அரசின் நிலைப்பாடு என அதற்கான காரணிகள் நீள்கின்றன. காடுகளின் அழிப்பு, அணைக்கட்டுத் திட்டங்களால் வாழ்வாதாரங்களை இழந்த பழங்குடிகளின் வாழ்க்கை, அதிகரித்துவரும் விவசாயிகளின் தற்கொலை, நசிந்துவரும் பல்லுயிரியம் எனச் சிதைந்து கொண்டிருக்கும் மண்ணின் வாதையை அண்மைக்கால

எழுத்துக்களும் கோட்பாடுகளும் மையப்படுத்துகின்றன. தமிழ் இலக்கியச் சூழலில் இதுவரை தோன்றியுள்ள இலக்கியங்களும் கோட்பாடுகளும் முதலாளி x தொழிலாளி, ஆண் x பெண், உயர்சாதி x தலித், ஐரோப்பியர் x இந்தியர் என மனிதர்களுக்கான இணை முரண்களை (Binary Oppositions) மையப்படுத்தியவை என்றால், சமீபகால நிகழ்வுகள் இலக்கியத்தையும் இலக்கியக் கோட்பாட்டையும் மனிதன் x இயற்கை என்கிற இணைமுரணை நோக்கிய திசைமாற்றத்திற்கு இட்டுச் சென்றுள்ளது.

இலக்கண உலகில் நாங்கள் x நாம் ஆகிய குறிப்பான்கள் உளப்படுத்தாத தன்மைப் பன்மை x உளப்பாட்டுத் தன்மைப் பன்மை என்கிற வேறுபாட்டைத் தருகின்றன. மொழியாலான குறியீட்டு உலகில் 'நாம்' முன்னிலையை-கேட்போனை – பிறமனிதர்களை உள்ளடக்கிய 'நாம்' ஆக இருக்க, பசுமை எழுத்துக்களிலும் ஆய்விலும் 'நாம்' பிற உயிர்களையும் இயற்கையையும் (உயிருள்ள x உயிரற்ற) உள்ளடக்கிய சேர்மமாக உருப்பெறுகிறது. நிர்மல் செல்வமணி சுட்டிக்காட்டுவது போல, இந்த இணைவாக்கச் சிந்தனை, தொல்காப்பியரின் திணைக்கோட்பாட்டிலேயே இடம்பெற்றுள்ளது. தெய்வம் – விலங்கு – புள் என்று நீளும் தொல்காப்பியரின் கருப்பொருள் சங்கிலியில் மனிதனும் ஒரு கண்ணியே. இந்திய ஆன்மீகத் தளத்தில், குறிப்பாக சமண மரபில் இந்த உறவுநிலை குத்துக்கோட்டு உறவுநிலை (Vertical relationship) யன்று. கிடைமட்ட உறவுநிலையே (Horizontal relationship). இந்தக் கிடைமட்ட உறவு நிலையைத்தான் பசுமை எழுத்துக்கள் மையப்படுத்துகின்றன. பெருமாள்முருகனின் பிரதியும் அத்தகையதொரு சாத்தியப்பாட்டிற்கு வாசகரை முன்னகர்த்துகிறது.

பூனாச்சி அல்லது ஒரு வெள்ளாட்டியின் கதை

'கதை'யின் கதையாக இடம்பெறும் முன்னுரைப் பகுதிக்கு ஆசிரியர் ('விதையுறக்கம்') இட்டுள்ள பெயர் பசுமை அழகியலுக்கொரு சான்று. தொடக்ககால நாவல்கள் 'பிரதாபம் என்னும் பிரதாப முதலியார் சரித்திரம்', 'ஆபத்துக் கிடமான அபவாதம் அல்லது கமலாம்பாள் சரித்திரம்', 'நளினசுந்தரி அல்லது நாகரிகத் தடபுடல்' என்று இரட்டைத் தலைப்புகளில் அமைந்ததைப் போல ஆசிரியரும் இரட்டைத் தலைப்பிட்டதற்கான பெயர்க்காரணத்தைக் குறிப்பிடுகிறார். பூனாச்சியின் பிறப்பில் தொடங்கும் கதை, அதன் இறப்பில் முடிவடைகிறது.

"ஆழ அறிந்தவை ஐந்தே ஐந்து விலங்குகள்தாம். அவற்றில் நாயும் பூனையும் கவிதைகளுக்கானவை. மாடு, பன்றி ஆகியவற்றைப் பற்றி எழுதவே கூடாது. மிஞ்சியது ஆடு ஒன்றுதான். பிரச்சினை தராத அப்பிராணி ஆடு. ஆட்டில் இரண்டுவகை. வெள்ளாடு, செம்மறி. சுறுசுறுப்பானது வெள்ளாடு. கதையில் ஓட்டம் இருக்கவேண்டும். அதற்கு லாயக்கு வெள்ளாடுதான். ஆகவே வெள்ளாட்டைப் பற்றி எழுதியிருக்கிறேன்" என்று கதைக்கருவைத் தெரிவு செய்ததற்கான காரணத்தைக் கதை சொல்லி நகைச்சுவையுடன் பதிவுசெய்கிறார்.

பூனாச்சியின் பிறப்பு, வறண்ட மேட்டாங்காட்டில் மழை அதிகம் பெய்திராத காலத்தில் தொடங்குவது போலவே, பூனாச்சியின் இறப்பும் மழை பொய்த்துவிட்ட பஞ்சகாலத்தில் நிகழ்கிறது. பருவநிலை மாற்றங்களும் பூனாச்சியின் வாழ்க்கையில் குறிப்பிடத்தகுந்த தாக்கத்தை ஏற்படுத்துகின்றன.

'மனிதர்களைப் பற்றி எழுத அச்சம், தெய்வங்களைப் பற்றி எழுதவோ பேரச்சம். அசுரர்களைப் பற்றி எழுதலாம். அசுர வாழ்க்கையும் கொஞ்சம் பழக்கம்தான்' என்று ஆசிரியர் குறிப்பிடுவதிலிருந்து பிரதி அசுர வாழ்க்கையை மையப்படுத்தி விடுகிறது. கதையின் மையக் கதாபாத்திரமான குடியானக் கிழவனும் அசுர இனத்தைச் சேர்ந்தவன். அவனுக்குப் பூனாச்சியைப் பரிசளிக்கும் முன்பின் தெரியாத மனிதனும் கிழவனைப் பொறுத்தவரை பகாசுரனே. ஆடு, மாடுகளைக் காக்கும் தெய்வமும் மேசாசுரன் என்று அசுர உலகம் பிரதியில் விரித்துரைக்கப்படுகிறது.

பதினெட்டாம் நூற்றாண்டின் அறிவொளிக்கால சிந்தனைகள், நவீனத்துவப் போக்குகள், தந்தையாதிக்க, முதலாளித்துவச் சமூகங்கள் என மேற்கத்திய நாடுகளின் போக்குகளும் மதிப்பீடுகளும் பணத்தை, உற்பத்தியை, ஒற்றைத் தன்மையான வளர்ச்சியை மையப்படுத்துபவை. மாறாக, கீழைத்தேய சிந்தனைகள், குறிப்பாகப் பழங்குடியினரின், விவசாயிகளின், பெண்களின் பார்வை வாழ்வாதாரத்தை, பன்மைத்துவத்தை, கூட்டிணைவை முன்மொழிபவை. தனது வெள்ளாட்டைச் சந்தையில் விற்க மனமில்லாத பகாசுரனின் வார்த்தைகள் அதனைப் பிரதிபலிக்கின்றன.

"ஆளாளுக்கு வந்து வாயப் புடிச்சுப் பல்லப் பாப்பான். இடுப்பக் கைல கவ்வுவான். மடியத் தொட்டு இழுப்பான். அரத்தத் தடவுவான். சந்தையில கங்காட்சிப் பொருளா எத்தன

வெள்ளாடுவ நிக்கறதப் பாத்திருக்கறம். இந்தப் பூங்குட்டி மேல கண்ட கை படலாமா? அதான் எனக்கு மனசு வருல சாமியோவ்..."

"துட்டு வெச்சிருக்கிற மகாராசனுங்க கொட்டப் புழுவாட்டம் குமிஞ்சு கெடக்கறாங்க. நல்ல மனசிருக்கோனுமே. மனசுக்காரனுக்குத்தான் இந்தக் குட்டிப் பாத்துக்கங்க" என்ற பகாசுரனின் பார்வை குறிப்பிடத்தகுந்தது. உயரத்தில் மட்டுமல்ல, கருத்திலும் நெடுவானின் திண்மை தனித்தன்மை மிக்கது.

ஏறத்தாழ அறுபது வருடங்களுக்குமுன் காந்தியிடம் ஆங்கிலேய இதழியலாளர் கேட்ட கேள்வி இங்குச் சுட்டத்தக்கது. "பிரிட்டனைப் போன்று இந்தியாவும் 'உயர்தரமான வாழ்க்கையை வாழவேண்டுமென நீங்கள் விரும்புகிறீர்களா? 'என்ற அந்த இதழியலாளரின் கேள்விக்குக் காந்தி அளித்த பதில் மிகுந்த முக்கியத்துவம் உடையது. "மிகச் சிறிய நாடான பிரிட்டன் இந்த 'உயர்தர' வாழ்க்கையை வாழ, பாதி உலகைச் சுரண்டிக்கொண்டிருக்கிறது. விரிந்த பரப்புடைய, பெரிய நாடான இந்தியா அதே 'உயர்தர' வாழ்க்கையை வாழ வேண்டுமெனில் எத்தனை உலகங்களைச் சுரண்டவேண்டும்?" காந்தியின் இந்தப் பார்வையைத்தான் மூன்றாம் உலகநாட்டுச் சூழலியல் இயக்கங்களும் சூழலியப் பெண்ணியமும் அடிநாதமாகக் கொண்டுள்ளன.

'வளர்ச்சியடைந்த நாடுகள்' - வளரும் நாடுகள் - இவ்வார்த்தைகளில் இடம்பெறும் முன்னொட்டுக்கள் தொழில்நுட்ப வளர்ச்சியையே முன்னேற்றமாகக் கருதும் மேற்கத்திய காலனித்துவ நாடுகள் வடிவமைத்தவை. இந்த மேற்கத்திய நாடுகளை விடுதலைக்கு முன்பும் பின்பும் முன்மாதிரியாகக் கொண்டதாலேயே மூன்றாம் உலக நாடுகள் இன்றைக்குப் பெரும் நெருக்கடியை, வீழ்ச்சியைச் சந்தித்துக் கொண்டிருக்கின்றன. மாறாக, கீழைத்தேய நாடுகள் குறிப்பாக, பெண்கள், பழங்குடியினர், விவசாயிகளின் கருத்தியல் இலாபத்தை, தனிமனித வளர்ச்சியை, சுரண்டலை அடிப்படையாகக் கொண்டதன்று; தன்னிறைவைக் கூட்டிணைவை. பன்மைத் தன்மையை, நேயத்தை, பேணலை அடிப்படையாகக் கொண்டது. அந்நோக்கு நிலையைப் பசுமை எழுத்துக்கள் மீட்டெடுப்புச் செய்கின்றன. புன்னைமரத்தைச் சகோதரியாகப் பார்க்கும் நற்றிணைத் தலைவியைக் கொண்டாடுகின்றன. பிரதி முதல் அத்தியாயத்திலேயே நெடுவான் மூலமாகத் தனது

இரா. ஸ்ரீவித்யா

நோக்குநிலையைத் தெளிவுபடுத்தி விடுகிறது. மினுமினுக்கும் வண்டின் நிறத்தை ஒக்கும் வெள்ளாட்டைக் கிழவனின் கைகளில் ஒப்படைத்துவிட்டுப் பணத்தைக்கூட வாங்காமல் மறைந்துவிடுகிறான் நெடுவான்.

கிழவன் கையில் தஞ்சமடைந்த சிலமணி நேரங்களிலேயே பூனாச்சிக்கு முதல் சோதனை பெரும்பட்சியின் வடிவில் வந்தது. கூடையில் அச்சிறிய வெள்ளாட்டுக் குட்டியை வைத்துக் கிழவன் தூக்கிக்கொண்டு வருகையில் அதைக் கவ்வுவதற்காக வந்த பறவையை மேய்ப்பாளர்கள் பார்த்து விட்டதால் ஓடிவந்து பறவையை விரட்டிக் கிழவனையும் வெள்ளாட்டுக் குட்டியையும் காப்பாற்றினார். கூடைக்குள்ளிருந்த அந்தச் சிறிய உயிரைக் கையில் வாங்கிய ஆட்டுக்காரன் ஒருவன், ‘குட்டி வவுத்துல ஒன்னுமில்லயப்பா. பசிமயக்கம். கண்ணே தொறக்க முடியில பாரு’ என்று சொன்னவன் சும்மா இல்லை. ‘பக்கூ பக்கூ’ என்று கூப்பிடவும் அவனுடைய வெள்ளாடுகள் ஓடிவந்தன. தாய் ஆடு ஒன்றைப் பிடித்து அதன் மடியில் குட்டியை விட்டான். எம்பிப் பற்றவும் சக்தியற்ற குட்டியின் வாயில் காம்பைத் திணித்தான். இப்போதுதான் முதன்முதலாக வாயில் முலை பற்றப் பழகுகிறது போலும். தடுமாறிக் காம்பை மெல்ல வாயில் பிடித்துச் சப்பியது குட்டி. இரண்டு பீர் பால் நாக்குக்கு வந்ததும் புது ருசிகண்டு வேகமாக ஊட்டத் தொடங்கிற்று. ‘குட்டி சுட்டிதானப்போ’ என்றான் ஊட்டக் கொடுத்தவன். நாலு சப்பில் வயிறு நனைந்து வாய் வலிக்கத் தொடங்கியதும் காம்பை விட்டுவிட்டது குட்டி. ‘அட இன்னம் நாலு வாயி சப்பிக்க. அப்பத்தான் ராத்திரிக்கெல்லாம் பசிதாங்கும்’ என்றவன் மேலும் ஊட்டடித்தான். பின் எடுத்துக் கிழவனிடம் கொடுத்தவன், ‘புழுவு மாதிரி இருந்தாலும் பாவன பாத்தீன்னா ஆளாயிருமப்போய்’ என்று சொன்னான். உடைமை நோக்கமற்ற, கரிசனமும் நேயமும் மிக்க பார்வை ஆட்டுக்காரர்களிடம் வெளிப்படுகிறது. பூங்குட்டியின் பசியறிந்து தனது தாயாட்டின் மூலம் பசியாற்றுவித்த மேய்ப்பர்களின் மனம் மெச்சத் தகுந்தது.

பெண்மைக் கோட்பாடு

குறியீட்டாக்கத்திலும் நடைமுறைச் செயல்பாட்டிலும் இந்தியாவைப் பொறுத்தவரை, பெண்களும் இயற்கையும் மிக நெருங்கிய நிலையில் பிணைக்கப்பட்டுள்ளனர். ஒருபுறம் நதி, நிலம், மரம் என இயற்கைப் பொருட்கள் பெண்ணாக உருவகிக்கப்படுகின்றன. மறுபுறம் இயற்கையைப் பேணி

வளர்ப்பவளாக, அதற்கு உயிரூட்டுபவளாகப் பெண் விளங்குகிறாள். பெண்ணுக்கும் இயற்கைக்குமான உறவு ஆதிக்க உறவன்று. அது இசைவுறவு, இணைவுறவு.

பதினெட்டாம் நூற்றாண்டின் அறிவொளிக்கால மரபிலிருந்து தொடர்ந்துவரும் தன்னிலை x மற்றமை, ஆண் x பெண் என்கிற இணைமுரண்கள் இரண்டு வேறுபட்ட தன்மைகளை மட்டும் புலப்படுத்தவில்லை. ஒன்றுக்கொன்று எதிரிடையான உறவைப் பிரதிபலிக்கின்றன. மற்றமையைச் சார்த்தர் 'Huis Clos' எனக் குறிப்பிடுகிறார். தன்னிலைக்கு மற்றமை நரகத்திற்குச் சமம் என்கிறார். மற்றமையைக் கீழ்நிலைக்குத் தள்ளியதாலேயே தன்னிலை நிலைபேறாக்கம் கொள்வதாக மேற்கத்திய தத்துவம் கருதுகிறது. ஹெகலிய, மார்க்சிய இயக்கவியலிலும் இந்த இணைமுரணே இயங்குகிறது. இரண்டுக்குமான போராட்டத்திலேயே வரலாறும் வளர்ச்சியும் நடைபெறுவதாக மார்க்ஸ் குறிப்பிடுகிறார். டார்வினின் பரிணாமக் கோட்பாடும் வலிமை x வலிமையற்ற என்கிற இணைமுரணையே முன்வைக்கிறது. டார்வினியத்தில் வலிமையற்றதை வீழ்த்தி, வலியது உயிர்வாழ்கிறது. இக்கோட்பாடுகள் அனைத்தும் அறிவொளிக்கால மதிப்பீடுகளை, நவீனத்துவ சிந்தனையை 'மற்றமை'யை எதிரியாகக் கருதும் பகைமை உறவை அடிப்படையாகக் கொள்கின்றன. ஆனால் மூன்றாம் உலகநாட்டுப் பெண்ணியம், குறிப்பாகப் பண்பாட்டுச் சூழலியப் பெண்ணியம், பாலினங் கடந்த கருத்தியலை முன்வைக்கிறது. ஆண்மை x பெண்மை என்கிற இணைமுரணை எதிரெதிர் நிலையில் நிறுத்தாமல், இருமையின் ஒருமையை வலியுறுத்துகிறது. பெண் – ஆண் – இயற்கை ஆகியவற்றின் இணைவை முன்னிறுத்துகிறது. கிழவிக்கும் பூனாச்சிக்குமான உறவு அத்தகையதொரு இசையுறவாக, இணையுறவாக விளங்குகிறது.

கட்டுரையாளர் குறிப்புகள்

கட்டுரையாளர் குறிப்புகள்

ஆர். அபிலாஷ் (1980)

கன்னியாகுமரி மாவட்டத்தைச் சேர்ந்தவர். நாவல், சிறுகதை, கட்டுரை, கவிதை, மொழியாக்கம், வாழ்க்கைக்கதை உள்ளிட்ட தளங்களில் இயங்கி வருபவர். இவை தொடர்பாக 23 புத்தகங்களை எழுதியுள்ளார். 2014இல் சாகித்திய அகாதெமியின் யுவ புரஷ்கார் விருதைத் தனது 'கால்கள்' நாவலுக்காகப் பெற்றார். 2016இல் பாரதிய பாஷா பரிஷத் விருதும் இந்நாவலுக்காக வழங்கப்பட்டது. 'தமிழிலக்கியத்தில் உடல்மொழி' என்ற தலைப்பில் ஆங்கில இலக்கியத்தில் முனைவர் பட்டம் பெற்ற இவர், பெங்களூரில் தனியார் பல்கலைக்கழகம் ஒன்றில் விரிவுரையாளராகப் பணியாற்றி வருகிறார். *'புறநடை'* என்ற இலக்கிய இதழையும் *'இன்மை'* என்ற இணைய இதழையும் நடத்தியிருக்கிறார். *தினமணி* நாளிதழில் 'வாங்க இங்கிலீஷ் பேசலாம்' என்ற தொடரை எழுதி வருகிறார்.

இரா. இரவி (1975)

சேலம் மாவட்டம் ஆத்தூர் வட்டம் மஞ்சினி என்ற கிராமத்தைச் சேர்ந்தவர். சென்னை, வடபழனி வளாக எஸ்.ஆர்.எம். நிகர்நிலைப் பல்கலைக்கழகத்தில் தமிழ்த்துறைத் தலைவராகப் பணியாற்றி வருகிறார். 'தமிழ் நவீன கவிதைகளில் பின்நவீனத்துவத்தின் செல்வாக்கு' என்ற தலைப்பில் ஆய்வுசெய்து முனைவர் பட்டம் பெற்றவர். 'அகச்சிவப்புக் கதிர்கள்', 'கனவுநிலை உரைத்தல்', 'புறா குனுகும் கிணறு' ஆகிய மூன்று கவிதைத் தொகுப்புகள் வெளிவந்துள்ளன. திரைத்துறையில், பாடலாசிரியராகவும் விளம்பரப்பாடல் எழுதுபவராகவும் வசனகர்த்தாவாகவும் செயல்பட்டு வருகிறார். 'மிதப்புகள்' என்ற யூடியூப் தொலைக்காட்சியையும் நடத்தி வருகிறார்.

துரை. இலட்சுமிபதி (1963)

தெற்கு இரயில்வேயில் பொறியாளராகப் பணியாற்றுகிறார். பொருளாதாரம், தமிழ் ஆகிய பிரிவுகளில் முதுகலைப் பட்டமும், தமிழில் ஆய்வியல் நிறைஞர் பட்டமும் பெற்றவர். இயந்திரப் பொறியியலில் பட்டயப் படிப்பையும் முடித்திருக்கிறார். 'இலக்கிய வீதி' எனும் அமைப்பின் இணைச்செயலர். 'க.நா.சு. – முத்துக்கள் பத்து',

‘காலச்சுவடுகள்’ ஆகிய சிறுகதை நூல்களின் தொகுப்பாசிரியர். தேர்ந்த வாசகர்; நவீன இலக்கிய ஆர்வலர். ‘இலக்கியத் தேனீ’ எனத் தோழர்களால் அழைக்கப்படுகிறார்.

பி. எழிலரசி (1968)

அரசு கல்லூரியில் தமிழ்ப் பேராசிரியராகப் பணியாற்றுகிறார். ‘தொடக்க காலத் தமிழ் நாவல்களில் பெண் சித்திரிப்பு’ என்னும் தலைப்பில் ஆய்வு செய்து முனைவர் பட்டம் பெற்றவர். ஸ்திரீ தர்மம் என்னும் பெண்களுக்கான இதழ் குறித்து ஆய்வு செய்துள்ளார். காலச்சுவடு, தக்கை, ஆனந்த விகடன் முதலிய இதழ்களில் இவரது கவிதைகள் வெளியாகி உள்ளன. ‘மிதக்கும் மகரந்தம்’, ‘பெருஞ்சூறை’ ஆகிய இரண்டு கவிதை தொகுப்புகள் வெளிவந்துள்ளன.

க. கதிரவன் (1975)

கேரள மாநிலம், பாலக்காட்டை அடுத்த சித்தூர் அரசு கல்லூரித் தமிழ்த்துறையில் பேராசிரியராகப் பணியாற்றி வருகிறார். ‘தமிழ் வரலாற்றுப் புதினங்களில் முதலாம் இராஜராஜசோழன்’ என்ற தலைப்பில் முனைவர்பட்ட ஆய்வைச் சமர்ப்பித்துள்ளார். கவிதை, கட்டுரை, மொழிபெயர்ப்பு போன்ற தளங்களில் இயங்கி வருகிறார். ‘யானை பிழைத்த வேல்’, ‘கவரி கருமை காளமேகம்’ ஆகிய கட்டுரை நூல்களும் ‘இவை இம்மட்டே’ என்ற கவிதைத் தொகுப்பும் இவரது நூல்கள். சென்னை கம்பன் கழகம் வழங்கும் ‘தமிழ் நிதி’ விருது பெற்றவர். ‘விதை’ என்ற இலக்கிய அமைப்பை நடத்தி வருகிறார்.

இரா. கந்தசாமி (1975)

சென்னை, திருத்தங்கல் நாடார் கல்லூரியில் உதவிப் பேராசிரியராகப் பணியாற்றுகிறார். புதுச்சேரி மத்தியப் பல்கலைக்கழகத்தில், ‘தமிழ் கன்னட தலித் புனைகதைகள் – ஒப்பீடு’ எனும் தலைப்பில் ஆய்வுசெய்து முனைவர் பட்டம் பெற்றவர். தமிழ்ப் படைப்பிலக்கிய ஆய்வுகளில் தொடர்ந்து ஈடுபட்டு வருகிறார். தலித்தியம், பெண்ணியம், ஒப்பிலக்கியம் ஆகிய துறைகளில் ஈடுபாடு உடையவர். ‘கபாடபுரம்’ எனும் கவிதைத் தொகுப்பினை 1999இல் வெளியிட்டுள்ளார். இந்நூல் புதுச்சேரி அரசின் ‘கம்பன் புகழ் இலக்கியப் பரிசை’ 2000ஆம் ஆண்டு பெற்றது

கல்யாணராமன் (1972)

கும்பகோணத்தைப் பூர்வீகமாகக் கொண்டவர். தற்போது

சென்னைவாசி. அரசு கல்லூரியில் முதல்வராகப் பணியாற்றி வருகிறார். 'தி.ஜானகிராமன் நாவல்கள்' குறித்து ஆய்வு செய்து முனைவர் பட்டம் பெற்றவர். மரபிலக்கியத்திலும் நவீன இலக்கியத்திலும் பயிற்சியுள்ளவர். பேச்சுக்கும் எழுத்துக்கும் இணைமுக்கியத்துவம் அளிப்பவர். 'நரகத்திலிருந்து ஒரு குரல்' என்ற கவிதைத் தொகுப்பினூடாகக் கவனம் பெற்றவர். 'கனல் வட்டம்' என்ற ஆத்மாநாம் கவிதைகள் குறித்த விமர்சன நூல் முக்கியமானது. 'எப்படி இருக்கிறாய்', 'ஆரஞ்சாயணம்' ஆகிய கவிதைத் தொகுப்புகளும், 'விபரீத ராஜ யோகம்' என்ற சிறுகதைத் தொகுப்பும் வெளிவந்துள்ளன.

க. காசிமாரியப்பன் (1965)

அரசு கல்லூரிப் பேராசிரியர். 'கொம்ப மாடசாமி' என்ற பெயரில் கவிதைகள் எழுதியவர். 'தலித்திய நாவல்களின் கருத்தாக்கம்' என்ற தலைப்பில் ஆய்வு செய்து முனைவர்பட்ட ஆய்வேட்டைச் சமர்ப்பித்திருக்கிறார். இரண்டாயிரத்திற்குப் பிறகு வெளிவந்த, தமிழ் முனைவர்பட்ட ஆய்வேடுகளின் சுருக்கங்களைத் தொகுத்து 'தமிழ் ஆய்வுகள்' என்ற பெயரில் இணையத்தில் பதிவேற்றியுள்ளார். விளிம்புநிலை இலக்கியங்கள் குறித்துத் தொடர்ந்து கட்டுரைகளை எழுதி வருகிறார்.

க. காமராசன் (1984)

சென்னை மாநிலக் கல்லூரித் தமிழ்த்துறை முனைவர்பட்ட ஆய்வு மாணவர். 'திருமந்திரப் பதிப்புகள்', 'மணிமேகலையில் பௌத்தத் தருக்கம்' முதலான குறிப்பிடத்தகுந்த ஆய்வுக் கட்டுரைகள் எழுதியுள்ளார். புதிய ஆராய்ச்சி, கூடு ஆய்விதழ் ஆகியவற்றின் ஆசிரியர் குழுவில் இடம்பெற்றுள்ளார். 'தனித்து ஒலிக்கும் குரல்: ஆ.சிவசுப்பிரமணியனின் நேர்காணல்கள்' என்ற நூலைத் தொகுத்திருக்கிறார். 'மணிமேகலையில் சமயமும் மெய்யியலும்' என்ற நூலின் துணைப் பதிப்பாசிரியர். தமிழ் இலக்கிய வரலாற்று ஆய்விலும் பதிப்பாய்விலும் ஆர்வம் காட்டி வருபவர்.

தா.அ. சிரிஷா (1973)

சென்னை, செல்லம்மாள் மகளிர் கல்லூரியில் தமிழ்ப் பேராசிரியராகப் பணியாற்றுகிறார். 'சுந்தர ராமசாமியின் நாவல் கலை' என்னும் தலைப்பில் ஆய்வு செய்து முனைவர் பட்டம் பெற்றவர். 'வெறுமைவெளியும் பன்மைமொழியும்' என்ற கட்டுரை நூலொன்று வெளியாகியுள்ளது. சூழலியல் குறித்த கவனமுள்ளவர். சங்க இலக்கியத்திலும் நவீன இலக்கியத்திலும் ஈடுபாடுடையவர்.

தெலுங்கைத் தாய்மொழியாகக் கொண்ட இவர், தமிழ் – தெலுங்கு மொழிபெயர்ப்பு முயற்சிகளில் தற்போது ஆர்வம் செலுத்தி வருகிறார்.

சீதாபதி ரகு (1970)

சென்னை, அரசு கல்லூரியில் தமிழ்ப்பேராசிரியராகப் பணியாற்றுகிறார். கி.ராஜநாராயணன் படைப்புகளில் ஈடுபாடுள்ளவர். 'முதலாயிரத்தில் ஈசுவரனின் ஐவகை நிலைகள்' என்ற தலைப்பில் ஆய்வு செய்து முனைவர் பட்டம் பெற்றவர். 'தொண்டரடிப்பொடியாழ்வார்', 'தசாவதாரங்கள்' ஆகிய இரண்டு ஆய்வு நூல்கள் வெளிவந்துள்ளன. வைணவ இலக்கியத்தைத் தம் தொடர் ஆய்வுப் பொருளாகக் கொண்டுள்ளார்.

சீனிவாச ராமாநுஜம் (1965)

'ஆடுகளம்' என்ற பெயரில் நாடகக் குழுவை உருவாக்கியவர். 'சாதத் ஹசன் மண்ட்டோ படைப்புகள்', 'தீப்பற்றிய பாதங்கள்', 'மௌனவதம்', 'இரண்டு தந்தையர்' ஆகிய நூல்களைத் தமிழில் மொழிபெயர்த்துள்ளார். 'காந்தியின் உடலரசியல், 'தற்கொலைகளைக் கொண்டாடுவோம், 'சந்நியாசமும் தீண்டாமையும்' ஆகிய நூல்களை எழுதியுள்ளார். 'சந்நியாசமும் தீண்டாமையும்' நூலுக்காக விகடன் விருது, இந்து நாளிதழ் வழங்கும் ஏ.கே.செட்டியார் விருது ஆகியவற்றைப் பெற்றுள்ளார். 'அகம்புறம்' என்ற இதழின் ஆசிரியராகவும் இருந்துள்ளார்.

சுப்பிரமணி இரமேஷ் (1980)

இந்நூலின் தொகுப்பாசிரியர். நவீன இலக்கியங்கள் குறித்த விமர்சனக் கட்டுரைகளை எழுதி வருகிறார். சென்னை, இந்துக் கல்லூரியில் உதவிப் பேராசிரியராகப் பணியாற்றி வருகிறார். 'எதிர்க்கதையாடல் நிகழ்த்தும் பிரதிகள்', 'தொடக்க காலத் தமிழ் நாவல்கள்', 'தற்காலப் பெண் சிறுகதைகள்' ஆகிய கட்டுரை நூல்களும் 'ஆண் காக்கை' என்ற கவிதைத் தொகுப்பும் வெளிவந்துள்ளன. 'காலவெளிக் கதைஞர்கள்', 'தமிழ்ச் சிறுகதை: வரலாறும் விமர்சனமும்' ஆகிய இரு தொகைநூல்களும் இவரது பங்களிப்புகளில் அடங்கும்.

இரா. தமிழ்ச்செல்வன் (1980)

உத்திரப்பிரதேசம், அலிகர் முஸ்லிம் பல்கலைக்கழக நவீன இந்திய மொழிகள் துறையில் தமிழ் உதவிப் பேராசிரியராகப் பணிபுரிந்து வருகிறார். புதுதில்லி, ஜவாஹர்லால்நேரு பல்கலைக்கழகத்தில்

மொழிபெயர்ப்பியலில் ஆய்வு செய்து முனைவர் பட்டம் பெற்றவர். இரண்டு நூல்களைப் பதிப்பித்துள்ளார். கொங்கணியிலிருந்து 'யார் அறிவாரோ' என்ற புதினத்தை நேரடியாகத் தமிழில் மொழிபெயர்த்துள்ளார். கொங்கணியிலிருந்து தமிழுக்கு வந்த முதல் படைப்பு இது என்பது குறிப்பிடத்தக்கது. கொங்கணியிலிருந்து மூன்று சிறுகதைகள், இவரால் தமிழில் மொழிபெயர்க்கப்பட்டுள்ளன.

கு. பத்மநாபன் (1978)

ஆந்திராவிலுள்ள குப்பம் திராவிடப் பல்கலைக்கழகத்தில் தமிழ்மொழி மற்றும் மொழிபெயர்ப்பியல் துறையில் உதவிப் பேராசிரியராகப் பணியாற்றி வருகிறார். ஜெயகாந்தன் – யு.ஆர். அனந்தமூர்த்தி நாவல்களை ஒப்பிட்டு ஆய்வுசெய்து முனைவர் பட்டம் பெற்றவர். இலக்கியத்திறனாய்வு, ஒப்பிலக்கியம், மொழிபெயர்ப்பு ஆகிய துறைகளில் தொடர்ந்து கட்டுரைகளை எழுதி வருகிறார். கன்னடம், தெலுங்கு மொழிப் படைப்புகளைத் தமிழில் மொழிபெயர்த்துள்ளார். 'இனி ஓநாய்களுக்கு அஞ்சுவதில்லை', 'தொல் பனுவல்களும் பன்முக நோக்கும்' ஆகியவை இவருடைய நூல்கள்.

பிரவீண் பஃறுளி (1979)

சென்னையிலுள்ள குரு நானக் கல்லூரியில் தமிழ்த்துறை உதவிப் பேராசிரியராகப் பணிபுரிந்து வருகிறார். 'தமிழில் விமர்சன வரலாறு' பற்றி ஆய்வு செய்து முனைவர் பட்டம் பெற்றவர். இடைவெளி, புறனடை, பேபல் உள்ளிட்ட சிற்றிதழ்களின் ஆசிரியர். 'திணைமயக்கம்' என்ற பெயரில் உலகக்கவிதைகளை மொழிபெயர்த்துள்ளார். 'தமிழ் நவீனத்துவம்–பின்நவீனத்துவம்' என்ற நூல் வெளியாகியுள்ளது. மணல்வீடு, கல்குதிரை, கனலி, சிலேட், இடைவெளி, பீமாநதி, நீலவிழிகள் உள்ளிட்ட இதழ்களில் விமர்சனக் கட்டுரைகள் எழுதியுள்ளார். அகில இந்திய வானொலியில் பகுதி நேரச் செய்தி வாசிப்பாளராகவும் பணி புரிந்துள்ளார்.

பெருந்தேவி

கவிஞர். தற்போது அமெரிக்காவில் சியனா கல்லூரியில் இணைப்பேராசிரியராகப் பணியாற்றுகிறார். அமெரிக்காவின் ஜார்ஜ் வாஷிங்டன் பல்கலைக்கழகத்தில், 'தெற்காசிய மதங்கள், பண்பாட்டு மானிடவியல், இந்திய மருத்துவ வரலாறு, பெண்ணியம் ஆகிய துறைகளூடே ஆய்வுசெய்து முனைவர் பட்டம் பெற்றவர். மொழிபெயர்ப்பு, இலக்கியத் திறனாய்வு, நாடகம் ஆகியவற்றிலும் ஈடுபாடுள்ளவர். 'தீயுறைத் தூக்கம்', 'இக்கடல் இச்சுவை', 'உலோக

ருசி', 'அழுக்கு சாக்ஸ்', 'வாயாடிக் கவிதைகள்', 'விளையாட வந்த எந்திர பூதம்' எனப் பல கவிதைத் தொகுதிகளும் 'உடல்–பால்–பொருள்' என்ற கட்டுரை நூலும் வெளிவந்துள்ளன. 'அசோகமித்திரனை வாசித்தல்' என்ற விமர்சன நூலின் தொகுப்பாசிரியர்.

ராணி திலக் (1972)

இயற்பெயர் ரா.தாமோதரன். வேலூரில் பிறந்தவர்; தற்போது கும்பகோணத்தில் வசிக்கிறார். பிரம்மராஜன் கவிதைகள் குறித்து ஆய்வுசெய்து முனைவர் பட்டம் பெற்றவர். அரசு மேனிலைப்பள்ளியில் தமிழாசிரியராகப் பணியாற்றுகிறார். கவிதைகளையும் கவிதை குறித்த விமர்சனங்களையும் எழுதிவருகிறார். 'நாகதிசை', 'காகத்தின் சொற்கள்', 'விதி என்பது இலைதான்', 'நான் ஆத்மாநாம் பேசுகிறேன்', 'கராதே', 'ப்ளக் ப்ளக் ப்ளக்' ஆகிய கவிதை நூல்களும் 'சப்தரேகை' என்ற கவிதை விமர்சன நூலும் இவரது ஆக்கங்கள். 'பாலி' என்ற சிற்றிதழின் ஆசிரியர்.

மா. வெங்கடேசன் (1972)

கிருஷ்ணகிரி, அரசு கல்லூரியில் தமிழ் இணைப் பேராசிரியராகப் பணியாற்றி வருகிறார். தில்லிப் பல்கலைக் கழகத்தின் நவீன இந்திய மொழிகள் மற்றும் இலக்கிய ஆய்வுத் துறையில் முனைவர் பட்டம் பெற்றவர். நவீன இலக்கியம், தலித் இலக்கியம் மற்றும் விளிம்புநிலை ஆய்வுகளில் ஆர்வம் உடையவர். 'தமிழ் நாவல் இலக்கியமும் பாமாவின் சங்கதியும் – ஒரு தலித்தியப் பார்வை' என்ற நூலையும் பல ஆய்வுக் கட்டுரைகளையும் எழுதியுள்ளார்.

பா. ஜெய்கணேஷ் (1981)

சென்னை எஸ்.ஆர்.எம். பல்கலைக்கழகத் தமிழ்த்துறைத் தலைவராகவும் எஸ்.ஆர்.எம். தமிழ்ப்பேராயத்தின் செயலராகவும் உள்ளார். 'தமிழ் யாப்பிலக்கண உரை வரலாறு' என்னும் தலைப்பில் ஆய்வு செய்து முனைவர் பட்டம் பெற்றவர். இதே தலைப்பில் வெளிவந்த நூலிற்காக 2015ஆம் ஆண்டு இந்தியக் குடியரசுத் தலைவரின் கரங்களால் இளம் ஆய்வறிஞர் விருதினைப் பெற்றவர். 'செம்மொழிப் பனுவல்களின் வரலாற்றுச் சுவடுகள்', 'இருநூற்றாண்டுப் பதிப்பு வரலாற்றில் தொல்காப்பியம்', 'பதிப்பும் வாசிப்பும்' உள்ளிட்ட 14 நூல்கள் வெளிவந்துள்ளன. பொதிகைத் தொலைக்காட்சியில் 'தமிழோடு விளையாடு' நிகழ்ச்சியைத் தொகுத்து வழங்கி வருகிறார்.

இரா. ஸ்ரீவித்யா (1976)

புதுவைப் பல்கலைக்கழகச் சுப்பிரமணிய பாரதியார் தமிழ்மொழி மற்றும் இலக்கியப்புலத்தில் உதவிப்பேராசிரியராகப் பணியாற்றுகிறார். நவீன இலக்கியம் மற்றும் இலக்கியத் திறனாய்வு இவருடைய ஆய்வுக்களங்கள். 'விடுதலைக்கு முந்தைய தமிழ்ப் பெண் எழுத்தாளர்களின் புதினங்கள்' என்ற தலைப்பில் ஆய்வுசெய்து முனைவர் பட்டம் பெற்றவர். 'நவீனப் பெண்ணியல் திறனாய்வும் வ.ரா.வின் புதினங்களும்', 'பெண்ணிய ஒளியில்...' ஆகிய ஆய்வு நூல்கள் வெளிவந்துள்ளன.

பெருமாள்முருகன் நூற்பட்டியல் – முதல் பதிப்பு

நாவல்கள்

1. ஏறுவெயில்,* திருஞி வெளியீடு, சென்னை, 1991
2. நிழல்முற்றம்,* திருஞி வெளியீடு, சென்னை, 1993
3. கூளமாதாரி,* தமிழினி பதிப்பகம், சென்னை, 2000
4. கங்கணம்,* அடையாளம் பதிப்பகம், புத்தாநத்தம், 2007
5. மாதொருபாகன், காலச்சுவடு பதிப்பகம், நாகர்கோவில், 2010
6. ஆளண்டாப்பட்சி, காலச்சுவடு பதிப்பகம், நாகர்கோவில், 2012
7. பூக்குழி, காலச்சுவடு பதிப்பகம், நாகர்கோவில், 2013
8. ஆலவாயன், காலச்சுவடு பதிப்பகம், நாகர்கோவில், 2014
9. அர்த்தநாரி, காலச்சுவடு பதிப்பகம், நாகர்கோவில், 2014
10. பூனாச்சி அல்லது ஒரு வெள்ளாட்டின் கதை, காலச்சுவடு பதிப்பகம், 2016
11. கழிமுகம், காலச்சுவடு பதிப்பகம், நாகர்கோவில், 2018

சிறுகதைத் தொகுப்புகள்

1. திருச்செங்கோடு,* திருஞி வெளியீடு, சென்னை, 1994
2. நீர்விளையாட்டு,* அகரம், தஞ்சாவூர், 2000
3. பீக்கதைகள், அடையாளம் பதிப்பகம், புத்தாநத்தம், 2006
4. வேப்பெண்ணெய்க் கலயம், காலச்சுவடு பதிப்பகம், நாகர்கோவில், 2012
5. பெருமாள்முருகன் சிறுகதைகள் (1988–2015), காலச்சுவடு பதிப்பகம், நாகர்கோவில், 2016

கவிதைத் தொகுப்புகள்

1. நிகழ் உறவு, திருஞி வெளியீடு, சென்னை, 1992

2. கோமுகி நதிக்கரைக் கூழாங்கல், வேறுவேறு, ஆத்தூர், 2000
3. நீர்மிதக்கும் கண்கள், காலச்சுவடு பதிப்பகம், நாகர்கோவில், 2005
4. வெள்ளிசனிபுதன் ஞாயிறுவியாழன்செவ்வாய், காலச்சுவடு பதிப்பகம், நாகர்கோவில், 2012
5. கோழையின் பாடல்கள், காலச்சுவடு பதிப்பகம், நாகர்கோவில், 2016
6. மயானத்தில் நிற்கும் மரம், காலச்சுவடு பதிப்பகம், நாகர்கோவில், 2016

அகராதி

1. கொங்கு வட்டாரச் சொல்லகராதி, குருத்து வெளியீடு, கோபிச்செட்டிப்பாளையம், 2000

கட்டுரைகள்

1. ஆர்.சண்முகசுந்தரத்தின் படைப்பாளுமை, தமிழோசை பதிப்பகம், கோயம்முத்தூர், 2000
2. துயரமும் துயர நிமித்தமும், காலச்சுவடு பதிப்பகம், நாகர்கோவில், 2004
3. கரித்தாள் தெரியவில்லையா தம்பி, காலச்சுவடு பதிப்பகம், நாகர்கோவில், 2007
4. பதிப்புகள் மறுபதிப்புகள், காலச்சுவடு பதிப்பகம், நாகர்கோவில், 2011
5. கெட்டவார்த்தை பேசுவோம்,* கலப்பை பதிப்பகம், சென்னை, 2011
6. வான்குருவியின் கூடு, காலச்சுவடு பதிப்பகம், நாகர்கோவில், 2012
7. நிழல்முற்றத்து நினைவுகள், காலச்சுவடு பதிப்பகம், நாகர்கோவில், 2012
8. சகாயம் செய்த சகாயம், மலைகள் பதிப்பகம், சேலம், 2014
9. நிலமும் நிழலும், காலச்சுவடு பதிப்பகம், நாகர்கோவில், 2018
10. தோன்றாத் துணை, காலச்சுவடு பதிப்பகம், நாகர்கோவில், 2019

பதிப்புகள்

1. கொங்குநாடு (தி.அ.முத்துசாமிக்கோனார்), புதுமலர் பதிப்பகம், கோயம்முத்தூர், 2004
2. பறவைகளும் வேடந்தாங்கலும் (மா.கிருஷ்ணன்), காலச்சுவடு பதிப்பகம், நாகர்கோவில், 2010
3. நாமக்கல் தெய்வங்கள், காவ்யா பதிப்பகம், சென்னை, 2012
4. கு.ப.ரா. சிறுகதைகள் (முழுத்தொகுப்பு), காலச்சுவடு பதிப்பகம், நாகர்கோவில், 2013
5. சாதியும் நானும் (அனுபவக் கட்டுரைகளின் தொகுப்பு), காலச்சுவடு பதிப்பகம், நாகர்கோவில், 2013

தொகுப்பாசிரியர்

1. கொங்குச் சிறுகதைகள், காவ்யா பதிப்பகம், சென்னை, 2001
2. தலித் பற்றிய கொங்குச் சிறுகதைகள், புதுமலர் பதிப்பகம், கோயம்புத்தூர், 2001
3. உடைந்த மனோரதங்கள், காலச்சுவடு பதிப்பகம், நாகர்கோவில், 2004
4. பிரம்மாண்டமும் ஒச்சமும், காலச்சுவடு பதிப்பகம், நாகர்கோவில், 2004
5. சித்தன்போக்கு – பிரபஞ்சன் சிறுகதைகள், காலச்சுவடு பதிப்பகம், நாகர்கோவில், 2004
6. உ.வே.சா. பன்முக ஆளுமையின் பேருருவம், காலச்சுவடு பதிப்பகம், நாகர்கோவில், 2005
7. தீட்டுத்துணி – அண்ணா சிறுகதைகள், காலச்சுவடு பதிப்பகம், நாகர்கோவில், 2008

*மறுபதிப்பு – காலச்சுவடு பதிப்பகம், நாகர்கோவில்.

கருத்தரங்கு அழைப்பிதழ்

தருமமூர்த்தி இராவ் பகதூர் கலவல கண்ணன்செட்டி
இந்துக்கல்லூரித் தமிழ்த்துறை (சுழற்சி 2) -
காலச்சுவடு அறக்கட்டளை

இணைந்து நடத்தும்

ஒருநாள் தேசியக் கருத்தரங்கு

பொருள்: **பெருமாள்முருகன் இலக்கியத்தடம்**

நாள்: 14.02.2020 நேரம்: காலை 9.30 - மாலை 5.30
நிகழிடம்: கண்ணன் அரங்கம், இந்துக்கல்லூரி, சென்னை -72

வரவேற்புரை
முனைவர் **ச.முருகேசன்** தமிழ்த்துறைத் தலைவர்

அறிமுக உரை
முனைவர் **வ.இலட்சுமி** முதல்வர்

வாழ்த்துரை
முனைவர் **நா.இராசேந்திர நாயுடு** இயக்குநர்

நூல் வெளியீடு
பெருமாள்முருகன் இலக்கியத்தடம்

வெளியிடுபவர்
திரு. **கண்ணன் சுந்தரம்** காலச்சுவடு அறக்கட்டளை

பெற்றுக்கொள்பவர்
திரு. **டி.எம்.கிருஷ்ணா** இசைக்கலைஞர்

இசை நிகழ்ச்சி

பெருமாள்முருகன் பாடல்கள்

பாடுபவர்

திருமதி **சங்கீதா சிவக்குமார்**

வயலின்: அக்கரை சுப்புலட்சுமி மிருதங்கம்: பிரவீண் ஸ்பர்ஷ் கடம்: குருபிரசாத்

பங்கேற்கும் கட்டுரையாளர்கள்

சீனிவாச ராமாநுஜம், சீதாபதி ரகு, பிரவீண் பஃறுளி,

க.காசிமாரியப்பன், மா.வெங்கடேசன், தா.அ.சிரிஷா,

கு.பத்மநாபன், இரா.கந்தசாமி, பா.ஜெய்கணேஷ், இரா.இரவி,

கல்யாணராமன், சுப்பிரமணி இரமேஷ்

ஏற்புரை

பெருமாள்முருகன்

நன்றியுரை

திருமதி **ச.முத்துச்செல்வி** உதவிப் பேராசிரியர்

அறங்காவலர் குழுவினர்

திரு.எம்.வெங்கடேச பெருமாள்

தலைவர் மற்றும் கல்லூரிச் செயலர்

திரு.எம்.வி.கன்னைய செட்டி

அறக்கட்டளை அறங்காவலர்

திரு.சி.வெங்கடாச்சலம்

திரு.வி.சேதுராம்

திரு.வி.ஆர்.பக்தவச்சலம்

திரு.உம்முடி ஸ்ரீஹரி

டாக்டர் பிரவீன் தெல்லகுலா